D1771484

வாசனை

# சுந்தர ராமசாமியின் பிற நூல்கள்

### சிறுகதைகள்
சுந்தர ராமசாமி சிறுகதைகள் (2006) (முழுத் தொகுப்பு)
அக்கரைச் சீமையில் (2007) (முதல் சிறுகதை வரிசை)
அழைப்பு (2003), பள்ளியில் ஒரு நாய்க்குட்டி (2008)
பல்லக்குத்தூக்கிகள் (2010), பள்ளம் (2012)

### நாவல்கள்
ஒரு புளியமரத்தின் கதை (1966)
ஜே.ஜே: சில குறிப்புகள் (1981)
குழந்தைகள் பெண்கள் ஆண்கள் (1998)

### குறுநாவல்கள்
திரைகள் ஆயிரம் (2008)

### கவிதை
நடுநிசி நாய்கள் (2008)
சுந்தர ராமசாமி கவிதையை (முழுத்தொகுப்பு) (2005)

### விமர்சனம்/கட்டுரைகள்
அந்தரத்தில் பறக்கும் கொடி (2014) (தமிழ் கிளாசிக்)
ந. பிச்சமூர்த்தியின் கலை: மரபும் மனிதநேயமும் (1991)
இவை என் உரைகள் (2003)
வானகமே இளவெயிலே மரச்செறிவே (2004)
மனக்குகை ஓவியங்கள் (2011) (கட்டுரைகள் உரைக விவாதங்கள்)
வாழ்க சந்தேகங்கள் (2004) (கேள்வி – பதில்)
புதுமைப்பித்தன் கதைகள்: சு.ரா குறிப்பேடு (2005)
வாழும் கணங்கள்(2005) (படைப்புகளின் தொகுப்பு)
புதுமைப்பித்தன்: மரபை மீறும் ஆவேசம் (2006)
ஒரு கலை நோக்கு (ஆளுமைகள் தோழமைகள்) (2019)

### நேர்காணல்கள்
சுந்தர ராமசாமி நேர்காணல்கள் (2011)

### பிற நூல்கள்
மூன்று நாடகங்கள் (2006)
தமிழகத்தில் கல்வி (2000) (வசந்தி தேவியுடன் உரையாடல்)
இதம் தந்த வரிகள் (2002) (கு. அழகிரிசாமி – சுந்தர ராமசாமி கடிதங்கள்)
ஒரு தடா கைதிக்கு எழுதிய கடிதங்கள் (2006)
இந்திய இலக்கியச் சிற்பிகள்: கிருஷ்ணன் நம்பி (சாகித்திய அக்காதெமி, 2006)

### நினைவுக் குறிப்புகள்
ஜீவா (2003), கிருஷ்ணன் நம்பி (2003), க.நா.சு. (2003),
சி.சு. செல்லப்பா (2003), பிரமிள் (2005), ஜி. நாகராஜன் (2006),
தி. ஜானகிராமன் (2007), கு. அழகிரிசாமி (2011), தொ.மு.சி. ரகுநாதன் (2014),
ந. பிச்சமூர்த்தி (2016), நா. பார்த்தசாரதி (2016), கவிமணி (2019)
மௌனி வெ. சாமிநா சர்மா என்.எஸ். கிருஷ்ணன் (2019)

### மொழிபெயர்ப்புகள்
செம்மீன் (1962) (தகழி சிவசங்கரப்பிள்ளையின் சாகித்திய அகாதெமி பரிசுபெற்ற மலையாள நாவல்)
தோட்டியின் மகன் (2000) (தகழி சிவசங்கரப்பிள்ளை)
தொலைவிலிருக்கும் கவிதைகள் (2004)

# வாசனை

### சுந்தர ராமசாமி (1931 - 2005)

நவீன தமிழ் இலக்கியத்தின் முக்கியமான எழுத்தாளர்களில் ஒருவரான சுந்தர ராமசாமி 1931ஆம் ஆண்டு நாகர்கோவிலில் பிறந்தார். பள்ளியில் மலையாளமும் ஆங்கிலமும் சமஸ்கிருதமும் கற்றார். மூன்று நாவல்கள், 74 சிறுகதைகள் 110 கவிதைகள் 100க்கு மேற்பட்ட கட்டுரைகள் ஆகியவற்றை எழுதியிருக்கிறார். தகழி சிவசங்கரப் பிள்ளையின் இரண்டு நாவல்களை மலையாளத்திலிருந்து மொழிபெயர்த்திருக்கிறார். 1988இல் காலச்சுவடு இதழை நிறுவினார்.

புனைவு வடிவங்களில் குறிப்பிட்ட எந்த வகைமையிலும் தங்கி விடாமல் தொடர்ந்து புதிய முயற்சிகளில் ஈடுபட்டுவந்தவர் சுந்தர ராமசாமி. இவருடைய இரண்டாவது நாவலான ஜே.ஜே.: சில குறிப்புகள் மாறுபட்ட வடிவத்திற்காகவும் உள்ளடக்கத்திற்காகவும் இன்றளவிலும் பேசப்பட்டுவருகிறது. சு.ரா.வின் இலக்கிய அலசல்கள் இலக்கியத்தில் தர வேற்றுமைகளின் அடிப்படைகளை விரிவாக விவாதிக்கின்றன. இவர் முன்வைத்த இலக்கிய அளவு கோல்கள் தமிழ் விமர்சனப் பரப்பில் ஆழ்ந்த தாக்கத்தைச் செலுத்தியிருக்கின்றன.

சுந்தர ராமசாமிக்கு டொரொன்டோ (கனடா) பல்கலைக் கழகம் வாழ்நாள் இலக்கியச் சாதனைக்கான 'இயல்' விருதை (2001) வழங்கியது. வாழ்நாள் இலக்கியப் பணிக்காகக் 'கதா சூடாமணி' விருதையும் (2003) பெற்றார்.

சுந்தர ராமசாமி 14.10.2005 அன்று அமெரிக்காவில் காலமானார். மனைவி: கமலா. குழந்தைகள்: தைலா, கண்ணன், தங்கு. (மூத்த மகள் சௌந்தரா 1996இல் காலமானார்.)

● அன்பார்ந்த வாசகருக்கு,

வணக்கம்.

காலச்சுவடு நூலை வாங்கியமைக்கு நன்றி.

நூலின் உள்ளடக்கம், உருவாக்கம், அட்டைப்படம் இன்ன பிற அம்சங்கள் பற்றிய உங்கள் கருத்துகளையும் ஆலோசனைகளையும் காலச்சுவடு வரவேற்கிறது. தகவல், எழுத்து, வாக்கியப் பிழைகள் தென்பட்டால் அவசியம் தெரிவித்து உதவுங்கள். நூல் தயாரிப்பில் கடும் குறைபாடு இருப்பின் மாற்றுப் பிரதி உங்களுக்குக் கிடைக்கக் காலச்சுவடு ஏற்பாடு செய்யும்.

மின்னஞ்சல்: **publisher@kalachuvadu.com**

காலச்சுவடு நாகர்கோவில் அலுவலகத்திற்குக் கடிதம் அனுப்பலாம்.

தங்கள்
எஸ்.ஆர். சுந்தரம் (கண்ணன்)
பதிப்பாளர் – நிர்வாக இயக்குநர்

---

Unauthorised use of the contents of this published book, whether in e-book or hardcopy format, for any type of Artificial Intelligence (AI) training — including but not limited to Machine Learning, Deep Learning, Natural Language Processing, Computer Vision, Chatbot Training, Image Recognition Systems, Recommendation Engines, and Language Models — is strictly prohibited without prior licensing from the publisher. Any such unauthorised use may result in legal action.

சுந்தர ராமசாமி

# வாசனை

தொகுப்பு
கே.என். செந்தில்

காலச்சுவடு பதிப்பகம்

**வாசனை** • தேர்ந்தெடுத்த சிறுகதைகள் • ஆசிரியர்: சுந்தர ராமசாமி •


© கமலா ராமசாமி

• முதல் பதிப்பு: மே 2011, பதினொன்றாம் பதிப்பு: ஜூலை 2025 • வெளியீடு: காலச்சுவடு பப்ளிகேஷன்ஸ் (பி) லிட்., 669 கே.பி. சாலை, நாகர்கோவில் 629001 • கோட்டோவியங்கள்: அனந்தபத்மநாபன்

**vAcanai** • Selected Short Stories • Author: Sundara Ramaswamy •


© Kamala Ramaswamy

• Language: Tamil • First Edition: May 2011, Eleventh Edition: July 2025 • Size:Demy1 x 8 • Paper: 18.6 kg maplitho • Pages: 368

Published by Kalachuvadu Publications Pvt. Ltd., 669 K.P. Road, Nagercoil 629001, India • Phone: 91-4652-278525 • e-mail: publications @kalachuvadu.com • Illustrations: Anandapadmanaban • Printed at Mani Offset, Chennai 600077

ISBN: 978-93-80240-47-3

07/2025/S.No. 393, kcp 5869, 18.6 (11) ass

## பொருளடக்கம்

| | |
|---|---:|
| *யதார்த்தத்தின் அழகியலும்...* *நவீனத்துவத்தின் தீவிரமும்...* | 9 |
| கோவில் காளையும் உழவு மாடும் | 21 |
| பிரசாதம் | 36 |
| சன்னல் | 55 |
| ஸ்டாம்பு ஆல்பம் | 63 |
| கிடாரி | 72 |
| வாழ்வும் வசந்தமும் | 96 |
| லீலை | 111 |
| முட்டைக்காரி | 132 |
| அழைப்பு | 148 |
| பல்லக்குத் தூக்கிகள் | 155 |
| வாசனை | 163 |
| ரத்னாபாயின் ஆங்கிலம் | 176 |
| குரங்குகள் | 184 |
| பள்ளம் | 192 |
| கொந்தளிப்பு | 203 |
| ஆத்மாராம் சோயித்ராம் | 212 |
| வழி | 225 |

| | |
|---|---|
| கோலம் | 241 |
| பக்கத்தில் வந்த அப்பா | 262 |
| விகாசம் | 272 |
| காகங்கள் | 284 |
| மேல்பார்வை | 298 |
| பட்டுவாடா | 310 |
| நாடார் சார் | 320 |
| களிப்பு | 341 |
| கதவுகளும் ஜன்னல்களும் | 353 |

முன்னுரை

## யதார்த்தத்தின் அழகியலும் . . .
## நவீனத்துவத்தின் தீவிரமும் . . .

"வாளின்றி, கேடயம் மட்டுமே கொண்ட ஒரு வீரன் எதிராளியின் வாள்வீச்சு தன் மீது பாயாமல் தடுத்துக்கொள்வதுபோல் படைப்பை முன்வைத்துத் தான் படைப்பாளி வாழ்க்கையின் வாள்வீச்சைத் தடுத்துக் கொள்கிறான்."

– சுந்தர ராமசாமி

ஒரு படைப்பாளியின் எழுத்து மனநிலைக்கும் கனவு நிலைக்கும் தீவிரமும் நெருக்கமுமான உறவுண்டு. இரண்டுமே சுயபோதத்தை மறக்கடித்துத் தன்னை இழக் கும் நிலைக்குக் கொண்டு செல்லக் கூடியவை. அந்த எல்லையின்மை அளிக்கும் சுதந்திரத்தின் மூலமே அப் படைப்பாளி கொண்டிருந்த முன்தீர்மானங்கள் சூறையில் சிக்கிய துரும்புபோலக் காணாமல் போகின்றன. பின் அவன் அந்தப் படைப்பு வெள்ளத்தால் இழுத்துச் செல்லப்படுகிறான். அதனை ஒழுங்குபடுத்தும் கரை போல பிரக்ஞை இருந்துகொண்டிருக்கும். பிரக்ஞை யின்றி – ஆழமான பொருளில் – படைப்பு இல்லை. ஏனெனில் படைப்பு விழித்திருப்பவனின் கனவு. மேலும் படைப்பாளி தன் படைப்பு சார்ந்து கொண்டிருக்கும் விருப்பத்தைக் காட்டிலும் அப்படைப்பு உள்ளூர கொண் டிருக்கும் வேட்கை அபரிமிதமானது. எனவேதான் கற்றுக் கொள்ளும் பேராவலுடனும் அது தரும் லாகிரியில் மூழ்கி எழும் மனதுடனும் எதையும் முட்டித் திறக்கும் மன வலிமையுடனும் படைப்பின் வாசலுக்கு வருகிறவர் களுக்கே தன் கணக்கற்ற கதவுகளை அது திறந்து கொண்டே செல்கிறது. (எனக்குப் புறப்படும் இடம்

தெரியும். போகுமிடம் தெரியாது – ஜே.ஜே.) அவ்வாறான ஆக்கங்களை உருவாக்கிய படைப்பாளிகளே முந்தைய கலைச் சாதனைகளுக்குச் சவால் விட்டிருக்கிறார்கள். மேலும் நேற்றைய படைப்பு மரபின் நிழலில் ஒதுங்குவது, அதனால் கிட்டும் வெற்றி யில் குளிர்காய்வது, ஒரு சிறிய வழி கிடைத்ததும் செக்கு மாடு போல அதையே சுற்றிச்சுற்றி வருவது போன்றவற்றில் சிறிதும் நம்பிக்கையின்றி விமர்சனங்களுக்கு அஞ்சாமல் நேற்று இல்லாத ஒன்றைப் படைப்பவர்களே மொழியின் பெரும் கலை ஞர்களாக, தேர்ந்த ஆளுமைகளாக உருவாகியிருக்கிறார்கள்.

வாழ்க்கையின் மேல் தீராத மோகமும் அதனாலேயே அதன்மீது கூர்மையான விமர்சனங்களையும் கொண்டவனே மேலான படைப்பாளி. வாழ்க்கை அளிக்கும் சிக்கல்களுக்கும் ஏற்றத்தாழ்வுகளுக்கும் கொடுமைகளுக்கும் அஞ்சி படைப்பின் பின்னால் ஒளிந்துகொள்பவன் கோழை. மாறாக இந்தத் துக்கங் களுக்கு தன் படைப்பின் வழியாக முகங்கொடுத்து அதைச் சகல வாசகர்களும் உணர்ந்துகொள்ளும்படியாக மாற்றுவதே அவனது முதன்மையான செயலாகவிருக்கும். இதனை விடுத்து வாழ்க்கையைக் கறுப்பு வெள்ளையாகக் காண்பவர்கள் அக நெருக்கடிகளின் வீர்யத்தை மழுங்கடித்து எளிய கணக்குகள் போல பிரச்சனையை அணுகி ஆயத்த தீர்வுகளின் பக்கமாக நம்மை நகர்த்துகிறார்கள். இவர்கள் வாசக மனங்களில் ஒரு சிறிய அகல்விளக்கைக்கூட இறுதிவரை ஏற்றமுடிவதேயில்லை. இவர்களுக்கு நேரெதிராக நிற்பவனுக்கே படைப்பாளியின் இருக்கையைப் போட வேண்டும். ஏனெனில் அவனது, "உள் ளொளி இருளில் மிருகங்களின் கண்கள்போல் பரவசம் ஊட்டக் கூடியது." அந்த உள்ளொளியை நம்பி ஏற்றுக்கொள்கிறவனிடமே காலம் மண்டியிடும். அவனது வாள்வீச்சு மூலமே ஜோடனை களையும் பண்டங்களையும் படைப்பெனக் கருதும் பேதமை ஒழிந்து ஒரு சுயமான படைப்பு தன் அனைத்து சாத்தியங்களுடன் தீவிரமாக வெளிப்படும்.

தன் பதினெட்டாவது வயதில் சிலேட்டில் தமிழ் எழுதக் கற்றுக்கொண்ட சுந்தர ராமசாமியின் முதல் கதை வெளியான போது அவருக்கு வயது இருபத்தியொன்று. எழுத்துலகில் தன் வழித்தடம் எதுவெனக் கண்டுகொள்ள முக்கிய காரணியாக விளங்கிய அவரது மனஅடுக்கில் வாழ்நாள் முழுக்க முதல் நிலையில் இருந்த புதுமைப்பித்தனின் நேரடி பாதிப்பைக்கொண்ட (முதலும் முடிவும்) கதையது. பின்னர் அவர் எழுதியவை முற் போக்குக் கதைகளின் அசல் முகத்தை வெளிப்படுத்தின. லட்சியவாதிகளின் கனவு சுதந்திரத்திற்குப் பிறகான இந்தியா வில் வெறும் பகல் கனவாகிப் போனதில் எழுந்த அறச்சீற்றம்

என்றே அவரது முற்போக்குக் கதைகளைக் (தண்ணீர், அக்கரைச் சீமையிலே) கொள்ள வேண்டும். யதார்த்தத் தளத்தில் நுட்ப மாக எழுதப்பட்டுள்ள, வாசகனை ஒருவித மனஎழுச்சிக்கு ஆட் படுத்தும் கதை 'கோவில் காளையும் உழவு மாடும்'. (மனிதத் துக்கத்தைச் சார்ந்த விசாரணை எல்லாமே முற்போக்கானது. மனிதத் துக்கத்தை விசாரிப்பவன், எந்த நிலையிலும் மனிதத் துக்கத்திற்கு ஒரு விடை காண வேண்டும் என்று தேடிச் செல் பவன் எப்போதும் ஒரு முற்போக்காளன் தான் – சு.ரா.) தமிழ் முற்போக்குக் கதைகளின் உச்சம் என இக்கதையைத் தயக்க மின்றிக் கூறலாம்.

பின்னர் முற்போக்குக் கதைகளிலிருந்து விலகி சு.ரா. எழுதிய கதைகள் வாழ்க்கையின் உள்அழகையும் மனதின் நுட்பமான இடங்களையும் நோக்கி செல்லக்கூடியவைகளாக இருந்தன. கதையில் நேர்த்தியும் கூறுமுறை சார்ந்த நுட்பமும் மொழி குறித்த அழகுணர்வும் எழுதத் தொடங்கிய குறுகிய காலத்திலேயே சு.ரா. அடைந்ததற்கானச் சிறந்த உதாரணங் களாகப் 'பிரசாதம்', 'சன்னல்' போன்ற கதைகள் உள்ளன. 'பிரசாதம்' கதையிலுள்ள ஈரம் ஒவ்வொருமுறை அக்கதையினை வாசிக்கும்போதும் நெஞ்சில் படர்வதை எந்த நுட்பமான வாசக னும் உணர முடியும். இக்கதை ஒருவிதத் துள்ளல் மனநிலைக்கு நம்மை இட்டுச் செல்கிறதென்றால், 'சன்னல்' முந்தைய மன நிலையைக் காலி செய்கிறது எனலாம்.

சு.ரா.வின் பல கதைகளில் சிறுவர்களும் கிழவர்களும் பிரதானமான பாத்திரங்களாக இருக்கிறார்கள். குழந்தைகளின் அகவுலகை நுட்பமாக எழுத்தில் கொண்டு வருவது ஆகச் சவாலான ஒன்றே. அதற்குக் குழந்தைகளின் கண்களில் உலகைக் காணும் மனம் படைப்பாளிக்குக் கூடிவர வேண்டும். வைக்கம் முகம்மது பஷீரின் படைப்புலகை இதற்கு முன் னுதாரணமாகக் கூறலாம். 'கிடாரி', 'ஒன்றும் புரியவில்லை' போன்ற கதைகளில் வரும் குழந்தைகளின் களங்கமின்மையின் ஒளி நம்மேல் விழுந்து மேலும் அவர்களை நெருங்கிச் சென்று அறிய நம்மைத் தூண்டுகிறது. அதேபோல 'ஸ்டாம்பு ஆல்பம்' கதையைச் சிறப்பாகக் குறிப்பிட்டுச் சொல்ல வேண்டும்.

ராஜப்பா தன் உயிர்போல அதுவரைக் கருதி வந்த ஆல்பத்தை அவன் பொறாமைகொண்டிருந்த நாகராஜனிடம் தந்துவிட்டு அழும்போது, அது நம் மனப்பாசியின் தோலை உரித்து, காற்றின்றி அடைந்து கிடக்கும் இருண்ட மனஅறை களை அகலத் திறக்கிறது. 'இலக்கியத்தின் பயன் என்ன?' எனக் கேட்பவர்களை இது போன்ற கதைகளின் முன் கொண்டு

வந்து நிறுத்த வேண்டும். தமிழில் அதுபோல குழந்தைகளின் உலகை நுட்பமாக அணுகி கூர்ந்த அவதானிப்புகளில் எழுதப் பட்டவை கிருஷ்ணன் நம்பியின் ஆக்கங்கள். சிறுவர்களின் உலகம் சார்ந்து எழுதப்பட்டுள்ளபோதிலும் வாசிப்பவனை வேறொரு இடத்திற்கு நகர்த்திவிடக் கூடிய கு. அழகிரிசாமியின் 'அன்பளிப்பு', 'ராஜா வந்திருக்கிறார்' மற்றும் கி.ரா.வின் 'கதவு' போன்ற கதைகளை முக்கியமாகக் குறிப்பிட்டுக் கூற வேண்டும்.

விரிவான வாசிப்பும் வயது தரும் அனுபவத்தின் செறிவும் கூடக்கூட நம் பால்யத்தின் மீது சூழ்ந்திருக்கும் புகைமூட்டங்கள் மெல்ல விலகும் போலும். அதனால்தான் கு.ரா.வின் கதைகளில் எஸ்.எல்.பி பள்ளியின் இருப்பும் அவரது பள்ளிக் காலத்து இளம் பிராய நாட்களும் மீண்டும் மீண்டும் எழுதப்பட்டுள்ளன. 'குழந்தைகள் பெண்கள் ஆண்கள்' நாவலில் வாழைத் தோட்டத்தில் பாலு, ரமணி, லச்சம் மூவரும் சமையல் செய்து பரிமாறி விளையாடும் பகுதியை ஆகக்கூடியத் துல்லியத்துடன், வாசிக்கையில் சிரிக்கத் திறந்த உதடுகள் அவ்வரிகள் கடக்கக் கடக்க மேலும் மேலும் விரிந்துகொண்டே சென்று அக்குழந்தை களின் குதூகலத்தில் இரண்டறக் கலந்து அதை அனுபவிக்கும் படியாக அச்சித்திரிப்பை, நேற்றுக் கண்டதுபோல கு.ரா. அனாயாசமாக உருவாக்கிக் காட்டுகிறார்.

நிம்மதியின்மையினால் மனம் தத்தளிப்பதிலிருந்து விடு படாமல் கு.ரா.வின் ஒரு கதையிலிருந்து பிறிதொரு கதைக்குச் செல்ல முடியாது. 'கிடாரி', 'லீலை' போன்றவை இத்தரத்தினா லானவை. இக்கதைகள் அளிக்கும் உணர்விலிருந்து உடனே மீண்டுவிட முடியும் எனத் தோன்றவில்லை. லௌகீக உலகினுள் சுற்றித்திரியும் நண்பர்களின் குணங்கள், காலச் சுழற்சியில் அதற் கேற்ப இயைந்து செல்லும்படியாக அவர்களிடம் உருவான மாற்றங்களை எள்ளல் நடையில் சூசகமாக உணர்த்தும் கதை 'வாழ்வும் வசந்தமும்'. தனக்குத் திருப்தியளித்த கதையென இக்கதை இடம்பெற்றுள்ள தொகுப்பில் கு.ரா. குறிப்பிட்டுள்ள கதையிது. கு. அழகிரிசாமியால் வெகுவாகச் சிலாகிக்கப்பட்ட பெருமையும் இக்கதைக்கு உண்டு.

'கூறியது கூறல்', 'போலச்செய்தல்' இவை இரண்டையுமே எழுத்தை மேல்நோக்கிய பயணம் என எண்ணும் படைப்பாளி ஒருபோதும் செய்வதில்லை. சில ஆண்டு இடைவெளிக்குப் பின் மீண்டும் எழுதத் துவங்கிய கு.ரா.வின் படைப்புகளில் மேலும் படைப்புநுட்பங்கள் கூடி அவை வேறொரு தளத்தை நோக்கிச் சென்றன. இதனை அபூர்வமான நிகழ்வென்றே கூற வேண்டும். முந்தைய கதைகள் அளித்த மகுடத்தை இறக்கி வைத்துவிட்டு கரகோஷங்களைத் தலையசைப்புகளால் மட்டுமே

ஏற்றுக்கொண்டு புதிய களத்தை நோக்கி, அதன் வெற்றி தோல்விகளைத் துச்சமாக எண்ணியபடி முன்நோக்கிச் சென்ற பயணம் இது. அது அளித்த சவால்களை எதிர்கொண்ட படைப் பாளியின் ஆளுமையைப் பெருமளவில் அடையாளம் காட்டக் கூடியவையாக இக்காலகட்டத்துக் கதைகள் அமைந்துள்ளன. மறைபொருளின் நுட்பத்திற்கும் உணர்த்துதலின் ரகசியத்திற் கும் மொழியின் கவித்துவத்திற்கும் சாட்சியங்களாக, எந்த வொரு வாசகனையும் மனஎழுச்சியின் மலைமுகட்டிற்கு அழைத்துச் செல்பவைகளாக இக்கதைகள் உள்ளன. இவ் வாறான சிறுகதைகளுக்கு முதல் விதை 'முட்டைக்காரி'யிலேயே வெளிப்பட்டுவிடுவதைச் சற்று ஆழ்ந்து நோக்கினால் உணர முடியும். புனைகதைகளில் சு.ரா.வின் மொழி அடர்த்தியும் செறிவும் கொண்டு திணறச் செய்யும் ஒன்றாக ஆனபோது ('அழைப்பு', 'கொந்தளிப்பு', 'வழி') அக்காலத்தில் அவர் எழுதிய கவிதைகள் எளிமையின் கோலத்தையே கொண்டிருந் தன. இக்காலகட்டத்துக் கதைகளை நவீனத்துவச் சாதனைக் கதைகள் என்று தயக்கமின்றி அழைக்கலாம்.

சுந்தர ராமசாமிக்குப் பெரும்பெயர் ஈட்டித்தந்த 'பல்லக்குத் தூக்கிகள்'லிருந்து அவரது கதையுலகை அவதானித்தால் அவை கூரைகளுக்கு வெளியே நிகழ்வதைக் கண்டுகொள்ள லாம். அன்றைய சமகாலக் கதைகளில் பெரும்பாலானவை வீட்டுச்சுவர்களுக்குள் நிகழ்பவையாக உறவுகளை அலசுபவை யாக இருந்தபோது இக்கதைகள் தனிமனித துக்கத்தின் வேரை நோக்கிச் சென்றன. நிம்மதியின்மையின் பெரும் பாரம் அழுத்த அதன் ஊற்றுக்கண்ணைக் கண்டு (காண இயலுமா?) அதி லிருந்து விடுபடத் துடிக்கும் (கயிற்றிலிருந்து விடுபட்ட பம்பரத் தின் துக்கத்தை நான் சொல்ல முற்படும்போது, சொல்லச் சொல்ல பம்பரத்திற்கும் கயிற்றுக்குமான உறவைப் பற்றியே சொல்லிக்கொண்டிருக்கிறேன் – 'கொந்தளிப்பு') மனதின் குரலை ('பல்லக்குத் தூக்கிகள்', 'கொந்தளிப்பு', 'அழைப்பு') இவற்றில் கேட்கிறோம். அதனூடாக மனித இருப்பின் மேல் எண்ணற்ற கேள்விகளை வாசகனின் மனதில் துளிர்க்கச் செய் யும் ஆக்கங்கள் இவை. அதேபோல வெவ்வேறு வாசிப்புத் தளங்கள் கொண்டிருந்தும், குறியீட்டு ரீதியில் புரிந்துகொள்ளும் போது மேலதிக அர்த்தத்தை அளிக்கும் கதை 'குரங்குகள்'.

பெண்ணின் மனவுலகை நுட்பமாக அணுகும் 'ரத்னாபாயின் ஆங்கிலம்' பிரசுரமான காலத்திலிருந்து பலராலும் தொடர்ந்து கவனப்படுத்தப்பட்டுக்கொண்டிருக்கிற சிறுகதை. லௌகீக உலகில் ரத்னாபாயின் கனவுகள் நொறுங்கிவிட அவள் மொழி யின் தளுக்கில் தன் உயிரைத் தக்கவைத்துக்கொள்வதன் மூலம்

அடையும் ஆசுவாசத்தைச் சிக்கனமான மொழியில் உணர்த்தும் கதையிது. இதன் உட்கூறாகக் கிட்டும் பொருளை உளவியல் சார்ந்து நெருங்கும்போது இலக்கியம் நமக்களிக்கும் வாசிப்பின் எல்லைகள் முடிவற்றவை எனப் புரியவரும். இதே இடத்தில் வைத்து கவனிக்கப்பட வேண்டிய மற்றொரு கதை 'லீலை'. கதையில் பெண்ணின் வலி சொல்லப்படுவதில்லை, உணர்த்தப் படுகிறது. அதனால்தான் அவ்வுணர்வு நம்முள் ஆழச் சென்று தைக்கிறது.

இந்தியச் சமூகத்தில் தந்தையுடன் இணக்கமான உறவைப் பேணும் மகன்கள் வெகு அபூர்வம் என்றே தோன்றுகிறது. கு.ரா.வைச் சிறுபிராயத்திலிருந்து வெருட்டிய, அவர் வாழ்நாள் முழுக்கக் கடும் விமர்சனம்கொண்டிருந்த உறவு அவருடைய தந்தையினுடையது. இவ்வுறவோடு அவருக்கு ஏற்பட்ட மன மோதல்களை, முரண்களை அவர் தன் படைப்புகளில் வெவ் வேறு தொனிகளில் வெளிப்படுத்துவதை அப்படைப்புலகோடு விரிவான வாசகவுறவு கொண்டுள்ள பலரும் அறிந்திருக்கக் கூடும். அவரது மொத்த எழுத்துக்களில் பாலு, தந்தையின் சில நிமிட ஸ்பரிசங்களுக்கு ஆளாவது 'பக்கத்தில் வந்த அப்பா' என்ற கதையில் மட்டுமே. ஆனால் 'குழந்தைகள் பெண்கள் ஆண்கள்' நாவலில் அவர் உருவாக்கும் தந்தையின் சித்திரத் தில் பல்வேறு சாதகமான மாற்றங்களைக் காண முடிகிறது. அது காலம் அவருக்கு அளித்த அனுபவத்தின் வழியாக தன் தந்தையை விலகி நின்று பார்த்ததன் காரணமாக இருக்கக்கூடும்.

யதார்த்தத் தளத்தைக்கொண்டு நுட்பமாக 'வாசனை'யைப் படைத்திருந்தாலும்கூட அது ஒன்றுக்கு மேற்பட்ட அர்த்த அடுக்குகளைக் கொண்ட கதையே. அதைக் குறியீட்டு ரீதியான வாசிப்புக்குட்படுத்தும்போது முந்தைய வாசிப்பில் சாதாரண மாகக் கடந்து சென்ற இடங்கள் அர்த்தபுஷ்டியுடன் நம்மிடம் நெருங்கி வருவது தெரியும்.

கனவு கண்டு மனம் விம்மித்தணிய, ஆக வேண்டும் என எண்ணிய நிலைக்கும் ஊசலாட்டங்களோடு அமைந்துவிட்ட இருப்புக்கும் இடையேயுள்ள, லௌகீக உலகிற்கும் அ-லௌகீக உலகிற்கும் எப்போதும் தீராமல் இருந்துகொண்டிருக் கும் ஓயாத சமரைக் கவித்துவம் மிக்க மொழியின் மூலம் அபூர்வமான சொல்லாட்சிகளோடு, நுட்பமான கூறுமுறையின் ஊடாக கு.ரா. உருவாக்கியுள்ள 'ஆத்மாராம் சோயித்ராம்' கதையையும் கனவுகள் லபிக்காத அன்றாடத்தனங்களின் மீது எரிச்சலும் அலட்சியமும் கொண்டிருக்கும் கதைசொல்லி தன் உலகிற்கு நேரெதிரேயிருந்து வந்து சேரும் மதுக்குஞ்சுவைச் சந்திக்கும் புள்ளியில் – அவரவரது பின்னணிகளோடு – ஆக்கப்

பட்டுள்ள ‘பள்ளம்’ கதையையும் மீண்டும் மீண்டும் வாசித்து அதன் இடைவெளிகளிலுள்ள அர்த்தங்களை வாசகமனம் தானாக நிரப்பிக்கொள்ளும் என்று தோன்றுகிறது.

இத்தொகுப்பின் ஆகச்சிறந்த கதையென ‘கோலம்’ கதையையே சுட்டுவேன். தேர்ந்தெடுத்த வண்ணங்களால் இழைக்கப்பட்ட அற்புதமான ஸ்படிக ஓவியம்போலவும் பல இடங்களில் பார்வையாளனின் நுட்பத்தைக் கோரும் அரூப ஓவியம்போலவும் இக்கதையின் காட்சி ரூபங்கள் உள்ளன. கிழவன் கிழவிக்கும் இடையேயுள்ள நேசம், தனிமையில் அவர்கள் நிராதரவாக இருக்க நேர்ந்துவிட்டபோதிலும் அவர்களது ஒரே செல்வம்போல இருக்கும் பேத்தியின் அனுசரணை, பின் அவர்கள் தேடிக்கொள்ளும் முடிவு போன்றவை கூடுதல் குறைவற்ற விவரணைகளாலும் பிசிறற்ற மொழிநடையாலும் நேர்த்தியாகச் சொல்லப்பட்டுள்ளது. துக்கத்தின் இழை இக்கதை முழுவதும் பின்னிப்பிணைந்து கிடக்கிறது. இக்கதையை வாசித்ததும் நம்மீது கவிழும் மௌனத்தைப் பெருமூச்சுகளாலேயே கரைக்க இயலும். மனஅமைதியைத் தொந்தரவுக்குட்படுத்தும் ஆற்றல் கொண்டது ‘கோலம்’.

இந்திய மொழிகளில் வெளியான சிறந்த கதைகளோடு வைத்து மதிப்பிடப்பட வேண்டியது ‘காகங்கள்’. சு.ரா.வை அவரது ஊரிலிருந்து பிரித்துப் பார்க்கவே முடியாது என்று தோன்றுகிறது. வெவ்வேறு கதைகளில் வெவ்வேறு பின்னணியோடு புகைமூட்ட மொழியிலும் தெளிவான சித்தரிப்புகளோடும் மாறிமாறி ஊரின் சித்திரம் வெளிப்பட்டபடியே இருக்கின்றன. (இதில் நினைவோடை நூல்களின் வரிசையையும் சேர்த்துக் கொள்ள வேண்டும், குறிப்பாகக் கிருஷ்ணன் நம்பியின் நினைவோடை) அதுபோல ஊரின் வரைபடத்தை நுட்பமாகக் கூறும் கதை எனவும் ‘காகங்கள்’ கதையைக் கூறலாம். மனிதச் சமூகத்தின் வளர்ச்சி காரணமாக இயற்கையுடனிருந்த எண்ணற்ற உறவுச்சங்கிலிகள், பிற உயிர்களிடம் கொண்டிருந்த காருண்யம் மிக்க சினேகம் போன்றவை மிக மோசமான முறையில் சீரழிந்துள்ளன. அவ்வாறு ஒருவழிப் பாதையின் மூலம் காகங்களுக்குக் கிட்டிவந்த உணவு ஒரு அதிகாலையில் இல்லாமல் ஆகும் நிலையை முன்வைத்து மனிதமதிப்பீடுகளின் வீழ்ச்சியையும் அமைப்புகளின் மீது கூரான விமர்சனத்தையும் நுட்பமாக முன்வைக்கும் ஆக்கம் ‘காகங்கள்’.

வெகு அற்புதமாக அவரது மண் சார்ந்த இடக்குகளுடன் படைக்கப்பட்டுள்ள சிறுகதை ‘மேல்பார்வை’. இதில் வரும் கூடைக்காரக் கிழவிக்கும் ஆண்களை ஒழுங்குபடுத்தும் விளையாட்டு வீராங்கனை பொற்கொடிக்கும் இடையேயுள்ள

பெரும் காலத்தின் இடைவெளி, அவ்விருவருக்குமுள்ள இருப்பு சார்ந்த இடைவெளி, அப்பெண்ணின் மோவாயைச் செல்லமாக அக்கிழவி கொஞ்சுவதன் மூலம் இல்லாமல் ஆகிவிடுகிறது. இக்கதையைப் படித்து முடித்த பின்னும் அவ்விருவர் மீதும் நம் பிரியம் சுரந்தபடியேயுள்ளது. இதே தரத்தில் வைத்து அணுகப்பட வேண்டிய கதை 'நாடார் சார்'. இவ்விரு கதை களும் சு.ரா.வுக்குப் பிடித்தமான எஸ்.எல்.பி. பள்ளியையும் அதன் மைதானத்தையும் மையமாகக் கொண்டு எழுதப்பட்டவை.

பெரும் களேபரத்தின் அடர்த்தியை, ஜனநெரிசலின் மூச்சுத் திணறலை அப்போது மனிதர்களுக்குப் புறஉலகோடு நிகழும் மோதலை சு.ரா. அபாரமான தன் மொழித் தேர்ச்சியால் வாசக மனதில் பீதி படரும்படி செய்துவிடுகிறார். ('போதை', 'பட்டு வாடா', 'ஒரு ஸ்டோரியின் கதை'). 'பட்டுவாடா' வாசகனையே அக்கூட்டத்திற்குள் சிக்கித் திணறும் ஒருவனாக எண்ணச் செய்யுமளவிற்கு மொழி அமைப்பைக் கொண்டது. கதையில் மொழியின் சிக்கனம் வியப்பில் ஆழ்த்துகிறது. (வேலை தண்டவாளத்தில் விழுந்திருந்தது – பட்டுவாடா) இக்கட்டிடம் தன் முதல் தோற்றத்தில் காப்காவின் 'விசாரணை'யின் நாயகன் யோசப். க. ஓவியனைக் காணச் செல்லும் கட்டிடத்தின் சிறு சாயலைக் கொண்டிருப்பினும்கூட அடுத்தடுத்துக் கட்டிடத்தின் தோற்றத்தை விவரித்துச் செல்கையில் இது சு.ரா.வினால் கட்டப் பட்ட புனைவுலகம் என்பது விளங்குகிறது.

எளிய ஆனால் ஆழமான கதைகளையும் ('விகாசம்', 'மேல் பார்வை', 'நாடார் சார்', 'ஈசல்கள்') கதையின் சொல்முறை மற்றும் கருப்பொருள் சார்ந்து முன்னோக்கிச் செல்லும் கதை களையும் ('அழைப்பு', 'எதிர்கொள்ளல்', 'பட்டுவாடா') சு.ரா. ஒரே காலத்தில் மாறிமாறி எழுதிவந்திருக்கிறார். எளிமையின் மீது நமக்கு ஒருவித அலட்சியம் உண்டு. எனவேதான் மொழி யைச் செயற்கையாகத் திருகுவதன் மூலம் ஒரு கதை அசா தாரணத் தன்மையை அடைந்து விடுகிறது என்ற தப்பெண்ணம் கொண்டிருக்கிறோம். தோற்றத்தில் எளிமையும் உள்ளூர ஆழத் தையும் கொண்ட பல கதைகளைச் சு.ரா. எழுதியிருக்கிறார். அசோகமித்திரனின் படைப்புலகமும் கு. அழகிரிசாமியின் படைப் புலகமும் நமக்கு நுட்பமாக உணர்த்துவதும் அதைத்தான். எழுதத் தெரிவுசெய்யும் விஷயத்தின் கனம் சார்ந்து அந்த விதையின் வீர்யம் சார்ந்தே அப்படைப்புமொழி வெளிப்படும் எனக் கண்டுகொள்ள ஆகச்சிறந்த உதாரணம் சுந்தர ராமசாமி யின் சிறுகதைகளின் உலகம் தான்.

சு.ரா.வின் கதையுலகில் காலம் சார்ந்த கணிப்புகள் அல்லது கணக்குகள் அடியோட்டமாக வந்துகொண்டேயிருக்

கின்றன. 'ஓசையின் அதிகபட்ச உச்சியில் நான் என் மனதிற்குள் மாற்று' என்று சொல்லிக்கொள்ளும் நிமிஷத்தில் கியர்கள் மாறி விழும் – காகங்கள். 'நான் ஓடி இறங்குவதற்கும் அந்த இடத்தில் அவர்கள் வந்து சேருவதற்கும் சரியாக இருக்கும்' – வழி. 'சன்னல்' கதையில் சில இடங்கள், 'முட்டைக்காரி'யில் அந்தக் கிழவன் அப்பெண்ணைப் பின்தொடர்ந்து அயர்ச்சியடைந்து மீண்டும் பின்தொடரும் சித்திரத்தில் அக்கால கணிப்புகள் பல இடங்களில் வெளிப்படுகிறது. மேலும் சில உதாரணங்களைக் கூறி இதை நிறுவ முடியும். தன் மனதில் உள்ள காலம் சார்ந்த கணிப்புகளை வெளியே நிகழும் காலம் சார்ந்த முடிவுகளோடு எப்போதும் தன் மனதில் உரசி ஆராய்ந்தபடியே இருந்திருக் கிறார் என்றே தோன்றுகிறது. சு.ரா. இளம்வயதில் படுக்கையில் நீண்டநாட்களைக் கழித்திருந்ததும், நடையின் மேல் தீவிர விருப்பம் கொண்டிருந்தவர் என்பதும் இதற்கு முக்கியமான காரணங்களாக இருக்கக்கூடும். மேலும் 'காலம்' அவரது எழுத்து களில் நீங்காது இடம்பெற்றுவிட்ட படிமம்.

சிறு இடைவெளிவிட்டு அவர் சிறுகதைகள் எழுதியதை 'ஆரோக்கியம் எழுதிய கதைகள்' என அழைத்தார். சொகுசாக நிழலில் ஒதுங்கி இளைப்பாறும் மூப்பையோ தேக்கத்தையோ அவரது இக்கதைகள் அடையவேயில்லை என்பதோடல்லாமல் புதிய களங்களை, புதிய மொழியை நோக்கி அவர் முன்னகர்ந் திருப்பதையும் குறிப்பிட்டுச் சொல்ல வேண்டும். ஏனெனில் அவர் ஓயாமல் வாசித்துக்கொண்டேயிருந்தார். எழுத்து சார்ந்து பெரிய கனவைக்கொண்டிருந்தார். அமெரிக்க வாழ்க்கை சார்ந்த சுயஅனுபவங்களை வியப்போடும் அக்கறையோடும் சூட்சுமத் தோடும் நுட்பமாக எழுதினார் ('களிப்பு', 'தனுவும் நிஷாவும்', 'மறியா தாமுவுக்கு எழுதிய கடிதம்'). இதில் பெரும்பாலான பாத்திரங்கள் தங்கள் சொந்தப் பெயரிலேயே கதைக்குள் உலவி னார்கள். இதற்கு முன் சு.ரா.விடம் இல்லாத அம்சம் இது. கச்சிதமான யதார்த்தக் கதைகளான 'கதவுகளும் ஜன்னல் களும்', 'ஈசல்கள்', 'பிள்ளை கெடுத்தாள் விளை' போன்றவை அவர் இறுதிக்காலத்தில் எவ்வளவு தீவிரமாகச் செயல்பட்டார் என்பதற்கும் கலையின் மீது அவருக்கிருந்த பிடிப்பும் ஆற்றலும் சிறிதுகூட மங்கியிருக்கவில்லை மாறாக கூடுதல் ஒளியினை அடைந்தன என்பதற்கும் படைப்புச் சாட்சியங்களாக இக்கதை கள் உள்ளன. (இதில் 'ஈசல்கள்' கதையையும் 'பிள்ளை கெடுத்தாள் விளை' கதையையும் பக்கநெருக்கடி காரணமாக தொகுப்பில் சேர்க்க முடியவில்லை.)

சு.ரா.வின் மொத்தக் கதையுலகமே ஒன்றுக்கொன்று தொடர்பற்ற வெவ்வேறான நிறங்களையும் தனக்கேயுரிய பிரத் யேகத் தன்மைகளையும் கொண்டு இயங்கக் கூடியது. எந்த

வாசகனையும் தன் தற்போதைய இருப்பின்மீது சந்தேகத்தைக் கிளப்பி வாழ்க்கை பற்றிய போதாமைகளை நுட்பமாக உணர்த்தி அவன் கூர்மதி கொள்ள அவனுக்கு மனத்தூண்டலை அளிப்பவை இக்கதைகள். மொழியின் சாத்தியத்தை இந்தளவிற்கு விரித்த படைப்பாளிகள் தமிழில் மிகக் குறைவு. எழுத்தின் மீது சு.ரா. கொண்டிருந்த தீராத வேட்கையின், ஓயாத தேடலின் விளைவுகளே அவரது படைப்புலகம். அதனாலேயே அது எண்ணற்ற வாயில்களுடன் நம்மை வரவேற்கிறது. அவ்வாறான கதைகளைத் தந்த கலைஞனின் கதைத்தொகுதியின் முன் உங்களை நிறுத்துவதில் பெருமிதம் கொள்கிறேன்.

இந்நூலைத் தொகுக்கவும் முன்னுரை எழுதவும் தூண்டிய நண்பர் கண்ணனுக்கும் இத்தொகுப்பு மிகச் சிறப்பாக வெளி வர மேலான தங்கள் பங்களிப்பைச் செலுத்திய தோழிகள் கலா, சுபா, ஷாலினிக்கு என் அன்பும் நன்றியும்.

அவினாசி  
25.03.2011

கே.என். செந்தில்

சூட்சமமான மனங்கள், மென்மையான மனங்கள், மொழியின் தோனியிலிருந்து எண்ணற்ற விஷயங்களை கிரகித்துக் கொள்ளும் மனங்கள், படைப்பை வெறும் படைப்பாக மட்டும் கருதாமல் வாழ்க்கையின் கரைக்கு நம்மைக் கொண்டு போய் சேர்க்கும் தோணியாகப் பார்க்கின்றன. கரைசேர்ந்ததும் படைப்பெனும் தோணியிலிருந்து கீழே இறங்கி வாழ்க்கைக்குள் வெகுதூரம் போகின்றன.

– சுந்தர ராமசாமி

# கோவில் காளையும் உழவு மாடும்

அன்னக் காவடியிலுள்ள மணி இன்ப ஓசையை எழுப்பிக் கொண்டிருந்தது. அந்தச் சமயத்தில் மணியோசை கேட்டால், வைரவன் பண்டாரம் அன்றைய அலுவல் முடிந்து மாடன் கோயிலுக்குத் திரும்பிக் கொண்டிருக்கிறான் என்று அர்த்தம். ஒற்றையடிப் பாதை வழியே பண்டாரம் வேகமாக நடந்துகொண்டிருந்தான். இருள் தான் என்றாலும் அவன் கால்களுக்கு மேடு பள்ளம் தெரியும். பழக்கப்பட்ட பாதை. வில்லுப்பாட்டிலுள்ள சில அடிகள் சிதைந்து குற்றுயிராய் வாயிலிருந்து தப்பி யோடிக்கொண்டிருந்தன.

அந்த ஒற்றையடிப் பாதை வழியே போனால் மாடன் கோயில் வாசலில் கொண்டுபோய் விடும். பழைய கோவில் தான். மாடனுக்கு மாஜிப் பெருமைகள் நிறைய உண்டு. வைரவன் பண்டாரத்தின் தியாக புத்தியில் ஏதோ விளக்கு மட்டும் எரிகிறது. சுவர்கள் இடிந்து கரைந்து, பழையபடி குரங்காக எண்ணும் மனிதனைப்போல் மண்ணில் கலந்து ஐக்கியமாகிக்கொண்டிருந்தது. வலது பக்கத்தில் காலம் காலமாக நின்றுகொண்டிருந்த கல்தூண் இப்பொழுது படுத்து இளைப்பாறுகிறது. கோவிலைச் சுற்றி எங்கே பார்த்தாலும் வெள்ளெருக்கும் புல்பூண்டும் காடாய் வளர்ந்து கிடக்கிறது. தரையில் கால் வைத்தால் நெருஞ்சி முள் அப்பிவிடும். இப்பொழுதும் சகல சக்திகளும் கொண்ட மாடனுக்கு வெயில் அடித்தால் காயவேண் டாம்; மழை பெய்தால் நனைய வேண்டாம். இந்தக் குறைந்தபட்ச சௌகரியத்தில் ஆசை வைத்துத்தான் வைரவன் பண்டாரமும் மாடன் கழுத்தைக் கட்டிக் கொண்டான்.

சுந்தர ராமசாமி

இப்பொழுது இரண்டு பேருமே அனாதைகள். இரண்டு பேருமே சக்தி வாய்ந்தவர்கள்.

மாடன் சன்னிதானத்துக்கு முன்னால் இரண்டடி உயர முள்ள குச்சியில் ஒரு பெட்டி உட்கார்ந்திருக்கிறது. அதற்குள்ளே மாடனுக்குச் சொந்தமானதும் வைரவன் பண்டாரத்திற்கு அனுபவ பாத்தியதையும் கொண்ட 'சேமிப்பு நிதி' அடக்கம். கோவில் கற்படியில் பெண் நாயொன்று மயங்கியபடி கனவு கண்டுகொண்டிருந்தது.

திடீரென்று நாய் எழுந்து நின்று குரைத்தது. வாசலில் வைரவன் பண்டாரம் நிற்பது நட்சத்திர ஒளியில் நிழல் படம் மாதிரித் தெரிகிறது. என்ன கம்பீரமான தோற்றம்! ராஜகளை. நல்ல மேனி வளப்பம். மகான்களுக்கே உரித்தான தாடி. நெற்றி, மார்பு, புஜங்களில் விபூதிப் பட்டை. சந்தனப் பொட்டு. அதற்கு மேல் குங்குமம். வேஷ்டியின் மேல் ஒரு காவித்துண்டை வரிந்து கட்டியிருக்கிறான். தோள்மேல் சம நிறையிலுள்ள தராசுக் கம்பி மாதிரி அன்னக்காவடி லேசாக ஆடிக் கொண்டிருக்கிறது.

பண்டாரம் வாசற் கதவை அலாக்காகத் தூக்கி, உள்ளே நுழைந்து மீண்டும் கதவைச் சாய்த்து வைத்தான். சுறுசுறுப்பாக வேலையை ஆரம்பித்தான். தினசரி நடைபெறுகிற வேலை. எனவே, முடுக்கிவிட்ட யந்திரம்தான். கைவைத்த இடத்தில் சாமான் இருக்கிறது. அடுப்பை மூட்டினான். சமையல் மும்முரமாக நடந்தது.

சோற்றை வடித்து வைத்தான். குழம்பு அடுப்பில் தாளம் தப்பாமல் கொதித்துக் கொண்டிருந்தது. நாய் எழுந்து உடம்பை விகாரமாக நீட்டி முதுகை வளைத்துச் சோம்பல் முறித்தது. 'ஹிஸ் மாஸ்டர்ஸ்' நாய் மாதிரி உட்கார்ந்து குழம்பின் வாசனையை ரசித்துக்கொண்டிருந்தது. பண்டாரம் சிரட்டை அகப்பையில் எடுத்து ஊதி ஒரு சொட்டு நாக்கில் விட்டுப் பார்த்தான். கண்ணை மூடிக்கொண்டு ருசியை மூளைக்கு அனுப்பினான். இரண்டு உப்புக்கல்லை எடுத்துக் குழம்பில் போட்டு மீண்டும் கிளறினான்.

நாய் திரும்பிநின்று வாசலைப் பார்த்துக் குரைத்தது. பண்டாரம் திரும்பிப் பார்த்தான். வாசலில் யாரோ நிற்பது தெரிந்தது. "யாரு?" என்றான்.

வந்த மனிதனுக்கு வாசலின் விசேடச் சூத்திரம் தெரியாது. அவன் கதவைத் தள்ளினான். கதவு படீரென்று கீழே விழுந்தது. ஒரு கிழ உருவம் மண்வெட்டியும் கையுமாக உள்ளே வந்தது. பண்டாரம் கிழவனைக் கூர்ந்து கவனித்தான்.

கருவாடு மாதிரி உடம்பு. லாபத் தேவதைக்கு சத்தைக் காணிக்கை கொடுத்து மிஞ்சிய சக்கை. முழங்காலில் நரம்பு முடிச்சுமுடிச்சாய்ப் புடைத்துக்கொண்டிருந்தது. சிகை காடாய் வளர்ந்து கிடந்தது. அரையில் அழுக்குத் துண்டு. காது கொஞ்சம் மந்தம்தான். அந்தக் 'களை' முகத்தில் தெரிந்தது.

"தொலை தூரத்திலிருந்து நடையிலேயே வாறேன். ராத்திரி தலை சாய்க்கணும்."

"எழவு இங்கே வந்து ஏறிடுத்தே" என்று பண்டாரம் முணு முணுத்தான். கிழவன் அடுப்பு எரிவதைப் பார்த்துக்கொண் டிருந்தான். முகத்தில் செம்மை படர்ந்தது.

"எந்தூரு?"

"பனைவிளை."

"எங்கே போறே?"

"பேரா..?"

"எங்கே போறேன்னு..."

"நானா? நான் எங்கே போறேன்னு யாருக்குத் தெரியும்? போக்கத்துப் போறேன்." மேலே கையைக் காட்டியபடி, "எல்லாம் அவனுக்குத்தான் வெளிச்சம்" என்று சொல்லிவிட்டுச் சிரித்தான். கண்ணீருக்குப் பதில் வருமே, அந்தச் சிரிப்பு.

அன்று சமையல் முடிந்ததும், பண்டாரம் கிழவனுக்கும் சோறு போட்டான்.

நாய் ஏமாற்றத்தில் பிரலாபித்துக் கொண்டிருந்தது.

"கிழவன் ஒரு பருக்கையில்லாம வளிச்சிட்டான். சீ, போ!" நாயின் வயிற்றில் எட்டி மிதித்தான் பண்டாரம். நாய் வேதனை தாங்காமல் அழுதது.

"வயத்திலே மிதிக்காதே. அது கொளந்தெ உண்டாயிருக்கு" என்றான் கிழவன்.

"பொல்லாத கிழவன்!" என்றான் பண்டாரம்.

பண்டாரம் மாடக்குழியிலிருந்து சுருட்டை எடுத்து பற்ற வைத்தான். வாயிலிருந்து மேகம் மேகமாகப் புகை வெளியேறிக் கொண்டிருந்தது.

கிழவன் தரையைத் தட்டிவிட்டுப் படுத்தான். மறுகணம் தூங்கி விட்டான்.

பண்டாரம் விடியற்காலையில் எழுந்தபொழுது கிழவன் எழுந்திருக்கவில்லை. "கட்டைக்கு நல்ல அலுப்பு" என்று சொல்லிக் கொண்டான்.

என்றுமே காலையில் பண்டாரம் ரொம்ப மும்முரமாகத் தான் இருப்பான். இருட்டு நீங்குவதற்கு முன்னால் பக்கத்துக் குளத்தில் போய் விழுந்துவிட்டு வருவான். சிகையைச் சிக்கெடுத்து மேலே கோதிவிடுவான். சந்தனம் அரைப்பான். மேக்கப் முடியக் குறைந்தது ஒருமணி நேரமாகும். அன்னக்காவடிச் செம்பையும் மணிகளையும் பளபளவென்று துடைத்துவிட்டு வெளியே கிளம்புகிற பொழுது சூரியோதயமாகிவிடும். சந்துத் திருப்பத்தி லுள்ள முஸ்லீம் ஹோட்டலில் ஸ்ட்ராங் டீ வாங்கிக் குடித்து விட்டு நடையைக் கட்டுவான்.

அதோடு அன்றைய அலுவல் ஆரம்பமாகிவிடும்!

அன்று பொழுதோடு பண்டாரம் திரும்பிவிட்டான். அவ னுக்கு அன்று நல்ல வசூல். கோவிலுக்குள் நுழைந்ததும் ஆச்சரியத் தில் ஸ்தம்பித்துப் போனான். கோவிலைச் சுற்றிப் புல்பூண்டு இல்லை. துப்புரவாக இருந்தது.

கிழவன் ஈர்க்குச்சியால் பல்லைக் குத்தியபடி ஒன்றுமே அறியாதவன்போல் உட்கார்ந்து கொண்டிருந்தான். வாயைத் திறக்கவில்லை. பண்டாரமும் தானாக விசாரிக்கக்கூடாதென்று எண்ணினான். ஆனால் வாயை அடக்க முடியவில்லை.

"என்ன கிழவனாரே, கையும் காலும் எதைச் செய்வோம்னு துருதுருன்னு வருதோ?"

கிழவன் சிரித்தான்.

"சும்மா எவ்வளவு நேரம்தான் சோம்பிக்கிட்டு இருக்க முடியும் சொல்லு. சூம்படைஞ்சு போச்சு. கொஞ்சம் அங்னே இங்னே லாந்திக்கிட்டிருந்தேன். பெறவு, வேலையை ஆரம்பிச் சேன் பாரு. என் மம்மட்டி பளசு, கெளடு தட்டிப் போச்சு. இல்லையின்னா இன்னும் துப்புரவா வேலை செய்யலாம்."

பண்டாரம் எண்ணெய் ஸ்நானம் செய்கிற நாளை சனிக் கிழமை என்று எல்லோரும் சொல்வார்கள். அன்று அவன் வெளியே செல்லவில்லை. கௌபீனத்தை மட்டும் கட்டியபடி எண்ணெய் தேய்த்துக்கொண்டிருந்தான். திரும்பத்திரும்ப உடம்பை உருவி உருவித் தேய்த்தான். பிடரியை எண்ணெய் போட்டுப் புரட்டினான். தொடையைத் தட்டிவிட்டுக் கொண் டான். முழங்கால் குதிரைச் சதையைப் பிசைந்துவிட்டான்.

கிழவன் சிறிது மண்ணை அள்ளி அதை ஊதி, பொடி மணலைக் கற்படியில் போட்டு, கத்தி தீட்ட ஆரம்பித்தான். பண்டாரத்தின் முகத்தைப் பாராமலே பேசிக்கொண்டிருந்தான்.

"நாங்க, எங்கப்பன், பாட்டன், பூட்டன் காலத்திலிருந்தே பனையேறிக. கையைப் பாரு, குத்தினா கத்தி எறங்காது. நம்ப வட்டாரத்திலே ஐயா பேரு சொல்லிக் கேட்டாத் தெரியும். பனை எங்கிட்ட பேசும். விடிய விடிய சளைக்காமே ஏறி இறங்குவேன். ஆனா பாரு, போனவருஷம் அநியாயமா சூலையிலெ படுக்கையிலெ உளுந்திட்டேன். மண்டைக்காடு கொடை நடக்கிற சமயமெல்லாம் ஐயா படுக்கேலெ கெடக்காரு. இப்போ வாசியா யிடுத்து. இருந்தாலும் இப்பம் பனை ஏறக் களியலெ. தெம்பு இத்துப் போச்சு. ஆனா இண்ணைக்கும் ஐயா மண்லெ சொகமா வேலை செய்வாரு. ஆனா யாரு வேலைக்குக் கூப்பிடுதா?"

கத்தி முனையில் லேசாக விரலையோட்டிக் கூர்மை பார்த்தான் கிழவன். பண்டாரம் கொப்பூழில் எண்ணெயை விட்டுக் குடைந்துகொண்டிருந்தான்.

கிழவன் தொடர்ந்து பேசினான் :

"நான் கொளந்த குட்டிக பெத்து சமுசாரியா வளர்ந்தவன். சவுகரியமா, ராஜா கணக்கா இருந்தேன். எப்பமும் எட்டணா சில்லறை முந்தியிலே குலுங்கிக்கிட்டுக் கெடக்கும். அண்ணண் ணாடம் வடிச்சுச் சாப்பிடுவேன். ஆமா, எம் பொஞ்சாதி, மாராசி. அவ தங்கம். பத்தரைமாத்துத் தங்கம். சும்மா சொல்லப் படாது. பாக்கியவாட்டியெ நெனச்சாலே சோறு கிடைக்கும். மொகம் சுளிக்கமாட்டா. நான் சூலை வந்து உளுந்ததும் கைப் புள்ளே கணக்கா என்னைப் பாத்தா. அவளுக்குச் சாக்கோட்டி வந்தா நான் பொறுக்கமாட்டேன். திடீர்னு ஒருநா மண்டையைப் போட்டுட்டா."

சிறிதுநேரம் கிழவன் மௌனம் சாதித்தான். திடீரென்று உரத்த குரலில் உணர்ச்சி பொங்க, "சண்டாளி! நான் திண்டாடணும்னுதானே தன்னந்தனியாத் தவிக்க விட்டுப் போட்டுப் போயிட்டே! என்ன பாடு படுதேன்னு ஒனக்குத் தெரியுமா? கடவுளுக்குத்தான் பொறுக்குமா?" என்றான்.

கண்களில் நீர் துளிர்த்துவிட்டது.

பண்டாரம் பாதி வாயைத் திறந்தபடி தன்னை மறந்து, தொலைவில் நடந்துகொண்டிருந்த கோழிகளின் கூட்டுக் களியைப் பார்த்துக் கொண்டிருந்தான்.

கிழவன் உதட்டைக் குவித்து, கத்தியை லேசாக உதட்டில் அழுத்திக் கூர்மை பார்த்தான்.

“நமக்குப் புள்ளைக ஒண்ணும் கூறில்லை. நமனா வந்து பொறந்திருக்கு. ஒரு பய பனையிலேருந்து உளுந்து செத்தே போனான். இன்னொரு பய பெரிய சம்புலிங்கம். பய ஒரு அவிசாரியைக் கூட்டி வச்சுக்கிட்டிருக்கான். அவனெ நெனச்சா எரியுது. தாய்க்காரி செத்ததும், பய எங்கிருந்தோ வந்து சாடிட்டான். அவ காதிலே ஒரு பாம்படம் கெடந்தது பாத்துக்க. அதெக் களத்த முடியலெ. எக்கச்சக்கமா சிக்கிக்கிட்டது. இந்தத் துரோகிப் பய, சண்டாளப் பயலுக்குப் பொறந்த பய, நாய்க்கு . . . நான் சொல்லலெ . . . சாமிக்கு முன்னாலெ சொல்லப்படாது . . . காதெ அறுத்து அதை எடுக்கணும்னு ‘ப்ளான்’ போட்டுட்டான். இது தெரிஞ்சுது எனக்கு. அந்தாலெ எனக்கு மூதேவி வந்துடுச்சு. அரிவாளை வீசிக்கிட்டுப் போனேன். லேய், அவ காதெத் தொட்டியோ, என் ஐயாவாணெ, துண்டு துண்டாக் கொத்திப் போட்டுடுவேன். வெம்பா செத்துப் போகாதே அப்பிடீன்னேன். பய பயந்து, நைஸா பம்மிட்டான்.”

பண்டாரம் சூள்கொட்டிவிட்டு, குளிக்கப் புறப்பட்டான்.

"பாரு, எனக்கு நாதியில்லெ. வேறெ யெல்ப்புக்கு ஆளில்லை. இருபது வருஷம் பனைவிளை பெரியநாடார் பனைகளிலெ ஏறி ஏறி எறங்கினேன். இண்ணைக்கு சீவனில்லேனு தெரிஞ்சுதும் திரும்பிக்கூடப் பாக்கமாட்டேங்காரு. நானும் அவரிட்டெ அளாத வண்ணம் அளுதாச்சு. காலணாத் தர முடியாதுன்னு கண்டிஸனா சொல்லிப் போட்டாரு."

பண்டாரம் குளிக்கப் போனான். கிழவன் மண் வெட்டியை எடுத்துக்கொண்டு புறப்பட்டான்.

"கொஞ்சம் வெளியிலெ லாந்திட்டு வாறேன்" என்றான்.

பண்டாரம் கடைத்தெருவில் ஒரு நோட்டு வாங்கி, பள்ளி மாணவனொருவனைக்கொண்டு ஒரு விண்ணப்பம் எழுதச் சொன்னான். "மாடன் கோவில் கொடை வருது. எல்லா வருஷம் போல் இந்த வருஷமும் சிறப்பாகக் கொண்டாட வேணும். பெரிய மனுசாள் உதவி பண்ண வேணும்."

இரவு ஒரு மூட்டைச் சாமானோடு பண்டாரம் கோவிலுக்குத் திரும்பினான். பலசரக்கு, அலங்காரச் சாமான்கள், வேஷ்டி, துண்டு . . .

அன்று சமையல் வெகு விசேஷம். பிரியாணி வைத்தான். மீன் சாப்பிட்டு ரொம்ப நாட்கள் ஓடிவிட்டது. அன்று அருமையான சாளைமீன் வாங்கிக்கொண்டு வந்திருந்தான். ஒரு அடுப்பில் இறைச்சி வெந்துகொண்டிருந்தது. மசாலையின் வாசனை கமகமவென்று வீசிக்கொண்டிருந்தது.

கிழவன் அன்று வெகுநேரம் பிந்தி வந்தான்.

"என்ன இண்ணைக்கு இவ்வளவு நாளி?"

"வெசயம் இருக்கு."

பண்டாரம் திரும்பிப் பார்த்தான். கிழவன் ஈரத் துண்டைப் பிழிந்துகொண்டிருந்தான்.

"என்ன, இப்பொத்தான் முளுகினயோ? பாதி ராத்திரி!"

"எனக்கு இப்பொத்தான் சவுகரியம் பாத்துக்க. உடுமாத்துக்கு வேட்டியில்லெ. இருட்டில குளிச்சா, படித்துறையிலே ஒக்காந்து சொகமா வேட்டியெ காயவச்சுக் கட்டிக்கிட்டு வரலாம்."

இருவரும் சாப்பிட அமர்ந்தனர்.

"மீன்குழம்பு ரொம்ப பிரமாதம். ஆஹா, ரொம்ப ஜோர்" என்று சொல்லியவாறே பண்டாரம் சமத்காரமாகச் சாப்பிட்டான். கிழவனும் பசியைத் தணித்துக்கொண்டான்.

அன்றும் நாய் ஏமாந்தது.

"ஆமா, இண்ணைக்கு எங்கே போயிருந்தே, மம்மட்டியையும் தூக்கிக்கிட்டு?"

"இண்ணைக்கு நெடுக வடக்கே பாத்து வண்டியையவுட்டேன். நம்ம மாந்தோப்பிலிருந்து தெக்கே மலையைப் பாத்து ஒரு பாதை போகுது பாரு, அங்னெ ஒரு எடத்திலே ஐயா வேலை ஆரம்பிச்சிருக்காரு."

"ஐயா என்ன வேலை ஆரம்பிச்சிருக்காரோ?"

"பாரு, அந்தப் பாதையிலே வண்டித்தடம் கெடக்கு. குடி சனங்க நடமாட்டமுள்ள எடமாத் தெரியுது. அடிக்கடி பார வண்டியும் போகுது. வில் வண்டியும் போகுது, சைக்கிளு வண்டியும் போகுது. பக்கத்து மலையிலே ஆணும் பெண்ணும் குஞ்சும் குளுவானுமா கல் ஒடைக்குது. என்ன, கேக்கியா?"

"ம்..."

"நானும் சுத்திப் பார்த்தேன். ரோசிச்சு ரோசிச்சுப் பார்த்தேன். சரி அப்டினு வேலையைத் தோக்கிட்டேன். ரெண்டாவது மைல் கல்லுக்கிட்டே ஒரு ஆலமரம் கிளை வீசி நிக்குது பாரு, அங்கேயே தான்..."

"என்ன வேலைன்னு சொல்லு, கதை அளக்காமெ."

"சரியாப் போச்சு. கதையா அளக்கேன்? சம்சாரமில்லா பேசுதேன்? பாரு, அந்தச் சுத்து வட்டாரத்திலெ ரெண்டு மைலுக்கு ஒரு கிணறு இல்லை. தண்ணியில்லாக் காடு. மலையிலெ வேலை செய்யுற பொம்புளைங்களெல்லாம் ரெண்டு மைல் தொலையிலேருந்து தண்ணி கொண்டாருதெப் பாத்தா பாவமாயிருக்கு. இண்ணைக்கு ஒரு பொம்புளை தண்ணியெப் பூராவும் குடிச்சிட்டியே, பாவிப் பயலே அப்படீன்னு வைது கிட்டுக் கொளந்தயெப் போட்டு அடி அடீன்னு அடிச்சா பாரு, எனக்கு மனசு நொடிஞ்சு போயிட்டுது. நீதான் சொல்லு, தண்ணியில்லாம ஒரு நாளி களியுமா?"

பண்டாரம் சுருட்டை எடுத்துப் புகைத்தான்.

கிழவன் மண்ணிலிருந்து ஒரு சிப்பியை எடுத்து, காலைச் சொறிந்து கொண்டான். காலில் வெள்ளைக் கோடுகள் விழுந்தன.

"எப்படியும் அங்னெ ஒரு கிணறு தோண்டணும்... ஆமா."

"ஓஹோ" என்றான் பண்டாரம் கேலியாக.

மறுநாள் காலையில் தான் புதிதாக வாங்கிக்கொண்டு வந்திருந்த வேஷ்டியைப் பண்டாரம் கட்டிக்கொண்டான்.

பண்டாரத்தின் பழைய வேஷ்டியைக் கிழவன் எடுத்துக்கொண்டான். பண்டாரத்திடம் தயங்கித் தயங்கி இரண்டணா வாங்கிக் கொண்டு போய் க்ஷவரம் பண்ணிக்கொண்டு வந்தான்.

"ஏய் கிழவா, துட்டுக்கு மாச்சப்பட்டுத் தலையை மழுங்கச் செரச்சிட்டியே."

"இனிமே ரெண்டு மாசத்துக்குக் கவலை இல்லை." கிழவன் மண்டையைத் தடவிவிட்டுக் கொண்டான்.

"மம்மதக் கொரங்காட்டாம் இருக்கு!" என்றான் பண்டாரம்.

ஒவ்வொரு நாளும் கிழவன் தவறாமல் வேலைக்குச் சென்றான். பகல் முழுவதும் வெயிலில் கடினமான உழைப்பு. இரவு மட்டும் ஒருவேளைச் சாப்பாடு.

கிழவனுக்கு இப்பொழுது எந்த நேரமும் ஒரே சிந்தனை. எப்படியும் கிணற்றை தோண்டிவிடவேண்டும்.

அதே சிந்தனை. அதே பேச்சு. அதே வேலை.

"இண்ணைக்கு கிட்டத்தட்ட ஓரடி தோண்டிப் போட்டேன், ஆமா!"

"மேலாக மண்ணு புலுபுலுனு இருக்கும். போகப் போக, குறுக்கு அத்துப்போகும். கரிசல் காடாக்கும். இருந்தாலும் கிழவன் தோண்டிப்புடுவான். உயிர் கெடந்த துன்னா தண்ணியைப் பாத்துடுவான்."

"ஒனக்கு வேறே சோலியில்லே? வயசு காலத்துலே சும்மா கெடந்து களியாமே . . . ஒன்னாலே கிணறு தோண்டக் களியுமா? அட பயித்தியாரக் கெளவா!"

"பொறு பொறு, போகப் போகத் தெரியும்."

நாட்கள் யாருக்காக நிற்கும்?

ஒவ்வொரு நாளும் கிழவன் தன்னுடைய கிழட்டு மண் வெட்டியைப் பழுதுபார்த்தவாறே சுயவேலையைப் பற்றிப் பேசிக்கொண்டிருந்தான்.

"இப்பம் பாரு, மம்மட்டி மண்லே லேசா புடிக்க மாட்டேங்குது. ஒரு மாதிரி செவப்பு மண் வருது. மம்மட்டியே அலாக்காக தூக்கித் தள்ளுது, பாத்துக்க."

"தள்ளும் தள்ளும், கையிலே வலுவில்லேன்னா தூக்கித் தள்ளத்தானே செய்யும்."

"பண்டாரம், இன்னா பாரு. ஒரு மாதிரி எடக்குப் பேச்செல்லாம் எங்கிட்டே வச்சுக்கிடாதே. பொடி வச்சுப் பேசுறதெல்லாம்

எனக்கு வள்ளிசாப் புடிக்காது. இந்த உடம்பு வைரம்டா, வைரம். பழைய மண்ணாக்கும்." கிழவன் வலது கையால் இடது தோள்பட்டையில் தட்டிக் கொண்டான்.

பண்டாரத்திற்குக் கிழவனுடைய பேச்சு அலுத்துவிட்டது. கிழவன் வாய் ஓயாமல் கிணற்று வேலையைப் பற்றியே பேசிக் கொண்டிருந்தான்.

அன்று காலை நல்ல மழை.

பண்டாரம் வேஷ்டியை அவிழ்த்து முகத்தையும் மூடிப் போர்த்தியபடி தூங்கிக்கொண்டிருந்தான்.

கிழவன் வழக்கம்போல் எழுந்திருந்து செங்கற்பொடியால் பல்லை விளக்கினான்.

மழை விடாது பெய்துகொண்டிருந்தது.

"குழியிலே தண்ணி தேங்கிட்டா வேலை முடங்கிப் போயி டுமே" என்று முணுமுணுத்தான் கிழவன். நிலை கொள்ளாமல் குமைந்தான். தலையை நீட்டி, வானத்தைப் பார்த்தான். ஏதோ தனக்குத்தானே சொல்லிக்கொண்டான்.

மழை சற்று ஓய்ந்தது.

பண்டாரம் லேசாகக் கண்ணைத் திறந்து பார்த்தான். கிழவனைக் காணவில்லை. 'கிழடுக்குப் பயித்தியம் புடிச்சிட்டுது. கிணறு தோண்டுதானாம்! மழை பெய்யுது. சொகமா இழுத்துப் போத்திக்கிட்டுத் தூங்காமே மம்மட்டியையும் தூக்கிட்டு ஓடி யிருக்கு. இதுகள்ளாம் உலகத்திலே சொகத்துக்குப் பொறக்கலே. எப்படியும் நாசமாப் போகட்டும், நமக்கென்ன" என்று முணு முணுத்தான்.

இரவு கிழவன் உற்சாகத்தோடு விஷயத்தைச் சொல்ல ஆரம்பித்தான்.

"எங்கண்ணாணெ, எனக்குப் பயம் புடிச்சுட்டு. போய்ப் பாக்கேன், தண்ணி துளும்பி நிக்கு. மழையானதாலே கல் ஒடச்சிட்டிருந்த பொம்புளைங்களெல்லாம் திரும்பிச்சு. அதுக வந்து வேடிக்கை பாத்துட்டு நின்னுது. பெறவு அதுகளும் கூட பட்டையாலே தண்ணியெ எடுத்து ஊத்த ஆரம்பிச்சுதுங்க. ஒரு நொடியிலே வேலை முடிஞ்சு போச்சு."

"ம் . . ."

"பாரு, என்னைக் கேலி பண்ணுது, குட்டிக. இன்னும் அஞ்சாறு அடி தோண்டாமே தண்ணியைப் பார்க்க முடியாதே, நீ என்னமா இந்த வேலையை இளுத்துப் போட்டுக்கிட்டே அப்டீனு கேக்குது. சிரிக்குது குட்டிக."

“ஓஹோ.”

“தன்னந்தனியா ஒரு கௌவன் கிணறு தோண்டினான்னு அவ கேள்விப்பட்டதேல்லையாம். ஒரு வயசான பொம்புளை சொல்லுதா. நீ இதைத் தோண்டிப்புட்டயோ! ஒரு சரியான ஆம்புளெதான் அப்டீங்கா.”

“நானும் அதைத்தான் சொல்லுதேன். ஒனக்கு வயசு காலத்திலே சிவனேன்னு இருக்கப்படாதா?”

“இன்னாப்பாரு, திரும்பத் திரும்ப அந்தப் பேச்சையே பேசுதியே. நான் நாப்பது வருஷம் சளைக்காமெ வேலை செய்தவன். ஒரு நா குந்தியிருந்து தின்னவனுல்லை. இண்ணைக்கு மட்டும் அப்படி இருக்கணும்னா முடியுமா சொல்லு. எனக்கு அது பளக்கமில்லை.”

கிழவன் ஒரு நாள் இரவு வெகுநேரம் வரவில்லை. எப்பொழுது வந்து படுத்துக்கொண்டான் என்பதும் பண்டாரத்திற்குத் தெரியாது.

“நேத்து நல்ல நிலா, பாரு. என்னையே மறந்து வேலை செஞ்சிட்டிருந்தேன். போகப் போக ரொம்பக் கஷ்டமாகத்தான் இருக்குது பாத்துக்க. ஒவ்வொரு கூடையா மண்ணை அள்ளி வெளியே ஏறிவந்து தட்டணும். திரும்பவும் உள்ளே எறங்கணும். திரும்பவும் மண்ணை வாரிக்கிட்டு மேலே ஏறணும் . . . எத்தனை மட்டம் ஏறி எறங்க வேண்டியிருக்கு . . . கூட ஏந்தலுக்கு ஒரு ஆள் இருந்தா சுளுவா இருக்கும். இல்லாட்டாலும் கௌவன் விடமாட்டான். ஐயா கடேசி வரை ஒரு கை பார்க்கத்தான் போறாரு.”

சில நாட்களுக்குப் பின்னால் ஒரு நாள் கிழவன் ஒரு நீளமான கயிற்றைக் கால் கட்டைவிரலில் இடுக்கியவாறு முறுக்கிக் கொண்டிருந்தான்.

“இது எதுக்கு?”

கிழவன் லேசாக சிரித்துக்கொண்டான்.

“இப்பம் கயிறு போட்டுத்தான் கீழே எறங்கணும்.”

“அப்படியா? நாலடி தோண்டியிருப்பயா?”

“நாலடியா? நான் இப்பம் குளிலே நின்னா என் தலை வெளியிலே நடமாடறவங்களுக்குத் தெரியாது வேய், தெரியாது!”

“சபாசு!”

கிழவனுக்கு தாடி வளர்ந்துவிட்டது.

கோயிலைச் சுற்றிப் பழையபடி புல் பூண்டு, எருக்கு . . . ஒரே குப்பை.

சற்றுத் தொலைவில் நாய் மூன்று குட்டி போட்டு, பால் கொடுத்துக் கொண்டிருந்தது.

ஒற்றையடிப் பாதை வழியாகக் கிழவன் வந்துகொண்டிருந்தான். பழைய உடம்பில் பாதி இல்லை. நடையில் ஆட்டம் கண்டுவிட்டது.

கோவில் உள்ளே சென்றதும், தன் தோள்மேல் போட்டிருந்த மூட்டையைப் பண்டாரத்தின் முன்னால் வைத்தான்.

"என்னது ?"

கிழவன் சிரித்தான்.

"அட என்னது? சமயலுக்கு எதனாச்சும் வாங்கிக்கிட்டு வந்திருக்கியா ?"

பண்டாரம் மூட்டையைத் தொட்டுப் பார்த்தான்.

"என்னது? அவலா? நனஞ்சுப்போய்க் கெடக்கே."

கிழவன் இடிஇடியென்று சிரித்தான்.

பண்டாரம் மூட்டையை அவிழ்த்து விளக்கடியில் கொண்டு போய்ப் பார்த்தான்.

"அட கிழவா, மண்ணைப்போய் அள்ளிக்கிட்டு வந்திருக்கியே! வெயில் அடிக்க அடிக்க ஒரு மாதிரியா வருதோ?"

"ஒரு மாதிரியும் வல்லே தம்பி. கொஞ்சம் கையிலே எடுத்துப் பாரும். ஈரமா இருக்குதான்னு பாரும்."

பண்டாரம் புரிந்துகொண்டான்.

"ஈரமா இருக்கில்லே? ஊத்து கண்டுடுத்து. அருமையான ஊத்து. கன்னுபோட்ட கறாச்சி மாட்டுக்குச் சொரப்பு வந்தாலே வருது. இன்னும் ரெண்டு நாளிலே தண்ணி சுர்னு மேலே ஏறிடும். கொஞ்சம் ஆழமாத்தான் தோண்டணும். இந்த வட்டாரத்திலே வேறே எந்தக் கிணத்திலே தண்ணி வத்தினாலும் அய்யா தோண்டின கிணத்திலே தண்ணி வத்தப்படாது. வைரவன் பண்டாரம் குடத்தைத் தூக்கிக்கிட்டு ஓடணும். அண்ணைக்குக் கேலி செஞ்ச பொம்புளைங்கெல்லாம் தண்ணியெ அள்ளி அள்ளிக் குடிக்கணும் . . . ஆமா."

ஒவ்வொரு நாளும் கிழவன் தெம்பாக நனைந்து வந்தான்.

ஒருநாள் இரவு.

"நான் இண்ணைக்கு உன் வேலையை வந்து பாக்கலான்னு இருக்கேன்."

கிழவனுக்கு ரொம்ப சந்தோஷம்.

"வாய்யா வா! ரெண்டு பேரும் சேர்ந்து போகலாம். நீ வந்து பாக்கணும் அய்யா அங்கே செஞ்சிருக்க வேலையெ!"

பண்டாரம் கிணற்றுப் பக்கம் போனதும் ஸ்தம்பித்துப் போனான். வண்டி வண்டியாய்ப் பல நிறங்களில் மண் அம்பார மாகக் குவிந்து கிடந்தது. இவ்வளவு மண்ணையும் கிழவனே வெட்டி, கிழவனே கூடையில் வாரி, கிழவனே வெளியே ஏறித் தட்டியிருக்கிறான் என்பதை அவனால் நம்ப முடிய வில்லை. கற்பனை செய்தும் பார்க்க முடியவில்லை.

"அட பாவி மனுசா! இந்தத் தள்ளாத வயசுலே ராட்சச வேலையில்லா செய்திருக்கே! மனுச காரியமா? அம்மாடி!"

இருட்டு பரவிக்கொண்டிருந்தது.

"இன்னா பாரு" என்று சொல்லியவாறே கிழவன் ஒரு கல்லைத் தூக்கி கிணற்றில் போட்டான்.

'களுக்.'

"சத்தம் கேட்டுதா? கேட்டுதா?"

"கேட்டுது. நிறைய தண்ணி கெடக்கு!"

மறுநாள் கிழவனுக்கு நல்ல இருமல். சாப்பிடாமல் படுத்துக் கொண்டான்.

பண்டாரம் வெளியே செல்கிறபொழுது, "இண்ணைக்கு நீ வெளியே போகவேண்டாம். பேசாமக் கெட. நல்ல இருமல் புடிச்சிருக்கு" என்றான்.

ஆனால் இரவு அவன் வருகிறபொழுது கிழவனைக் காண வில்லை. அவனால் போகாமல் இருக்க முடியாது என்று பண்டாரம் சொல்லிக்கொண்டான்.

மறுநாள் கிழவனுக்கு நல்ல காய்ச்சல். எழுந்து நிற்கக்கூடச் சீவனில்லை. பண்டாரம் நெற்றியில் கை வைத்துப் பார்த்தான். அனல்!

பண்டாரம் உள்ளூரப் பயந்தான்.

"டாக்டரெ கூட்டிக்கிட்டு வரட்டுமா?"

"வேண்டாம். டாக்டர் மருந்தெ நாங்க தலைமுறை தலை முறையாக் குடிச்சதில்லெ. என் பெஞ்சாதி உசிரு போனாலும் தொடமாட்டேன்னா. எனக்கு மட்டும் எதுக்கு?"

அன்று இரவு முழுவதும் கிழவன் புலம்பிக்கொண்டிருந்தான்.

"இன்னும் கொஞ்சம் ஆளமாத் தோண்டியிருக்கலாம்... இப்போ ஒண்ணும் குத்தமில்லே... தண்ணி லேசுலெ வத்தாது... ஆனா..."

"பொலம்பாமக் கெட."

மறுநாளும் காய்ச்சல் தணியவில்லை. அன்று பண்டாரம் வெளியே போகாமல் கிழவன் பக்கத்திலேயே உட்கார்ந்துகொண்டிருந்தான்.

வெயில் ஏறஏற காய்ச்சல் ஏறிக்கொண்டிருந்தது.

பகல் இரண்டு மணிக்குக் கிழவன் கண் விழித்தான் "வைரவன் பண்டாரம்" என்று தெளிவாகக் கூப்பிட்டான். பண்டாரம் பக்கத்தில் வந்து உட்கார்ந்துகொண்டான்.

"பண்டாரம், நீ ரொம்ப நல்ல மனுசன்தாய்யா. இவ்வளவு நாளும் எனக்கு தண்டச்சோறு போட்டே பாரு, என் மனசுக்கு ரொம்ப ஆறுதலு. கடேசிக் காலத்திலே நான் ஆரம்பிச்ச வேலையும் அளகா முடிஞ்சுபோச்சு. நீ எனக்கு ரொம்ப ஏந்தலா இருந்தே. நான் ஒண்ணு சொல்லுவேன், செய்வியா?"

"செய்யறேன்."

"அந்தக் கிணத்திலிருந்து ஒரு குடம் தண்ணி எடுத்துக்கிட்டு வருவியா?"

பண்டாரம் கோயில் குடத்தையும் கயிற்றையும் எடுத்துக் கொண்டு ஓடினான். மாலையில் தண்ணீரோடு திரும்பினான்.

"கொஞ்சம் தண்ணி கொடு" என்றான் கிழவன்.

"காய்ச்சலில்லா?"

"காய்ச்சலுக்கு அதுதான் மருந்து."

பண்டாரம் தண்ணீரைக் கிழவன் வாயில் ஊற்றினான்.

"தண்ணி நல்லாயிருக்கு. கடுப்பு ஒண்ணுமில்லே. இன்னும் கொஞ்சம் ஊத்து. நீயும் குடிச்சுப் பாரு."

பண்டாரம் தண்ணீரைப் பருகினான்.

"எப்படியிருக்கு?"

"அமிர்தமா இருக்கு" என்றான் பண்டாரம்.

பண்டாரம் கிழவன் நெற்றியில் விபூதியைப் பூசியவாறே சொன்னான்.

"நான் தண்ணி எடுக்கப் போயிருந்தேனில்லே? அப்ப ஒரு கல்யாணக் கோஷ்டி ஆலமரத்தடியிலே வண்டியெ அவுத்துப் போட்டுக் கட்டுச்சாதம் சாப்பிட்டுக்கிட்டிருந்தது. நான் தண்ணி எடுத்ததும் ஆணும், பெண்ணும், கொளந்தகளும் என்னை வந்து சுத்திட்டுது. எல்லாம் தாகமெடுத்துத் தவியாத் தவிச்சுக் கெடந்திருக்கு. ஒரு சின்னக்குட்டி ஓடியாந்து தண்ணியெ ஆசையோடே குடிச்சுப் போட்டு, தண்ணி நல்லாருக்கு நல்லாருக்குன்னு சொல்லிச்சு!"

"அப்படியா?"

"பெறவு அந்த வூட்டுக்கார அய்யாவே வந்தாரு. ரெண்டு வருஷம் முன்னாடி அவங்க அந்தப் பாதை வளியா போனாங்களாம். அப்பம் கிணறு இல்லியே, இப்பம் எப்படி வந்ததூன்னு கேட்டாரு. நான் கதையைச் சொன்னேன். ரொம்ப சந்தோஷப் பட்டாரு. ஒரு கௌவன் தன்னந்தனியாகத் தோண்டிப் புட்டானா! அப்படீனு எல்லோருக்கும் ஒரே ஆச்சரியம். அவரு தன் சொந்தச் செலவிலே கல்லும் சுவரும் கட்டி, கயிறும் பட்டையும் போட்டுத் தாறேன்னு சொல்லியிருக்காரு."

"அப்படியா!"

"ஆமா."

"நெசம்தானா? அப்படீன்னா ரொம்ப நல்லாப் போச்சு. பெரியவங்க பல நெனப்பிலே இருப்பாங்க. நீதான் போய் முடுக்கி எதமா விஷயத்தை முடிச்சுப்போடணும். செய்வியா?"

"செய்யறேன்."

"அரைச் சுவரைக் கொஞ்சம் ஒசரமாக் கெட்டச் சொல்லு. குஞ்சும் குளுவானுமா மலைக்கு வேலைக்குப் போற பாதை."

"சரி."

அன்று இரவு கிழவன் கண்ணை மூடினான்.

மறுநாள் இரவு வழக்கம்போல் பண்டாரம் சோறு பொங்கிக் கொண்டிருந்தான். ஆனால் அவனால் சாப்பிட முடியவில்லை. ஏதோ ஒரு மகத்தான சம்பத்தை இழந்தது போன்ற நினைவுகள் மனத்தைப் பிழிந்தெடுத்தன. திடீரென்று அவனுக்கு உணர்ச்சி பொங்கிற்று. கல்தூணில் தலையைச் சாய்த்துக்கொண்டு அழுதான்.

நாய்க்கு மட்டும் அன்று ஏமாற்றமில்லை.

*சாந்தி*, 1955

# பிரசாதம்

எழுபத்திமூன்று நாற்பத்தியேழு சுற்றிச் சுற்றி வந்தான். அன்றிரவுக்குள் அவன் ஐந்து ரூபாய் சம்பாதித் தாக வேண்டும். அப்பொழுதுதான் தலைநிமிர்ந்து வீட்டை நோக்கிச் செல்ல முடியும். பொன்னம்மையின் முகத்தை ஏறிட்டுப் பார்க்க முடியும். அவள் சிரிப்பதைப் பார்க்க முடியும். எல்லாவற்றிற்கும் மேலாகக் குழந்தையின் பிறந்த நாளைக் கொண்டாட முடியும்.

ஜங்ஷனுக்கு வந்தான். ஜங்ஷனிலிருந்து புறப்பட்டு வளைய வளையச் சுற்றிவிட்டு வந்தான். அதே ஜங்ஷன் தான்.

மெயின் ரஸ்தா ஓரத்தில் ஒரு புருஷனும் மனைவியும் ரஸ்தாவைத் தாண்டுவதற்குப் பத்து நிமிஷமாக இரண்டு பக்கமும் மாறிமாறிப் பார்த்துக்கொண்டு நின்றார்கள். அவள் ஒக்கலில் ஒரு குழந்தை. கோயிலுக்குப் போய்விட்டு வருகிறார்கள் என்பது தெளிவாகத் தெரிந்தது.

'இப்படித்தான் நானும் அவளும் நாளை கோயிலுக் குப் போய் வரவேண்டுமென்று நினைக்கிறாள் அவள்' என்று எண்ணினான் அவன். குழந்தையின் பிறந்தநாளை எவ்வளவு கோலாகலமாகக் கொண்டாட ஆசைப்படுகிறாள் அவள்! அன்று மாலை பொன்னம்மை சொன்ன ஒவ் வொரு சொல்லும் அவன் ஞாபகத்திற்கு வந்தது. அவ ளுடைய ஆசையே விசித்திரமானதுதான். தெருவழியாகக் குழந்தையைத் தூக்கிக்கொண்டு நடந்து போகிற காட்சியை அவள் வியாக்கியானம் செய்ததை அவன் எண்ணிப் பார்த்துக்கொண்டான்.

‘நாளை விடியக் கருக்கலில் எழுந்திருக்க வேண்டும். சுடு தண்ணீரில் குழந்தையைக் குளிப்பாட்ட வேண்டும். பட்டுச் சட்டை போட்டு, கலர்நூல் வைத்துப் பின்ன வேண்டும். அந்தப் பின்னலில் ஒரு ரோஜா – ஒன்றே ஒன்று – அதற்குத் தனி அழகு. நாம் இருவரும் குழந்தையைக் கோயிலுக்கு எடுத்துச் செல்கிறபொழுது தெருவில் சாணி தெளிக்கும் பெண்கள், கோலம் இழைக்கும் பெண்கள் எல்லோரும் தலைதூக்கித் தலைத்தூக்கிப் பார்க்க வேண்டும். அவர்கள் தலைதூக்கிப் பார்ப்பதை நான் பார்க்க வேண்டும். நான் பார்த்து, உங்களைப் பார்க்க வேண்டும். நீங்கள் எல்லோரும் பார்ப்பதைப் பார்க்க வேண்டும். பார்த்துவிட்டு என்னைப் பார்க்க வேண்டும் . . .’

எழுபத்திமூன்று நாற்பத்தியேழு ஒரு நிமிஷம் தான் நிற்கும் இடத்தை மறந்து சிரித்தான். சட்டென்று வாயை மூடிக்கொண்டான். தம்பதிகள் ரஸ்தாவைத் தாண்டிப் போய்விட்டார்கள்.

ஆனால் பொன்னம்மை போட்ட திட்டமெல்லாம் நிறைவேறுவதற்கு இன்னும் ஐந்து ரூபாய் வேண்டும். ஐம்பது ரூபாய் செலவாகும். ஆனால் பொன்னம்மை அவனிடம் ஐந்து ரூபாய் தான் கேட்டாள். துணிமணி கடனாக வாங்கிக்கொண்டு வந்து விட்டாள். அதை இரவோடு இரவாகத் தைக்கவும் கொடுத்து விட்டாள். சீட்டுப்பணம் பிடித்து குழந்தைக்கு மாலை வாங்கி விட்டாள். பால் விற்று அதையும் அடைத்து விடுவாள். பிறந்த நாளை ஒட்டிய சில்லறைச் செலவுக்காகத்தான் அவள் பணம் கேட்டாள். ஐந்து ரூபாய்க் காசு. வீட்டில் காலணா கிடையாது. காலணா என்றால் காலணா கிடையாது. அன்று தேதி இருபத்தைந்து.

கைத்தடியைப் பூட்சில் தட்டிக்கொண்டே நின்றான் எழுபத்தி மூன்று நாற்பத்தியேழு. அவனைப் பார்ப்பதற்கு வேடிக்கையாக இருந்தது. ஒரு தடவை பார்த்தவர்கள் அவன் முகத்தை மறக்க முடியாது. முகத்தில் ஆறாத அம்மைத் தழும்பு. அடர்த்தியான புருவம். மண்டி வளர்ந்து இரு புருவமும் ஒன்றாக இணைந்துவிட்டது. காது விளிம்பில் ரோமம். மூக்கிற்குக் கீழ் கருவண்டு உட்கார்ந்திருப்பதைபோல் பொடி மீசை.

அவன் பார்வை தாழ்ந்து பறக்கும் பருந்தின் நிழல் மாதிரி ஓடிற்று. நீளமாக ஓடிற்று. வட்டம்போட்டது. குறுக்கும் மறுக்கும் பாய்ந்தது.

‘ஒன்றும்’ அகப்படவில்லை.

கழுத்தில் வேர்வை வழிந்தது. முகத்தில் சோர்வு. அங்கமெல்லாம் அசதி.

சர்வீஸில் புகுந்த பின்பு இன்றுபோல ஒருநாளும் விடிந்த தில்லை. யார் முகத்தில் விழித்தோமென்று யோசித்தான். கண் விழித்ததும் எதிரே சுவர்க்கண்ணாடியில் தன் முகம் தெரிந்தது ஞாபகத்திற்கு வந்தது. சிரித்துக்கொண்டான்.

பகற்காட்சி சினிமா முடிந்து மனித வெள்ளம் தெருவெங்கும் வழிந்தது. நெரிசலிலிருந்து விலகி நின்றுகொண்டான். கூட்டம் குறைந்ததும் மீண்டும் நடந்தான்.

நாலு மணிக்கு ஆரம்பித்த அலைச்சல். மணி ஏழு அடித்து விட்டது. இன்னும் சில நிமிஷங்களில் எட்டு அடித்துவிடும்.

பொழுது போய்கொண்டே இருந்தது. 'ஒன்றும்' அகப்படாம லேயே பொழுது போய்க்கொண்டிருந்தது.

அன்று சைக்கிளில் விளக்கில்லாமல் போவாரில்லை. சிறுநீர் கழிப்பதற்குப் பிரசித்தமான சந்துகள் ஒன்று பாக்கியில்லாமல் தாண்டி வந்தாகிவிட்டது. சந்துக்குள் நுழைபவர்களின் கண் களுக்குத் தென்படாமல், நின்று நின்று பார்த்தாகிவிட்டது. கால்வலி எடுத்ததுதான் மிச்சம். ஒரு குழந்தைகூட ஒன்றுக்குப் போகவில்லை.

முன்பெல்லாம் நம்மவர்கள் சாதாரண மனிதர்களாக இருந்தார்கள். இப்பொழுது பிரஜைகளாகிவிட்டார்கள். பொறுப்பு உணர்ச்சிகொண்ட பிரஜைகள் நீடூழி வாழ்க!

எழுபத்திமூன்று நாற்பத்தியேழு முகத்தைச் சுளித்துக் கொண்டான்.

மீண்டும் ஜங்ஷனிலிருந்து கிளம்பி, வடதிசை நோக்கி நடந்தான். நின்று நின்று நடந்தான். சிறிது நடந்துவிட்டு நின்றான். நடந்தான். நின்றான்.

கோபம் கோபமாக வந்தது.

எதிரே வந்த டாக்சி கார்களை எல்லாம் பட்பட்டென்று கைகாட்டி நிறுத்தினான். எல்லோரும் ஒழுங்காக லைசன்ஸ் வைத்திருக்கிறார்கள். ஐந்துபேர் போகவேண்டிய வண்டியில் மூன்றுபேர் போகிறார்கள். நாலுபேர் போகவேண்டிய வண்டியில் டிரைவர் மட்டும் போகிறான்.

பேஷ்! இனிமேல் இந்த தேசத்தில் போலீஸ்காரர்கள் தேவையில்லை.

கூலிகள் யாரையாவது அதட்டிப் பார்க்கலாம். ஒருவரையும் காணோம். புது சினிமா ஆரம்பமாகிற நாள். ஒருவரையும் காணோம்.

எல்லாக் கழுதைகளும் சினிமாவில் காசைக் கரியாக்கு கிறார்கள்.

அந்தி மயங்குகிற சமயம் 'கூல்டிரிங்' கடையில் 'ஸ்பிரிட்' வியாபாரம் ஆரம்பமாகும். மதுவிலக்கு அமுலிலிருக்கும் பிராந்தியம் இது. கடையின் வாசலில் போய் நின்றுவிட்டால்போதும். மாதாந்திரப் படி கையில் விழுந்துவிடும். பிறந்தநாளை ஜமாய்த்து விடலாம்.

ஆனால் கடை பூட்டியிருக்கிறது!

அவன் பாட்டிக்குக் குழந்தை பிறந்திருக்கும்! வியாபரத்தைக் கண்ணுக்குக் கண்ணாகக் கவனிக்க வேண்டாமோ?

சந்திலிருந்து ஒரு குதிரை வண்டி திரும்பி மெயின் ரஸ்தாவில் ஏறிற்று. சாரதி சிறுபயல். மீசை முளைக்காத பயல். அவனும் விளக்கேற்றி வைத்திருக்கிறான்!

வண்டி அருகே வந்தது.

"லேய், நிறுத்து."

குதிரை நின்றது.

"ஒங்கப்பன் எங்கலே?"

"வரலே."

"ஏனாம்?"

"படுத்திருக்காரு."

"என்ன கொள்ளே?"

"வவுத்தெ வலி."

"எட்டணா எடு."

"என்னாது?"

"எட்டணா எடுலெ."

"ஒம்மாண இல்லை."

"ஒங்கம்மெ தாலி. எடுலே எட்டணா."

"இன்னா பாரும்" என்று சொல்லிக்கொண்டே பயல் நுகக்காலில் நின்றுகொண்டு வேஷ்டியை நன்றாக உதறிக் கட்டிக் கொண்டான்.

"மோறையெப் பாரு. ஓடுலெ ஓடு. குதிரை வண்டி வச்சிருக்கான் குதிரை வண்டி. மனுசனாப் பொறந்தவன் இதிலே ஏறுவானாலே."

குதிரை நகர்ந்தது.

தபால் ஆபீஸ் பக்கம் வந்தான் எழுபத்திமூன்று நாற்பத்தியேழு. எதிர்சாரி வெற்றிலைப் பாக்குக் கடை பெஞ்சில் அமர்ந்தான். தொப்பியை எடுத்து மடியில் வைத்துக்கொண்டான். தலையைத் தடவிவிட்டுக்கொண்டான். கையெல்லாம் ஈரமாகி விட்டது. எரிச்சல் தாங்க முடியவில்லை. தொடை நோவும்படி நிக்கரில் பிசைந்து பிசைந்து துடைத்துக்கொண்டான். மேற்கும் கிழக்கும் பார்த்தான்.

அப்பொழுது தபால் நிலையத்தை நோக்கி ஒரு கனமான உருவம் வருவது தெரிந்தது. எங்கோ பார்த்த முகம் போலிருந்தது. கிருஷ்ணன் கோயில் அர்ச்சகரோ?

கிருஷ்ணன் கோவில் அர்ச்சகர் தபால் ஆபீசில் நுழைந்தார். கூர்ந்து கவனித்தான் எழுபத்திமூன்று நாற்பத்தியேழு.

அர்ச்சகர் கையில் ஒரு நீள உறை. எழுந்து பின்னால் சென்றான். அர்ச்சகர் தபால் பெட்டியருகே சென்று விட்டார்.

"வேய்!"

சட்டென்று திரும்பினார்.

"இங்கே வாரும்."

"இதெ போட்டுட்டு வந்துடறேன்."

"போடாமெ வாரும்."

அர்ச்சகர் ஸ்தம்பித்து நின்றார்.

"வாரும் இங்கே." – ஒரு அதட்டல்.

அர்ச்சகர் தயங்கித் தயங்கி வந்தார்.

நல்ல கனமான சரீரம். மொழுமொழுவென்று உடம்பு. உடம்பு பூராவும் எண்ணெய் தடவியதுபோல் மினுமினுப்பு. வளைகாப்புக்குக் காணும்படி வயிறு.

அர்ச்சகர் முன்னால் வந்து நின்றார்.

"அதென்னது கையிலே?"

"கவர்."

"என்ன கவரு?"

"ஒண்ணுமில்லை. சாதாக் கவர்தான். தபால்லே சேர்க்கப் போறேன்."

"கொண்டாரும் பாப்பம்."

வாங்கிப் பார்த்தான். உறையோடு ஒரு கார்டுமிருந்தது. கார்டு, யாரோ யாருக்கோ எழுதியது. நீள உறை உள்ளூர் டி. எஸ். பி. அலுவலகத்திற்குப் போகவேண்டியது.

எழுபத்திமூன்று நாற்பத்தியேழு அர்ச்சகர் முகத்தை வெறிக்கப் பார்த்தான்.

அர்ச்சகர் முகம் சிவந்தது.

இமைக்காமல் பார்த்துக்கொண்டே இருந்தான். அர்ச்சகர் முகம் மேலும் சிவந்தது.

எழுபத்திமூன்று நாற்பத்தியேழுக்கு ஒரே சந்தேகம். ஒரே சந்தோஷம்.

அவனுடைய மகள் அதிருஷ்டசாலிதான்!

"இந்தக் கவர் உம்ம கையிலே எப்படி சிக்கிச்சு?"

குரலில் அதிகார மிடுக்கேறி விட்டது.

அர்ச்சகர் உதட்டைப் பூட்டிக்கொண்டு நின்றார். முகம் தொங்கிப் போய்விட்டது.

"வாயிலே கொளுக்கட்டையோ?"

அதற்கும் பதிலில்லை.

"மயிலே மயிலே எறகு போடுன்னா போடாது. நடவும் ஸ்டேஷனுக்கு."

'ஸ்டேஷனுக்கு' என்ற வார்த்தை காதில் விழுந்ததும் உடம்பை ஓர் உலுக்கு உலுக்கியது அர்ச்சகருக்கு.

அர்ச்சகர் முதுகைப்பிடித்து இலேசாகத் தள்ளினான் எழுபத்திமூன்று நாற்பத்தியேழு.

அர்ச்சகர் தட்டுத்தடுமாறிப் பேச ஆரம்பித்தார்.

"நான் சொல்றதெ கொஞ்சம் பெரிய மனஸு பண்ணி தயவாக் கேக்கணும். எனக்குப் போராத காலம். இல்லைன்னா ..."

"இழுக்காமெ விசயத்துக்கு வாரும்."

"எனக்குப் போராத காலம். இல்லென்னா இந்த ஸந்தி வேளையிலே, நட்ட நடுக்க ஏதோ திருடன் மாதிரி, ஏதோ கொள்ளைக்காரன் மாதிரி, ரவுடி மாதிரி, ஜேப்படிக்காரன் மாதிரி ..."

“அட சட்! விசயத்தை கக்கித் தொலையுமே. இளு இளுன்னு இளுக்கான் மனிசன்.”

“இதோ இந்த கார்டெ சேக்கப்போனேன். கோவிலுக்குப் பக்கத்திலெ தபால் பெட்டி தொங்கறது. தொங்கற தபால் பெட்டியிலெ இந்தக் கார்டெ சேக்கப்போனேன்.”

“போற வளியில இந்தக் கவர் ரோட்டிலே படுத்துக்கிட்டு, அர்ச்சகரே வாரும் வாரும்னு கூவி அளச்சுதாக்கும்!”

“நான் சொல்றத கொஞ்சம் பெரிய மனஸு பண்ணி தயவாக் கேக்கணும். தொங்கற தபால் பெட்டியிலெ இந்தக் கார்டெ போடப் போனேன். போட முடியலெ.”

“கை சுளிக்கிடிச்சோவ்?”

“இல்லெ. இந்த நீளக்கவர் தொங்கற தபால் பெட்டியிலெ வாயெ மறிச்சுண்டிருந்தது.”

“ஆமாய்யா! அப்படி கொண்டாரும் கதெய.”

“கதை இல்லை. நெஜத்தெ அப்படியே சொல்றேன். தொங்கற தபால் பெட்டியிலெ இந்த நீளக்கவர் வாயெ மறிச்சுண்டு வளஞ்சு கெடந்தது.”

“அ . . . ட . . . டா!”

“இந்தக் கார்டெ ஆனமட்டும் உள்ளே தள்ளிப் பார்த்தேன். தள்ளித் தள்ளிப் பார்த்தேன். உள்ளே போகமாட்டேன்னு சொல்லிடுத்து.”

“சொல்லும் சொல்லும்.”

“தொங்கற தபால் பெட்டி வாய் நுனியிலே அப்படியே ரெண்டு விரலெ மட்டும் உள்ளே விட்டு நீளக்கவரெ வெளியிலே எடுத்தேன்.”

“அபார மூளெ!”

“சொல்றதெ கொஞ்சம் கேளுங்களேன். நான் ஒரு தப்பும் பண்ணலெ. தப்புத் தண்டாவுக்குப் போறவனில்லே நான். ஊருக்குள்ளெ வந்து விசாரிச்சா தெரியும். நாலு தலமொறயா நதீக்கிருஷ்ணன் கோவில் பூசை எங்களுக்கு. இன்னித் தேதி வரையிலும் . . .”

“அட விசயத்தை சுருக்கச் சொல்லித் தொலையுமே அய்யா. செக்குமாடு கணக்கா சுத்திச் சுத்தி வாறான் மனுசன்.”

“தொங்கற தபால் பெட்டி வாயிலெ ரெண்டு விரல் மட்டும் விட்டுக் கவரை வெளியிலெ எடுத்து, கார்டையும் கவரையும் சேத்துப் போடப் பாத்தேன். முடியலெ.”

"முடியாது முடியாது."

"தள்ளித் தள்ளிப் பார்த்தேன். கவர் மடிஞ்சு மடிஞ்சு வாயெ அடச்சுது. என்ன சேறதுனு தெரியலெ. திருதிருன்னு விழிக்கிறேன். மேலையும் கீழையும் பாக்கறேன். முன்னும் பின்னும் போகலெ எனக்கு. என்னடா சேறதுன்னு யோசிச்சேன். சரி, அந்த நதீக்கிருஷ்ணன் விட்டது வழின்னு மனசெ தேத்திண்டு, பெரிய தபாலாபீஸிலெ கொண்டுவந்து சேத்துப்புடறதுனு தீர்மானம் பண்ணிண்டு வறேன்."

"அவ்வளவும் கப்ஸா, அண்டப் புளுகு!" என்றான் எழுபத்தி மூன்று நாற்பத்திதேழு.

"ஒரே அடியா அப்படிச் சொல்லிடப்படாது. நான் சொன்ன தெல்லாம் நெஜம். கூட்டிக் கொறச்சுக் சொல்லத் தெரியாது எனக்கு. மந்திரம் சொல்ற நாக்கு இது. பொய் வராது."

"சரி சரி. ஸ்டேசனுக்குப் போவோம்."

அர்ச்சகர் எழுபத்திமூன்று நாற்பத்தியேழின் கைகளைப் பிடித்துக்கொண்டு கெஞ்சினார். அவர் அடைந்த கலவரம் பேச்சில் தெரிந்தது. ஸ்பரிசத்தில் தெரிந்தது. முகத்தில் பிரேதக்களை தட்டிவிட்டது.

"நான் பொய் சொல்லலெ; நான் ஒரு தப்பும் பண்ணலெ. நான் சொல்றது சத்தியம். நதீக்கிருஷ்ணன் கோவில் மூலவிக்கிரகம் சாட்சியாச் சொல்றேன். நான் சொல்றது பொய்யானா, சுவாமி சும்மாவிடாது. கண்ணெப் புடுங்கிப்புடும். கையெயும் காலையும் முடக்கிப்புடும்."

"உடம்பெ அலட்டிக்கிடாதெயும். ஸ்டேஷனுக்கு வாரும்."

அர்ச்சகர் கையைப் பிடித்துக்கொண்டு நடக்க ஆரம்பித்தான் அவன்.

அர்ச்சகர் மெதுவாகக் கையை இழுத்துக்கொண்டு பின் தொடர்ந்தார். அவருக்கு உடம்பெல்லாம் கூசியது. அவமானத்தால் உள்வாங்கி நடந்தார். அவருக்குத் தெரிந்த ஆயிரமாயிரம் பேர்கள் சுற்றிச் சூழ நின்றுகொண்டு வேடிக்கைப் பார்ப்பது போலிருந்தது. எல்லோரும் அதிசயத்தோடு பார்த்துக்கொண்டு நின்றார்கள்.

பஜாரைத் தாண்டித்தான் ஸ்டேஷனுக்குப் போகவேண்டும். எல்லா வியாபாரிகளையும் அவருக்குத் தெரியும். வியாபாரிகளின் ஜென்ம நக்ஷத்திரத்தன்று கோயிலில் பூசை செய்து பிரசாதம் கொண்டுபோய் கொடுப்பார். எல்லோருக்கும் அவரிடத்தில் மதிப்பு. அவர்கள் முன்னால் நடந்துபோக வேண்டும். எல்லோரும் கடை வாசலில் நின்று பார்ப்பார்கள்.

அர்ச்சகருக்குத் தான் ஜெயில் கம்பிகளைப் பிடித்துக் கொண்டு நிற்பது மாதிரித் தோன்றிற்று. மனைவியும் குழந்தை களும் முன்னால் நின்று நெஞ்சிலடித்துக்கொண்டு அழுகிறார்கள். போலீஸ் சேவகன் வந்து தடியால் அவர்களை வெளியே தள்ளுகிறான்.

எழுபத்திமூன்று நாற்பத்தியேழின் காலில் சாஷ்டாங்கமாக விழுந்துவிடுவோமா என்று எண்ணினார் அர்ச்சகர். குய்யோ முறையோ என்று கத்தி கூட்டத்தைக் கூட்டுவோமா என்றும் எண்ணினார். நூறுபேர் கூடத்தானே செய்வார்கள். நூறுபேர் கூடினால் தெரிந்தவர்கள் பத்துபேர் இருக்கத்தானே செய்வார்கள். 'இது என்ன அநியாயம்' என்று முன்வந்து சொல்லமாட்டார்களா?

ஆனால் வாயைத் திறந்தாலே முதுகில் அறை விழுமோ என்று பயந்தார். மேலும் அவருக்குத் தொண்டையை அடைத்தது.

நிமிஷத்திற்கு நிமிஷம் வயிற்றிலிருந்து கனமான ஏதோ ஒன்று மேலெழும்பி நெஞ்சைக் கடைந்தது. துக்கத்தை விழுங்கி விழுங்கிப் பார்த்தார். ரோட்டிலேயே அழுதுவிடுவோமோ வென்று பயந்தார்.

மெயின் ரஸ்தா இன்னும் வரவில்லை. இருமருங்கிலும் ஓங்கி வளர்ந்திருந்த வேப்பமரங்கள் இருளைப் பெய்துகொண் டிருந்தன. அர்ச்சகர் துண்டால் முகத்தைத் துடைத்துக்கொண் டார்.

சிறிது தூரம் சென்றதும் நின்றார் அர்ச்சகர். தெரு விளக்கின் ஒளி அவர் முகத்தில் விழுந்தது. எழுபத்திமூன்று நாற்பத்தியேழு அவர் முகத்தைப் பார்த்தான். கண்கள் சிவந்திருந்தன. அர்ச்சகர் துண்டால் மூக்கைத் துடைத்துக்கொண்டு சொன்னார்:

"நான் ஒரு தப்பும் பண்ணலெ. ஒரு தப்பும் பண்ணலெ." இதைச் சொல்லும்போது அழுதுவிட்டார் அவர்.

"நான் என்ன வேய் செய்ய முடியும்? நான் என் ட்யூட்டியெ கரெக்டா பாக்கிற மனுஷன்."

"நான் சொல்றது நம்பிக்கையில்லையா?"

"நம்பிக்கையெப் பொறுத்த விஷயமில்லே வேய் இது. ஸ்டேஷனுக்கு வாரும். இன்ஸ்பெக்டருக்கிட்டே விஷயத்தைச் சொல்லும். இன்ஸ்பெக்டரு விட்டா நானா பிடிச்சுக் கட்டப் போறேன்?"

"இன்ஸ்பெக்டர் விட்டுடுவாரோ?"

"எனக்கு என்ன ஜோஸ்யமா தெரியும்?"

“இன்ஸ்பெக்டர் வெறொண்ணும் செய்யமாட்டாரே?”

“என்னது?”

“இல்லே ... வந்து ... அடிகிடி இந்த மாதிரி ...” அதைச் சொல்வதற்கே வெட்கமாயிருந்தது அவருக்கு.

இத்தனை பெரிய சரீரத்தில் அதைவிடவும் பெரிய கோழைத் தனம் குடிபுகுந்திருப்பதை எண்ணி மனதுள் சிரித்துக்கொண்டான் எழுபத்தி மூன்று நாற்பத்தியேழு.

“அடிகிடியெல்லாம் கேஸைப் பொறுத்தது. அடிக்கப்படா துன்னு சட்டமா? சந்தேகம் வந்திடுச்சின்னா எலும்பெ உருவி எடுத்துடுவாங்க. அதிலேயும் இப்ப வந்திருக்கிற இன்ஸ்பெக்டரு எமகாதகன். நச்சுப்புடுவான் நச்சு.”

“ஐயோ, எனக்கு என்ன செய்யணும் தெரியலையே” என்று அர்ச்சகர் பிரலாபித்தார். அந்தக் குரல் எழுபத்திமூன்று நாற்பத்தி யேழின் மனதைத் தாக்கிற்று.

“உம்மைப் பார்த்தா எனக்கு எரக்கமாகத்தான் இருக்குது.”

“அப்படீன்னா என்னெ விட்டுடுமே. உமக்கு கோடிப் புண்ணியம் உண்டு.”

“அது முடியுமா? கேஸிலே புடிச்சா விடமுடியுமா? வெளெ யாட்டுக் காரியமா? உத்தியோகம் பணயமாயுடுமே.”

அர்ச்சகர் சிலைபோல் நின்றார்.

மீண்டும் எழுபத்திமூன்று நாற்பத்தியேழுதான் பேச்சை ஆரம்பித்தான்.

“ஒண்ணு வேணாச் செய்யலாம்; அதும் பாவமேணு பாத்துச் செய்யணும்.”

“என்னது?”

“எச். ஸீ. ட்டெச் சொல்லிக் கேஸை ஒரு மாதிரியா வெளிக்கித் தெரியாமெ ஓச்சுடலாம்.”

“அதாரு எச். ஸி?”

“ஹெட் கான்ஸ்டபிள்.”

“அப்படின்னாச் சொல்லும். நீர் நன்னா இருப்பேள். நதீக்கிருஷ்ணன் ஒம்மைக் கண் திறந்து பாப்பன்.”

“எச். ஸி. முன்னாலெ போய் இளிக்கணும். அதிலேயும் பெரிய சீண்ட்றம் புடிச்ச மனிசன் அவன். உடனே கொம்புலெ ஏறிடுவான். கால் மேலே காலெப் போட்டுக்கிடுவான்.”

"நீர் எனக்காகச் சொல்லணும். இல்லைன்னா நான் அவமானப்பட்டு அழிஞ்சி போயுடுவேன். இது பணத்தாலெ காசாலெ நடத்தற ஜீவனமில்லெ. கேஸு கீஸுன்னு வந்துடுத்தா உத்தியோகம் போயுடும். நான் சம்சாரி. அன்னத்துக்கு லாட்டரி யடிக்கும்படி ஆயுடும். ஒரு மனுஷன் முகத்திலே முழிக்க முடியாது. நீர் எச். ஸிட்டெ சொல்லும். இந்த ஆயுஸு பூராவும் நதீக்கிருஷ்ணனோடெ சேத்து உம்மையும் நெனச்சுப்பேன்."

"அது சரிதான் வேய். உம்ம வயித்திலே மண்ணடிக்கணும்ங் கற ஐடியா கெடயாது எனக்கு. எச். ஸி. ஒரு மாதிரி ஆளு. ஈவு இரக்கம் அவன் போன வளியிலே கிடையாது. மேலும் பெரிய துட்டுப்பிடுங்கி."

"என்னது?"

"துட்டுப்பிடுங்கி. காணிக்கை வச்சாத்தான் சாமி வரம் தரும். இந்த எளவுக்காகச் சுட்டித்தான் அந்த மனுசங்கிட்டே வள்ளிசா சிபாரிசுக்கு போறதில்லை நான்."

"என்ன கொடுக்கணும்?"

"அஞ்சு பத்து கேப்பான்."

"அஞ்சா? பத்தா?"

"பத்து ரூபாய்க் காசில்லாமெ ஒரு கேஸெ ஓய்ப்பானா?"

"பத்து ரூபாயா!"

"ஏன் வேய்?"

"பத்து ரூபாய்க்கு இப்போ நான் எங்கே போறது?"

"வேணும்னா செய்யும். இல்லைன்னா வருது போலே பாத்துக் கிடணும்."

அர்ச்சகர் வாய் திறவாமல் நடந்தார். மீண்டும் எழுபத்தி மூன்று நாற்பத்தியேழுதான் பேச்சை ஆரம்பித்தான்.

"என்ன? என்ன சொல்லுதீரு?"

"ஊஹூம். நான் எங்கே போவேன் பத்து ரூபாய்க்கு?" கணீரென்ற குரலில் சொன்னார் அர்ச்சகர். எழுபத்திமூன்று நாற்பத்தியேழுக்கு கோபம்தான் வந்தது.

"இப்போ யாரு வேய் தரணும்னு களுத்தெப்புடிக்கா? யாரோ லஞ்சம் புடுங்குதாப்லெ படுதீரெ. துரிசமா நடவும். இன்ஸ்பெக்டர் வீட்டுக்குப் போகுதுக்கு முன்னாடி போயுடணும். கொஞ்சம் கஷாயம் குடிச்சாத்தான் உடம்புக்கு சரிப்பட்டு வரும் உமக்கு."

“ஒடனெ கத்தரிச்சுப் பேசறேரே.”

“கத்தரியுமில்லெ இடுக்கியுமில்லெ. வாய் பேசாமெ நடவும்.”

சிறிது தூரம் சென்றதும் மீண்டும் பேச்சை ஆரம்பித்தான் எழுபத்திமூன்று நாற்பத்தியேழு.

“இப்பம்தான் ஞாபகம் வருது. அன்னைக்கு டி. எஸ். பி., ஆபிஸிலேருந்து ஒரு கடிதாசி வந்துச்சு. டி. எஸ். பி. ஆபிஸிலேருந்து காயிதமெல்லாம் மாயமா மறஞ்சு போகுதாம். காக்கிச்சட்டைக் காரங்க நாந்துக்கிட்டு சாகப்படாதாங்கற தோரணையிலே எழுதியிருந்தாங்க. இப்பம்தாலா விஷயம் தெரியுது?''

“என்ன தெரியுது?”

“சட், வாயெ மூடிட்டு வாரும். வாயைத் தொறந்தீர்னா பொடதிலே வச்சிடுவேன். ஸ்டேஷனுக்கு உள்ளே ஏத்தினம் பெறவுல்லா இருக்கு.”

“பகவான் விட்டது வழி.”

இருவரும் ஸ்டேஷன் பக்கம் வந்துவிட்டார்கள். எழுபத்தி மூன்று நாற்பத்தியேழுதான் மீண்டும் பேச்சை ஆரம்பித்தான்.

“நல்ல மனுசங்களுக்கு இது காலமில்லே. எத்துவாளி பயகளுக்குத்தான் காலம். ஈவு இரக்கம் இருக்கப்படாது.”

“ஏனாம்?”

“பாருமே, மலைமாதிரி குத்தம் பண்ணிப்புட்டு நிக்கேரு. நீரு உடற கதெயெல்லாம் ஒரு பயவுளும் நம்பப்போவதில்லை. கோயில் குளிக்கிற மனுசன் தெரியாத்தனமா ஆம்பிட்டுக்கிட்டு முளிக்காரு. அடியும் உதையும் பட்டு, அவமானமும் பட்டு அலக்களிஞ்சிப் போகப் போறார்னு ஐடியா சொன்னா, காதிலெ ஏறமாட்டேங்குது. உம்ம கூட்டாளிக்கெல்லாம் பட்டாத் தான் தெரியும். உம்மெச் சொல்லிக் குத்தமில்லெ, காலம் அப்படி.”

அர்ச்சகருக்குச் சிரிப்பு வந்தது.

“உம்மெ நைஸா கை தூக்கிவிட்டுப் போடணும்னு நெனச்சேன் பாரும். அந்தப் புத்தியெ செருப்பாலே அடிக்கணும்” என்றான் எழுபத்திமூன்று நாற்பத்தியேழு.

“நீர் சொல்றது சரி. என்னெக் காப்பாத்தணுங்கற நெனப்பு ரொம்ப இருக்கு உமக்கு. அந்த எச். ஸி. தான் பெரிய பேராசைக் காரனா இருக்கான். அவன் பேராசைக்காரனா இருக்கட்டும், நான் அஷ்டதரித்திரமா இருக்கணுமோ?”

"ஆசாமியெ ஸ்டேஷனுக்கு உள்ளே விட்டுப் பூட்டுப் பூட்டாத் திருகித்திருகி எடுத்தால்ல தெரியும் அஷ்டதரித்திரம் படறபாடு."

"பகவான் விட்டது வழி. பதனஞ்சு வருஷமா தினம் தினம் அவனெக் குளுப்பாட்டறேன். விதவிதமா அலங்காரம் பண்ணிப் பாக்கறேன். சாஷ்டாங்க நமஸ்காரம் பண்ணிப்பண்ணி நெத்தியிலே தழும்பு விழுந்துடுத்து. அந்த நன்னிகெட்ட பயல் அடி வாங்கித் தறதுன்னா தரட்டும். கம்பி எண்ண வச்சான்னா வைக்கட்டும்."

அர்ச்சகர் அமைதியாகப் பேசினார்.

எழுபத்திமூன்று நாற்பத்தியேழு அர்ச்சகர் முகத்தைத் திரும்பிப் பார்த்தான். அவர் முகத்தில் பயத்தின் சாயலே இல்லை. அவர் இப்பொழுது வேகமாக நடந்தார். கைகளை ஆட்டிக்கொண்டு நடந்தார்.

"அப்பம் ஒரு காரியம் செய்வமா?" என்று கேட்டான் எழுபத்திமூன்று நாற்பத்தியேழு.

"என்ன?"

"நீரும் அப்படியொண்ணும் டாட்டாவுமில்லே பிர்லாவு மில்லே. ஏதோ ஒரு மாதிரியா காலத்தைத் தள்ளிட்டிருக்கீரு. உமக்காகச்சுட்டி ஒண்ணு வேணாச் செய்யலாம்."

"விஷயத்தைத் தெளிவாகச் சொல்லலாமே. ஏன் சுத்திச் சுத்தி வளைக்கணும்?" என்று கேட்டார் அர்ச்சகர்.

எழுபத்திமூன்று நாற்பத்தியேழுக்கு பிடரியெத் தாக்கிற்று. "எச். ஸீட்டெ ஓம்ம நெலமெயெ எடுத்துச் சொல்லி சுளுவா முடிக்கப் பாக்கறேன். அஞ்சு ரூபா எடும். சட்னு எடும். எனக்கு வேற வேல இருக்கு."

அர்ச்சகர் முன்பின் யோசிக்கவிடாமல் பணத்தை வாங்கி விட எண்ணினான் அவன்.

அர்ச்சகர் முன்னைவிடவும் அமைதியாகச் சொன்னார்:

"இதென்ன பேச்சு இது! அஞ்சு ரூபாய் தரலாம்னா பத்தாத் தந்துடப்படாதா? அம்புட்டுக்கெல்லாம் இருந்தா நான் ஏன் நதீக் கிருஷ்ணனெ குளுப்பாட்டப் போறேன். மேலும் இப்போ நான் என்ன திருடினேனா, கொள்ளையடிச்சேனா, இல்லெ ரோட்டிலெ போறவ கையைப் புடிச்சு இழுத்தேனா – என்ன தப்புப் பண்ணிப்பிட்டேன்னு சொல்லட்டுமே, உம்ம எச்.ஸி. தலையெ சீவறதுன்னா சீவட்டுமே."

48 வாசனை

எழுபத்திமூன்று நாற்பத்தியேழுக்கு அந்த இடத்திலேயே அர்ச்சகரைக் கண்டதுண்டமாக வெட்டிப்போட்டுவிடலாம் போலிருந்தது.

"மகா பிசுநாறி ஆசாமியா இருக்கீரே!" என்றான்.

"என்ன சேறது? அப்படித்தான் என்னெ வச்சிருக்கான் அவன்."

"அவன் யாரு அவன்?"

"மேலே இருக்கான் பாரும், அவன்."

இருவரும் ஸ்டேஷன் முன்னால் வந்துவிட்டார்கள். ஸ்டேஷனுக்கு முன்னாலிருந்த வெற்றிலைப் பாக்குக் கடையில், கடைக்காரரிடம் பேசிக்கொண்டிருந்தவரை, 'அண்ணாச்சி' என்று கூப்பிட்டுக்கொண்டே அவரிடம் வலியப் பேச ஆரம்பித்தான் எழுபத்திமூன்று நாற்பத்தியேழு.

அர்ச்சகர் பின்னால் நின்றுகொண்டிருந்தார். அண்ணாச்சியிடம் சளசளவென்று பேச்சை வளர்த்திக்கொண்டிருந்தான் அவன். அர்ச்சகர் நின்றுகொண்டிருந்த இடத்தை அவன் அசைப்பிலும் திரும்பிப் பார்க்கவில்லை. அவர் போவதானால் போகட்டும் என்ற தோரணையில் நிற்பது போலிருந்தது. ஆனால் அவர் கற்சிலை மாதிரி அங்கேயே நின்றார்.

அண்ணாச்சிக்குப் பேச்சு சலித்துவிட்டது.

எழுபத்திமூன்று நாற்பத்தியேழு அர்ச்சகர் பக்கம் திரும்பி, "சாமி, நீங்க போறதுன்னாப் போங்க, பின்னாலெ பார்த்துக்கிடலாம்" என்றான்.

"கையோட காரியத்தை முடிச்சுடலாமே" என்றார் அர்ச்சகர்.

"அட போங்க சாமி, நான்தான் சொல்லுதேனே பின்னாலெ பாத்துக்கிடலாம்னு. உடாமெ பிடிக்கீரே."

"என்னப்பா விஷயம்?" என்று கேட்டார் அண்ணாச்சி.

"ஒண்ணுமில்லெ. என் கொளந்தெக்குப் பொறந்த நாளு நாளைக்கு. பூசை கீசை பண்ணி கொண்டாடணும்னு சொல்லுது அது. அதுதான் இவரிட்டே கேட்டுக்கிட்டே வாறேன். சாமான் கீமான் வாங்கணுங்காரு. ஆனா பணத்துக்கு எங்கே போகுது?"

'அடி சக்கே' என்று மனதில் சொல்லிக்கொண்டார் அர்ச்சகர்.

பணம் சம்பந்தமான பேச்சு வந்ததாலோ என்னமோ அண்ணாச்சி சட்டென்று விடைபெற்றுக்கொண்டு சென்றுவிட்டார்.

எழுபத்திமூன்று நாற்பத்தியேழும் அர்ச்சகர் நின்ற திசைக்கு நேர் எதிர்த்திசை நோக்கி மடமடவென்று நடக்க ஆரம்பித்தான்.

அர்ச்சகர் பின்னால் ஓடிஓடிச் சென்றார்.

"இந்தாரும் ஓய், கொஞ்சம் நில்லும். என்ன இது? நடு ரோட்டிலெ நிக்கவச்சுட்டு நீர் பாட்டுக்குக் கம்பியெ நீட்டறேரே?"

"அட சரிதான், போமய்யா."

"என்னய்யா இது, எனக்கு ஒண்ணும் புரியலையே."

"வீட்டெப் பாத்துப் போமய்யா. போட்டு பிராணனெ வாங்குதீரே."

"என்னன்னமோ சொன்னேர். ஆ ஊ ஆனை அறுபத்தி ரெண்டுன்னு சொன்னீர். இப்போ போ போன்னு விரட்டறேரே."

எழுபத்திமூன்று நாற்பத்தியேழுக்கு அசாத்தியக் கோபம் வந்துவிட்டது. கண்கள் சிவந்தன. நெற்றிப் பொட்டில் நரம்புகள் புடைத்தன. அர்ச்சகர் முகத்தையே இமைக்காமல் வெறிக்கப் பார்த்தான். அர்ச்சகரும் இமைக்காமல் பார்த்தார். அவருக்கு சற்று பயமாகத்தான் இருந்தது. ஆனால் அதே சமயத்தில் அடக்க முடியாத சிரிப்பும் வந்தது. இலேசான புன்னகை உதட்டில் நெளிந்தது. அர்ச்சகர் சிரிப்பை அடக்குவதையும் அவர் உதட்டில் சிரிப்பு பீறிட்டு வழிவதையும் கவனித்தான் எழுபத்திமூன்று நாற்பத்தியேழு. சிரிப்புப் பொத்துக்கொண்டு வந்தது அவனுக்கு.

எழுபத்திமூன்று நாற்பத்தியேழு கடகடவென்று சிரித்தான். சப்தம் போட்டு சிரித்தான். வாய்விட்டுச் சிரித்தான். குழந்தை போல் சிரித்தான்.

அர்ச்சகரும் அவனுடன் சேர்ந்து அட்டகாசமாகச் சிரித்தார்.

எழுபத்திமூன்று நாற்பத்தியேழு அர்ச்சகரிடம் மிக நெருங்கி நின்றுகொண்டு, அவர் முகத்தைப் பார்த்துச் சிரித்தபடி சொன்னான்:

"வீட்டுக்குப் போம். நானும் வீட்டுக்குத்தான் போறேன்." குரல் மிக அமைதியாக இருந்தது. அர்ச்சகர் அவன் முகத்தைப் பார்த்தார். சற்று முன்னால், அவர் முன் நின்ற ஆள் மாதிரியே இல்லை.

"நானும் அந்தப் பக்கம்தானே போகணும், சேர்ந்தே போறது" என்று கூட நடந்தார் அர்ச்சகர்.

“ஆமாம், அந்த ஆசாமீட்டே ஏதோ ஜென்ம நக்ஷத்திரம்னு சொன்னீரே, வாஸ்தவம் தானா? இல்லெ எங்கிட்டெக் காட்டின டிராமாவுக்கு மிச்சமோ?” என்று கேட்டார் அர்ச்சகர்.

“உண்மைதான் வேய், நாளைக்குப் பொறந்த நாள்.”

“என்ன கொழந்தே?”

“பொம்புளெப் புள்ளே.”

“தலைச்செனா?”

“ஆமா. கலியாணம் முடிஞ்சு பதினொண்ணு வருசமாவுது.”

“ஓஹோ, பேரென்ன?”

“கண்ணம்மா.”

“நம்ம ஸ்வாமிக்கு ரொம்ப வேண்டிய பெயர்” என்றார் அர்ச்சகர்.

எழுபத்திமூன்று நாற்பத்தியேழு சிரித்துக் கொண்டான்.

“ஆமாம், அதுக்கு என்ன பண்ணப்போறீர்?”

“வீட்டுக்காரி எதை எதையோ செய்யணும்னு சொல்லுதா. நான்தான் இளுத்துக்கிட்டிருக்கேன்.”

“ஏன் இளுக்கணும்? தலைச்சன் கொழந்தே. ரொம்ப நாளைக்கப்பறம் ஸ்வாமி கண் திறந்து கையிலெ தந்திருக்கார். அதுக்கு ஒரு குறைவும் வைக்கப்படாது; வைக்க உமக்கு அதிகாரம் கிடையாது” என்று அடித்துப் பேசினார் அர்ச்சகர்.

“அது சரிதாய்யா. யாரு இல்லைன்னு சொல்லுதா? ஆனா கைச்செலவுக்கில்லா திண்டாட்டம் போடுது.”

“போயும் போயும் ராப்பட்னிக்காரன், ஸ்வாமி குளுப் பாட்டறவனைப் பிடிச்சா என்ன கெடைக்கும்? பிரசாதம் தருவன். கொழச்சுக் கொழச்சு நெத்தியிலெ இட்டுக்கலாம். ஜரிகைத் துப்பட்டா, மயில்கண் வேஷ்டி, தங்கச்செயின் இந்த மாதிரி வகையாப் பிடிச்சா போட் போட்னு போடலாம். என்ன ஆளய்யா நீர், இதுகூட தெரிஞ்சுக்காமெ இருக்கேரே” என்றார் அர்ச்சகர்.

எழுபத்திமூன்று நாற்பத்தியேழு வாய்விட்டுச் சிரித்தான். “ஒரு பயலும் கையிலெ சிக்கலெ. நாயா அலஞ்சு பார்த்தேன். பிறந்தநாள் அயிட்டம் வேறே மனசிலெ உறுத்திக்கிட்டு இருந்தது. அர்ச்சகரானா அர்ச்சகர்னு பாத்தேன். கையெ விரிச்சுட்டீரே! பொல்லாத கட்டைதாய்யா நீரு.”

"நானும் விடிஞ்சு அஸ்தமிச்சா பத்து மனுஷாளிடம் பழகற வன் தானே? எழுபத்திமூன்று நாற்பத்தியேழு என்ன துள்ளுத் தான் துள்ளிருவான்னு தெரியாதாக்கும்."

"அடி சக்கையின்னானாம்! கொஞ்ச முன்னாலே யாரோ அழுதாளே, அதுயாரு? யாருக்கோ பல்லு தந்தி அடிச்சுதே, யாருக்கு? யாருக்குக் கையும் காலும் கிடுகிடான்னு வெறச்சுதாம்?"

"மொதல்ல கொஞ்சம் பயந்துதான் போனேன். ஏன் பொய் சொல்லணும். இருந்தாலும் என்ன உருட்டு உருட்டிப் புட்டீர்!"

"என்ன செய்யுது சாமீ? இந்த சாண் வயத்துக்காகத்தானே இந்த எளவெல்லாம். இல்லாட்டி மூக்கெப் பிடிச்சுக்கிட்டு உக்காந்திரலாமே."

"சந்தேகமா? நான் என்ன பாடுபடறேன் கோவில்லே? கோவிலுக்குள்ளே ஏறி வந்தாலே புண்ணியாசனம் பண்ணணும். ஸ்வாமி எழுந்திருந்து பின்புறம் வழியா ஓடியே போயுடுவர். அந்தமாதிரி பக்த சிகாமணிகள்ளாம் வருவா. அவாளிடம் போய் ஈ ஈன்னு இளிச்சுட்டு நிக்கறேன். உங்களெ விட்டா உண்டா என்கிறேன். ஆழ்வார் நாயன்மார்கள் கெட்டது கேடு என்கிறேன். கடைசியா, போறத்தே ரெண்டணா வைக்கிறானா, நாலணா வைக்கிறானான்னும் கவனிச்சுக்கறேன். அணாவெ தீர்த்தத்திலே அலம்பி இடுப்பிலெ சொருகிக்கறேன்" என்றார் அர்ச்சகர்.

இருவரும் சேர்ந்து சிரித்தார்கள்.

இரண்டு பேரும் நடந்து நடந்து போஸ்டாபீஸ் ஜங்ஷனுக்கு வந்துவிட்டார்கள்.

"இந்த லெட்டரே போட்டுட்டு வந்துடறேன்" என்றான் எழுபத்திமூன்று நாற்பத்தியேழு.

"பாத்துப் போடும். யாராவது காக்கிச் சட்டைக்காரன் வந்து புடிச்சுக்கப் போறான். யார் வீட்டிலெ நோவு எடுத் திருக்கோ?" என்றார் அர்ச்சகர்.

கடிதங்களைத் தபாலில் சேர்த்துவிட்டு எதிர் சாரியிலிருந்த வெற்றிலை பாக்குக் கடைக்கு வந்தான் எழுபத்திமூன்று நாற்பத்தி யேழு. மட்டிப்பழக் குலையிலிருந்து நாலைந்து பழங்களைப் பிய்த்தான். "இந்தாரும், சாப்பிடும்" என்று அர்ச்சகரை நோக்கி நீட்டினான்.

அர்ச்சகர் இரண்டு கைகளையும் நீட்டி வாங்கிக்கொண்டார். இரண்டுபேரும் வெற்றிலை போட்டுக்கொண்டார்கள்.

"கணக்கிலே எளுதிக்கிடுங்க" என்றான் எழுபத்திமூன்று நாற்பத்தியேழு, கடைக்காரரை நோக்கி.

"எழுதிக்கிட்டே இருக்கேன்" என்றார் கடைக்காரர்.

"சும்மா எழுதுங்க. ரெண்டுநாள் களியட்டும். செக்கு கிளிச்சுத் தாறேன்."

நடந்து, இரண்டு பேர்களும் பரஸ்பரம் பிரியவேண்டிய இடத்திற்கு வந்துவிட்டார்கள்.

"சாமி, அப்பொ எனக்கு விடைகொடுங்க. ஒண்ணும் மனசிலே வச்சுக்கிடாதீங்க" என்றான் எழுபத்திமூன்று நாற்பத்தியேழு.

"என்ன நெனக்கிறது. காக்கி ஜாதியே இப்படித்தான்" என்றார் அர்ச்சகர்.

"எல்லாம் ஒரே ஜாதிதான்" என்றான் எழுபத்திமூன்று நாற்பத்தி யேழு.

"அதுசரி, நாளைக்கு என்ன செய்யப்போறேர்?"

"என்ன செய்யுதுனு விளங்கெலெ. அதுக்கு முகத்திலே போய் முளிக்கவே வெக்கமாயிருக்கு. ஆயிரம் நெனப்பு நெனச்சுக்கிட்டு இருக்கும். சரி, நான் வாறேன்" என்று சொல்லிவிட்டு நடந்தான் எழுபத்திமூன்று நாற்பத்தியேழு.

"ஓய், இங்கே வாரும்" என்றார் அர்ச்சகர்.

வந்தான்.

அர்ச்சகர் அரை வேஷ்டியை இலேசாக அவிழ்த்துவிட்டுக் கொண்டார். இப்பொழுது வயிற்றில் ஒரு துணி பெல்ட் தெரிந்தது. துணி பெல்ட்டில் ஒவ்வொரு இடமாகத் தடவிக் கொண்டே முதுகுப்புறம் வந்ததும் சட்டென்று கையை வெளியில் எடுத்தார்.

ஐந்துரூபாய் நோட்டு!

"இந்தாரும், கையெ நீட்டும்" என்றார் அர்ச்சகர். எழுபத்திமூன்று நாற்பத்தியேழு ஒரு நிமிஷம் தயங்கிவிட்டு கையை நீட்டி வாங்கிக்கொண்டான்.

“கொழந்தை பிறந்தநாளுக்கு குறை ஏற்படாதுன்னு தறேன்” என்றார் அர்ச்சகர்.

“சாமி, ரொம்ப உபகாரம், ரொம்ப உபகாரம்” என்றான் எழுபத்திமூன்று நாற்பத்தியேழு. அவன் குரல் தழதழத்தது.

“ஆனந்த பாஷ்பம் ஒண்ணும் வடிக்க வேண்டாம். ஒண்ணாம் தேதி சம்பளம் வாங்கினதும் திருப்பித் தந்துடணும்” என்றார் அர்ச்சகர்.

“நிச்சயமா தந்துடுதேன்.”

“கண்டிப்பாத் தந்துடணும்.”

“தந்துடுதேன்.”

“தரலையோ, எச். ஸிட்டெச் சொல்லுவேன்.”

இருவரும் சிரித்துக்கொண்டார்கள்.

“நாளைக்கு நம்ம கோயிலுக்கு கூட்டிண்டு வாரும் கொழந்தெயெ. கண்ணம்மா வந்தா ரொம்ப சந்தோஷப்படுவன் நதீக்கிருஷ்ணன். நானே கூடயிருந்து ஜமாய்ச்சுப்புடறேன்.”

“சரி, அப்படியே கூட்டிட்டு வாறேன்.”

“அப்பொ நான் வறேன். முதல் தேதி ஞாபகமிருக்கட்டும்” என்று சொல்லிக்கொண்டே இருட்டில் நடந்தார் அர்ச்சகர்.

எழுபத்திமூன்று நாற்பத்தியேழு அவர் மறைவதைப் பார்த்துக்கொண்டே நின்றான்.

*சரஸ்வதி,* 1958

# சன்னல்

நான் படுத்திருந்த கட்டில், சன்னல் அருகே கிடந்தது. சில மாதங்களுக்கு முன் ஒருநாள் அந்திவேளையில் இழைந்து இழைந்து படுக்கையில் போய் விழுந்தேன். பின்னால் எழுந்திருக்கவே முடியாமல் போய்விட்டது. இவ்வளவு நீண்ட நாட்கள் கட்டிலோடு கட்டிலாய்க் கிடக்க நேருமென்று எண்ணவேயில்லை. ஐந்தாறு மாதங்களாய்விட்டன. இல்லை இன்னும் அதிகமாகவே இருக்கும். என்னால் நிச்சயமாகச் சொல்லமுடியாது. இது எந்த மாதம் என்று எனக்குத் தெரியாது. தேதியும் தெரியாது, கிழமையும் தெரியாது.

நீண்ட நாட்களாக சன்னல் அருகே கிடக்கும் இந்தக் கட்டிலில் விழுந்து கிடக்கிறேன்.

என் காலும் கையும் குச்சி மாதிரியாகிவிட்டன. உடம்பு இளைத்துவிட்டது. ஒருநாள் என் தங்கை கட்டிலின் பக்கத்தில் வந்து வெகுநேரம் என்னை இமைக்காமல் பார்த்துவிட்டு என்ன தோன்றிற்றோ தெரியவில்லை, 'அண்ணா, நீ பல்லி மாதிரி இருக்கிறாய்' என்று சொல்லி விட்டு ஓடிவிட்டது. கட்டிலிலிருந்து முழு உயரம் மேலே சென்று மீண்டும் பொத்தென்று விழுந்ததுபோல் இருந்தது எனக்கு. நான் என்னைக் கண்ணாடியில் பார்த்து வெகு நாட்களாகிவிட்டன. எனக்குக் கண்ணாடி கொண்டு தருவாரில்லை. ஒரு தடவை என் முகத்தைப் பார்த்துக் கொள்ள ஆசை. மனதிற்குள் ஒரே நமைச்சல். நான் சொல்வது யாருடைய செவியிலும் விழவில்லை. ஒரு வேளை நான் என் முகத்தைப் பார்த்தால் கண்ணீர் சிந்துவேன் என்று எண்ணுகிறார்கள் போலிருக்கிறது. இருந்தாலும் ஒரு தடவை என் முகத்தைப் பார்த்துக்கொள்ள கொள்ளை ஆசையாக இருக்கிறது.

விலா எலும்புகள் கூடைப்பின்னல் மாதிரியாகிவிட்டதால் கனமான பஞ்சு மெத்தை உறுத்திற்று. சதை வற்றவற்ற எலும்புகள் துருத்திக்கொண்டு வந்ததில், கழுத்துக்குக் கீழ் ஒரு பள்ளம். ஆழாக்குத் தண்ணீர் பிடிக்கும்.

எனக்கு கையைக் காலை மடக்க முடியாது; அசைக்க முடியாது. கை கால்களில் கணுவுக்குக் கணு வீக்கம். படுக்கை தான். படுத்த படுக்கை.

சில சமயம் வலி சுருட்டிச் சுருட்டிப் பிசைந்துவிடும். கண்களிலிருந்து தாரை தாரையாய்க் கண்ணீர் வழியும். இருந்தாலும் வாயைத் திறக்கமாட்டேன். வாயைக் கட்டிக்கொண்டு வலியை, வேதனையை மென்று தின்பதில் எனக்கு நீண்டகாலப் பயிற்சியுண்டு.

ஒரு நாள் நடந்த சம்பவம்.

கூரையிலிருந்து ஒரு குளவி பொத்தென்று என் நெஞ்சில் வந்து விழுந்துவிட்டது. ஆள் மாற்றி ஆள் மாற்றி அக்கா, தங்கை, அம்மா, அப்பா என்று யாராவது காவலிருப்பார்கள் என்னருகில். விபரீதம் – அன்று யாருமே இல்லை. என்ன செய்வேன் நான்?

மேல் கூரையிலிருந்து ஒரு குளவி நெஞ்சில் – நட்ட நடுவில் விழுந்துவிட்டது. விழுந்த குளவி நெஞ்சில் சுற்றிச்சுற்றி வந்தது. சுற்றிக் கழுத்தில் ஏறிவிட்டது. நான் இமை தாழ்த்திப் பார்த்தேன். தெரியவில்லை. குளவியின் ஊரல் புலன்களைத் தாக்கிக்கொண்டிருந்தது.

அறையில் ஒருவருமில்லை.

சப்தம் போடலாம். சப்தம் எழாது. தொண்டையில் வீக்கம், சப்தம் குதிக்காது. வலியோ துடித்துவிடும்.

ஊர்ந்து ஊர்ந்து குளவி காதருகே வந்துவிட்டது.

காதிற்குள் போய்விட்டால்...?

'அம்மா!'

சப்தம் கிளம்பவில்லை.

கண்களிலிருந்து நீர் தாரை தாரையாக வழிந்து தலையணை நனைந்தது.

அந்த வயதிற்குள்ளாகவே எவ்வளவோ கண்ணீரைக் குடித்து வளர்ந்தவன்.

கண்களுக்குப் புலப்படாத எந்த மகாசக்தி அம்மாவின் காதில் சென்று ஓதியதோ – ஓடோடி வந்தாள். என் அறையில் தீப்பற்றிக் கொண்டதுபோல் வந்தாள். யாரோ கையைப்பிடித்து இழுத்து வந்ததுபோல் வந்தாள்.

குளவி நாசியில் ஏறி, நெற்றிப்பொட்டை நோக்கி ஊர்ந்து கொண்டிருந்தது.

"அம்மா!"

என்னுடைய உட்செவிக்குள்தான் என் குரல் எதிரொலித்தது.

அப்பொழுதுதான் என் தாய் வாசலில் வந்து நின்றாள்.

"அம்பீ!" என்று கத்திக்கொண்டே எனக்கருகே வந்தாள்.

புடவைத் தலைப்பால் முகத்தை விசிறினாள். புடவைத் தலைப்பால் முகத்தைத் துடைத்தாள்.

அவள் கண்களிலிருந்து குருதிதான் வழிந்தது.

என் அறை எனது கண்களுக்குப் புளித்துவிட்டது.

மஞ்சள் பூசிய சுவரை எத்தனை நேரம்தான் பார்த்துக் கொண்டிருப்பது? அந்தச் சுவரில் தெளிவாகத் தெரிந்த நாலு கறுப்புப் புள்ளிகளைப் பார்த்துக்கொண்டே இருந்தேன். இரண்டு இடங்களில் சுண்ணாம்பு வெடித்து சிப்பி மாதிரி உயர்ந்து இப்பவா அப்பவா என்று விழக் காத்துக்கொண்டிருந்தது. இரண்டு மாதங்களுக்கு முன் ஒன்று உதிர்ந்துவிட்டது. இதுவும் உதிர்ந்துவிடும். கட்டிலின் உயரத்திற்கு ஒரே ஒரு இடத்தில் மட்டும் மூக்கை வழித்துத் தேய்த்திருந்தது. அது உலர்ந்து பார்ப் பதற்கு அருவருப்பாக இருந்தது. அதைப் பார்க்கவே கூடாது என்று தினம் தினம் சங்கல்பம் செய்துகொள்வேன். ஒவ்வொரு நாளும் பார்க்கத் தவறவுமில்லை.

கட்டில் பக்கத்தில் ஒரு முக்காலி. கையை நீட்ட முடியு மென்றால் தொட்டுவிடலாம். அதில் நோயாளியின் ஏகபோகச் சொத்துகள். காப்பித் தம்ளர் வைத்த இடத்தில் வட்டக்கறை வளையங்கள். இரண்டு தெளிவாகத் தெரியவில்லை.

என் கண்களுக்கு மேல் பதினொன்று உத்தரக் கட்டைகள். அந்தக் கட்டைகளில் . . . போதும்! எனக்கு அலுத்துவிட்டது.

என் கண்களுக்கு என் அறை புளித்துப் போய்விட்டது. அதே காட்சிகள், அதே மாதிரி ஒவ்வொரு நாளும் எனக்கு வெறுப்புத் தட்டிவிட்டது.

ஆனால் . . .

நான் படுத்திருந்த கட்டில் சன்னல் அருகே கிடந்தது.

அந்தச் சன்னல் பெரிது என்பதில்லை; சிறிது என்பது மில்லை. ஆனால் என் கண்களுக்கு அந்தச் சன்னல் பெரிதாகத் தான் காட்சி தந்துகொண்டிருந்தது. அன்று எனக்கு அது மதிக்க முடியாத ஒன்றாக இருந்தது.

சன்னலுக்கு நாலு கம்பிகள். அதற்கு முன் ஒரு பந்தல். வெக்கைக்குப் போட்ட வேலி.

அந்தப் பந்தலில் சாய்ப்பு மூங்கிலைப் பார்த்துக்கொண்டே இருப்பேன். அதில் பிளக்கப்படாத உருண்டை மூங்கில்களில் பல துவாரங்களைக் கவனித்தேன். யார் போட்ட துளைகள் அவை? ஒருநாள் துவாரங்களை எண்ணிப்பார்த்தேன். ஏழு. பத்து நாட்கள் கழிந்தன. மீண்டும் எண்ணிப் பார்த்தேன். பத்து . . . அடிசக்கை! இதென்ன மாயம்? ஒவ்வொரு நாளும் கவனித்தேன். அப்பொழுது ஒருநாள் மத்தியானம் ஒருவர் வந்தார். வேறு யாருமில்லை. ஒரு வண்டு. கன்னங்கரேலென்று. ஓஹோ, நீரா இந்த வேலை பண்ணுகிறீர். பலே ஆளய்யா நீர்! வண்டுகள் 'ஸ்ஸ்' என்று சப்தம் செய்துகொண்டே 'அந்தரத் தில் சுழன்றபடி நாட்கணக்கில் துளைகள் போடுகின்றன . . . பேஷ், அப்படியா சங்கதி!

பந்தலை அடுத்தாற்போல் காம்பௌண்டுச் சுவர். அதை யொட்டி இரண்டு ரோஜாச்செடிகள். ஒன்று பெரியது; மற் றொன்று சிறியது. அம்மா ரோஜா; குழந்தை ரோஜா.

காலையில் கண் விழித்ததும் ரோஜா மொக்குகளை எண்ணு வேன். மறுநாள் அவை மலர்ந்து தென்றலில் ஊசலாடும். மீண்டும் புது மொக்குகள். காலையில் ரோஜா. மழை பெய்தால் சொட்டச் சொட்டக் குளித்துவிட்டு என்னைப் பார்த்துச் சிரிக்கும். சிரிப்பாய் சிரிக்கும்.

ஒருநாள் பால்காரியின் பெண் ரோஜாச் செடி பக்கத்தில் வந்து நின்றாள். வழக்கமாக அந்தப் பெண்ணின் தாயார்தான் பால் கொண்டுவருவாள். இத்தனை மணிக்கு இன்னார் சன்ன லைத் தாண்டிப் போவார்கள் என்பது எனக்கு அத்துப்படி. காலோசை கேட்டால், இன்னார் என்று மனதில் தீர்மானித்துக் கொண்டே திரும்பிப் பார்ப்பேன். நான் நினைத்தபடிதான் இருக்கும். இதில் எனக்குப் பெருமை.

அன்று பால்காரிப் பெண் ரோஜாச் செடியின் பக்கம் வந்தாள். அங்கு சன்னலோரத்தில் நான் படுத்திருப்பது அவளுக்கு எங்கே தெரியும்? அக்கம் பக்கம் பார்த்துவிட்டுச் சட்டென்று ஒரு ரோஜா மலரைப் பறித்துப் பால் செம்பில் போட்டுக்கொண் டாள். தலை நிமிர்ந்து சன்னலைப் பார்த்தாள். முகம் சுண்டிப் போய்விட்டது. எனக்குத் தர்மசங்கடமாகப் போய்விட்டது. 'யாரிடமும் சொல்ல மாட்டேன்' என்று கண்களால் செய்தி சொன்னேன். சிரித்துக்கொண்டே ஓடிவிட்டாள் அவள்.

சில சமயம் எதிர்வீட்டு வாழைத் தோட்டத்தைப் பார்த்துக் கொண்டிருப்பேன். நான் படுக்கையில் விழுந்த அன்றுதான் கன்றுகள் நட்டார்கள். அவை என் கண்முன்னே வளர்ந்தன. வளர்ந்து பெரிதாயின. அந்த வீட்டு மாமி மாதிரி புஷ்டியாக இருந்தது ஒவ்வொரு வாழையும். இலை மிகப்பெரியது; என் மெத்தையைவிடப் பெரியது. பின்னால் குலை தள்ளிற்று. அழகான குலைகள். அந்தி வேளையில் வௌவால்கள் வாழைத் தோட்டத் தில் சுற்றிச் சுற்றி வரும். வாழைப் பூவிலிருந்து தேனைப் பருகும் காட்சி அற்புதமாக இருக்கும். எனக்குச் சொல்லத் தெரியவில்லை. மிகவும் அற்புதமாக இருக்கும்.

என் கண்களுக்கு ரோடு தெரியாது. ஆனால் மின்சாரத் தூண்களின் தலையும் தலையோடு ஓடும் கம்பிகளும் தெரியும். நான் படுக்கையில் விழுந்த புதிதில் கவனித்திருக்கிறேன். முன்னை விடவும் கம்பிகள் மிகவும் தொய்ந்துபோய்விட்டன இப்பொழுது. கம்பியை இழுத்துக்கட்ட ஆட்கள் வருவார்கள் என்று எண்ணி னேன். பின்னால் ஒரு சமயம் பார்த்தபொழுது பழையபடி விறைப்பாக இருந்தது. ஆச்சரியம்தான். எனக்கு மர்மம் புரிய வில்லை. அம்மாவிடம் சொன்னேன். அவளுக்கும் புரியவில்லை. என்ன மாயமோ என்று சொல்லிவிட்டாள்.

சாரல் சமயங்களில் தண்ணீர்த் திவலைகள் மின்சாரக் கம்பி வழியாகச் சிறிது தூரம் கீழ்நோக்கி ஓடிவிட்டு உதிரும். அப்பொழுது இளம் வெயிலும் அடித்துவிட்டால் போதும். அற்புதமாக இருக்கும். ஒரு திவலைத் தண்ணீரில் ஓராயிரம் நிறங்கள். அப்படி ஓரே ஒரு தடவைதான் பார்க்கக் கிடைத்தது எனக்கு.

சடக் சடக்கென்று ஓயாமல் வண்டிகள் நகரும். ஆனால் வண்டிகள் போவது என் கண்களுக்குத் தெரியாது. வைக்கோல் வண்டிகள் போனால் வைக்கோல் மட்டும் தெரியும். சில சமயம் அதன் மேல் ஒருவன் 'நான்தாண்டா ராஜா' என்கிற தோரணையில் வீற்றிருப்பான். உடம்பு சொஸ்தமானதும் ஒரு

நாள் வைக்கோல் வண்டியில் சவாரி போக வேண்டுமென்று நானும் தீர்மானித்துக் கொண்டேன். குத்தகைக்காரன் தாணு மாலயனிடம் சொல்லி வைக்க வேண்டும்.

அய்யரின் வீட்டுக்கூரையில் ஒரு பக்கம் மட்டும் தெரியும். அங்கு சில சமயம் காக்காய்க் கூட்டம் கூடிவிடும். காக்காய்ப் பள்ளிக்கூடம் போலிருக்கிறது. சற்று பெரிய – காக்கை ஜாதியிலும் கறுப்பாக – ஒரு காக்காய் கூட்டத்தில் தனித்துத் தெரியும்படி உட்கார்ந்து கொண்டிருக்கும். அவர்தான் ஹெட்மாஸ்டராக இருக்கவேண்டும். நான் பார்த்துக்கொண்டிருக்கிறபொழுதே அந்தப் பெரிய காக்காய் ஒரு சிறு காக்கையை அலகால் கொத்திற்று. வீட்டுப் பாடம் செய்யாவிட்டால் அவ்வளவுதான்!

சில சமயம் அய்யர் வீட்டுக் கூரை பெரிதாகப் புகையும். அடுக்களையிலிருந்து கம்மென்று வாசனை வீசும். நான் இன்ன கறி, இன்ன பட்சணம் என்று முடிவு செய்துகொள்வேன். அப்பொழுதெல்லாம் வாயில் நீர் ஊறிவிடும். என்னை அறியாமல் கன்னத்தில் வழிந்துவிடுவதும் உண்டு. அம்மா வந்து துடைத்து விடுவாள்.

வானத்தை மணிக்கணக்காய்ப் பார்த்துக் கொண்டிருப்பேன். ஆஹா, எவ்வளவு அழகு! மேகக்கூட்டம் கும்பல் கும்பலாக யாத்திரை செய்த வண்ணமிருக்கும். எங்கு செல்கிறதோ? சில சமயம் சோம்பல் பிடித்தாற்போல் பதிந்துவிடும். அசைவே இராது. எனக்கு மேகத்தின் மேல் படுத்துக்கொள்ள வேண்டும் போல் இருக்கும். மேகத்தை வாரி வாரித் தலைவழியே போட்டுக் கொள்ள வேண்டும் போல் இருக்கும். தூய வெள்ளையாக, மங்கிய கறுப்பாக, ஒரே கறுப்பாக, சாம்பல் வெள்ளையாக... புதுசு புதுசாக வேஷம் போட்டுக்கொண்டு வரும். உருமாறி உருமாறி, உருவத்திற்குள் வந்து விழுந்துவிடும். மயில் மாதிரி, ஒரு ராட்சசன் படுத்துக்கிடப்பது மாதிரி, குதிரை நாலுகால் பாய்ச்சலில் பறப்பது மாதிரி, மிகப் பெரிய ஆல விருட்சம் மாதிரி...

ஒருநாள் ஒரு தங்கரதம். ஆறு குதிரைகள். சாரதியில்லாமலே தேர் ஓடுகிறது. மறுநிமிஷம் உருக்குலைந்துபோய் விட்டது.

ஒரே ஒருநாள் மட்டும் ஏனோ, மேகம் ஒரு கட்டில்போல் திரண்டுவிட்டது. அதில் நோஞ்சலாக, குச்சி மாதிரி ஒரு குழந்தை படுத்துக்கிடக்கிறது. அன்று அதைப்பார்த்து, நான் ஏங்கி ஏங்கி அழுதேன்.

அம்புலியை எப்பொழுதும் பார்க்க முடியாது. எப்பொழு தாவது ஒரு தடவை சன்னலோடு தெரியும் சுற்று வட்டத்திற்குள் வரும். சிலநாட்களில் மறைந்துபோகும். மீண்டும் ஒருநாள் திடீரென்று வடகோடியில் அம்புலியின் விளிம்பு தெரியும். அன்று நான் பூரித்துப்போய்விடுவேன். பின்னால் தினம் தினம் தென்கோடியை நோக்கி நகர்ந்து நகர்ந்து சன்னலின் நடுமையத் தில் வரும். அன்று ஒரே கொண்டாட்டம்தான். அம்புலி என் முகத்தையே பார்த்துக்கொண்டிருப்பது போலிருக்கும். என்னைப் பார்த்து வா வா என்று அழைப்பது போலிருக்கும். சில நாட்களில் மீண்டும் மறைய ஆரம்பித்துவிடும். இரண்டொரு நாட்கள் மிகுந்த சிரமத்தோடு உன்னி உன்னிப் பார்ப்பேன். பின்னால் அப்படிப் பார்த்தாலும் தெரியாதபடி மறைந்துவிடும்.

நக்ஷத்திரங்கள் முதல் பார்வையில் ஒன்றிரண்டுதான் தெரியும். பார்க்கப் பார்க்கப் பெருகும். கண்களைச் சுருக்கிக் கொண்டு பார்த்தால், கண்ணிற்கும் தாரகைக்கும் ஒரு ஒளிக்கதிர் விட்டுவிட்டு இணையும். கண்ணிற்குள்ளேயே நக்ஷத்திரங்கள் பூத்து மலருவது போலவும் இருக்கும்.

அந்தி நேரத்தில் சன்னலருகே கூட்டல் சின்னங்கள் போல் குஞ்சுக் குஞ்சுத் தும்பிகள் பறக்கும். மேலும் கீழுமாகச் சுற்றி வந்து சூனியத்தில் கோலங்கள் போடும்.

கண்கள் விண்டது முதல் இறுகுவதுவரை சன்னல் வழியாகப் பார்த்துக்கொண்டே இருப்பேன்.

எனக்கு அலுக்காது; சலிக்காது.

போன பொழுதிற்கெல்லாம் அர்த்தம் கொடுத்துக் கொண் டிருந்தது அந்த சன்னல்தான்.

ஆனால் . . .

ஒருநாள் கண்ணை விழித்ததும் சன்னலைப் பார்த்தேன். பார்த்த இடத்தில் சுவர்தான் இருந்தது. என்ன இது? சன்னல் எங்கே?

என் அம்மா பக்கத்தில் நின்றுகொண்டு சொன்னாள்:

"நேற்று நீ தூங்கிய பின்பு டாக்டர் வந்திருந்தார். தணுப்புக் காற்று ஆகாதாம். கட்டிலை இழுத்துச் சுவர் ஓரம் போடச் சொல்லி விட்டார்."

நான் 'ஓ' வென்று அழுதேன். கேவிக் கேவி அழுதேன்.

அறையில் குடும்பமே கூடிவிட்டது. அம்மா, அப்பா, அக்கா, தங்கை, அண்ணா, தம்பி...

"ஐயோ, குழந்தைக்கு என்ன செய்கிறதோ தெரியவில்லையே?" என்று கையை உதறினாள் அம்மா.

எல்லோரும் அழ ஆரம்பித்துவிட்டார்கள்.

அப்பா படபடத்தார்.

"எதற்கு அழுகிறாய்? என்ன செய்கிறது சொல்லு? சொல்லுடா சொல்லு. இதோ டாக்டரைக் கூட்டிவந்து விடுகிறேன்."

என் கன்னத்தில் கண்ணீர் வழிந்துகொண்டிருந்தது.

"எதற்கு சொல்லு? என் கண்ணல்லவா நீ, சொல்லு" என்று அம்மா கெஞ்சினாள்.

நான் முணுமுணுத்தேன். அம்மா அவள் காதை என் வாயருகே வைத்துக்கொண்டாள்.

நான் முணுமுணுத்தேன்:

"எனக்கு மூச்சு முட்டுகிறது."

எல்லோரும் "டாக்டர்! டாக்டர்!" என்று கத்தினார்கள்.

சரஸ்வதி, 1958

# ஸ்டாம்பு ஆல்பம்

ராஜப்பாவின் புகழ் மங்கிப்போய்விட்டது. மூன்று நாட்களாக நாகராஜனைச் சுற்றிக் கூட்டம். நாகராஜனுக்குக் கர்வம் வந்துவிட்டது என்று ராஜப்பா எல்லாப் பையன் களிடமும் சொன்னான். பையன்கள் அதை ஒப்புக்கொள்ள வில்லை. நாகராஜன் சிங்கப்பூரிலிருந்து அவன் மாமா அனுப்பி வைத்த ஆல்பத்தை எல்லோரிடமும் காட்டினான். பள்ளிக்கூடத்தில் காலை முதல் மணி அடிப்பதுவரை பையன்கள் நாகராஜனைச் சுற்றிச்சூழ நின்றுகொண்டு ஆல்பத்தைப் பார்த்தார்கள். மதியம் இடைவேளையிலும் அவனை மொய்த்தார்கள். கோஷ்டி கோஷ்டியாக வீட்டிற்கு வந்தும் பார்த்துவிட்டுப் போனார்கள். பொறுமையோடு எல்லோருக்கும் காட்டினான் அவன். யாரும் ஆல்பத்தைத் தொடக்கூடாது என்று மட்டும் சொன்னான். அவன் மடியில் வைத்தபடி ஒவ்வொரு பக்கமாகத் திருப்புவான். பையன்கள் பார்த்துக்கொள்ள வேண்டும்.

வகுப்புப் பெண்களுக்கும் நாகராஜனின் புதிய ஆல்பத் தைப் பார்க்க வேண்டுமென்று ஓரே ஆசை. பெண்கள் சார்பில் பார்வதி வந்து கேட்டாள். அவள் தைரியத்திற்குப் பெயர் போனவள். ஆல்பத்திற்கு அட்டைபோட்டு அவள் கையில் கொடுத்தான் நாகராஜன். எல்லாப் பெண்களும் பார்த்த பின் மாலையில் ஆல்பம் கைக்கு வந்து சேர்ந்தது.

இப்பொழுது ராஜப்பாவின் ஆல்பத்தைப்பற்றிப் பேசுவாரில்லை. அவனுடைய புகழ் மங்கித்தான் போய் விட்டது.

ராஜப்பாவின் ஆல்பம் மாணவர்கள் வட்டாரத்தில் மிகவும் பிரசித்திபெற்றது. தேனீ தேன் சேர்ப்பது மாதிரி ஒவ்வொரு ஸ்டாம்பாகச் சேர்த்து வைத்திருந்தான். இதைத் தவிர வேறு எந்த விஷயத்திலும் கவனமில்லை அவனுக்கு. காலையில் எட்டு மணிக்கே வீட்டைவிட்டுக் கிளம்பிவிடுவான். ஸ்டாம்பு சேர்க்கும் பையன்கள் வீடுதோறும் ஏறி இறங்குவான். இரண்டு ஆஸ்திரேலியாவைக் கொடுத்துவிட்டு ஒரு பின்லண்டு வாங்குவான். இரண்டு பாகிஸ்தான் வாங்கிக்கொண்டு ஒரு ருஷ்யாவைக் கொடுப்பான். மாலையில் வீட்டுக்கு வந்து புத்தகத்தை மூலையில் எறிந்துவிட்டு, முறுக்கைக் கையில் வாங்கி நிக்கர் பையில் அடைத்து, நின்றபடியே காபியை விட்டுக்கொண்டு கிளம்பி விடுவான். நாலு மைல் தொலைவில் ஒரு பையனிடம் கானடா இருப்பதாகத் தகவல் கிடைத்திருக்கும். முறுக்கைக் கடித்துக் கொண்டே வயல்காட்டு வழியே குறுக்குப் பாதையில் ஓடுவான்.

அந்தப் பள்ளிக்கூடத்திலேயே அவனுடைய ஆல்பம்தான் பெரிய ஆல்பம். சிரஸ்தார் பையன் அவன் ஆல்பத்தை இருபத்தைந்து ரூபாய்க்கு விலைக்குக் கேட்டான். பணக் கொழுப்பு! பணத்தைக் கொடுத்து ஆல்பத்தை விலைக்கு வாங்கிவிடலாமென்று நினைத்தான். ராஜப்பா சுடச்சுட பதில் கொடுத்தான். “உங்க வீட்டிலெ ஒரு அழகான குழந்தை இருக்கே. முப்பது ரூபாய் தறேன். விலைக்குத் தாயேன்” என்று கேட்டான். கூடியிருந்த பையன்கள் எல்லோரும் கைதட்டி, விசில் அடித்து ஆமோதித்தார்கள்.

ஆனால் இப்பொழுது அவன் ஆல்பத்தைப்பற்றிப் பேச்சே இல்லை. அதுமட்டுமல்ல, நாகராஜனின் ஆல்பத்தைப் பார்த்தவர்கள் எல்லோரும் அதை ராஜப்பாவின் ஆல்பத்தோடு ஒப்பிட்டுப் பேசினார்கள். ராஜப்பாவின் ஆல்பத்தைத் தூக்கி அடித்துவிட்டதாம்!

ராஜப்பா நாகராஜனின் ஆல்பத்தைக் கேட்டு வாங்கிப் பார்க்கவில்லை. ஆனால் மற்றப் பையன்கள் பார்க்கிறபொழுது அந்தப் பக்கமே திரும்பாதது போல் பாவித்துக்கொண்டு ஓரக் கண்ணால் பார்த்தான். உண்மையாகவே நாகராஜனின் ஆல்பம் மிகவும் அழகாகத்தான் இருந்தது. ராஜப்பா ஆல்பத்திலிருந்த ஸ்டாம்புகள் நாகராஜனின் ஆல்பத்தில் இல்லை. எண்ணிக்கையும் குறைவுதான். ஆனால் அந்த ஆல்பமே அற்புதமாக இருந்தது. அதைக் கையில் வைத்துக்கொண்டிருப்பதே பெருமை தரும் விஷயம்தான். அந்த மாதிரி ஆல்பமே அந்த ஊர் கடைகளில் கிடைக்காது.

நாகராஜனின் ஆல்பத்தின் முதல் பக்கத்தில் முத்து முத்தான எழுத்தில் கீழ்கண்டவாறு எழுதியிருந்தது. அவன் மாமா அப்படி எழுதி அனுப்பியிருந்தார்.

**ஏ.எஸ். நாகராஜன்**

> வெட்கம் கெட்டுப்போய் இந்த ஆல்பத்தை யாரும் திருட வேண்டாம். மேலே எழுதியிருக்கும் பெயரைப் பார். இது என்னுடைய ஆல்பம். புல் பச்சை நிறமாக இருப்பதுவரை, தாமரை சிவப்பாக இருப்பதுவரை, சூரியன் கிழக்கில் உதித்து மேற்கில் அஸ்தமிப்பதுவரை இந்த ஆல்பம் என்னுடையதுதான்.

மற்ற பையன்கள் எல்லோரும் இதைத் தங்களுடைய ஆல்பத்திலும் எழுதிக்கொண்டார்கள். பெண்கள் தங்களுடைய நோட் புத்தகத்திலும் பாடப் புத்தகத்திலும் எழுதிக்கொண்டார் கள். "எதுக்கடா அவனைப் பார்த்துக் காப்பி அடிக்கணும்? ஈயடிச்சான் காப்பி" என்று எல்லாப் பையன்களிடத்திலும் இரைந்தான் ராஜப்பா.

ஒருவரும் பதில் பேசாமல் ராஜப்பா முகத்தையே பார்த்தார் கள். கிருஷ்ணனுக்குப் பொறுக்கவில்லை.

"போடா அசூயை பிடிச்ச பயலே" என்று கத்தினான் கிருஷ்ணன்.

"எனக்கு எதுக்குடா அசூயை? அவன் ஆல்பத்தைவிட என் ஆல்பம் பெரிசுடா" என்றான் ராஜப்பா.

"அவனிடம் இருக்கிற ஒரு ஸ்டாம்பு உன்னிடம் இருக்கா? இந்தோனேஷியா ஸ்டாம்பு ஒண்ணு போருமே. கண்ணில் ஒத்திக்கடா அவன் ஸ்டாம்பெ" என்றான் கிருஷ்ணன்.

"என்னிடம் இருக்கிற ஸ்டாம்பெல்லாம் அவனிடம் இருக்கா?" என்று கேட்டான் ராஜப்பா.

"அவனிடம் இருக்கிற ஒரு ஸ்டாம்பு ஒண்ணு காட்டு பாப்பம்" என்றான் கிருஷ்ணன்.

"என்னிடம் இருக்கிற ஒரு ஸ்டாம்பு அவன் காட்டட்டும் பாக்கலாம். பத்து ரூபா பெட்."

"உன் ஆல்பம் குப்பைத்தொட்டி ஆல்பம்" என்று கத்தினான் கிருஷ்ணன். எல்லாப் பையன்களும் 'குப்பைத்தொட்டி ஆல்பம், குப்பைத்தொட்டி ஆல்பம்' என்று கத்தினார்கள்.

தன்னுடைய ஆல்பத்தைப் பற்றி இனிமேல் பேசிப் பய னில்லை என்று தெரிந்துகொண்டான் ராஜப்பா.

அவன் அரும்பாடுபட்டுச் சிறுகச் சிறுகச் சேர்த்த ஆல்பம். சிங்கப்பூரிலிருந்து ஒரு தபால் வந்து நாகராஜனை ஒரே நாளில் பெரியவனாக்கிவிட்டது. இரண்டிற்குமுள்ள வேற்றுமை பையன் களுக்குத் தெரியவில்லை. சொன்னாலும் அசடுகளுக்கு மண்டை யில் ஏறாது.

ராஜப்பா தன்னிலையின்றி குமைந்துகொண்டிருந்தான். பள்ளிக்கூடம் போவதற்கே பிடிக்கவில்லை.

மற்றப் பையன்கள் முகத்தில் விழிப்பதற்கே வெட்கமாக இருந்தது. வழக்கமாக சனி ஞாயிறுகளில் ஸ்டாம்பு வேட்டைக்கு அலையாத அலைச்சல் அலைபவன் இந்தத் தடவை வீட்டை விட்டு வெளியே தலை நீட்டவில்லை. ஒரு நாளில் ராஜப்பா அவன் ஆல்பத்தை எத்தனை தடவை திருப்பித் திருப்பிப் பார்ப்பான் என்பதற்குக் கணக்கே கிடையாது. இரவு படுத்துக் கொண்டபின் திடீரென்று ஏதோ நினைத்துக்கொண்டு டிரங்குப் பெட்டியைத் திறந்து ஆல்பத்தை எடுத்து ஒரு புரட்டு புரட்டி விட்டு வருவான். அதை இரண்டு நாட்களாக வெளியிலேயே எடுக்கவில்லை. ஆல்பத்தைப் பார்ப்பதற்கே எரிச்சலாக இருந்தது. நாகராஜனின் ஆல்பத்தைப் பார்க்கிறபொழுது தன்னுடைய ஆல்பம் வெறும் அப்பளக் கட்டு என்றுதான் தோன்றிற்று அவனுக்கு.

அன்று மாலை ராஜப்பா நாகராஜனின் வீடு தேடிச் சென்றான். அவன் ஒரு முடிவுக்கு வந்துவிட்டான். இந்த அவமானத்தை அவனால் அதிக நாட்கள் தாங்கிக்கொள்ள முடியாது.

திடீரென்று ஒரு புதிய ஆல்பம் நாகராஜன் கைக்கு வந்து சேர்ந்திருக்கிறது. அவ்வளவுதான்! ஸ்டாம்பு சேகரிப்பதிலுள்ள தந்திரங்கள் அவனுக்கு என்ன தெரியும்? ஒவ்வொரு ஸ்டாம்புக் கும் ஸ்டாம்பு சேர்க்கிறவர்கள் மத்தியில் என்ன மதிப்புண்டு என்பது அவனுக்குத் தெரியுமா என்ன! பெரிய ஸ்டாம்புதான் சிறந்த ஸ்டாம்பு என்று நினைத்துக் கொண்டிருப்பான். அல்லது பெரிய தேசத்து ஸ்டாம்புதான் அதிக மதிப்புள்ளது என்று எண்ணிக் கொண்டிருப்பான். எப்படியும் அவன் அமெச்சூர் தானே? தன்னிடம் இருக்கும் உதவாக்கரை ஸ்டாம்புகள் சில கொடுத்து மணியான ஸ்டாம்புகளைத் தட்டிவிட முடியாதா என்ன? எத்தனையோ பேருக்கு நாமம் சாத்தவில்லையா? இதிலிருக்கிற தந்திரமும் மாயமும் கொஞ்சமா? நாகராஜன் எந்த மூலைக்கு!

ராஜப்பா நாகராஜன் வீட்டை அடைந்து மாடிக்குச் சென்றான். அவன் அடிக்கடி வருகிற பையன் என்பதால்

யாரும் ஒன்றும் சொல்லவில்லை. மாடியில் சென்று நாகராஜ னின் மேஜைக்கு முன் உட்கார்ந்தான். சிறிது நேரம் கழிந்ததும் நாகராஜனின் தங்கை காமாட்சி மாடிக்கு வந்தாள். "அண்ணா டவுனுக்குப் போயிருக்கிறான்" என்று சொல்லிவிட்டு, "அண்ணா ஆல்பத்தைப் பாத்தியா?" என்று கேட்டாள்.

"உம்" என்றான் ராஜப்பா.

"அழகான ஆல்பம் இல்லையா? ஸ்கூல்லெ வேறெ யாரிட்டே யும் இவ்வளவு பெரிய ஆல்பம் இல்லையாமே?"

"யாரு சொன்னா?"

"அண்ணாதான் சொன்னான்."

பெரிய ஆல்பம் என்றால் என்ன? பார்க்கப் பெரிதாக இருந்தால் போதுமா?

சிறிது நேரம் அங்கிருந்துவிட்டு, காமாட்சி கீழே சென்று விட்டாள்.

ராஜப்பா மேசையில் கிடந்த புத்தகங்களைப் பார்த்துக் கொண்டிருந்தான். திடீரென்று டிராயர் பூட்டில் கைபட்டது. பூட்டை இழுத்துப் பார்த்தான். பூட்டித்தான் இருந்தது. திறந்து பார்த்தால் என்ன? மேஜை மேலிருந்து சாவியைக் கண்டெடுத் தான். ஏணிப்படியோரம் சென்று ஒரு தடவை கீழே குனிந்து பார்த்துவிட்டு, சட்டென்று டிராயரைத் திறந்தான். மேலாக ஆல்பம் இருந்தது. முதல் பக்கத்தைத் திருப்ப, அதில் எழுதி யிருந்ததை வாசித்தான். நெஞ்சு படக் படக்கென்று அடித்துக் கொண்டது. ஒரு நிமிஷத்தில் டிராயரைப் பூட்டினான். ஆல்பத்தை எடுத்துச் சட்டைக்குள் நிக்கரில் செருகிக்கொண்டு கீழிறங்கி வீட்டைப் பார்த்து ஓட்டமாக ஓடினான்.

நேராக வீட்டிற்குள் சென்று புத்தக அலமாரிக்குப் பின்னால் ஆல்பத்தை மறைத்து வைத்தான். வாசல் பக்கம் வந்தான். உடம்பு பூராவும் கொதிப்பது போலிருந்தது. தொண்டை உலர்ந்தது. முகத்தில் ஜிவ் ஜிவ்வென்று ரத்தம் குத்திற்று.

இரவு எட்டு மணிக்கு எதிர்வீட்டு அப்பு வந்தான். கையை யும் தலையையும் ஆட்டிக்கொண்டு விஷயத்தைச் சொன்னான். நாகராஜன் ஸ்டாம்பு ஆல்பத்தைக் காணவில்லையாம்! அவனும் நாகராஜனும் டவுனுக்குச் சென்றிருந்தார்களாம். திரும்பி வந்து பார்க்கிறபோது மாயமாக மறைந்து விட்டதாம் ஆல்பம்.

ராஜப்பாவுக்கு ஒன்றும் பேசமுடியவில்லை. அவன் எப்படி யாவது போய்விட்டால் போதுமென்றிருந்தது. அப்பு சென்றதும்

அறைக்குள் வந்தான். கதவைச் சாத்தினான். அலமாரிக்குப் பின்னாலிருந்து ஆல்பத்தை எடுத்தான். கை விறைத்தது. ஜன்னல் வழியாக யாராவது பார்த்துவிடுவார்கள் என்று பயந்து மீண்டும் ஆல்பத்தை அலமாரிக்குப் பின்புறம் திணித்தான்.

இரவு சாப்பிட முடியவில்லை. வயிற்றை அடைத்துக் கொண்டு விட்டது. வீட்டிலுள்ள எல்லோரும் அவன் முகத்தைப் பார்த்து, "என்னடா, என்னடா" என்று கேட்டார்கள். தன்னுடைய முகம் பயங்கரமாகக் கோணியிருப்பது மாதிரித் தோன்றிற்று அவனுக்கு.

எப்படியாவது தூங்கிவிடுவோம் என்று படுக்கையை விரித்துப் படுத்தான். தூக்கம் வரவில்லை. தான் தூங்கும்பொழுது யாராவது அலமாரிக்குப் பின்னாலிருந்து ஆல்பத்தைக் கண் டெடுத்துவிட்டால் என்ன செய்வது என்று பயந்து, ஆல்பத்தை எடுத்துவந்து தலையணைக்கடியில் வைத்துக்கொண்டான்.

இரவு எப்பொழுது தூங்கினான் என்பது அவனுக்கேத் தெரியாது. காலையில் கண் விழித்த பின்பும் தலையணைக் கடியில் இருந்து ஆல்பத்தை எடுக்க முடியவில்லை. அம்மாவும் அப்பாவும் ஒருவர் மாற்றி ஒருவர் அங்கு வந்து கொண்டிருந்தார் கள். ஆல்பத்தோடு பாயைச் சுருட்டி அதன் மேல் உட்கார்ந்து கொண்டான்.

காலையில் மீண்டும் அப்பு வந்தான். அப்போதும் ராஜப்பா பாய்மேல்தான் உட்கார்ந்துகொண்டிருந்தான். அப்பு காலையில் நாகராஜன் வீட்டுக்குப் போய்விட்டு வந்திருந்தான்.

"நீ நேற்று அவனுடைய வீட்டுக்குப் போனியோ?" என்று கேட்டான் அப்பு.

ராஜப்பாவுக்கு வயிற்றைக் கலக்கிற்று. ஒரு தினுசாக மண்டையை ஆட்டினான். எப்படி வேண்டுமென்றாலும் அர்த்தம் எடுத்துக்கொள்ளும்படி தலையை அசைத்தான்.

"நாங்க வெளியில் போன பின் நீ மட்டும்தான் அங்கே வந்தாய் என்று காமாட்சி சொன்னாள்" என்றான் அப்பு.

தன்னை சந்தேகப்படுகிறார்கள் என்பது தெரிந்துவிட்டது ராஜப்பாவுக்கு.

"நேற்று ராத்திரியிலிருந்து இதுவரை அழுதுகொண்டே இருக்கிறான் நாகராஜன். அவன் அப்பா போலீஸுக்குச் சொன்னாலும் சொல்லுவார் போலிருக்கிறது" என்றான் அப்பு.

ராஜப்பா பேசாமலிருந்தான்.

"அவன் அப்பாவுக்கு டி. எஸ். பி ஆபீஸிலெதானே வேலை? அவர் விரலை அசைத்தால் போலீஸ் படையே திரண்டுவிடும்" என்றான் அப்பு. நல்லவேளை, அப்புவைத்தேடி அவன் தம்பி வந்தான். அப்பு சென்றுவிட்டான்.

ராஜப்பாவின் அப்பாவும் காலை உணவை முடித்துக் கொண்டு சைக்கிளில் ஆபீஸ் சென்றுவிட்டார். வாசல் கதவு சாத்தியிருந்தது.

ராஜப்பா படுக்கையிலேயே உட்கார்ந்து கொண்டிருந்தான். அரைமணி நேரமாயிற்று. அப்படியே அசையாமல் உட்கார்ந் திருந்தான்.

அப்பொழுது வாசல் கதவைத் தட்டும் ஓசை கேட்டது.

'போலீஸ், போலீஸ்' என்று தனக்குள் சொல்லிக்கொண் டான் ராஜப்பா. வாசல் கதவில் உள்ளே சங்கிலி போட்டிருந்தது.

வாசல் கதவைத் தட்டும் சப்தம் தொடர்ந்து கேட்டது.

ராஜப்பா பாய்க்குள்ளிருந்து ஆல்பத்தை வெளியே எடுத்துக் கொண்டு மாடிக்கு ஓடினான். அங்கே நிற்க முடியவில்லை. அலமாரிக்குப் பின்னால் ஆல்பத்தைத் திணித்தான். சோதனை போட்டால் அகப்பட்டுவிடுமே! ஆல்பத்தை எடுத்து சட்டைக்குள் மறைந்தவாறே கீழே வந்தான்.

அப்பொழுதும் வாசல் தட்டும் ஓசை கேட்டுக்கொண்டிருந் தது.

"யாருடா பாரு. கதவைத் திறவேன்" என்று அம்மா உள்ளே யிருந்து கத்தினள். இன்னும் சில வினாடிகளில் அம்மாவே வந்து திறந்து விடுவாள்!

ராஜப்பா பின்புறம் ஓடினான். மடமடவென்று ஸ்நான அறைக்குள் சென்று கதவைத் தாளிட்டான். வென்னீர் அடுப்பு தகதகவென்று எரிந்துகொண்டிருந்தது. பட்டென்று ஆல்பத்தை அடுப்பில் போட்டான். ஆல்பம் பற்றி எரிந்தது. அவ்வளவும் மணிமணியான ஸ்டாம்புகள். எங்கும் கிடைக்காத ஸ்டாம்புகள். தன்னையறியாமலே கண்களில் நீர் துளிர்த்துவிட்டது ராஜப்பா வுக்கு.

அப்போது ஸ்நான அறைக்கு வெளியே அம்மாவின் குரல் கேட்டது.

"சட்டென்று குளித்துவிட்டு வாடா. உன்னைத் தேடி நாகராஜன் வந்திருக்கிறான்" என்றாள் அவன் தாயார்.

ராஜப்பா நிக்கரைக் கழற்றி ஸ்நான அறைக் கொடியில் போட்டுவிட்டு ஈரத்துண்டைக் கட்டிக்கொண்டு வெளியே வந்தான். வீட்டிற்குள் வந்து புதுச்சட்டையும் நிக்கரும் போட்டுக் கொண்டு மாடிக்குச் சென்றான். நாகராஜன் நாற்காலியில் உட்கார்ந்திருந்தான். ராஜப்பாவைப் பார்த்ததுமே, "என் ஸ்டாம்பு ஆல்பம் தொலைந்து போய்விட்டதடா" என்று ஈனமான குரலில் சொன்னான். முகத்தில் வருத்தம் தெரிந்தது. அழுது குளித்திருக்கிறான் என்பதையும் கண்கள் சொல்லிற்று.

"எங்கே வைத்தாய்டா?" என்று கேட்டான் ராஜப்பா.

"டிராயரில் பூட்டி வைத்திருந்ததாகத்தான் ஞாபகம். டவுனுக் குச் சென்றுவிட்டுத் திரும்பி வந்து பார்க்கிறபோது காணவில்லை."

நாகராஜன் கண்களிலிருந்து கண்ணீர் வழிந்தது. அவன் ராஜப்பா முகத்தைப் பார்ப்பதற்கு வெட்கப்பட்டு முகத்தை வேறு பக்கம் திருப்பிக்கொண்டான்.

"அழாதேடா, அழாதேடா" என்று தேற்றினான் ராஜப்பா.

ராஜப்பா சமாதானம் சொல்லச் சொல்ல மேலும் மேலும் பெரிதாக அழுதான் நாகராஜன்.

ராஜப்பா சட்டென்று கீழே சென்றான். ஒரு நிமிஷத்திற்குள் நாகராஜன் முன்னால் வந்து நின்றான். அவன் கையில் அவ னுடைய ஆல்பம் இருந்தது.

"நாகராஜா, இந்தா என்னுடைய ஆல்பம். இதை நீயே வைத்துக் கொள். உனக்கே உனக்குத்தான்... என்ன அப்படிப் பார்க்கிறாய்? விளையாட்டில்லை. உனக்குத்தான். உனக்கேதான்."

"சும்மா சொல்கிறாய்" என்றான் நாகராஜன்.

"இல்லையடா. உனக்கேத் தருகிறேன். நெஜமாகத்தான். உனக்கே உனக்கு. வைத்துக்கொள்."

ராஜப்பா, தன் ஸ்டாம்பு ஆல்பத்தைக் கொடுத்துவிடுவதா? நடக்கக் கூடியதா? நாகராஜனால் நம்ப முடியவில்லை. ஆனால் ராஜப்பா அதையே திரும்பத் திரும்பச் சொல்லிக் கொண்டிருந் தான். அவனுக்கு குரல் கம்மிவிட்டது.

"எனக்குத் தந்துவிட்டால், உனக்கு?"

"எனக்கு வேண்டாம்."

"ஒரு ஸ்டாம்புகூட வேண்டாமா?"

"ஊஹூம்."

"நீ எப்படியடா ஸ்டாம்பே இல்லாமலிருப்பாய்?" என்று கேட்டான் நாகராஜன்.

ராஜப்பா கண்களிலிருந்து கண்ணீர் பெருக்கெடுத்தது.

"ஏண்டா அழுகிறாய்? எனக்கு ஆல்பத்தைத் தர வேண்டாம். நீயே வைத்துக்கொள். நீ எவ்வளவு கஷ்டப்பட்டுச் சேர்த்த ஆல்பம்" என்றான் நாகராஜன்.

"இல்லை, நீ வைத்துக் கொள். உனக்கே இருக்கட்டும். எடுத்துக்கொண்டு வீட்டுக்குப் போய்விடு. போ, போ" என்று ராஜப்பா அழுதுகொண்டே கத்தினான்.

நாகராஜனுக்கு ஒன்றுமே புரியவில்லை. ஆல்பத்தை எடுத்துக் கொண்டு கீழே இறங்கி வந்தான்.

சட்டையைத் தூக்கிக் கண்களைத் துடைத்தபடி பின்னால் இறங்கி வந்தான் ராஜப்பா.

இருவரும் வாசல்படிக்கு வந்துவிட்டார்கள்.

"நீ ஆல்பத்தைக் கொடுத்ததற்கு ரொம்ப தாங்க்ஸ். நான் வீட்டுக்கு போகட்டுமா" என்று படியில் இறங்கினான் நாகராஜன்.

"நாகராஜா" என்று கூப்பிட்டான் ராஜப்பா.

நாகராஜன் திரும்பிப் பார்த்தான்.

"அந்த ஆல்பத்தைக் கொண்டா. இன்னிக்கு ராத்திரி ஒரே ஒரு தடவை பூராவையும் பார்த்துவிட்டு, காலையில் உன் வீட்டில் கொண்டுவந்து தந்துவிடுகிறேன்" என்றான் ராஜப்பா.

"சரி" என்று ஆல்பத்தைக் கொடுத்துவிட்டுப் போனான் நாகராஜன்.

ராஜப்பா மாடிக்குச் சென்று கதவைச் சாத்திக்கொண்டு ஆல்பத்தை நெஞ்சோடு அணைத்தவாறு ஏங்கி ஏங்கி அழுதான்.

*சரஸ்வதி*, 1958

# கிடாரி

மிகப்பெரிய காம்பௌண்டு அது. கற்சுவர். நடுவில் மிகப்பெரிய வீடு. மாடி வீடு.

மாடி வீட்டுக் கொல்லையின் இடதுமூலையில் உரக் கிடங்கும், அதையொட்டி, கன்றுகளை மறிக்க கம்பழிக் கூண்டும் தொழுவமும்.

தொழுவத்துக்கு அடுத்தாற்போலிருந்த அறையைத் தான் கிழவர் தனது வாசஸ்தலமாக்கிக் கொண்டார். சில மாதங்கள் முன்னால்வரை அங்கு விறகு குவித்திருந்தது. அதைக் காலி செய்து கைவசப்படுத்திக் கொண்டார் கிழவர்.

இப்போது கொல்லைப்புறம்தான் அவரது ஆட்சிக்குட் பட்ட சாம்ராஜ்யம். வேலைக்காரன் சம்முகம், சமையல் காரி செல்லம்மா, வேலைக்காரி, ஒரு கறவைப் பசு, ஒரு கர்ப்பிணிப் பசு, ஒரு காளைக் கன்று ஆகியோர் குடை நிழல் பிரஜைகள். அதிலும் கால்நடைகள்தான் முக்கியமான பிரஜைகள். அவற்றின் மத்தியில்தான் கிழவருக்கு நல்ல செல்வாக்கிருந்தது. அவருடைய அற்ப எண்ணங்கள்கூட அங்கு விதிகளாகி அமலாகிவிடும். அபிப்ராய வேற்றுமைக்கு இடமேயில்லை.

சில மாதங்கள் முன்னால்வரை மாடிவீட்டில் மாப்பிள்ளை சபேசய்யர், மகள் குஞ்சம்மாள், பேரன் பேத்திகள் ஆகியோ ருடன் கூடி வாழ்ந்திருந்தார் கிழவர். மனத்துக்கு ருசிக்கவில்லை. மாப்பிள்ளை மகா முன்கோபி என்பது கிழவர் அபிப்பிராயம். கிழவருக்கு இங்கிதமே தெரியாதென்பது சபேசய்யர் தீர்மானம். சபேசய்யர் வருமான வரி ஆபீஸர் வேலையிலிருந்து ரிட்டயராகி பொழுதை வீட்டிலேயே செலவு செய்யும் நிலை ஏற்பட்டதும், அரமும் அரமும் உரைந்தாற்போல் இருவர் உறவும் கீறிச்சிட்டது. முகதரிசனம் வாய்த்த மறுவினாடியே பரஸ்பரம் வெட்டிக்கொண் டார்கள். மடக்கி மடக்கித் தாக்கிக்கொண்டார்கள். படீரென்று விலாவில் மடக்கிக் குத்துவார் மாப்பிள்ளை. மண்டையில் ஓங்கி அறைவார் மாமனார். எல்லாம் வார்த்தை களில்தான். பெண்ணை வைத்துத்தானே கிழவருக்கு அந்த வீட்டில் மதிப்பு.

பெண் குஞ்சம்மாளோ மாடியில் அடைபட்டுக் கிடந்தாள். கீழே இறங்கி வரக்கூடாது.

முன்கட்டில் செல்வாக்கு இழந்துவிடவே மெதுவாகக் கொல்லைப் புறம் நகர்ந்தார் கிழவர். விறகு அறையையும் தன்னுடைய அறையையும் காலிசெய்தார். விறகும் ஓட்டை உடைசலும் நெல்குத்தும் கொட்டகைக்கு இடம் மாறின. வெற்றிலைப் பையும் வறுவல் டப்பாவும், எண்ணெய்க் குப்பியும், செம்பும், மர ஜோடும், விசிறியும், நார்க்கட்டிலும் விறகு அறைக்கு வந்தன.

சிறுவயதிலிருந்தே மாட்டுப் பைத்தியம் கிழவருக்கு. இட மாற்றம் அதற்கு மேலும் சுருதி கூட்டிற்று. அன்பையும், அரவணைப்பையும், ரத்தபாசத்தையும் தொழுவத்திலேயே கண்டு ஆனந்தக் களிப்பில் அழுந்திப்போனார் கிழவர்.

தொழுவத்தில் சலசலப்புக் கேட்டுக்கொண்டிருந்தது. இரவில் கண் விழிக்கும்போதெல்லாம் மாடுகளின் கால் அரவம், சிறுநீர் கழிக்கும் சுர் . . . ர் . . . ர்ர், வைக்கோல் பிடுங்கும் சர சரப்பு, கன்றின் கழுத்து மணி ‘ணிங் ணிங்’ – இத்யாதி ஓசைகள் கேட்டவண்ணம் இருக்கும். கிழவருக்கும் இந்தப் பின்னணி ஓசை பழக்கப்பட்டுவிட்டது.

ஆனால் அன்று விடிவெள்ளிப் பொழுதில் ஏதோ அசா தாரணமான சூழ்நிலை தொழுவத்தில் உருவாகி வருவதாக உணர்ந்தார் கிழவர். கண்மூடியபடியே கட்டிலில் உட்கார்ந்து எழுந்து நின்று, இரவில் போர்வையாக மாறியிருந்த வேஷ்டியை இடுப்பில் சுற்றிக்கொண்டார். அறைக் கதவைத் திறந்தார். இருளில் இருள்தான் தெரிந்தது. பெரிய குடையொன்றை விரித்து வைத்தது போலிருந்தது. அறை முன்னால் நின்ற ஒட்டு மா

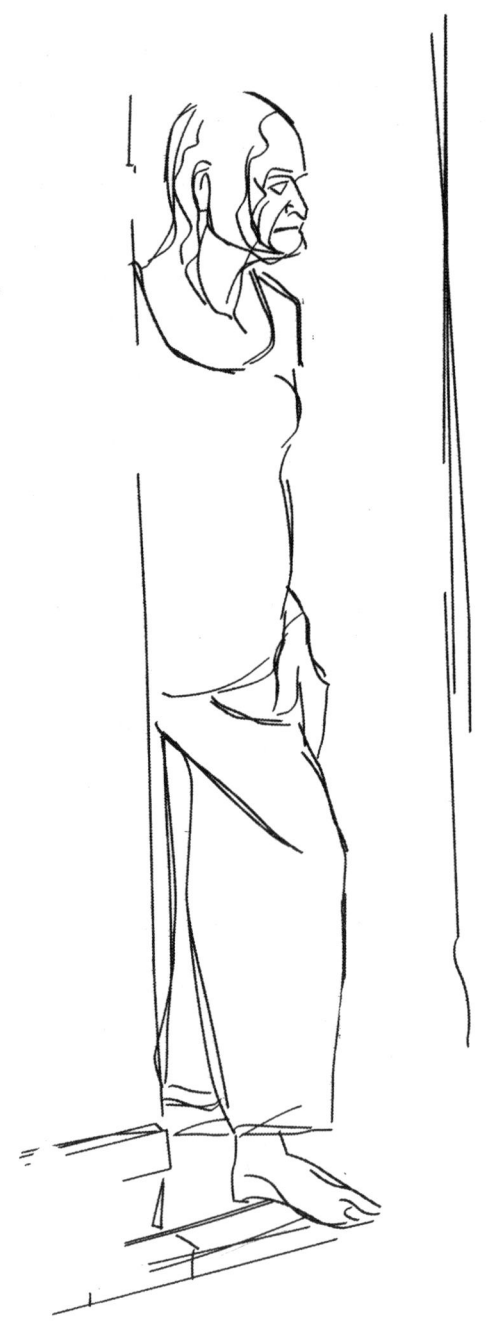

இலைகளிடையே இருள் துண்டு துண்டாகத் தேங்கிக் கிடந்தது. வானத்தைப் பார்த்தார். உம், விடிய ஒருமணி நேரமாகலாம் . . .

தொழுவத்தில் அரவம் கேட்டது.

சுவரைத் தடவியபடியே சுவர் அலமாரியைத் திறந்தார். மேல் தட்டிலிருந்து வெற்றிலைப் பையையும் கீழ்த்தட்டிலிருந்து ஓவல்டின் டப்பாவையும் எடுத்தார். நார்க்கட்டிலில் உட்கார்ந்த படி டப்பாவைத் திறந்து ஏத்தங்காய் வறுவலை ஒவ்வொன்றாக வாயில் போட்டு மென்றார். 'ஸ்டாக்' சிறிதுதானிருந்தது. டப்பா காலி. பையை அவிழ்த்து இரும்பு உரலையும் உலக்கையையும் எடுத்து நிலைப்படியில் வைத்துக்கொண்டார். சிறிதுநேரத்திற் கெல்லாம் 'ணங், ணங்' என்ற ஓசை தாள லயம் தவறாமல் கேட்க ஆரம்பித்தது. விடிவெள்ளி நேரத்தில் இந்த ஓசை எழுவது பக்கத்து வீட்டுக்காரர்களுக்கும், சமையல் செல்லம்மாவுக்கும், சம்முகத்துக்கும், மாடு கன்றுகளுக்கும் பழக்கப்பட்டுப்போன விஷயம். சம்முகத்துக்கும் செல்லம்மாவுக்கும் அதுதான் அலாரம். இந்த ஓசை எழுந்ததும் படுத்திருக்கும் மாடுகளும் எழுந்து நின்று சோம்பல் முறிக்கும். சம்முகம் எழுந்து வந்து சாணியை வழித்தெறிந்துவிட்டுச் செம்பையும் எண்ணெய்க் கிண்ணத்தை யும் எடுத்துக்கொண்டு வருவான். கட்டில் நிற்கும் கன்று பின் வாங்கி முன்பாய்ந்து கயிற்றை வெட்டி வெட்டி இழுக்கும்.

ணங் . . . ணங் . . . ணங் . . .

சம்முகம் எங்கே?

காணோம்.

"சம்முகம், சம்முகம்" என்று கூப்பிட்டார் கிழவர்.

பதிலில்லை.

'நர்ஸைக் கொண்டுபோய் வீட்டில் சேர்த்துவிட்டுப் படுக்கிற பொழுது மணி இரண்டு அடித்திருக்கும். அசந்து தூங்குகிறான் பாவம் . . .'

கொம்பை வைக்கோல் அழியில் முட்டிமோதும் ஓசை கேட்டது.

'இந்த விஷமம் இரண்டுக்கும் கிடையாதே! புதிய பாடமோ . . ?'

கிழவர் வெற்றிலையை மென்றுகொண்டே தொழுவத்துக்கு வந்தார். இருளின் திட்பம் ஒரு சொல்லுக்குக் குறைந்து மெல்லிய கறுப்புத் திரை போர்த்தியது போலிருந்தது. உத்திரக் கட்டையைத் துழாவித் தீப்பெட்டியை எடுத்து அரிக்கன் லாந்தரை ஏற்றினார்.

கன்றுக்குட்டியின் கூண்டையொட்டி, கறவைமாடு நின்று கொண்டிருந்தது. அறைச் சுவரையொட்டி, சினைமாடு நின்று கொண்டிருந்தது. இரண்டு மாட்டுக்கும் நடுவில் கூரையிலிருந்து லாந்தர் தொங்கியது. தரையில் கிழவர் நின்றுகொண்டிருந்தார்.

லாந்தரின் இலேசான அசைவில் மாடுகளும் கிழவரும் கருநிறம் பூண்டு சுவரில் குறுக்கும் மறுக்கும் ஓடிக்கொண்டிருந் தார்கள். கிழவர் லாந்தரைத் தொட்டு ஆட்டத்தை நிறுத்தினார்.

கறவைமாட்டுக்கு மடுவில் பால் குத்த ஆரம்பித்துவிட்ட தால் தொடர்ந்து அலறிற்று. கிழவர் குனிந்து பார்த்தார். காம்பு கள் 'உன்னைப் பார் என்னைப் பார்' என்றிருந்தன.

கூண்டினுள் முன்னுடம்பு தணியும்படி காலை அகல விரித்து மூஞ்சியைக் கம்பழிக்குள் துருத்திக்கொண்டிருந்தது கன்று. இந்தப் 'போஸைக்' கண்டாலே அசாத்திய கோபம் மூளும் கிழவருக்கு. வேறு எதற்கோ செல்லும் பாவனையில் அதன் பக்கம் நெருங்கி கரிய மூக்கில் நறுக்கென்று சுண்டி விட்டுவிடுவார். இரண்டு நிமிஷம் கழித்துப் பார்த்தால் மீண்டும் மூஞ்சியைத் துருத்திக்கொண்டு தான் நிற்கும் அது. கறவை மாடு நின்ற நிலையில் அதன் மடுவுக்கும் கன்றின் மூஞ்சிக்கும் நாலு விரல்தான் இடைவெளியிருக்கும். ஆனால் அதற்கு மேல் ஒரு அங்குலம் பின்வாங்கக் கழுத்துக் கயிறு கறவை மாட்டுக்கோ ஒரு அங்குலம் முன்னேற அழிக்கம்பு கன்றுக்கோ இடம் தராது. இந்த நிலையை மிகவும் ரசிப்பார் கிழவர்.

கொம்பால் அழியைத் தட்டும் ஓசை மீண்டும் கேட்டது. சினைமாடுதான்!

கிழவர் இந்தப் பக்கம் வந்தார். கர்ப்பிணியை மேலும் கீழும் பார்த்தார். எல்லாம் விபரீதமாகப்பட்டது. அடிக்கொரு தரம் வைக்கோல் அழியைக் கொம்பால் தட்டுகிறது. நிலைமாற்றி நிலை மாற்றி நின்று, நிலைகொள்ளாமல் தவிக்கிறது. பின்னங் காலை உதறிற்று. இரவு வைத்த வைக்கோல் அப்படியே இருக்கிறது. கண் இமைகளில் ஈரம் படிந்து கன்னத்தில் ஈரக்கோடும் விழுந் திருக்கிறது.

வாலைத் தூக்கிப் பார்த்தார். மாசு தொங்கிவிட்டது. தீர்மானம் செய்துவிட்டார் கிழவர்.

மறுகணம் எக்களிப்போடு "சம்முகம், சம்முகம்" என்று கத்தினார். பதிலில்லை. குரலில் பதற்றம். மேற்கொண்டு என்ன செய்யவேண்டு மென்பதும் தட்டுப்படவில்லை. நின்ற இடத்தி லிருந்து தன்னுணர்வில்லாமல் முன்னும் பின்னும் சென்றார்.

கயிற்றில் தொங்கிய லாந்தரை அவிழ்த்து எடுத்துக்கொண்டு ஒட்டுமாவைச் சுற்றி நெல்குத்துச் சாவடிக்கு நகர்ந்தார்.

சந்தோஷம் தாங்க முடியவில்லை. அவர் ஜோஸ்யம் பலிக்கப் போகிறது. அமாவாசை தாண்டாது என்பது அவருடைய கணிப்பு. நோவு எடுத்துவிட்டதே. மாதக் கடைசிவரை இழுக்கும் என்றான் சம்முகம். அவனுக்கு என்ன தெரியும்? வஜ்ர மடையன்.

கிழவர் அடிவைக்க வைக்க வலதுபுறத்தில் கிணற்றடியும் கம்பி வலைபோட்ட அடுக்களையும் ஸ்நான அறைக்குப் பின்னால் நின்ற ஐந்தாறு தென்னம்பிள்ளைகளும் விளக்கொளி யில் புலப்பட்டன.

கொட்டகையின் ஒரு பக்கம்தான் சுவர். நாலு தூண்கள் மேல் எழுப்பிய கூரைதான் அது. மூலையில் பிரம்மாண்டமான கல்யாண ஆட்டுக்கல் யானைக்குட்டி படுத்திருப்பது போலிருந் தது. மறுபக்கம் கூரையில் முட்டும்படி விறகு அட்டி, தட்டு முட்டுச் சாமான்கள். பின்புறம் சுவரையொட்டி நாலைந்து அடுப்புகள். நெல்லைப் போட்டுக் குத்துவதற்குக் கொட்டகையின் நடுவில் அடுப்புக்கு முன்புறம் சமசதுரமான கல்லைத் தரையோடு தரையாய்ப் பதித்திருந்தது. கிழவர் விளக்கைத் தூக்கிப்பார்த்தார். கருங்கல்லில் தேங்காய்ப்பூ டவல் விரித்தபடியிருந்தது. டவலில் முதுகு அழுத்தத்தின் சுவடும் தெரிந்தது. அடுப்பின் மேல் சாய்வாக வைத்திருந்த பலகையில் தலை எண்ணெய் படிந்து உள்ளங்கை அகலத்துக்கு அழுக்கு அடையாய் அப்பியிருந்தது.

சம்முகத்தைக் காணவில்லை!

கிழவருக்கு ஏமாற்றமும் கோபமுமாக வந்தது. என்ன இது? மாட்டுக்கு வலியெடுத்துவிட்டது. எங்கே தொலைந்து போனான்? மடசாம்பிராணி. மனத்துள் திட்டி நொறுக்கினார். கோபத்தை நேரில் காட்ட முடியுமா? திரும்பக் காட்டிவிடுவான். ஆனால் சபேசய்யர் வருகிறார் என்றாலோ அரையோடு நீரைக் கழித்துவிடுவான். நர்ஸை வீடு கொண்டுபோய்ச் சேர்க்கப் போனவன் அப்படியே தொலைந்து போயிருப்பானோ?

சம்முகத்தை எழுப்பி, தனது ஹேஷ்ய சூட்சுமத்தையும் பிரதாபத்தையும் ஒரு பாட்டம் பாட எண்ணியவர் ஏமாந்து அடுக்களைப் பக்கம் சென்றார்.

அடுக்களையில்தான் செல்லம்மா படுப்பது வழக்கம். இருபது வருடமாக அந்தக் குடும்பத்தோடு ஒட்டிப்போன ஜீவன். கிழவர் கண்விழிக்கும் தறுவாயில் எழுந்திருந்து வெந்நீர் அடுப்பைப் பற்ற வைத்து அடுக்களை அடுப்பையும் மூட்டுவாள்.

இன்று என்ன, எல்லாம் விபரீதமாக இருக்கிறது. செல்லம்மா வும் எழுந்திருக்கவில்லையே!

கிழவர் அடுக்களைக் கம்பி வலைமேல் லாந்தரைத் தூக்கிப் பார்த்தார். வழக்கமாகப் படுத்திருக்கும் இடத்தில் செல்லம்மா வைக் காணவில்லை. அப்போதுதான் கிழவருக்கு நினைவில் தட்டிற்று. பிரசவ அறையில் படுத்திருப்பாள். பாவம் செல்லம்மா. தன் வயிற்றுப் பெண்ணுக்குப் பார்ப்பதுபோல் பார்த்தாள். கோயிலில் வைத்துக் கும்பிட வேணும் செல்லம்மாவை. அவளுக்காகத்தான் கோமதி நேற்று தப்பிப் பிழைத்தாள். ஆமாம். அந்த மகராசிக்காக. அவள் கைராசி அப்படி. டாக்டரே மேலும் கீழும் பார்க்க ஆரம்பித்துவிட்டாரே. 'பகவானே, எனக்கு அபகீர்த்தி தேடித் தராதே. என்னை இந்த வீட்டைவிட்டுத் துரத்திவிடாதே' என்று செல்லம்மா புலம்பினாளே, அந்தப் புலம்பலுக்குச் செவிமடுத்து, அபகரித்த உயிரைத் திரும்பத் தந்துவிட்டது தெய்வம். ஒவ்வொரு தடவையும் இந்தப் பாடுதான் கோமதிக்கு. டாக்டர்தான் வரவேண்டும். ஆயுதம்தான் போட வேண்டும். ஒவ்வொரு தடவையும் 'போச்சு போச்சு' என்றிருக்கும். பன்னிரண்டு மணிக்குள்ளாக டாக்டர் நாலு தடவை வரும்படி யாகிவிட்டதே. ஒருமட்டும் ஒரு மணிக்குக் குழந்தை இறங்கி வந்தது. ரத்தக் கசிவு ஜாஸ்தியாம். இரண்டு கையையும் மாறி மாறிச் சல்லடையாகத் துளைத்துவிட்டார்கள். இன்னும் ஒரு வாரத்துக்கு இமைக்குள் வைத்துப் பார்க்க வேண்டுமென்று சொல்லிவிட்டார் டாக்டர். யார் பார்க்கப் போகிறார்கள் இமைக்குள் வைத்து? பெற்ற தாயை மாடியில் உட்கார்த்தி வைத்திருக்கிறது ஐந்து வருடமாக. ஐந்து வருடமென்ன, அதற்கு மேலுமிருக்கும். துரதிர்ஷ்டம் பிடித்தவள். பிரசவ வேளையில்கூட பெற்ற பெண் பக்கத்திலிருந்து வயிற்றைத் தடவக் கொடுத்துவைக்க வில்லை. ம்... இப்பொழுது இவள் எழுந்திருக்க வேண்டுமே... எழுந்திருப்பது என்ன? எழுப்பிவிட்டுத்தானே கீழே உட்காரு வாள் செல்லம்மா!

பச்சைக் குழந்தை 'வீல்' என்று கத்திற்று. கிழவர் சிரித்துக் கொண்டார். சம்முகம் கட்டிடத்தின் வலதோரமாக விறுவிறு என்று வருவதைப் பார்த்துவிட்டு, கட்டிடத்தின் இடதோரமாக நகர்ந்தார் கிழவர். அவனாகக் கண்டுபிடிக்கிறானா என்றுதான் பார்ப்போமே!

கொய்யாமரத்துக்கும் பலாமரத்துக்குமிடையே இருக்கும் தேன் கூட்டுக்கு முன்னால் வந்ததும் கிழவர் தலையைத் தூக்கிப் பார்த்தார். கட்டிடத்தின் அந்த இடத்தில் கீழே ஒரு பெட்ரூமும் மாடியில் ஒரு பெட்ரூமுமிருந்தன. கீழறையில்தான் தலைக்கு நாள் நடுநிசியில் கோமதி ஐந்தாவது பெண் குழந்தையைப் பெற்றெடுத்திருந்தாள். மாடியறைதான் பல ஆண்டுகளாகக் குஞ்சம்மாளுடைய உலகம். குஞ்சம்மா கட்டிலையொட்டி ஒரு சாளரம். அப்பொழுது சாளரக் கதவு சாத்தியிருந்தது.

வாசனை

கிழவர் கோமதி படுத்திருந்த அறைப் பக்கமாக வந்து சன்னலின் ஒரு பகுதியைத் திறந்தார். திறந்த இடத்தில் கோமதியின் முகம் தெரிந்தது. சன்னல் விளிம்பில் ஒரு மெழுகுவர்த்தியை ஏற்றிவைத்ததுபோல் முகத்தில் மட்டும் பிரகாசம் பரவிற்று. அறைக்குள் அப்பொழுதும் இருள் சன்னமாகத் தேங்கிக் கிடந்தது.

கோமதி கைகளைக் கட்டியபடி தூங்கிக்கொண்டிருந்தாள். இமைகள் பெரிதாய் சாத்தியிருந்தன. இரண்டு நிமிஷம் அவள் முகத்தையே பார்த்துக்கொண்டிருந்தார். தலைக்கு நாள் மாலையில் பின் வராண்டாவில் தலையைக் கோதிக்கொண்டிருந்த பெண்தானா இவள்? கிழவரால் நம்ப முடியவில்லை. என்ன மாற்றம்! ஒரே இரவில் குழந்தை மாதிரியாகிவிட்டதே முகம். முகத்தில்தான் என்ன பேதமை!

கால்மாட்டில் கட்டிலைச் சற்றுத் தூக்கி வைத்திருந்தது. மீண்டும் குழந்தையின் சிணுங்கல் கேட்டது.

"கோமதி" என்று ரகசியமாகக் கூப்பிட்டார் கிழவர்.

கோமதி அதிர்ச்சியடைந்து கண்விழித்ததைப் பார்த்த பொழுதுதான் கூப்பிட்டெழுப்பியிருக்க வேண்டாமென்று எண்ணினார் கிழவர்.

"என்ன தாத்தா, என்ன?" என்று பதறினாள் கோமதி.

"ஒண்ணுமில்லையம்மா, சும்மாத்தான். பசுவுக்கு வலியெடுத்திருக்கு" என்றார் கிழவர்.

குழந்தையின் சிணுங்கல் அழுகையாயிற்று.

"மாமீ, மாமீ" என்று கூப்பிட்டாள் கோமதி.

"செல்லம்மா, செல்லம்மா" என்று கூப்பிட்டார் கிழவர்.

தான் சொன்னது கோமதியின் காதில் விழவில்லையோ என்று சந்தேகப்பட்ட மாதிரி மீண்டும் ஒரு தடவை, "பசுவுக்கு நோவெடுத்திருக்கு. இன்னும் ஒரு மணி நேரத்தில் கன்று போட்டுவிடும்" என்றார்.

கோமதியின் முகம் சிலை மாதிரியிருந்தது.

செல்லம்மா எழுந்திருக்கும் ஓசை கேட்டது. அறையுள் ஒளி பரவிற்று. கட்டில் பக்கம் வந்தாள் செல்லம்மா. கை நிறைய வைத்துக்கொண்டிருந்த வெண்மையான துணிகளிடையே வெண்மையான இரு கால்களைக் கண்டார் கிழவர். உதட்டோரம் கன்னம்வரை விரிந்தது. மேல் வரிசையில் இரண்டு பற்கள் இல்லாத அதே இடத்தில் கீழ் வரிசையிலும் இரண்டு பற்கள் இல்லை கிழவருக்கு. அவர் சிரிக்கிறபொழுது மேலும் கீழுமாக

சுந்தர ராமசாமி

இடைவெளியைப் பார்ப்பதில் ஏற்படும் அனுபூதியை அனுபவித்தவர்கள் அத்தகைய தருணத்திற்காகக் காத்திருந்து வாய்க்கிற பொழுதை வீணாக்க மாட்டார்கள். கோமதி கிழவருடைய வாயைப் பார்த்துக்கொண்டிருந்தாள்.

குழந்தையைப் பக்கத்தில் கிடத்தினாள் மாமி. மார்பிலும் கையிடுக்கிலுமாகப் புதைந்தது குழந்தை. அழுகையும் அவரோகணத்தில் தேய்ந்தது.

தன்னுடைய பேச்சை ஓரளவேனும் செவிகொடுத்துக் கேட்கும் கோமதியும் அவள் அப்பாவைப் போலாகிவிட்டாளா என்ன? கிழவர் நம்பிக்கையிழக்காமல் மீண்டும் சொன்னார்:

“பசுவுக்கு வலியெடுத்திருக்கு. இந்த தடவையாவது கிடாரி பிறக்குமின்னு நினைக்கிறேன்.”

பதில் பேசவில்லை கோமதி.

கிழவருக்கு ஒரே ஏமாற்றம். இரண்டு பக்கமும் திரும்பித் திரும்பிப் பார்த்துக் கொண்டார். சிறிது நேரம் கழித்து, “ஒரு மட்டும் செத்துப் பிழைத்தாய்!” என்றார்.

“பிழைத்திருக்க வேண்டாம்” என்றாள் கோமதி.

உள்ளங்கால் வழி மின்சாரம் பாய்ந்து உடம்போடு தலை வரை ஓடியது கிழவருக்கு.

“ஏண்டி பெண்ணே இப்படிப் பேசறே?” என்றார் கிழவர்.

கோமதியின் கன்னத்தில் கண்ணீர் வடிந்தது.

கிழவருக்கு விஷயம் மங்கலாகப் புரிய ஆரம்பித்தது.

“அழாதே, ஈச்வர சங்கல்பம்” என்று சொல்லிக்கொண்டே மெதுவாகச் சன்னலைச் சாத்தியவர் மீண்டும் திறந்து, “பசு கன்னு போட்டதும் வந்து சொல்றேன்” என்று சொல்லிவிட்டு அவள் முகத்தையே பார்த்தார்.

அப்பொழுது நடு ஹாலில் அலாரம் அடிப்பதும் அதைத் தொடர்ந்து, “யாரது அங்கே? என்ன சத்தம்?” என்று சபேசய்யர் அதட்டும் குரலும் கேட்டன.

“தாத்தாதான் அப்பா” என்றாள் கோமதி. அதற்கு மேல் அங்கு நிற்காமல் மடமடவென்று பின்வாங்கினார் கிழவர்.

தரை வெளுக்க ஆரம்பித்துவிட்டது. கிழக்கிலிருந்து கிரணங்கள் தங்க ஊசிகள்போல் காம்பௌண்டுச் சுவரைத் தாண்டி கொய்யா மரத்தில் விழுந்துகொண்டிருந்தன.

கிழவர் தேன்கூட்டுப் பக்கம் வந்ததும் மீண்டும் தலையைத் தூக்கிப் பார்த்தார். அப்போதும் சாளரக்கதவு சாத்தியிருந்தது.

“குஞ்சம்மா, குஞ்சம்மா” என்று கூப்பிட்டார் கிழவர்.

தாழ்ப்பாளை அகற்றும் ஓசை. சாளரக் கதவு திறந்தது. குஞ்சம்மாள் தலையை வெளியே நீட்டினாள்.

குஞ்சம்மாள் பல வருடங்களாக மாடியில்தான் அடைந்து கிடந்தாள். டி.பி. என்று டாக்டர்கள் சொன்னார்கள். ஆனால் கிழவர் இருமல் என்றுதான் சொல்லுவார். வீட்டுக்கு வருகிறவர்களிடமெல்லாம் ‘என் மனைவிக்கு டி.பி., என் மனைவிக்கு டி.பி.’ என்று சபேசய்யர் சொல்லுவது கிழவருக்குப் பிடிக்காது. ‘என் பெண்ணுக்கு இருமல்’ என்றுதான் அவர் சொல்லுவார். சபேசய்யரும் அப்படிச் சொன்னால் போதுமென்பது கிழவருடைய அபிப்ராயம். இதை வியாஜமாக வைத்தே மாமனாருக்கும் மாப்பிளைக்கும் லடாய் மூளும்.

சபேசய்யரின் மருத்துவ ஞானம் குஞ்சம்மாளை மாடியில் ஒதுக்கித் தள்ளிவிட்டது. வியாதிக்காரி போலவா இருப்பாள் குஞ்சம்மாள்? ஜம்பர் கை நுனியில் சதை பிதுங்கும். யாராவது பார்த்தால் ‘மாராசி உடல் அசையாமல் தின்று கொழுத்திருக்கிறாள்’ என்பார்கள். சீவி முடிந்த தலை. நிறைய ஜரிகை போட்ட காஞ்சீபுரம் பட்டுச் சேலை. வைர மூக்குத்தியையும் தோட்டையும் அடிக்கடிக் கழற்றித் துடைத்துக் கொண்டிருப்பாள். உடம்பு காகித வெளுப்பு. சில சமயம் வறட்டு இருமல் கிளம்பி விட்டதென்றால் சிரட்டையைப் பாறை மேல் தேய்ப்பது மாதிரி சொர சொரவென்று இருமித் தள்ளிவிடும். குளிமுறையன்று மட்டும் கீழே வருவாள். வாரத்தில் ஒருநாள் ஸ்நானம். குளித்து விட்டு மாலைவரை கீழே உட்கார்ந்திருப்பாள். அப்பாவுடைய மாட்டுப் பைத்தியம் பெண்ணுக்கும் சிறிது உண்டு. மாட்டை அவிழ்த்துக்கொண்டு வந்து துளசி மாடம் பக்கம் நிறுத்திக் காட்டுவார்கள். மாலையில் மீண்டும் மாடிக்குள் புகுந்துவிடுவாள் குஞ்சம்மா.

விடியற்காலம் ஆறரை மணிக்குக் கிழக்கு வெயிலடிக்கையில் ஏற்றிய லாந்தருடன் அப்பா நிற்பதை விழிபிதுங்கப் பார்த்தாள் குஞ்சம்மா.

“இதென்ன கோலம் அப்பா?”

“குஞ்சம்மா, விசேஷம் தெரியுமோ?”

“என்னப்பா, என்ன விஷயம்?”

“பசுவுக்கு நோவெடுத்திருக்கு. இன்னும் ஒரு மணி நேரத்தில் கன்னு போடும்.”

“அப்பா, கோமதிக்குத் திரும்பவும் பெண் குழந்தைதானா பிறக்கணும்? நமக்கு ஏன் இந்தச் சோதனை?”

கிழவர் தேன்கூட்டைப் பார்த்துக்கொண்டிருந்தார். ஒவ்வொரு ஈயாகக் கூட்டின் முற்றத்திற்கு வந்து, ஒரு கணம் தயங்கிவிட்டுச் சட்டென்று உயரப் பறந்தது.

கிழவர் தேனீயைப் பார்த்தபடியே தலையைத் தூக்காமல் மெல்லிய குரலில் சொன்னார்:

"இந்தத் தடவையாவது கிடாரி போடும்னு நினைக்கிறேன். ஈச்வர சங்கல்பம் எப்படி இருக்கோ தெரியலை."

"அதிர்ஷ்டம் கெட்ட பெண். வரிசையா நாலு பெண் பிறந்தாச்சே போறாதோ? இந்தத் தடவையும் இப்படியாகும்னு நான் நினைக்கவே இல்லை. நேத்து ரா முச்சூடும் கண்ணைக் கொட்டலை நான். அது பிறந்த வேளை. தலையெழுத்துக் கட்டை. யார்தான் என்ன செய்ய முடியும்?" என்றாள் குஞ்சம்மா.

"இதுவரையும் பிறந்த ஒரு கன்னையாவது வீட்டோடெ வச்சுக் கலை. தவிட்டு விலைக்குப் பத்திண்டு போகச் சொல்லிட்டார் மாப்பிள்ளை. எனக்குத்தான் வயத்தெ எரிஞ்சுது. எதிரே நின்னு ஒருவார்த்தை சொல்ல முடியுமோ? துர்வாசர் சதா மூக்கிலே நின்னுண்டிருப்பர். 'காளைக்கன்னை வச்சிண்டு சாணம் வாரிண்டிருக்கப் போறேரோ'ன்னு ஒரு வார்த்தை கேட்டுட்டா வாயடைச்சுப் போயுடுமே. என்ன செய்வே சொல்லு? வாஸ்தவந்தானே! நமக்கென்ன வயலா கரையா வண்டியா? ஆனால் இந்தத் தடவை நான் சொல்றேன் குஞ்சம்மா, நீ வேணாப் பாத்துக்கோ, எப்படியப்பா இப்படிச் சொன்னே பொட்டுப் போட்டாப்லெனு கேக்கப்போறே. கிடாரிதான் பிறக்கப்போறது. ஆமாம். கிடாரிதான் பிறக்கப்போறது" என்றார் கிழவர்.

"நான் ஒண்ணெச் சொல்றேன், நீர் வேறெதையோ சொல்றேரே?" என்றாள் குஞ்சம்மா.

கிழவர் அதற்குப் பதில் சொல்லவில்லை. தேன்கூட்டின் வாசலையும் மங்கி எரிந்துகொண்டிருந்த லாந்தரையும் மாறி மாறிப் பார்த்துக் கொண்டார்.

கிழவர் இரண்டு எட்டு வைத்துவிட்டுத் திரும்பிப் பார்த்த போது குஞ்சம்மா தலையைக் காணவில்லை.

"குஞ்சம்மா, குஞ்சம்மா" என்று மீண்டும் கூப்பிட்டதும் மாடியில் தலை முளைத்தது.

"டப்பா காலி" என்றார் கிழவர்.

"ஓமப்பொடி பிழிஞ்சிருக்கு, போட்டுத் தரச் சொல்றேன்."

கிழவர் தலையைச் சரித்துக்கொண்டு யாருக்கோ சொல்வது போல் சொன்னார்:

"குஞ்சம்மா, வருத்தப்படாதே. எல்லாம் ஈச்வர சங்கல்பம். இதெல்லாம் நம்ம கையிலே இல்லை. அவன் பிறக்கணும்னு நெனக்கறதுதான் பிறக்கும். இப்பொ நான் கிடாரி பிறக்கும்னு சொல்றேன். நான் சொல்றேங்கறதுக்காக பிறந்திடாது; அவன் நினைக்கணும். ஆனா அவன் இந்த தவா கிடாரி பிறக்கும்படியாத் தான் நினைப் பாங்கற நம்பிக்கை இருக்கு எனக்கு. எப்படினு கேப்பே? பதில் கிடையாது. நம்பிக்கை. அவ்வளவுதான் . . ."

கிழவர் பேசிக்கொண்டே போனார்.

குஞ்சம்மா தலையை இழுத்துக்கொண்டாள்.

தொழுவத்தில் மாடு அலறும் ஓசை கேட்டது. கிழவர் வேகமாக முன்னேறும் பாவனையுடன் தொழுவத்தை நோக்கி நகர்ந்தார்.

கிழவர் தொழுவத்துக்கு வருகிறபொழுது சம்முகம் பால் கறந்துகொண்டிருந்தான்.

லாந்தரை அணைத்துக் கயிற்றில் கட்டிக்கொண்டே, "ஏய் சம்முகம், ராத்திரிப்பூரா இருமல் கேட்டுதே. பனீலெ சளி புடிச்சுண்டிருக்கோடா?" என்று கேட்டுவிட்டு அடக்க முடியாமல் சிரித்தார். சம்முகம் கிழவர் வாயைப் பார்த்துவிட்டுத் தலையைக் குனிந்துகொண்டான்.

"நர்ஸம்மாவை கொண்டுபோய் வீட்டிலே தள்ளிப்போட்டு அப்படியே சுசீந்தரத்தைப் பார்த்து நடையைக் கட்டினேன். நேத்து ரிஷப வாகனமில்லா. பெரிய வாசிப்பு" என்றான் சம்முகம்.

கிழவர் அவன் பக்கத்தில் வந்து கண்களில் விஷமம் பொங்க, "ஏய் சம்முகம், 'கீப்' ஏதாவது வச்சிருக்கியோ 'கீப்'?" என்றார்.

"போங்க சாமீ" என்று சிரித்தான் சம்முகம்.

கிழவர் திடீரென்று குரலை ஏற்றிக்கொண்டு, "டேய், ஆனை மடையா, வஜ்ரசும்பா, இருளடிச்சுப் போச்சோடா உன் கண்ணிலெ" என்று கத்தினார்.

குரலில் மிடுக்கு, போலித்தனம்.

பால் செம்பைப் பதனமாக மூலையில் வைத்துவிட்டு, கண்கள் விரிய, இமைக்காமல் கிழவரைப் பார்த்தான் சம்முகம்.

"அட சாம்பிராணி மடையா" என்று கத்தினார் கிழவர்.

சம்முகத்துக்கு ஒன்றுமே புரியவில்லை. தலையைச் சாய்த்துக் கொண்டு, பிடரியைச் சொறிந்தபடி 'எதையாவது மறந்து போனோமா' என்று யோசித்தான்.

"விரிசம் பழம், விரிசம் பழம்" என்று சொல்லிக்கொண்டே சினைமாட்டுக்குப் பக்கத்தில் சென்று நின்றுகொண்டு, "இங்கே வா" என்று கூப்பிட்டார்.

சம்முகம் வந்தான்.

"குருட்டுக் கண்ணெத் திறந்து பாரு" என்றார் கிழவர்.

சம்முகம் இரண்டு நிமிஷம் மாட்டைக் கூர்ந்து பார்த்தான். விஷயம் பிடிபட்டது.

"வலி கண்டுடுச்சுப் போலிருக்கே" என்றான்.

"என்னது?"

"வலி கண்டுடுச்சு."

"வலி கண்டுடுத்து இல்லையா! அடேயப்பா, எப்படியடா சம்முகம் சொல்லிப்புட்டே? அந்த வித்தெயெ கொஞ்சம் சொல்லித் தாடா எனக்கு." குத்தலான குரலில் சொல்லிக்கொண்டே வந்து குரலை மாற்றி, "டேய் வலி கண்டுடுத்துனு அந்த ரூமிலே இருந்தமேனிக்குத் தெரிஞ்சுண்டுதானேடா நான் எழுந்து வந்தேன். கூப்பிட்டுச் சொல்லித்து எங்கிட்டெ! நீயெல்லாம் 'காளை பெத்துதின்னா கயிறு எடு'னு சொல்ற ஜாதி. மாடில்லாத ஊரிலே பிறந்தவன். இன்னிக்குக் கன்னு போட்டுடுமாம். கண்டுபிடிச்சுச் சொல்லிப்புட்டான் பிரகஸ்பதி!" குரலையும் வலித்து, முகத்தையும் வலித்தார் கிழவர்.

சம்முகத்துக்கு முகம் தொங்கிப்போய்விட்டது. கிழவர் மேலும் வெற்றிவாகை சூடிக்கொண்டே போனார்.

"நீ என்ன சொன்னே? இந்த மாசம் கடைசிலேதான் பார்க்கணுமின்னே. நான் என்ன சொன்னேன்? அமாவாசை தாண்டினா உன்னைத் தூக்கிண்டு இந்த வீட்டைச் சுத்தி நாலுதரம் வரேன்னு சொன்னேன். சொன்னேனா? என்னாச்சு? என்னடாய்யா பேச்சு மூச்சில்லெ? வெத்தலை போட்டுண்டிருக்காயோ?"

சம்முகத்துக்கு அவமானம் தாங்கமுடியவில்லை.

சிரித்துக்கொண்டே அவசியமில்லாமல் அங்குமிங்கும் சென்றார் கிழவர். சம்முகத்தை வெற்றிகொண்ட பெருமிதம் முகத்தில் விளையாடிற்று.

"என்னுது நின்னுண்டிருக்கே, சோளக் கொல்லை பொம்மை மாதிரி? சரசரன்னு ஜோலியைப் பாரு. சாணத்தை அள்ளிப் போடு. ரெண்டு சாக்குத் துண்டு எடுத்துண்டு வா. கொஞ்சம் பொடி வைக்கோலைச் சுருட்டி வச்சுக்கோ. மொண்ணைக்

கத்தி ஒண்ணு வச்சிண்டிருந்தாயே, அதெ சித்தெ தீட்டிக்கறயா? கன்னு பிறந்து விழுந்ததுமே சித்ரவதை ஆரம்பிக்க வேண்டாம்.”

“இந்தத் தடவையாவது கிடாரி பிறக்கும், சாமீ” என்றான் சம்முகம்.

“சந்தேகப்பட்டு சந்தேகப்பட்டு அழுதுவழியாதேன்னு எத்தனை தடவைதான் சொல்றது? நம்புடா, பிறக்கும். நான் சொல்றேன். இந்தத் தவா கிடாரிதான் பிறக்கப்போறது. அப்படிப் பிறக்காட்டா, இதோ பாரு, என்னை இப்படிச் சொடக்குப் போட்டுக் கூப்பிடு.” கிழவர் சொடக்குப் போட்டுக்கொண்டே நாலு வீடு கேட்கும்படி இரைந்தார். உற்சாகம் கரை புரண்டு விட்டது.

சம்முகம் மடமடவென்று வேலையைக் கவனித்தான். கிழவர் தொழுவத்தில் உட்கார்ந்துவிட்டார்.

கிணற்றடியிலிருந்து வாளியை எடுத்துக்கொண்டு வருகிற பொழுது சம்முகம் கிழவர் பக்கம் மிகவும் நெருங்கி வந்து, “இருந்தாலும் இந்தத் தாவவும் கோமதியம்மைக்குப் பொட்டைப் புள்ளே பொறக்கணுங்குதில்லே. அய்யருக்கு ரொம்ப வருத்தம். அசந்துபோயிட்டாரு அசந்து” என்று சொல்லிக்கொண்டே வாளியைக் கீழே வைத்தான்.

“அம்புட்டும் கண்டே, போடா போ” என்றார் கிழவர்.

“உடனே அப்படிச் சொல்லிப்புட்டேளே. நானும் பதினொரு வருசமாட்டு இதுக்குள்ளேதாலா லாந்திக்கிட்டு வாறேன். அய்யரு ‘நேச்சர்’ எனக்கும் கொஞ்சம் கொஞ்சம் தெரியும்னு வையுங்க.”

“ஆமாம் நான் பிறக்கறதுக்கு முந்தியே நீ இங்கேதான் இருக்கே. மாட்டுக்கு வலியெடுத்ததெ பாக்கத் தெரியலெ, அளக்கறான்.”

அசப்பில் மாட்டுப் பக்கம் திரும்பிய கிழவர், “டேய், மாடு படுத்தாச்சு. சாக்குத் துண்டெ எடுத்துண்டு வா. ஓடு” என்று கத்திக்கொண்டே மாட்டுப் பக்கம் விரைந்தார்.

அதே சமயம் கட்டிடத்தின் முன் பகுதியிலிருந்து “சம்முகம், சம்முகம்” என்று இரண்டரைக் கட்டையில் சபேசய்யர் குரல் கேட்டது.

சம்முகம் வாசலைப் பார்த்து ஓடினான்.

குழந்தைகள் எழுந்திருக்கும் சமயம் அது. பாயைச் சுருட்டிப் பாய்த் தூக்கில் வைப்பதற்காகச் சம்முகத்தை அந்த நேரத்தில் சபேசய்யர் கூப்பிடுவது வழக்கம்தான்.

குழந்தைகள் வரிசையாக நடு ஹாலில் படுத்திருப்பார்கள். கோமதியின் பெண் குழந்தைகளில் சச்சு, பங்கஜம், கனகம் மூன்று பேரும் அம்மாவுடன் வந்திருந்தார்கள். மூத்த பெண் அன்னபூர்ணி மட்டும், படிப்பு வீணாக வேண்டாமென்ற எண்ணத்திலும், கூப்பிட்ட சத்தத்திற்கு என்ன என்று கேட்பதற் கும் அப்பாவுடன்தான் இருந்தாள்.

சபேசய்யரின் பிள்ளை வயிற்றுப் பேரன் வெங்குவின் தாயார் பிரசவத்திற்குத் தாய்வீடு சென்றிருந்தாலும் அவன் இங்கேதான் இருந்தான். செல்லம்மாவிடம் நல்ல ஒட்டுதல். அவனுடைய அப்பா சீட்டாடக் குற்றாலம் சீசனுக்குச் சென்றிருந் தார்.

குழந்தைகளில் பங்கஜமும் வெங்குவும் ஒரு ஜோடி. சேர்ந்தே திரிவார்கள். சச்சுவும் கனகமும் மற்றொரு ஜோடி.

வெங்கு பிறந்த மேனிக்கு பங்கஜம் பின்னால் திரிந்து கொண்டிருப்பான். அரையில் துணியோடு அவனைப் பார்க்க முடியாது. நிஜாரைப் போட்டால் மறுகணம் அதை அவிழ்த்துத் தோளில் போட்டுக்கொள்வான். அப்படியிருப்பதில் அவனுக்குப் பேரானந்தம். அதோடு அவனுடைய இரட்டை மாடி பஸ்ஸை அரைஞாணில் கட்டிக்கொள்ளவும் நிஜார் போடுவது இடைஞ்ச லாக இருந்தது.

குழந்தைகள் நால்வரும் தலைக்கு நாள் இரவு வேதனைக் குரலையும் அலறலையும் கேட்டபடியே தூங்கியவர்கள். ஏழு மணிக்கெல்லாம் இடுப்பு வலி எடுக்க ஆரம்பித்துவிட்டது. அதற்கு முன்னாலேயே அம்பிப்பாப்பா பிறக்கப் போகிறது என்ற பேச்சு அடிக்கடி அடிபட்டுக்கொண்டிருந்தது.

அறையிலிருந்து கிளம்பிய ஓலம் அலை அலையாய் வீடு முழுவதும் பரவிற்று. குழந்தைகள் இருளடித்த முகத்தோடு வளைய வந்தன. அவசரமாக அங்குமிங்கும் பாய்ந்துகொண் டிருந்த பெரியவர்களை வழியில் இடைமறித்துப் பேசவும் முடியவில்லை அவர்களால்.

பங்கஜமும் வெங்குவும் சாத்தியிருந்த அறைக்கதவு முன்னால் நின்று செல்லம்மா மாமி வருகிறாளா என்று காத்துக்கொண்டிருந்தனர். இரண்டு தடவை நர்ஸ் வெளியே வந்தபோதும் மலையாளத்தில் பேசி விரட்டிவிட்டாள். அவள் கண்முன்னால் விலகிக்கொண்டு, உள்ளே மறைந்ததும் பழையபடி கதவண்டை வந்து நின்றுகொண்டார்கள் குழந்தைகள்.

காலால் கதவைத் தள்ளிக்கொண்டு ஒரு பெரிய 'பேஸின்' பாத்திரத்தைக் கையிலேந்தியபடி பிரத்யக்ஷமானாள் மாமி.

இரண்டு குழந்தைகளும் பின்னால் சென்றார்கள்.

"அம்பிப் பாப்பா பிறந்தாச்சா மாமீ?" என்று கேட்டாள் பங்கஜம்.

"இன்னும் பிறக்கலடி, நீங்க ரெண்டுபேரும் படுத்துண்டு தூங்குங்கோ. காலம்பற அம்பிப் பாப்பாவைக் காட்டறேன்" என்றாள் மாமி.

உடனடியாகக் குழந்தையைப் பார்க்கலாமென்றுதான் வெங்கு எண்ணியிருந்தான். மாமியின் பதில் ஏமாற்றமாக இருந்தது. அவன் கிழவி மாதிரி முகத்தை வைத்துக்கொண்டான். மாமி ஏமாற்றத்தைப் புரிந்துகொண்டு சொன்னாள்:

"டேய், பங்கஜத்துக்கு அம்பிப் பாப்பா பிறக்கும். நாளைக்கு பாயாசமுண்டு."

"பால் பாயாசமா" என்று கேட்டான் வெங்கு.

"ஆமாம், பால் பாயாசம்தான். நிறைய சர்க்கரைபோட்டு" என்றாள் மாமி.

பங்கஜம் படுக்கச் சென்றாள். வெங்குவும் பின்னால் சென்றான். படுத்ததும் தூங்கிப்போனார்கள் இருவரும்.

அம்பிப் பயலைப் பார்த்துவிட்டுதான் தூங்குவது என்று கங்கணம் கட்டிக்கொண்டது போல் கண்ணைக் கசக்கியபடியே வளைய வளைய வந்தார்கள் சச்சுவும் கனகமும். கோமதி அலறுகிறபொழுதெல்லாம் சச்சுவுக்குத் தூக்கித்தூக்கிப் போட்டது. எக்கச்சக்கமாய் சபேசய்யர் முன்னால் போய் விழுந்துவிட்டால் படுக்கையில் பிடித்துத் தள்ளிவிடுவாரேயென்ற பயத்தில் அவருக்கு டிமிக்கி கொடுத்துக்கொண்டே இருவரும் சுற்றிச்சுற்றி வந்தார்கள். தூக்கம் இமையை அழுத்தித் தலையைக் கிறுக்கிய பொழுது சச்சு குழாயடிக்குச் சென்று குளிர்ந்த நீரை முகத்தில் விட்டுக்கொண்டாள். அதை அப்படியே காப்பியடித்தாள் கனகம்.

பின்னால் காலரவம் கேட்டுத் திரும்பிப் பார்த்தபோது சபேசய்யர் நின்று கொண்டிருந்தார். இருவருக்கும் உடம்போடு வெலவெலத்தது.

"இன்னுமா முழிச்சுண்டிருக்கேள், ஏண்டி?" என்று கேட்டார் சபேசய்யர்.

"அம்பிப் பாப்பாவைப் பார்க்கணும்" என்றாள் கனகம்.

சபேசய்யர் சிரித்துக்கொண்டார்.

"அம்பிப் பயலை காலையிலே பார்க்கலாம்மா. இப்பொ ரெண்டு பேரும் படுத்துண்டு தூங்குங்கோ" என்றார்.

இரண்டு குழந்தைகளும் சேர்ந்து நடந்தன. சபேசய்யர் கைகளிரண்டும் குழந்தைகளின் தோள்களில் தொட்டும் தொடா மலும் படுக்கைவரை வந்தன.

படுக்கையில் படுத்த பின்பும் அறையிலிருந்து எழுந்த பேரொலி குழந்தைகள் மனத்தைத் தாக்கி, பீதியைக் கிளறிவிட்டுத் தூங்கவிடாமல் வருத்திற்று. சச்சு பக்கத்தில் மிக நெருங்கிப் படுத்துக்கொண்டு அவள் கையைப் பற்றிக்கொண்டாள் கனகம். ஒருதடவை கோமதியின் அவலக்குரல் மிகப் பயங்கரமாக எழவே, "சச்சு, அம்மா செத்துப் போவாளோ?" என்று கேட்டாள் கனகம்.

"மாட்டா, அம்பிப் பயல் பிறக்கப்போறான்" என்றாள் சச்சு.

"அம்பிப் பயல் பிறந்தப்புறம் அம்மா செத்துப்போனா, அம்பிப் பயலுக்கு அம்மா இருக்கமாட்டாளே?"

"அம்பிப் பயலுக்காக அம்மா செத்துப்போகமாட்டா" என்றாள் சச்சு.

இந்தப் பதில் கனகத்துக்கு மிகுந்த திருப்தியைத் தந்தது. சிறிது நேரத்தில் அவள் தூங்கிப்போனாள்.

அதற்குப் பின்பும் சச்சுவால் தூங்க முடியவில்லை. இரவு பதினொரு மணிக்குமேல் 'ஐயோ, அம்மா' என்ற கூப்பாடு வலுத்தது. அடிக்கொருதரம் 'என்னடா, என்னாச்சு?' என்ற குரல் மாடியிலிருந்து கேட்டுக்கொண்டிருந்தது. மீண்டும் டாக்டருக்கு போன் பண்ணினார் சபேசய்யர். சம்முகம் கடைத் தெருவுக்கும் வீட்டுக்குமாக ஓடிக்கொண்டிருந்தான். அறைக்குள் ஏக களேபரமாக இருந்தது. சபேசய்யர், சாத்தியிருந்த கதவு முன்னால் நின்றுகொண்டு, 'டாக்டர், டாக்டர்' என்று கூப்பிட் டார். டாக்டர் வெளியே வரவில்லை. கதவு திறக்கப்படவில்லை.

தாயின் வேதனைக் குரல் மனத்தைத் தாக்கியபொழுது, கண்ணீர் உகுத்தாள் சச்சு. தலையணையை வாயினுள் திணித்துக் கொண்டு முகத்தைப் புதைத்தபடி தேம்பினாள். பின்னால் அவளும் சோர்ந்து நித்திரையில் ஆழ்ந்துபோனாள்.

தாயின் துன்பக் குரலலைகள்தான் காலையில் எழுந்ததுமே மனத்தில் எதிரொலித்துக் கொண்டிருந்தன குழந்தைகளுக்கு. மூன்றுபேரும் எழுந்து பாயில் உட்கார்ந்து, தாயின் கூக்குரல் கேட்கிறதா என்பதை முதலில் ஆராய்ந்து பார்த்துக்கொண் டார்கள். அப்போது பச்சிளம் குழந்தையின் சிணுங்கல் கேட்டது. முகமெல்லாம் சிரிப்போடு ஒருவர் முகத்தை ஒருவர் பார்த்துக் கொண்டார்கள். கண்களில் ஒளி கூடி, களை வழிந்தது முகத்தில்.

சச்சு, சாத்தியிருந்த அறைக் கதவை நோக்கி ஓடினாள். பங்கஜமும் கனகமும் பின்னால் பாய்ந்தார்கள்.

வெங்கு எழுந்திருந்து தலைமாட்டில் அவிழ்த்துப்போட்டிருந்த இரட்டை மாடி பஸ்ஸை மீண்டும் அரைஞாணில் கட்டிக்கொண்டு பாயாசம் தயாராகிவிட்டதா என்று பார்க்க அடுக்களைக்குச் சென்றான்.

அறைக் கதவு இலேசாகத் திறந்திருந்தது. சச்சு இடுக்கு வழியாகப் பார்த்தாள். குழந்தையின் கால்கள் தெரிந்தன. முக்காலியில் வைத்திருந்த தர்மாஸ் பிளாஸ்க் குழந்தையின் முகத்தை மறைத்தது.

“அம்பிப் பாப்பா, அம்பிப் பாப்பா” என்று களிப்புடன் ஓசையெழாமல் கையைத் தட்டினாள் சச்சு. அவளுக்கு நிலை கொள்ளவில்லை. அவளை இடித்துத் தள்ளிக்கொண்டு பார்த்தாள் பங்கஜம். கனகம் பார்த்துவிட்டு, “அம்பிப் பாப்பா கால் வெண்ணெய்க் கட்டியாட்டமா இருக்கு. ஐயோடி! எனக்குத் தொட்டுப் பாக்கணும்” என்றாள்.

குழந்தைகள் ஆசை தீராமல் ஒருவரையொருவர் இடித்துத் தள்ளியபடி, மாறி மாறிப் பார்த்துக்கொண்டிருந்தனர்.

“யாருடீ அங்கே?”

குரல் இடிபோல் முதுகில் பாயவே, திடுக்கிட்டுத் திரும்பிப் பார்த்தார்கள். சபேசய்யர் நின்று கொண்டிருந்தார்.

“கழுதைகளா, அங்கே என்னுது எட்டி எட்டிப் பார்க்கிறேள்?”

மூன்று பேருக்கும் வாய் கட்டிவிட்டது.

“என்னதுடீ, என்னது?”

“அம்பிப் பயலைப் பார்க்கறோம்” என்றாள் பங்கஜம்.

“அம்பிப் பயலை பாக்கறேளாக்கும்!” ஒரு இழுப்பு, ஒரு வலிப்பு. குழந்தைகளுக்குப் புரியவில்லை.

மூன்றும் தலையாட்டின.

“அம்பிப் பாப்பா, மண்ணாங்கட்டிப் பாப்பா, தெருப்புழுதிப் பாப்பா . . . போங்கோடி இங்கிருந்து.”

மூன்றும் பின்கட்டை நோக்கித் தெறித்தன.

வெங்கு அடுக்களையில் நிலையையொட்டி விசுப்பலகையை எடுத்துப் போட்டுக்கொண்டு நிர்வாணமாகப் பத்மாசனத்தில் அமர்ந்திருந்தான். இரட்டைமாடி பஸ் நிலைக்கு அந்தப்பக்கம்

நின்றது. இடுப்புக்கும் பஸ்ஸுக்குமான நூல் கயிறு அரையடி உயரத்தில் நிலை வாசலுக்குக் குறுக்கே பாலம் போட்டிருந்தது. செல்லம்மாள் ஒவ்வொரு தடவையும் கயிற்றைத் தாண்டியபடியே அந்தப் பக்கமும் இந்தப் பக்கமும் போய்க்கொண்டிருந்தாள்.

சச்சு, பங்கஜம், கனகம் மூன்றுபேர்களும் முகத்தைத் தொங்கப் போட்டபடியே அடுக்களை வந்து சேர்ந்தார்கள்.

அவர்களைக் கண்டதும் "பாயாசம் இன்னும் ஆகலை" என்றான் வெங்கு.

"மாமி, எங்களுக்கு அம்பிப் பாப்பாவை எடுத்துக்காட்ட மாட்டியா" என்று கேட்டுக்கொண்டே மாமியின் முன்னால் சென்று நின்றாள் சச்சு. பங்கஜமும் கனகமும் மாமியின் பக்க வாட்டில் வந்து நின்றார்கள்.

மாமி குழந்தைகளின் முகத்தைப் பார்த்தாள். அவள் கண்கள் நிரம்பின.

"அப்புறம் காட்டறேண்டி அம்மா. நீங்க மூணுபேரும் பல் தேச்சுட்டு வாங்கோ" என்றாள்.

குழந்தைகளுக்கு ஒன்றும் விளங்கவில்லை. காலையில் அவர்கள் முகத்தில் தோன்றிய பூரிப்பின் சாயலைக்கூட இப்போது காண முடியவில்லை. குழந்தைகள் படியிறங்கிக் கிணற்றடிக்குச் செல்வதைக் கண்டதும் மேலும் துக்கம் பொங்கிற்று மாமிக்கு.

வெங்குவுக்கு ஒன்றும் சுவாரஸ்யப்படவில்லை. அவனும் கிளம்பிவிட்டான். சில நிமிஷங்களுக்கெல்லாம் இரட்டை மாடி பஸ் ஒட்டுமாவைச் சுற்றித் தொழுவத்தை நோக்கி ஓடிக் கொண்டிருந்தது.

செல்லம்மாள் தோசையும் பாலும் எடுத்துக்கொண்டு மாடிக்குச் சென்றாள்.

அப்பொழுது குஞ்சம்மா பல் தேய்த்துவிட்டு முகத்தைத் துடைத்துக்கொண்டிருந்தாள்.

"செல்லம், கோமதி எப்படியிருக்கா?" என்று கேட்டாள் குஞ்சம்மா.

"ஒண்ணுமில்லே, ஒண்ணுமில்லே" என்றாள் மாமி.

"அவளைப் பார்க்க மனஸு அடிச்சுக்கிறதடி எனக்கு. செல்லம்மா, என்ன ஜென்மமடீ இது? கீழே பெண் இடுப்பு வலியிலெ மாயறத்தெக் கூட மாடியைவிட்டு இறங்க முடியாத ஜென்மம்!"

"மனஸை எதுக்கு அலட்டிக்கிறேள்? இன்னிக்கு நேத்திக்கு ஏற்பட்ட விஷயமா இது? பத்து வருஷமா இந்த நாடகந்தானே நடக்கிறது. எதுக்கும் மத்யானம் கீழே வரத்தானே வரணும். அப்போ ரெண்டு நாழி கோமதி பக்கத்திலே உட்கார்ந்துண்டு ருங்கோ."

அன்று குஞ்சம்மாவுக்குக் குளிமுறையானதால் கீழே வர வேண்டியிருந்தது.

குஞ்சம்மாள் தோசையை விண்டு போட்டுக்கொண்டாள்.

"நேத்து 'டக்கு' வாங்கிப்போச்சு. ஏது இந்தப் பெண் எல்லோரையும் அனாதையாக்கிடுமோனு பயந்துபோனேன்" என்றாள் செல்லம்மாள்.

"இவ்வளவு சிரமப்பட்டதுக்கு ஆண் குழந்தையாப் பிறந்திருந்தா அவளுக்காவது ஆறுதலாயிருந்திருக்கும்" என்றாள் குஞ்சம்மா.

"என்ன சேறது சொல்லுங்கோ. நாலோடு இப்போ அஞ்சாச்சு."

நீட்டிய கையில் பால் தம்ளரைக் கொடுத்தாள் செல்லம்மா. ஒரு மடக்குக் குடித்துவிட்டுத் தம்ளரை முக்காலியில் வைத்தாள் குஞ்சம்மா.

"போகப்போக நேத்து ரொம்ப சிரமப்பட்டுப் போச்சு. பேச்சு மூச்சில்லை. கூப்பிடக் கூப்பிடப் பதிலில்லே. காலும் கையும் ஜில்லிட்டுப் போச்சு. கடேசியிலெ தன் போதமில்லாமல் தான் குழந்தை பிறந்தது. அரைமணி நேரம் கழிச்சு கண்ணை முழிச்சுப் பாத்தா. திருதிருனு முழிச்சா, ஆட்டுக்குட்டி மாதிரி. பக்கத்திலே போய், கோமதீ என்னம்மா வேணும்? பெத்துப் பிழைச்சாய் போன்னேன். காதொடெ, மாமி, என்ன குழந்தைனு கேட்டா. மாமி, நீங்களே சொல்லுங்கோ, நான் என்ன பதில் சொல்லுவேன்? எனக்கு அப்படியே தொண்டையை அடைச்சுண்டு நெஞ்சோடு பொருமல் வந்துடுத்து. ஐயோ, இந்த ஒண்ணும் தெரியாத குழந்தையையுமா பாவி தெய்வம் இப்படிச் சோதிக்கணும்?"

குஞ்சம்மாள் கன்னத்தில் கண்ணீர் வழிந்தது. புடவைத் தலைப்பால் முகத்தைத் துடைத்துக்கொண்டாள்.

"நீங்க வேறே மனசிலே போட்டுக்காதேங்கோ. உங்க உடம்புக்குத் தாங்காது. பால் ஆறிப்போறது" என்றாள் செல்லம்மா.

குஞ்சம்மாள் பால் தம்ளரைக் கையில் எடுத்துக்கொண்டாள்.

"இன்னிக்கு எல்லோருக்கும் கடுதாசு போட்டாகணுமே. ஒருத்தருக்கும் போடவேண்டாங்கறா கோமதி. அவளுக்கு அவமானமா இருக்குமாம். இந்தத் தடவையாவது சமத்தா ஒரு ஆண் குழந்தையைப் பெத்துண்டு வாடீனு சொல்லியனுப்பிச்சானாம் ஆம்படையான் காரன். ஏண்டி, இந்த வசையாவது எங்காத்துக்காரா பெயர் போட முடியுமோடி? மனஸு இரங்குமா தேவிக்குன்னு ரயில் நகர்ந்ததும் மாமியார்க்காரி கத்தினாளாம். பெண் குழந்தை பிறந்திருக்குனு தந்தி கிடைச்சதுமே இந்த மூதேவி முகத்திலேயே முழிக்க வேண்டாம்னு தீர்மானிச்சாலும் தீர்மானிச்சுடுவர் அவர் என்று சொல்லிண்டே 'ஓ'வென்று அழறா கோமதி . . ."

குஞ்சம்மா முகத்தில் பன்னீர் தெளித்த மாதிரி வியர்த்துவிட்டது. காலும் கையும் பறந்தன. சரேலென்று தலையைப் பிடித்துக் கொண்டாள்.

"அப்படியே தலையணையில் சாச்சுடு செல்லம்மா" என்றாள் குஞ்சம்மா.

"போயும் போயும் உங்கள்ட்டெ வந்து சொல்றேன் பாருங்கோ, இந்த மூடத்துக்கு என்னிக்குத்தான் புத்தி வரப் போறதோ? புத்திகெட்ட மூடம்" என்று நெஞ்சில் கைவைத்தபடி தன்னைத் தானே நொந்துகொண்டாள் செல்லம்மா.

அரைமணி நேரம் குஞ்சம்மா பக்கத்தில் உட்கார்ந்துவிட்டு செல்லம்மா கீழே வந்தாள்.

செல்லம்மா பின் வராண்டாவில் வந்ததும் வெங்கு கொல்லையில் நின்றுகொண்டு, "மாமி, மாமி, மாடு செத்துப் போயுண்டிருக்கு" என்று கத்தினான்.

செல்லம்மா தொழுவம் பக்கம் சென்றாள்.

மாடு படுத்தபடி காலைத் தரையில் 'பட் பட்'டென்று அடித்துக்கொண்டிருந்தது. கிழவர் முன்னால் உட்கார்ந்து முகத்தைத் தடவிக் கொடுத்துக்கொண்டிருந்தார். சம்முகம் பின்னால் நின்று கொண்டிருந்தான்.

மூன்று பெண்குழந்தைகளும் சற்றுத் தொலைவில் வரிசையாக முட்டுக்குத்தி உட்கார்ந்திருந்தனர். காலையில் அடைந்த ஏமாற்ற உணர்வுக்கு இந்தக் காட்சி இதம் கொடுத்தது.

"எழுந்திருந்து போங்கடி இங்கிருந்து" என்று கத்தினாள் மாமி.

"சும்மா இருக்கட்டும். குடி முழுகியா போகும்? காலா காலத்திலே எல்லாம் தெரிஞ்சுக்க வேண்டியதுதானே" என்றார் கிழவர்.

"இவரொருத்தர்" என்று சொல்லியபடி முகத்தை இழுத்துக் கொண்டே அடுக்களைக்குச் சென்றாள் மாமி.

குழந்தைகள் அங்கேயே உட்கார்ந்துகொண்டிருந்தன. வெங்கு மட்டும் கிழவர் பக்கம் நின்றான்.

மாடு தலையைத் தூக்கி ஒரு தடவை அலறிற்று. கன்றின் முகம் வெளிவந்து கொண்டிருந்தது.

"முகத்தைப் பாத்தா காளங்கன்னு மாதிரி இருக்கு" என்றான் சம்முகம்.

"வாயை மூடு, அபசகுனமா ஏதாவது உளறாதே. முகத்தைப் பார்த்தாத் தெரியுமோ? மண்டூஸ், மண்டூஸ்" என்றார் கிழவர்.

"ஒரு பார்வைக்கு அப்படிப் படுது" என்று இழுத்தான் சம்முகம்.

"நீர் ஒரு பார்வையும் பார்க்க வேண்டாம். நான்தான் சொல்றேனே கிடாரிதான் போடும்னு. மேற்கொண்டு என்ன பார்வை வேண்டிருக்கு, மண்ணாப்போன பார்வை." கிழவருக்கு ஆங்காரம் அடிவயிற்றிலிருந்து வந்தது.

மாடு படக்கென்று எழுந்து நின்று இருபுறமும் பக்கவாட்டில் அசைந்தது.

"ஹாவ் ஹாவ்" என்றான் சம்முகம்.

முகத்தைத் தடவிக் கொடுத்தவாறே, "ஹாவ் ஹாவ்" என்றார் கிழவர்.

மாடு மீண்டும் படுத்தது.

"தாத்தா, பசுவுக்கு வாலிலே என்னது தொங்கறது?" என்று கேட்டான் வெங்கு.

"கன்னு போடப்போறதுடா, கிடாரிக் கன்னு. கிடாரி பிறக்கும். உனக்கும் பாலைக் கறந்து தொந்திக்கு விட்டுக்கலாம்டா, யோகம் தாண்டா பயலெ" என்றார் கிழவர்.

மாடு 'ம்பே' என்று பயங்கரமாக அலறிற்று. உடம்போடு ஒரு தடவை நெளிந்து புரண்டது.

"கன்னு விளுந்திட்டு" என்று கத்தினான் சம்முகம்.

"என்ன கன்னு?" என்று கேட்டுக்கொண்டே கிழவர் பின் பக்கம் வந்தார். அதே சமயம் மாடு சட்டென்று எழுந்து மிகுந்த பரபரப்புடன் பின்புறம் திரும்பிக் கன்றை மோந்து பார்த்தது.

சம்முகம் வாலைத் தூக்கிப் பார்த்துவிட்டு, "கிடாரி" என்றான்.

"கிடாரி . . . கிடாரி" என்று கத்தினார் கிழவர்.

ஏமாற்றத்திலும் மனச்சோர்விலும் ஆழ்ந்திருந்த குழந்தைகள் கணப்பொழுதில் இந்த உற்சாகத்தை வாங்கிக்கொண்டன.

மூன்று பெண்களும் கையைத் தூக்கிக் குதித்தபடி, "கிடாரி, கிடாரி" என்று கத்தினர்.

வெங்கு ஒருபடி மேலே சென்று, "கிடாரிக்கு ஜே" என்று கோஷமெழுப்பினான். பெண் குழந்தைகளும் அதை ஏற்றுக் கொண்டார்கள்.

"கிடாரிக்கு ஜே!"

இந்த சந்தோஷச் செய்தியை அறிவிக்க அடுக்களையைப் பார்த்து விரைந்தார் கிழவர். அவசரத்தில் வேஷ்டி நெகிழ்ந்து விட்டது. அதைச் சரியாகக் கட்டிக்கொள்ளவும் பரபரப்பு இடங்கொடுக்கவில்லை. வயிற்றோடு துணியை அழுத்திப் பிடித்துக்கொண்டே, "செல்லம்மா, கிடாரி . . . கிடாரி!" என்று கத்தினார்.

ஊர்வலம் கிணற்றடியைச் சுற்றிச் சென்றுகொண்டிருந்தது. கிணற்றடியில் துவைக்கப்போட்டிருந்த ஜம்பரையும் கையி லெடுத்துக் கொண்டு விசிறினான் வெங்கு. ஏக காலத்தில் நாலு புஜங்கள் வானத்தில் நிமிர்ந்தன.

"கிடாரிக்கு ஜே!"

கிழவர் தேன்கூடு பக்கம் வந்து, "குஞ்சம்மா, குஞ்சம்மா" என்று கூப்பிட்டார். சாளரம் திறந்தது. தலை முளைத்தது.

"கிடாரி!"

"அப்படியா!"

குஞ்சம்மாள் சிரித்தாள்.

வாசல்பக்கம் வந்தபொழுது சபேசய்யர் இல்லையென்பதை உணரவே, கோஷம் வலுத்தது.

பங்கஜம் திடீரென்று, "கிடாரிக்கண்ணுக்கு ஜே" என்று கோஷத்தை விஸ்தரித்தாள்.

தொடர்ந்து, "கிடாரிக்கண்ணுக்கு ஜே" என்ற குரல்கள் எதிரொலித்தன.

கோமதியிடம் அறிவிக்க முடியாமல் போனதில் வருத்தம் தான் கிழவருக்கு. அவள் அசந்து தூங்கிக்கொண்டிருந்தாள்.

கிழவர் கொல்லைப்புறம் வந்தார்.

குழந்தைகளும் வீட்டைச் சுற்றிப் பின்பக்கம் வந்து சேர்ந் தார்கள்.

செல்லம்மா, பின் வராண்டாவில் நின்றபடி ஊர்வலம் வரும் அழகைக் கண்டு அகம் மகிழ்ந்துபோனாள். வெங்குவின் கை உதறலையும் முகபாவத்தையும் பார்த்து உடம்பு குலுங்கச் சிரித்தாள். அப்படியே படி இறங்கிவந்து அவனைக் கட்டிக் கொண்டு, "போதும்டா கண்ணு சத்தம் போட்டது. தொண்டை கட்டிக்கப் போறது" என்றாள்.

வெங்கு, அவள் முகத்தை ஏறிட்டுப் பார்த்து, "பாயசமாச்சோ? என்று கேட்டான்.

"நன்னா கேட்டே போ. கிடாரி பிறந்திருக்கு. நான் வச்சுத் தரேன் உனக்கு" என்றாள் செல்லம்மா.

*சரஸ்வதி ஆண்டு மலர்*, 1959

## வாழ்வும் வசந்தமும்

அந்த பேங்குக் கட்டிடத்தின் வலது பக்கம் தார் ரோடு. தார் ரோட்டிலிருந்து ஒரு பாதை பிரிந்து இந்தக் கட்டிடத்தின் பின்புறம் வழியாகச் செல்கிறது. அகலம் குறைந்த பாதை. கட்டிடத்தின் வலது பக்கத்து அறையி லிருந்து பார்த்தால் தார் ரோடு மேற்கே செல்வது ஒரு பர்லாங் தூரத்துக்குத் தெரியும். பின்புறம் பாதை அரை பர்லாங் கூடத் தெரியாது.

அந்த அறையில் வேலை பார்க்கும் குமாஸ்தாக்கள் ஐந்து பேர். இதில் நான்கு பேர் பிரம்மச்சாரிகள்.

வெங்கடராமனுக்குக் கல்யாணம் முடிந்த இந்த நான்கு வருஷங்களில் இரண்டு குழந்தைகள் பிறந்து மூத்தது தவறிப்போய்க் கைக்குழந்தை மட்டும்தான் இருந் தது. இப்போது மனைவிக்கு ஏழுமாசம். அவளுக்கு உடம்புக்கு ஏதாவது வந்துகொண்டே இருக்கும். ஒன்று குணமானால் மற்றொன்று. வெங்கடராமன் வாயைத் திறந்தால் மனைவியின் சுகவீனத்தைப் பற்றித்தான் சொல்லு வான். அவன் தனது மனைவியைப் பற்றி நண்பர்களிடம் பேசுகிறபோதெல்லாம், ராஜாமணிக்குக் கூச்சமாகவும் வெட்கமாகவும் இருக்கும். மென்மையான மனசு இல்லாத குறையாக இதை எடுத்துக்கொண்டான். இதே மாதிரி, வெங்கடராமன் பொடி போட்டுக் கொள்வதிலும் ராஜா மணிக்கு அசாத்திய வெறுப்பு. கல்யாணமான பின்பும் பொடி போட்டுக்கொள்கிறவன் மனைவியின் கழுத்தைத் திருகிக் கொல்லவும் கூசமாட்டான் என்று எண்ணுவான். வெங்கடராமனைத் தன் மனசில் நன்றாக மட்டம் தட்டித் தான் வைத்திருந்தான். அவனைப் பற்றி நினைக்கிறபொழு தெல்லாம் 'தாத்தா' என்றுதான் நினைப்பான். இன்னும் முப்பத்தைந்து வயதாகாத தாத்தா.

ராஜாமணிக்குப் பத்தொன்பது வயதுகூட ஆகவில்லை. எஸ்.எஸ்.எல்.சி.யை முடித்துக்கொண்டு அவன் 'புக் கீப்பிங்' படித்தான். பதினெட்டு வயதில் வேலை கிடைத்துவிட்டது. ஆனால் அவனைப் பார்த்தால் பதினாறு வயதுகூட மதிக்க முடியாது. வயதுக்குத் தக்க உயரம் இல்லை. முகத்தில் குழந்தைத் தனம் நிறைய இருந்தது. சவரம் செய்துகொள்ள வேண்டிய அவசியங்கூட இன்னும் அவனுக்கு ஏற்பட்டுவிடவில்லை. வெண்மையான முகத்தில் கருமை தட்டாத பூனை மயிர் மீசை பளிச்சென்று தெரியும். முதலில் பார்க்கிறவர்கள் அவனது கன்னத்தில் தெளிவாகத் தெரியும் பச்சை நரம்புகளைக் கூர்ந்து கவனிப்பார்கள். உதடு நல்ல ரோஸ் நிறம். எடுப்பான தோற்றத் துடன் அந்த அறைக்குள் யாராவது நுழைகிறபோதெல்லாம் மேல்வரிசைப் பற்களால் கீழ் உதட்டை இரண்டு தடவை உரசி எடுத்துவிட்டானென்றால் பவழச் சிவப்பாகிவிடும் அது. அவனுடைய அழகை அவன் ரசிப்பது போலவே பிறரும் ரசிக்கிறார்கள் என்பதில் அவனுக்குச் சந்தேகமே இல்லை. காதுகள் இரண்டும் சற்று முன்புறம் ஏந்தினார்போல் வளைந் திருப்பது அவனுக்கு ஒரு குறை. ஆனால் அது அறிவின் தீட்சண்யத்தைக் காட்டுகிறது என்று சொல்லிக் கேட்கிறபோதெல் லாம் அவனுக்கு மிகுந்த திருப்தி ஏற்படும். பின்னால் ஜொலிக்கப் போகிறவர்களிடம் முன்னாலேயே குறிப்பிட்டுச் சொல்லும்படி ஒரு அங்க லட்சணம் இருக்கத்தானே செய்யும்!

ஒரு ஆள் உயரம் கொண்ட நாற்காலியில் அமர்ந்து ஒரு மேஜை அளவு அகலம் கொண்ட பேரேட்டில் பாதி உடம்பு விழுந்து கிடக் கும்படி அவன் கணக்கு எழுதுவதைப் பார்த்தால், 'போடா கண்ணு, போய் கிட்டிப்புள் விளையாடு' என்று சொல்லவேண்டும் போல் இருக்கும்.

பேங்கில் அன்றாடம் பட்டுவாடா முடிய மூன்று மணி ஆனதும் பியூன் அருணாசலம் இரும்புக் கதவை இழுத்துச் சாத்தி விடுவான். பணத்தை எண்ணித் திட்டப்படுத்த கூட ஒரு மணி நேரம் ஆகும். பணம் இரும்புப் பெட்டிக்குள் அடை பட்டதும் ஏஜண்டும் காஷியரும் வீட்டுக்குப் போய்விடுவார்கள். கணக்கு வழக்குகள் முடிய அவர்கள் போன பின்பும் ஒரு மணி ஒன்றரை மணி நேரம் ஆகும் – ஒழுங்காக வேலையைக் கவனித்தால்.

ஆனால், ஏஜண்டின் தலை மறைய வேண்டியதுதான் தாமதம், கவுண்டரில் பேச்சும் சிரிப்பும் கும்மாளமும் அல்லோல கல்லோலப் படும். சில சமயம் சூடான விவாதங்களும் நடை பெறும். கிருஷ்ணமூர்த்திக்கு பகவான் கொடுத்தது கீச்சுக்குரல்

தான் என்றாலும் அதை வைத்துக்கொண்டே 'ஓ' என்று அலறுவதில் சமர்த்தன். கவுண்ட்டரில் தட்டி அவ்வளவு பெரிய சத்தத்தை எழுப்பவும் வேறு யாராலும் முடியாது. இதனால் விவாதங்களில் அநேகமாக அவன்தான் வெற்றி பெறுவான். வீரகுமாருக்கு அஹிம்சையில் நம்பிக்கை கிடையாது. பேச்சிலும் அவன் நம்பிக்கை வைக்கிறவன் அல்ல. அதனால் அவனுக்கும் நாகராஜனுக்கும் கைகலப்புக்கூட ஏற்படுவதுண்டு. அது உண்மையான கைகலப்பு ஆகிவிடக்கூடாது என்ற பயத்தில் அதில் சம்பந்தப்பட்டவர்களும் சம்பந்தப்படாதவர்களும் 'ஈ' என்று இளித்துக்கொண்டே இருப்பார்கள். சமாதானம் ஏற்பட இது ஒன்றுதான் வழி என்பது அவர்களுக்குத் தெரியும். இந்த மாதிரி சந்தர்ப்பங்கள் வாய்த்துவிட்டால் ராஜாமணிக்குக் கன குஷி கிளம்பிவிடும். நாற்காலியில் உட்கார்ந்தவாறே இரண்டு கட்சியையும் பாரபட்சம் இல்லாமல் உற்சாகப்படுத்துவான். வெங்கடராமன் மட்டும், "என்னடா இது! அடங்கி உட்கார்ந்து வேலையைப் பார்க்கிறேளா, போலீஸுக்குப் போன் பண்ணட்டுமா!" என்று கத்துவான். 'தாத்தா புறப்பட்டாச்சு' என்று மனசுக்குள் சொல்லிக்கொள்வான் ராஜாமணி.

அந்த அறைக்குப் பின்புறம் ஒரு சிறு முற்றம். ஒரு தேர்க் கோலம் போடக்கூடிய அளவுக்கு இட விஸ்தாரம். அறையிலிருந்து முற்றத்தில் இறங்கும் சிமெண்டுப் படிகள் சுத்தமாக இருக்கும். மாலையில் ஏஜண்டு சென்ற பின்பு நாகராஜன் இந்தப் படியில் உட்கார்ந்துதான் சிகரெட் பிடிப்பான். சட்டைக் காலருக்குப் பின்புறம் மடித்து வைத்திருக்கும் கைக்குட்டையை உருவி எடுத்து முகத்தைக் கறகறவென்று துடைத்தவாறே கிருஷ்ணமூர்த்தியும் அவன் பக்கத்தில் வந்து உட்கார்ந்துகொள்வான். இரண்டுபேரும் பெண்களைப் பற்றிப் பேசிக்கொள்வார்கள். அரைமணி நேரத்தில் ஒரு டஜன் பெண்களைப் பற்றிய விஷயங்கள் அடிபடும். மறுநாள் அதுவரை பேசாத புதுப் பெண்களைப்பற்றிப் பேசுவார்கள். வீரகுமார் அவ்வளவாக இந்தப் பேச்சில் கலந்துகொள்ளமாட்டான். பெண்களைப்பற்றிச் சும்மா பேசிக்கொண்டிருப்பது அவனுக்குப் பிடிக்காது. அவன் கோழையல்ல. அபவாதத்திற்கு அஞ்சுகிற ஆசாமியும் அல்ல. அதனால் பேசத்தான் வேண்டும் என்ற அவசியம் அவனுக்குக் கிடையாது.

அன்று மாலை நாலரை மணிக்கு நாகராஜன் பேரேட்டிலிருந்து தலையைத் தூக்கிப் பார்த்தான். அப்போது கிருஷ்ணமூர்த்தி நிலைப்படியில் சாய்ந்து நின்றவாறே தார் ரோட்டை வெறிக்கப் பார்த்துக்கொண்டிருப்பதைக் கண்டான். இதைப் பார்த்ததும் முன்னாலேயே தான்போய் நின்றிருக்கலாமே என்ற

எண்ணம் ஏற்பட்டதுபோல், பட்டென்று ஓசையெழ பேரேட்டை மூடிவைத்துவிட்டு நாகராஜன் கிருஷ்ணமூர்த்தியின் பின்னால் சென்று நின்றான்.

தார் ரோட்டில், தூரத்தில் ஒரு பெண வந்துகொண்டிருப்பது தெரிந்தது. அத்தனை தூரத்திலேயே அவள் அழகி என்பதைக் காட்டிக்கொண்டு வந்தாள். இதில் ஆச்சரியமில்லையென்பது மட்டுமல்ல; சர்வசாதாரண விஷயமும் தான். ஆனால் அவள் பக்கத்தில் நெருங்கி வந்த பின்பும் அழகாகவே இருந்தாளே, அது ஆச்சரியம். சொல்லப்போனால் அவள் அருகே வரவர அவளுடைய அழகில் வட்டி ஏறிக்கொண்டே வந்தது.

தார் ரோட்டிலிருந்து திரும்பிய அவள் பின்புறப் பாதை வழியாக நடந்து சென்றாள். ஒரு குறிப்பிட்ட நிமிஷத்தில் அவளைப் பதினைந்து அடி தூரத்தில் பார்க்க முடிந்தது. அந்த நிமிஷத்துக்கு அழிவில்லை.

"என்ன பார்க்கிறாய்?" என்று கேட்டான் நாகராஜன்.

"மழை வரும்போலிருக்கிறது" என்றான் கிருஷ்ணமூர்த்தி.

நாகராஜனும் மழை வருமா என்று பார்த்துக்கொண்டு நின்றான்.

அவள் நடந்து போவதைப் பின்னாலிருந்து பார்க்க அழகாக இருந்தது. படபடவென்று ஒரு நடை; தபாலாபீஸுக்குத் தந்தி கொடுக்கப்போவது மாதிரி. நீண்ட பின்னலில் பெரிய குஞ்சம் வைத்துக்கொண்டிருந்தாள்.

அவள் நடந்து செல்கிற அசைவில் குஞ்சம் ஒரு அரை வளையம் போட்டு, துள்ளித் துள்ளித் தொட்டுக்கொண்டிருந்தது. சின்னஞ் சிறிய யானைக் குட்டியொன்று தனது துதிக்கையை ஆட்டி அசைத்து விளையாடுவது மாதிரி இருப்பதாகக் கற்பனை செய்துகொண்டான் கிருஷ்ணமூர்த்தி. பாதையில் வேறு யாருமே இல்லை. பாதை அப்படி இருக்க வேண்டியதும் அவசியம்தான் என்று பட்டது நாகராஜனுக்கு. அவள் எதையுமே கவனிக்காமல் தான் நடந்து சென்றாள். அக்கம்பக்கம் திரும்பிப் பார்க்கவில்லை. அவளைத் தாண்டிச் சென்றவர்கள் எல்லோருமே அவளைப் பார்த்துவிட்டுத்தான் சென்றார்கள் என்பதுகூட அவளுக்குத் தெரியாது. எதிர்ப்படுகிற பெண்களைக்கூட அவள் ஏறிட்டுப் பார்க்கவில்லை. பின்னால் கார் வந்தபோதெல்லாம் அதன் ஓசையைக் கேட்டு அவள் யந்திர ரீதியில் பாதையின் விளிம்பு வரையிலும் ஒதுங்கிக்கொண்டாளே ஒழிய தாண்டிச் செல்கிற கார்களை அவள் திரும்பிப் பார்க்கவில்லை.

அவள் மறைந்து வெகு நேரம் கழிந்த பின்பும் கிருஷ்ண மூர்த்தியாலோ நாகராஜனாலோ பேசமுடியவில்லை. மௌனமாக இருப்பது மூலம்தான் அவளுக்குரிய பாராட்டைச் செலுத்த முடியும் என்று பட்டதும் ஒரு காரணமாக இருக்கலாம்.

“தினசரி வருகிறாளா?” என்று கேட்டான் நாகராஜன். தனக்கு அன்று வரையிலும் நஷ்டம் ஏற்பட்டிருந்தால் அது எவ்வளவு என்பது அவனுக்குத் தெரியவேண்டும்.

“இன்றுதான் வந்தாள்” என்றான் கிருஷ்ணமூர்த்தி.

அவன் சொன்னதும் அது உண்மைதான் என்று நாகராஜனுக்குப் பட்டது.

இரண்டு பேரும் தமது ஆசனங்களில் ஏறி உட்கார்ந்து குறை வேலையையும் அழுதுதீர்க்க முயன்றார்கள். அடிக்கடி தலையைத் தூக்கிப் பார்த்துப் பரஸ்பரம் சிரித்துக்கொண்டார்கள்.

வீரகுமாருக்குத் தெரியாது. ‘தாத்தா’வுக்குத் தெரிவதும் தெரியாததும் ஒன்றுதான். ராஜாமணி குழந்தை!

தங்களுக்குள்ளே அந்த அனுபவத்தைக் கட்டிக்காத்துவிட வேண்டும் என்றும், இனி வரும் நாட்களிலும் அதில் யாரும் பங்குபெறாமல் பார்த்துக்கொள்ள வேண்டும் என்றும் அவர்கள் இரண்டுபேருக்கும் தோன்றிற்று.

மறுநாள் சரியாக நாலே முக்காலுக்கு நாகராஜன் நிலைப் படியில் போய் நின்றான். கிருஷ்ணமூர்த்தி அவன் முன்னால் சென்று சிமென்டுப் படியில் நின்றுகொண்டான்.

அவள் மறைவதுவரை கவனித்துக்கொண்டிருந்து விட்டு இருவரும் திரும்பிப் பார்த்தபோது வீரகுமார் கால் கட்டை விரல்களில் நின்றவாறு அவள் நடந்து சென்ற பாதையிலிருந்து கண்களை அகற்ற முடியாமல் நிற்பது தெரிந்தது.

அன்றிலிருந்து அது வழக்கமாகிவிட்டது. அவளுக்கு ‘ஒயில்’ என்று யார் பெயர் வைத்தார்கள் என்பது நினைவில்லை. ஆனால் அவளுடைய தாயார் இட்ட பெயர் மாதிரி அதைச் சொல்லிக்கொண்டார்கள்.

நாகராஜன் காலையில் ஆபீசுக்கு வருகிறபோது காலேஜ் ரோடு வழியாக வரத் தலைப்பட்டான். இதனால் ஒன்றரை மைல் சுற்று என்பது உண்மைதான். வெங்கடராமன் “டேய், உனக்குப் பயித்தியமா?” என்று கேட்டான். ஆனால் நாகராஜன் சைக்கிளில் வந்து இறங்கியதும் ‘ம்’ என்று கிருஷ்ணமூர்த்தி கண்ணைச் சிமிட்டுவதற்கும், ‘ம்’ என்று பதில் வருவதற்கும் என்ன அர்த்தம் என்பது ராஜாமணிக்குத் தெரியும்.

நாகராஜனுக்கும் கிருஷ்ணமூர்த்திக்கும் அவளுக்கு எத்தனை ஜம்பர் உண்டு, அது என்ன என்ன கலர், வாயில் சாரிகள் எத்தனை, கிரேப் சாரிகள் எத்தனை என்பவை எல்லாம் தளபாடமாகிவிட்டன. அவள் ஒரே சமயத்தில் மூன்று ஜோடி உடைகள் எடுத்து தினத்துக்கு ஒன்றாக ஒன்பது நாட்கள் அவற்றை மாற்றி மாற்றி உடுத்திக்கொண்டு வருகிறாள் என்பதையும் தெரிந்துகொண்டார்கள். திங்கட்கிழமை போட்டுக்கொண்ட ஜம்பரும் சாரியும் மீண்டும் வியாழக்கிழமை வரும். அவர்கள் ஜோஸ்யம் அநேகமாகப் பலிக்கும்.

நாகராஜன் ஒருநாள் ஆபீஸுக்கு வரவில்லையென்றால் மறுநாள் வந்ததும் கிருஷ்ணமூர்த்தியிடம் எல்லாம் விபரமாக விசாரிப்பான். என்ன சாரி? என்ன ஜம்பர்? கனகாம்பரமா? பச்சையா?... ரொம்ப அழகா? பிரமாதமா?

வெங்கடராமன் அன்று ஒரே சந்தோஷமாக ஆபீஸுக்கு வந்தான். அன்று காலை அவனுக்கு ஆண் குழந்தை பிறந்திருந்தது. வருகிறபோதே அவன் மடியில் சர்க்கரைப் பொட்டலத்தைக் கட்டிக்கொண்டு வந்திருந்தான். அருணாசலத்திடம் ஒரு குலைப் பழம் வாங்கிக்கொண்டு வரச்சொன்னான். பழம் – சர்க்கரை விநியோகம் நடைபெற்றது.

குழந்தை பிறந்து ஒரு வாரம்கூட ஆகவில்லை. வெங்கடராமனுக்கு இடமாற்ற உத்தரவு வந்துவிட்டது. இரண்டுவாரம் லீவு எடுத்துக்கொண்டு லீவு நாட்கள் முடிவடைந்ததும் அவன் திருவனந்தபுரம் போய்ச் சேர்ந்தான். திருவனந்தபுரம் சென்ற பின்பு அவன் எழுதிய முதல் கடிதத்தில் திருவனந்தபுரம் ஆபீசில் பாம்பே கக்கூஸ் இருக்கிறதாகவும், குழந்தை காய்ச்சலில் அவதிப்படுவதாகவும் எழுதியிருந்தான்.

"நாகராஜா, இன்றுதான் காலேஜுக்கு லீவு விடுகிறார்கள்" என்று கத்தினான் கிருஷ்ணமூர்த்தி. ஏஜண்டு அப்போதுதான் வெளிப்புற கேட்டைத் தாண்டிச் சென்றுகொண்டிருந்தார்.

நாகராஜனுக்குத் தூக்கிவாரிப் போட்டது. அவன் முகம் களை இழந்ததை எல்லோரும் கவனித்தார்கள். அன்றுதான் கடைசி நாள்!

நாலரை மணிக்கே வேலை ஓடவில்லை கிருஷ்ணமூர்த்திக்கு. மொத்தத் தொகை போடுகிறபோது இரண்டாவது தடவை கூட்டினால் முதல் தொகைக்கு வித்தியாசமாக வந்தது. மூன்றாவது முறை கூட்டினால் இரண்டு தொகைக்கும் சம்பந்தமில்லாத புதிய தொகை ஒன்று வந்தது.

அன்றும் அவள் வந்தாள். தார் ரோட்டிலிருந்து பாதையில் திரும்பினாள். மறைந்தாள்.

அவள் மறைந்ததும் கிருஷ்ணமூர்த்திக்குக் கண்ணில் நீர் துளிர்த்துவிட்டது. அன்றுவரை ராஜாமணி அவர்கள் பேச்சையும் தினசரி மாலை அவர்கள் படும் பாட்டையும் கவனித்துக் கொண்டே வருகிறான். நாகராஜனும், கிருஷ்ணமூர்த்தியும், வீரகுமாரும் நிலைப்படியில் நின்றுகொண்டிருப்பதை ராஜாமணி தனது இடத்திலிருந்தவாறே கவனிப்பது வழக்கம். அவர்கள் முகத்தில் ஏற்படுகிற பரவசத்தைப் பார்த்து ஆச்சரியப்படுவான். அவள் மிகவும் நெருங்கி வந்துவிட்டாள் என்பதை அவர்கள் முகத்தைப் பார்த்தே அவன் அனுமானித்து விடுவது உண்டு. அன்று அவள் வருகிற கடைசி தினம் என்ற எண்ணம் அவன் மனதில் எதிரொலித்துக் கொண்டிருந்தது. மாலையில் அவர்கள் எல்லோரும் நிலைப்படி அருகில் நின்றவாறு கண்களில் ஆவல் பொங்கப் பார்த்துக்கொண்டிருந்தபோது ராஜாமணி தன்னையும் அறியாமல் நாற்காலியில் முட்டுக் குத்தி உட்கார்ந்து எட்டிப் பார்த்தான். அவன் அப்படிப் பார்ப்பதை வீரகுமார் கவனித்து விட்டான். "இதோ ராஜாமணியைப் பார்" என்று அவன் கத்தினான். எல்லோரும் திரும்பிப் பார்த்தார்கள். ராஜாமணிக்கு முகம் சிவந்து அழுகைகூட வந்துவிடும் என்று தோன்றியது. தன்னுடைய கற்பு அழிந்துபோனது மாதிரியும், முக மூடியைக் கிழித்து யாரோ அம்பலப்படுத்திய மாதிரியும் இருந்தது அவனுக்கு. ஒரு வாரம் எல்லோரும் அவனைக் 'கோட்டா' பண்ணினார்கள்.

நாகராஜனுக்குக் கல்யாணம் ஆகப்போகிற விஷயம் ஆபீஸுக்கு எப்படித் தெரிந்தது என்பதை அவனால்கூட அனுமானிக்க முடியவில்லை. ஆனால் ஆபீஸில் ஒரே பேச்சாக இருந்தது.

ராஜம் நாகராஜன் குடியிருந்த அதே கிராமத்தில்தான் இருந்தாள். தெருவில் நாகராஜன் வீட்டுக்கு முன்னால் குழாய் இருந்தது. அதே குழாய் இரண்டு வீடு தள்ளியிருந்திருக்குமென்றால் ராஜத்திற்கும் நாகராஜனுக்கும் இத்தனை நெருங்கிய பரிச்சயம் ஏற்பட்டிருக்க முடியாது. நாகராஜன் வீட்டு உள் திண்ணை ஏணிப்படியில் உட்கார்ந்து கொண்டிருந்தால் ராஜம் தண்ணீர் பிடிக்க வருவாள். ஞாயிற்றுக்கிழமை மட்டும் ஒருமணி நேரம் இடைவிட்டு, நாள் பூராவும் தண்ணீர் பிடித்துக்கொண்டிருப்பாள்.

ராஜத்தைப் பற்றிப் பல விஷயங்கள் கிருஷ்ணமூர்த்தியிடம் நாகராஜன் சொல்லியிருக்கிறான். 'ஒயி'லின் அழகு ராஜத்துக்கு

உறை போடக் காணாது என்றுகூட ஒரு நாள் அவன் சொன்னான். கிருஷ்ணமூர்த்தி இதை நம்பவில்லை. 'உளறுகிறான் கண் தலை தெரியாமல்' என்று எண்ணிக்கொண்டான்.

நாகராஜனின் மாமி ஐம்பது பவுன் நகையை விட்டுவிட்டு இறந்துபோய்விட்டாள். அவர்களுக்கு ஒரே பெண். மாமாவுக்கும் வயதாகிவிட்டது. திரும்பவும் கல்யாணம் செய்துகொள்ள அவர் எண்ணினாலும்கூட பெண்கொடுக்க யாரும் முன்வர மாட்டார்கள். கிணறு இருக்கிற வீட்டிலிருந்து அவருக்குப் பெண் கொடுக்க யாரும் வரமாட்டார்கள் என்றார் நாகராஜனின் தகப்பனார். நாகராஜனின் தாயாருக்கு அந்த நகையை விட மனமில்லை. பெண் கறுப்புத்தான் என்றாலும், ரொம்பவும் அழகில்லை என்றாலும், ரொம்பவும் அவலட்சணம் இல்லை. கல்யாணம் நிச்சயமாகிவிட்டது.

நாகராஜன் ஒரு வாரம் சவரம் பண்ணிக்கொள்ளாமல் ஆபீசுக்கு வந்தான். தலையைக்கூடச் சரிவரச் சீவிக்கொள்வதில்லை. சட்டைப் பொத்தானும் போட்டுக்கொள்வதில்லை. கிருஷ்ணமூர்த்தியிடம் ராஜம் தற்கொலை செய்துகொண்டு விடுவாளோ என்று பயமாக இருக்கிறது என்றான் நாகராஜன்.

ஆனால் நாகராஜனுக்குக் கல்யாணம் ஆவதற்கு முன்னாலேயே ராஜத்துக்குக் கல்யாணம் ஆகிவிட்டது. மதுரையிலிருந்து மாப்பிள்ளை. கணவனுடன் புறப்படுகிற அன்று நாகராஜனின் தாயாரிடம் சொல்லிக்கொண்டு போக அவள் அவன் வீட்டுக்கு வந்தாள். அவள் நன்றாக அலங்காரம் செய்து கொண்டிருந்தாள். சிரித்துக் கலகலப்பாகப் பேசினாள். துக்கத்தை வெளியே காட்டிக் கொள்ளாமல் தன்னையே ஏமாற்றிக்கொள்கிறாள், பாவம், என்று வியாக்யானம் செய்துகொண்டான் நாகராஜன். அவன் வீட்டுப் படியைவிட்டு இறங்குகிறபோது ராஜம் நாகராஜனைப் பார்த்து, "வருகிறேன். உன் கல்யாணத்துக்கு இருக்க முடியவில்லையே என்ற குறைதான் எனக்கு. முடிந்தால் அவரைக் கூட்டிக்கொண்டு வருகிறேன்" என்று சொல்லிவிட்டுச் சென்றாள். 'அவர்' கூடவே பிறந்த மாதிரிதான் இருந்தது அவள் பேசியது.

பரீட்சையில் ஒயில் முதல் வகுப்பில் வெற்றிபெற்றுவிட்டாள். அவளுடைய நம்பரைத் துப்பறிந்து கண்டுபிடித்தவன் கிருஷ்ணமூர்த்தி. மாலை ஐந்து மணி ஆனதும் பத்திரிகை வாங்கிக் கொண்டுவர அருணாசலத்தை விரட்டினார்கள் எல்லோரும். பேப்பரைத் திருப்பிப் பார்த்துவிட்டு "பாஸ்" என்று கத்தினான் கிருஷ்ணமூர்த்தி. அன்று அந்த வெற்றியைக் கொண்டாட

ஓட்டலிலிருந்து டிபனும் காப்பியும் வரவழைக்கப்பட்டது. வெங்கடராமனுக்குப் பதில் வந்திருந்த நரசிம்மாச்சாரி இதில் விசேஷ அக்கறை காட்டவில்லை. தோசைக்குப் பதில் உப்புமா தருவித்திருக்கலாம்; உடம்புக்கும் நல்லது என்று மட்டும் சொன்னார்.

வீரகுமார் பேங்குப் பரீட்சை ஒன்று எழுதச் சென்னை சென்றிருந்தான். சென்னையில் சின்னஞ் சிறிய அறை ஒன்றில் கையால் நெஞ்சில் இடித்துக்கொண்டு அவன் வட்டிக் கணக்குப் படிக்கிறபோது இங்கு நாம் 'ஒயில்' வெற்றிபெற்ற தினத்தைக் கொண்டாடுகிறோம் என்று கிருஷ்ணமூர்த்தி சொன்னபோது எல்லோரும் அதை ரசித்துச் சிரித்தார்கள்.

இடம் பற்றாது என்ற காரணத்தால் பேங்கு புதிய கட்டிடம் ஒன்றுக்கு மாறிற்று. பழைய ஏஜண்டு போய் புதிய ஏஜண்டு வந்து சேர்ந்தார். வீரகுமாருக்கு அக்கௌண்டண்டாகப் பதவி உயர்வு கிடைத்தது. அவனுக்குத் தனி அறையும் ஒதுக்கப்பட்டது. அவன் முன்போல் சிப்பந்திகளிடம் கூடிக் குலவுவதில்லை. தனது அறையிலிருந்தவாறே மணியை அடித்துக்கொண்டிருந்தான். நாகராஜனுக்கு ஆண் குழந்தை பிறந்தது.

'ஒயில்' என்ற பெண்ணைப் பற்றி இப்போது யாருக்கும் ஞாபகம் இல்லை. நடுவில் அவளுடைய கல்யாணப் படம் பத்திரிகை ஒன்றில் வெளிவந்தது. அவளுடைய கணவன் மீசை வைத்துக்கொண்டிருந்தான். அவன் பெரிய முரடன் என்றும், பெரிய குடிகாரன் என்றும், அவனுடன் அவளுக்கு சந்தோஷமாக வாழ முடியாது என்றும், தினசரி அவன் அவளைத் தூக்கிப் போட்டு அடிப்பான் என்றும் கிருஷ்ணமூர்த்தி சொன்னான். அதை யாரும் கவனிக்கவில்லை, நம்பவுமில்லை.

ஒருநாள் புதிய ஏஜண்டு அந்த அறைக்குள் நுழைந்தார். அவர் பின்னால் 'ஒயில்' வந்தாள். எல்லோருக்கும் ஆச்சரியமாகப் போய்விட்டது! "இவள்தான் புது டைப்பிஸ்டு. பெயர் கல்யாணி" என்று அறிமுகப்படுத்தினார் ஏஜண்டு. அவளை யாரும் விசேஷமாகக் கவனிக்கும்படி அவள் இருக்கவும் இல்லை. கிருஷ்ணமூர்த்தி மட்டும் அவள் ஏதோ சுயம்வர மாலையுடன் உள்ளே பிரவேசித்திருப்பது மாதிரியும் தன்னை அவள் பார்க்காத தோஷத்தால் வேறு யார் கழுத்திலாவது மாலையை போட்டுவிட்டுப் போய்விடக் கூடாதே என்று எண்ணிக்கொண்டது மாதிரியும் தலையை முன்னால் தள்ளிக்கொண்டிருந்தான். இது தெரிந்திருந்தால் சவரம் செய்துகொண்டு வந்திருக்கலாமே என்று எண்ணி வருத்தப்படவும் செய்தான்.

ஆபீஸில் கல்யாணிக்கு விசேஷ 'மவுசு' எதுவும் ஏற்பட வில்லை. அவளிடம் அசட்டுத்தனம் நிறைய இருந்தது. அவள் டைப் அடித்த கடிதங்களில் யாராலும் கற்பனை செய்து பார்க்க முடியாத தவறுகள் விழும். நாகராஜன் அந்தத் தவறு களைப் பொறுமையாக எடுத்துக் காட்டுவான். அவன் யந்திர ரீதியிலும் கடமை உணர்வுடனும் அவளிடம் பழகினான். ஏதாவது ஒரு தப்பைச் சுட்டிக்காட்டுகிறபோது அவள் உதடு அசிங்கமாகக் கோணும். எதற்கு உதட்டை இப்படிக் கோணிக் கொள்கிறாள் என்று எண்ணுவான் ராஜாமணி. 'பாவம், என்ன செய்வாள். அவளுக்கு அப்படித்தான் கோணும்' என்று தனக்குத் தானே சமாதானம் தேடிக்கொள்வான். "பார்த்து அடிக்கணும்டீ அம்மா" என்பார் நரசிம்மாச்சாரி. அவ குரலில் வெளியாகும் குழைவு எல்லோர் மனசையும் தொடும். கிருஷ்ணமூர்த்தியின் மேசை முன்னால் சென்று கல்யாணி ஏதாவது சாமான் கேட்டால் அவன்கூட அவள் முகத்தைப் பார்க்காமலே டிராயரி லிருந்து எடுத்துக் கொடுப்பான். இதையெல்லாம் நினைத்து மிகவும் ஆச்சரியப்படுவான் ராஜாமணி. அவனுக்குப் பல விஷயங்கள் ஒரே குழப்பமாக இருந்தன.

கல்யாணிக்குப் பிரசவ லீவு கொடுக்கும்படித் தலைமை காரியாலயத்திலிருந்து உத்தரவு வந்துவிட்டது. எல்லோரும் சேர்ந்து அவளை வழியனுப்பி வைத்தார்கள். எந்த ராத்திரி வேண்டுமென்றாலும் என்ன உதவி வேண்டுமென்றாலும் செய்யத் தயாராக இருக்கிறோம் என்று எல்லோர் சார்பிலும் சொன்னான் நாகராஜன். அவன் அப்படிச் சொன்னது எல்லோருக்கும் திருப்தியாக இருந்தது.

ஆபீசில் சூழ்நிலை வரவர ரொம்பவும் மாறிக்கொண்டு வருவது மாதிரிப்பட்டது ராஜாமணிக்கு. கிருஷ்ணமூர்த்திக்கு இன்ஷுரன்ஸ் கம்பெனி ஒன்றில் நல்ல வேலை கிட்டவே பேங்கு வேலையை ராஜினாமா செய்துவிட்டுப் போய்விட்டான். ஆபீசில் ராஜாமணிக்கு வலதுபுறம் நரசிம்மாச்சாரி உட்கார்ந்து கொண்டிருப்பார். நாற்காலியில் காலைத் தூக்கி மடித்து சம்மணம் கூட்டி உட்கார்ந்துகொள்வார். தும்பைப் பூவாய் நரைத்த தலைக்கு மொட்டை அழகாகத்தானே இருக்கும். காலர் இல்லாத சட்டை. சட்டையின் கைகள், கை முட்டோடும் நிற்காமல் மணிக்கட்டுக்கும் வராத தனி ஜாதி. அரைமுழம் குறைவாகவோ அதிகமாகவோ எடுத்தால் அழகான சட்டையாகிவிடுமே!

நாகராஜனோ வேறு ஜன்மம் எடுத்துவிட்டான் என்று தோன்றிற்று. அவன் வெற்றிலை போட்டுக்கொண்டு தலையைத் தூக்காமல் பொறுமையாக வேலை செய்தான். குழந்தை தவழ்ந்து

விளையாடுகிறது சார் என்று நரசிம்மாச்சாரியிடம் சொல்லுவான். எல்லாக் குழந்தைகளும் தவழ்ந்து விளையாடத்தானே செய்யும்!

முன்னெல்லாம் நாகராஜன் மத்தியான உணவைப் பொட்டலமாகக் கட்டித் தோல்பைக்குள் நாசூக்காக வைத்துக் கொண்டு வருவான். இப்போது தோல்பை போன இடம் தெரியவில்லை. அதற்குப் பதில் கையில் ஒரு தூக்குப் பாத்திரம்! சற்றுப் பெரியது. அதை தூக்கிக்கொண்டு மணிமேடை வழியாக எப்படி நடந்து வருகிறான் என்பது ராஜாமணிக்குப் புரியவே இல்லை. வளைந்த பிடிகொண்ட குடையைத் தோளில் தொங்கப் போட்டுக்கொண்டு அவன் ஆபீசை விட்டு இறங்கிச் செல்கிற போது கன்னத்தில் ஒரு அறைவிடவேண்டும் போலிருக்கும் ராஜாமணிக்கு. தன்னைச் சுற்றி நாலு புறமும் கிழடுகள் சூழ்ந்து கொண்டுவிட்டது மாதிரி இருந்தது அவனுக்கு.

இதையெல்லாம் எண்ணுகிறபோது கல்யாணியின் குழந்தைக்குத் தொட்டில் போடுகிற அன்று நடந்த விஷயங்கள் தான் அவன் மனதில் திரும்பத் திரும்ப ஞாபகத்துக்கு வரும்.

கல்யாணியின் கணவர் எல்லோரையும் உட்காரவைத்து ஆளுக்கு ஒரு தம்ளர் ஷர்பத் மட்டும் கொடுத்தார். விசேஷமாக எதுவும் தயார்செய்ய ஆள் வசதி இருக்கவில்லை. குழந்தையைக் கொண்டுவரச் சொல்லுங்கள் ஸார் என்றான் நாகராஜன். கல்யாணி குழந்தையுடன் வந்தாள். நாகராஜன் தோளில் கிடந்த டர்க்கி டவலை எடுத்து மடியில் விரித்து குழந்தையைப் பதனமாக வாங்கி மடியில் போட்டுக் கொண்டான். ராஜாமணிக்கு ஒரே கூச்சமாக இருந்தது. நரசிம்மாச்சாரியும் நாகராஜனும் குழந்தையின் முகத்தை வெகுநேரம் கூர்ந்து பார்த்துக்கொண்டிருந்தார்கள். குழந்தை அவள் அம்மா ஜாடைதான் என்றார் நரசிம்மாச்சாரி. கல்யாணி சிரித்தாள். நாகராஜனுக்குத் திடீரென்று என்ன தோன்றிற்றோ, ஜேபியில் கையை விட்டு ஒரு முழு ரூபாய் நாணயத்தை எடுத்துக் குழந்தையின் பிஞ்சு விரல் களிடையே திணித்தான். எதுக்கு ஸார் என்று தணிந்த குரலில் சொன்னார் கல்யாணியின் கணவர். கல்யாணியின் முகத்தில் ஏற்பட்ட பரவசத்தை ராஜாமணி கவனித்தான். நரசிம்மாச்சாரிக்கும் உற்சாகம் கிளம்பிவிட்டது. அவர் குழந்தையைக் கையில் எடுத்துத் தொட்டிலில் கிடத்தியபடி ஒரு தாலாட்டுப் பாடலை முனக ஆரம்பித்தார். வாயைத் திறந்து பாடுங்களேன் ஸார் என்றான் நாகராஜன். இதை அவன் கேலியாகச் சொல்லவில்லை. அப்படி யார் சொல்லப் போகிறார்கள் என்று காத்துக்கொண் டிருந்த மாதிரி உடனேயே அவர் தாலாட்டுப் பாட ஆரம்பித்து

சுந்தர ராமசாமி

விட்டார். தெலுங்கு பாஷையிலுள்ள ஒரு தாலாட்டு அது. எல்லோரையும் பார்த்துக்கொண்டே அவர் உரக்கப் பாடினார். கல்யாணியும் அவள் புருஷனும் சிரிப்பாய் சிரித்தார்கள். ராஜாமணிக்கு அங்கு நிற்க முடியவில்லை. அவன் உடம்பிலிருந்து சதையை யாரோ பிய்த்துப் பிய்த்து எடுப்பது போலிருந்தது. அவன் வாசல் திண்ணைக்கு வந்து கைக்குட்டையால் வாயைப் பொத்திக்கொண்டு சிரிப்பதும் சன்னல் வழி உள்ளே பார்ப்பது மாக இருந்தான். பாடல் தெய்வகானம் போலிருந்தது என்று நாகராஜன் நரசிம்மாச்சாரியைப் பாராட்டினான். அவள் இருந்து பாடணும் கேட்கணும் என்றார் நரசிம்மாச்சாரி. காலஞ்சென்ற அவர் மனைவி தாலாட்டு, கீர்த்தனங்கள், அஷ்டபதி எல்லாம் மிகவும் அருமையாகப் பாடுவாள் என்று அடிக்கடி அவர் சொல்வார். அப்படிச் சொல்கிற ஒவ்வொரு சந்தர்ப்பத்திலும் அவர் கண்கள் நிறைந்துவிடும். அன்றும் நிறைந்தது. அதை மறைத்துக்கொண்டார் அவர்.

எல்லோரும் விடைபெற்றுக் கொள்கிறபோது கல்யாணி நாகராஜனைப் பார்த்து, ஸார், உங்கள் பையனுக்குத்தான் இவளைத் தரப்போகிறேன் என்றாள். நம்ம பயல் அதிருஷ்ட காரன் என்றான் நாகராஜன். எல்லோரும் சந்தோஷமாகச் சிரித்தார்கள்.

'தனிமைப்பட்டுப் போனோம்' என்ற உணர்வு ராஜாமணிக்கு நாளுக்குநாள் அதிகமாகிக்கொண்டே வந்தது. கல்யாணிக்கும் நாகராஜனுக்கும் நரசிம்மாச்சாரிக்கும் பொதுவான விஷயங்கள் எவ்வளவோ இருந்தன. குடும்ப விஷயங்களைச் சலிக்காமல் பேசிக்கொண்டிருந்தார்கள் மூவரும். கல்யாணியின் குழந்தைக்குச் சுகமில்லை என்றால் நாகராஜன் தன்னுடைய குழந்தைக்கு வாங்கியதில் மிச்சமிருக்கும் மருந்தைக் கொண்டுவந்து கொடுப் பான். நரசிம்மாச்சாரிக்கு அலோபதியில் நம்பிக்கை கிடையாது. அவர் தமது பேரன் பேத்திகளுக்கு ஹோமியோபதி மருந்துதான் கொடுத்துவருவதாகச் சொன்னார். பேங்கில் தங்கள் பெயருக்குப் புதிய கணக்குகள் திறந்து அதில் பணத்தைப் போட்டு வந்தார்கள் நாகராஜனும் கல்யாணியும். தன்னுடைய பெண்ணின் பதினைந்தாவது வயதில் திரும்பக் கிடைக்கும்படி கல்யாணி இன்ஷுரன்ஸுக்குப் பணம் கட்டி வந்தாள்.

ராஜாமணிக்கு இதொன்றும் பிடிக்கவில்லை. எப்படியும் போகட்டும் என்று விட்டுவிட்டான் அவன். தன்னைப்பற்றி எண்ணுவதற்கே அவனுக்கு நேரம் சரியாக இருந்தது. தான் ரொம்பவும் உயரமாக வளர்ந்திருப்பதாக அவனுக்கே தோன் றிற்று. அன்றாடம் சவரம் செய்துகொள்வதால் கன்னத்தில்

பாசி படர்ந்திருந்தது. ரகசியமாக சிகரெட் குடித்தாலும் உதடுகள் கறுக்கத்தானே செய்யும்! கைக் குட்டையில் நிறையப் பவுடரைப் போட்டுத் தேய்த்துச் சதா ஜேப்பில் வைத்திருப்பான். அடிக்கடி முகத்தைத் துடைத்துக் கொள்வதால் அவன் முகத்தில் எண்ணெய் வழிந்த நாளே கிடையாது. தினசரி தூய வெள்ளைச் சட்டை போட்டுக்கொள்கிறான் என்பதைத்தானே பார்க்கிறவர்கள் தெரிந்துகொள்ள முடியும்? ஆபீஸ் விட்டு வீட்டுக்குச் சென்றதும் அவன் வண்ணானாக மாறிவிடுவது அவனுக்கு மட்டும் தெரிந்த ரகசியம்.

வருடக் கடைசி. இன்னும் இரண்டு தினங்களுக்குள் கணக்குகள் முடிவடைய வேண்டும். ஏஜண்டுகூட ஆறு மணிக்குத் தான் பேங்கை விட்டுச் சென்றார். வீரகுமார் அவன் அறையி லிருந்தவாறே அதைக் கொண்டா இதைக் கொண்டா என்று சத்தம் போட்டுக்கொண்டிருந்தான்.

ராஜாமணிக்கு வேலை ஓடவில்லை. அவன் தலையைத் தூக்கிப் பார்த்தான். மணி ஆறரை. இரண்டு கைகளையும் உயரத் தூக்கி முதுகை வளைத்துச் சோம்பல் முறித்தான். கைக்குட்டையை எடுத்து முகத்தைத் துடைத்துக்கொண்டே நிலைப்படியில் சென்று நின்றவாறு தார் ரோட்டைப் பார்த்தான்.

அப்படி அவன் பார்த்துக்கொண்டிருக்கும்போது தூரத்தில் ஒரு பெண் வருவது தெரிந்தது. அவளைப் பார்த்துவிட்டுப் போவோம் என்ற எண்ணத்தில் அங்கேயே நின்றான்.

அந்தப் பெண்ணுக்குப் பதினைந்து அல்லது பதினாறு வயதிருக்கும். இரட்டைப் பின்னல் போட்டுக்கொண்டு மிலிட்டரி நடை போட்டு வந்தாள். அந்தப் பெண்ணின் தேகஅமைப்பு ராஜாமணியின் தேக அமைப்பு மாதிரிதான் இருந்தது. தன் சகோதரி என்று சொன்னால் யாருமே நம்பிவிடுவார்கள் என்று எண்ணிக்கொண்டான் ராஜாமணி. பக்கத்தில் வந்த போதுதான் அவன் கவனித்தான். அந்தப் பெண்ணுக்கும் காது சற்று முன்புறம் வளைந்திருந்தது. அதை அவள் தலைமயிரால் மூடி மறைக்க முயன்றிருந்தாள். அவனுக்கு நேர் எதிராக வந்ததும் யதேச்சையாக அவன் நின்றுகொண்டிருந்த திசையைப் பார்த்தாள் அவள். ராஜாமணி அவளைப் பார்த்துச் சிரித்தான். அந்தப் பெண்ணும் பதிலுக்குச் சிரித்துவிட்டுச் சென்றாள். அவள் சிரித்த வினாடியில் உள் நெஞ்சை ஏதோ சுட்டுக்கொண்டு இறங்குவது மாதிரி இருந்தது. அன்றுதான் அவன் ஒரு பெண்ணைப் பார்த்துச் சிரித்திருக்கிறான். இந்த தைரியம் அவனுக்கு எப்படி வந்தது என்பது அவனுக்கே தெரியவில்லை. அவளும் சிரித்தாளே!

சுந்தர ராமசாமி

"டேய் அப்பா, கொஞ்சம் டிரையல் பாலன்ஸைப் பார்த்துச் சொல்லு" என்றார் நரசிம்மாச்சாரி.

ராஜாமணி தனது ஆசனத்தைப் பார்த்து ஓடினான்.

"என்ன ஸார் சொன்னேள்?" என்று தயங்கியவாறு கேட்டுக் கொண்டே ஒரு நீண்ட பெருமூச்சு விட்டான் ராஜாமணி.

நரசிம்மாச்சாரி அவன் கேட்ட கேள்விக்குப் பதில் சொல்லா மல் நாகராஜனைப் பார்த்து, "ஏன் ஸார், இந்தப் பயல் அடிக்கடி பெருமூச்சு விட்டுக்கொண்டே இருக்கிறான்?" என்று கேட்டார்.

நாகராஜன் ராஜாமணியின் முகத்தைப் பார்த்துச் சிரித்தான். பியூன் அருணாசலமும் சிரித்தான்.

கல்யாணிதான் பதில் சொன்னாள்:

"ராஜாமணி தேடறான் ஸார். அவனுக்கு இன்னும் அகப்பட வில்லை."

இப்படிச் சொல்லிவிட்டு, அவன் உஷ்ணமாக எடுத்துக் கொண்டு விடாமலிருக்க, அவனைப் பார்த்துச் சிரித்தாள்.

ராஜாமணி தலையைக் கவிழ்த்துக்கொண்டான்.

*நவசக்தி வார இதழ்*, 1960

# லீலை

"அப்பா, நான் புறப்பட்டாச்சு, பிள்ளை பார்க்க" என்று சொல்லிக் கொண்டே அலமேலு வாசல் திண்ணை யில் வந்து நின்றாள்.

மகாதேவ அய்யர் அவள் முகத்தை ஏறிட்டுப் பார்த் தார். அவர் முகத்தில் பார்வை பதித்தபடி கூச்சமில்லாத பாவனையில் சிரித்துக் கொண்டு நின்றாள் அவள். அவள் அப்பட்டமாக உடைத்துப் பேசிவிட்டது அவரிடம் ஓர் அசுவாரசியத்தை ஏற்படுத்தி, தொடர்ந்து மனவேதனை யைக் கிளறுவது போலவே இருந்தது. இருந்தாலும் அவ ளோடு சேர்ந்துகொண்டு அவரும் மேலுக்குச் சிரிக்க முயன்றார்.

"அவா நமக்குத் தூர உறவு, தெரியுமா?"

"நேத்து ராத்திரிதான் தெரியும், நீங்க சொல்லி. தூர உறவான அந்த மாமிக்கு உடம்பு சரியில்லை. அவளைப் பார்த்துவிட்டு வரத்தான் நாம போறோம். பிள்ளை பார்க்க இல்லை அப்பா, பிள்ளை பார்க்க இல்லை. தமாஷுக்குச் சொன்னேன்" என்று சொல்லிவிட்டு மேலும் சிரித்தாள் அலமேலு.

இப்பொழுது அவரால் அவளோடு சேர்ந்துகொண்டு சிரிக்க முடியவில்லை. அவளுக்கு எதிராக ஒரு கோப அலை அவர் மனசில் மூண்டது. அதை வெளியே காட்டிக்கொள்ளாமல் ஒரு குற்றவாளியைப் பார்ப்பதுபோல் அவள் முகத்தைப் பார்த்தார். அவருடைய மன உணர்வுகளைப் புரிந்துகொண்டு, அதை வாங்கிக் கொள்ளாத பாவனையில் தலையைத் திருப்பி வாசலை வெறித்தபடி நின்றுகொண்டிருந்தாள் அவள்.

வாசலில் ஒரு கார் வந்து நின்றது.

"அப்பா, டாக்சி வந்தாச்சு" என்றாள்.

மகாதேவ அய்யர் எழுந்திருந்து சரேரென்று உள்ளே விரைந்து, வெற்றுடலில் அங்கவஸ்திரத்தைப் போர்த்தியபடி வெளியே வந்த போது, செருப்பும் காலுமாக அலமேலு பின்

சீட்டில் ஏறிக்கொண்டிருந்தாள். அவள் முகம் மௌன விரதம் பூண்டு யுகாந்திரங்கள் ஆகிவிட்டதுபோல் கல்லாக இருந்தது. அவர் ஏறிக்கொள்ளவும் வண்டி புறப்பட்டது.

"என்னைத் தெரிகிறதா?" என்று கேட்டார் மகாதேவ அய்யர்.

சாய்வு நாற்காலியில், அரைவேஷ்டியைத் தளர்த்திவிட்டுக் கொண்டு, அடிவயிற்றை இடது கையால் தடவியபடி, ஆங்கிலத் துப்பறியும் நாவலுக்குள் அமிழ்ந்து போயிருந்த கிழவர் திடுக்கிட்டு எழுந்து உட்கார்ந்தார். எதிரே ஒரு வயதானவரும் குண்டாக ஒரு பெண்ணும் நின்று கொண்டிருந்தனர்.

"நான்தான் கரமனை மகாதேவ அய்யர். லக்ஷ்மிக்கு ஒன்று விட்ட மாமா பிள்ளை."

"அது யாரு, லக்ஷ்மி?"

"உங்க சம்சாரம்."

"ஓ, எச்சுமியா! அவளுக்கு..?"

"ஒன்றுவிட்ட மாமா பிள்ளை."

"ஒன்றுவிட்டா ரெண்டுவிட்டா?"

"ஒன்றுவிட்டு."

"ஒன்றுவிட்டா? அப்பொ ரொம்பக் கிட்டின உறவாச்சே. வாங்கோ வாங்கோ. யாரு குழந்தை?"

"என் பெண்."

"நமஸ்காரம் மாமா!" என்று கையைக் கூப்பினாள் அலமேலு.

"இதெல்லாம் என்னது... வேண்டாத வழக்கம்" என்று சொல்லிக் கொண்டே சுயஉணர்வின்றிக் கையைத் தூக்கிச் சலாம் போட்டு விட்டு, "உள்ளே வாங்கோ. எச்சுமி... எச்சுமி... உன்னுடைய ஒன்றுவிட்ட மாமா பிள்ளை கரமனை மகாதேவ அய்யர், அவர் பெண்ணோட நம்ம வீடு தேடி..." என்று குழறியபடியே அறிவித்துக் கொண்டு காற்றால் அடித்துச் செல்லப்படுவது போல் உள்ளே சென்றார் கிழவர். கூனல் முதுகும், ஒட்டிய வயிறும் ஒரு புராதன வில் உயிர் பெற்று ஓடுவது போலவே இருந்தது. மகாதேவ அய்யரும் அலமேலுவும் பரஸ்பரம் பார்த்து சிரித்தபடி முன் வாசல் நிலையை ஒட்டி

நின்றுகொண்டிருந்தனர். அய்யர் ஜன்னல் வழி பக்கவாட்டு அறைக்குள் எட்டிப் பார்த்துவிட்டு தம் பெண்ணின் முகத்தைப் பார்த்தார். அலமேலுவும் எட்டிப் பார்த்தாள். அறைமுழுவதும் ஒரே புத்தகக் காடாக இருந்தது.

"காலேஜிலேயிருந்து இன்னும் வரவில்லை போலிருக்கு" என்று முணுமுணுத்தார் மகாதேவ அய்யர்.

அலமேலு அதைக் காதில் வாங்கிக்கொண்ட பாவனையே காட்டிக் கொள்ளவில்லை. அவளுடைய கண்கள் அந்த அறையை இரண்டு மூன்று முறை பக்கம் பக்கமாக நோட்டம்விட்டன.

"என்னா, அங்கேயே நிக்கறாப்லே . . ." இரண்டாம் கட்டி லிருந்து கிழவரின் குரல் கேட்டது.

"கூப்பிடுகிறார்" என்று தணிந்த குரலில் சொல்லிக்கொண்டே அனுசரணையோடு ஒரு பள்ளி மாணவி மாதிரி வேகமாக நடந்து சென்றாள் அலமேலு. அய்யரும் அவளைப் பின் தொடர்ந் தார்.

லக்ஷ்மி அம்மாள் ஒரு கட்டிலில் படுத்துக்கொண்டிருந்தாள். காலை பூஜை புனஸ்காரம் முடிந்து ஒரு சிறு பூனைத் தூக்கம் போட்டுவிட்டுக் கண் விழித்தது போலிருந்தது. மூக்கில் வைர பேசரி. காதில் வைரத் தோடு. சாண் அகலம் சரிகை போட்ட காஞ்சீபுரம் சேலை. கால் விரல்களில் வெள்ளி மெட்டி. உள்ளங் கால் வெள்ளை வெளேரென்று உள்ளங்கை மாதிரியே இருந்தது.

"மூணு வருஷமாச்சு. இதே படுக்கை. முதுகெலும்பில் ஏதோ கோளாறாம்" என்றார் கிழவர்.

லக்ஷ்மி அம்மாள் அலமேலுவைப் பார்த்துப் புன்னகை பூத்தாள்.

"மாமி, நமஸ்காரம் பண்ணறேன்" என்று சொல்லிக் கொண்டே கட்டிலோரம் தரையில் குனிந்து நமஸ்காரம் பண்ணி னாள் அலமேலு.

"பாவாடை கட்டிண்டு பார்த்தது. ஒரு தடவை லக்ஷ தீபத்துக்கு அழைச்சுண்டு வந்திருந்தா உங்கம்மா. இருபத்தஞ்சு வருஷம் இருக்கும். நாங்க ரெண்டு பேரும் பேசிண்டிருந்தோமா? நீ எங்கேயோ சித்த நகர்ந்து போய்விட்டே. பதறிப்போச்சு! 'என் மாட்டுப் பெண்ணாக்கும். எங்கேயாவது தவறவிட்டயோ ஜவாப் சொல்ல வேண்டியிருக்கும்' அப்டீன்னு சொன்னேன். உங்கம்மா சிரிச்சது கூடக் கண் முன்னாலே நிக்கறது. நல்ல சரசி. அநியாயமா அற்பாயுசுலே . . ."

கிழவர், மகாதேவ அய்யர் முகத்தைப் பார்த்தார். அவர் எதிர்பார்த்த சோகரேகைகள் அவர் முகத்தில் தெரியவில்லை.

வேறு எதையோ எண்ணி அவர் மனசு தளும்புவதை முகம் காட்டிக் கொண்டிருந்தது.

"அன்னிக்கே மாட்டுப்பெண்ணாக வரிச்சுண்டுட்டேளாக்கும்" என்றார் அய்யர்.

"நாம என்ன வரிச்சுக்கறது? நம்ம கையிலேயா இருக்கு. லகான் அவர் பிடிச்சுண்டிருக்கார். நாம சவுக்கெ சொடுக்கிண்டிருக்கோம். நெனச்ச இடத்துக்குப் போய் சேர்ந்தாப்லேதான்! ஆசை, சொல்றோம். அப்புறம் ஐயோன்னு அழறோம்."

"ரொம்ப நன்னாச் சொன்னேள்" என்றார் மகாதேவ அய்யர்.

கிழவர் தமது வேலை முடிந்து விட்டது என்ற பாவனையில் முக்காலியைக் கட்டிலருகே இழுத்து, "உட்காருங்கோ" என்று சொல்லிவிட்டு வாசல் திண்ணையைப் பார்க்க நகர்ந்தார்.

மகாதேவ அய்யர் முக்காலியிலும் அலமேலு தரையிலுமாக உட்கார்ந்து கொண்டனர்.

"பேரன் பேத்திகள் இருக்காளோல்லியோ?" என்று அய்யரைப் பார்த்துக் கேட்டுவிட்டு அலமேலு முகத்தைப் பார்த்தாள் லக்ஷ்மி அம்மாள்.

அலமேலு சிரிக்கும் பாவனையில் முகத்தைக் குனிந்து கொள்ள, அய்யர், "அவளுக்கு இன்னும் கல்யாணம் ஆகவில்லை" என்றார்.

"அப்படியா?" என்றாள் மாமி. அசட்டுத்தனமாக வாய் நழுவவிட்ட கேள்வியின் பச்சாதாபம் மாமியின் முகத்தில் தெரிந்தது.

"என்ன வயசாறது?"

"நிறைய ஆயுடுத்து."

"நிறையன்னா?"

"முப்பத்திரண்டு தாண்டிடுத்து" என்று அலமேலு சற்று உரக்கச் சொன்னாள். தகப்பனாரின் தயக்கத்துக்குச் சவால் விட்டது போலிருந்தது.

"பிந்தித்தான் போச்சு" என்றாள் மாமி.

"நானும் அவளுக்குப் பதினாறு வயசிலே ஜாதகத்தைத் தூக்கினது. பாலக்காட்டிலிருந்து கன்னியாகுமரி வரையிலும் பார்த்துட்டேன். ஒண்ணும் அமையலை."

"பாப ஜாதகமோ?"

"ஊஹு`ம். பாபம் புண்ணியம் எல்லாம் அளந்து வச்சாப்ல தான் இருக்கு. ஆகலை. ஆயிரம் காரணம்."

"ஆண் பிள்ளைகளுக்கே தட்டித் தட்டிப் போயுடறது. எங்க ராஜாவுக்கு மாசிக்கு நாற்பது தாண்டிடுத்து. பெண் குழந்தைகளுக்குக் கேட்பானேன்?"

"என்னைப் பார்த்தால் தெரியலையா மாமி, ஏன் கல்யாணம் ஆகலைன்னு?"

மாமி சடேரென்று திரும்பி அலமேலுவைப் பார்த்தாள். அலமேலு சிரித்துக்கொண்டிருந்தாள். கொல்லை வாசல் வழியாக உள்ளே விழுந்திருந்த துண்டு வெயிலின் வெளிச்சத்தில் அவள் கண்களில் ஈரம் பளபளத்தது. மகாதேவ அய்யர் இன்ஸ்பெக்டர் முன்னிலையில் தவறான பதில் சொல்லும் குழந்தையை வகுப்பு வாத்தியார் முறைப்பதுபோல் முறைத்தார்.

"ஏன் அப்படிச் சொல்றே?" என்றாள் மாமி.

"அசடு, அசடு. இப்படித்தான் எதையாவது உளறிண்டிருக்கும்" என்றார் மகாதேவ அய்யர்.

"ஏன் அப்படிச் சொன்னா? நிறமாயில்லேன்னுட்டா? சித்த மங்கல். அதனால் என்ன? அதுவும் ஒரு அழகுதான். ராமர், கிருஷ்ணர் எல்லாம் அழகு இல்லையா?"

"குண்டா இருக்காளாம். குண்டா இருக்கிறது தூக்குப் போட்டுக்க வேண்டிய விஷயமா இப்பொ? பல் மேலே பாத்துண்டிருக்காம். பழையபடி அது முத்தாப் படிஞ்சு முளைக்கணும்னு சொல்றா. நடக்குமோ?"

அலமேலு மேலுதட்டை விரிய விடாமல் சிரித்தபடி தலையைக் குனிந்து கையில் ஏந்திக் கொண்டாள். இடது கை சுண்டு விரல் அவள் கன்னத்தை வழித்துவிட்டுக் கொள்வதைக் கவனியாத மாதிரி பாவனை செய்துகொண்டாள் மாமி.

"என் கண்ணுக்கு ஒரு குறையும் தெரியலைடீ அம்மா. உடம்பு சேர்ந்துண்டு அழகா இருக்கு. இப்பொ இதுமாதிரி பார்க்கறதே அபூர்வமாப் போச்சே. ஒரு வியாதி வெக்கை இருக்கப்படாது. முக்கியமா உடம்பு கல்லா இருக்கணும்."

"நன்ன தோசைக்கு அரைப்பேன் மாமி. ரெண்டுபடி அரிசியைப் போட்டுப் பாருங்கோ. அரைமணி நேரத்திலே மாவா வழிச்சிடுவேன்..."

"ஏன்? நன்னப் பாட மாட்டாயா? அதைச் சொல்லேன்" என்றார் மகாதேவ அய்யர்.

“பாட்டுச் சொல்லி வச்சிருக்கேளா?”

“பாட்டா? மியூசிக் அகாடமியிலே நாலு வருஷம் படிச்சிருக்கா. சங்கீத பூஷணம்னு பட்டம். எனக்கும் சங்கீதத்துக்கும் காது செவிடு. கேட்டவா கேட்டவா நன்ன பாடறா, ஞான பாவம் திவ்வியமா இருக்குன்னு சொல்றா. மாமிக்குப் பாடிக் காட்டேண்டீ.”

“இங்கே எல்லாருக்கும் அதுக்கு மேலே காது செவிடு. தெரிஞ்சவா நன்னப் பாடறான்னு சொன்னா சரிதான்” என்றாள் மாமி.

“ரேடியோவிலே அடிக்கடி சான்ஸ் வரது. இந்த மாதம் பத்தொன்பதாம் தேதிகூட புரோகிராம் இருக்கு. சாயங்காலம் இருபது நிமிஷம்.”

“அப்படியா! தேவலையே. அப்போ ரேடியோப் புகழ் அலமேலு அப்படீன்னு சொல்லுங்கோ.”

“இப்போ ரேடியோப் புகழ். அப்புறம் டெலிவிஷன் புகழ்” என்று ஒரு குரல் கேட்டது.

அப்பாவும் பெண்ணும் திரும்பிப் பார்த்தார்கள். நிலையின் மேல் படியில் இரு கைகளையும் தூக்கி வைத்தபடி நின்று கொண்டிருந்தார் கிழவர்.

“டெலிவிஷன் வந்துட்டா எனக்கு சான்ஸே கிடைக்காது மாமா!” என்றாள் அலமேலு.

கிழவர் இதைக் காதில் வாங்கிக் கொள்ளவேயில்லை. மகாதேவ அய்யருக்கு அர்த்தமாகவும் இல்லை. மாமி மட்டும் செல்லமாகக் கடிந்துகொள்ளும் பாவனையில் அலமேலுவைப் பார்த்து முறைத்தாள்.

“திருவனந்தபுரம் எக்ஸ்பிரஸ் வந்தாச்சோ?” என்று கேட்டார் கிழவர், கட்டில் பக்கம் திரும்பி.

“வரலை, வரலை. கைகாட்டி விழுந்தாச்சு. இப்பொ வந்திடும்” என்றாள் மாமி.

கிழவர் திரும்பி வாசல் திண்ணையைப் பார்க்கச் சென்றார்.

“சாயங்காலம் காபி போட்டுத்தர ஒரு மாமி வருவாள். அவளைத்தான் கேக்கறார்” என்றாள் மாமி.

அலமேலு சிரித்துக்கொண்டே “காபிக்கு வேளை ஆயுடுத்தா?” என்றாள்.

"வேளை ஒண்ணும் ஆயிடலை. அவருக்கு இப்படித்தான் கைக்குழந்தை மாதிரி அரை அரை மணிக்கு எதையாவது விட்டுண்டே இருக்கணும். என்னையோ பகவான் காலை முறிச்சுப் போட்டிருக்கார்."

"நான் போடறேனே மாமி!" என்றாள் அலமேலு.

"சீச்சீ! வந்தவாளுக்குக் காப்பி போட்டுத்தரணும். முடியலை. அடுக்களைக் காரியம் வேறே பார்க்கச் சொல்லணுமா?"

"லக்ஷ்மி, அந்த மாதிரியெல்லாம் சொல்லாதே. நாங்க என்ன தூரப்போனவளா?" என்றார் மகாதேவ அய்யர்.

"வித்தியாசமா நெனச்சுக்காதேங்கோ மாமி" என்றாள் அலமேலு.

வாசலில் சைக்கிள் சத்தம் கேட்டது.

"ராஜா வந்தாச்சு" என்றாள் மாமி.

மகாதேவ அய்யர் எழுந்திருந்து வாசல் பக்கம் நகர்ந்தார்.

அலமேலு திரும்பிப் பார்த்தபொழுது, கரையேறும் மீனவன் மாதிரி இடது கையில் இரு பூட்ஸ்களைத் தொங்கவிட்டுக் கொண்டு ஒரு நெடிய உருவம் தலையை இடதுபக்கம் சாய்த்த படியே பக்கவாட்டு அறைக்குள் நுழைவது தெரிந்தது.

"ராஜாதானா?" என்று மாமி அலமேலுவைப் பார்த்துக் கேட்டாள்.

அலமேலு பதில் சொல்லாமல் மாமி முகத்தைப் பார்த்துக் கொண்டே நின்றாள்.

"இந்தப் பக்கம் சித்தெ நகர்ந்து நின்னுண்டு பாரு, அந்த அறைக்குள்ளே" என்றாள் மாமி.

மாமியின் பார்வை வட்டத்தை மீறிச் சென்று விடாதபடி அலமேலு சற்று விலகி நின்று அறையைப் பார்த்தாள்.

"ராஜா" என்று கூப்பிட்டாள் மாமி.

"ஓ!"

"அவன்தான்" என்றாள் மாமி. "காப்பியை நெனச்சுண்டே வருவன்" என்றாள்.

அலமேலு கட்டிலருகே நகர்ந்து மாமியின் முகத்தைப் பார்க்கக் குனிந்துகொண்டு "நான் போடறேன், மாமி" என்றாள் அழுத்தமான குரலில்.

வாசனை

மாமி அலமேலுவின் கைகளைப் பற்றித் தன் நெஞ்சில் தூக்கி வைத்துக்கொண்டு, "போடறேன்னு சொல்றியா?" என்று தாழ்ந்த சுருதியில் கேட்டாள்.

"ம்."

"சரி" என்றாள் மாமி.

மாமி கட்டிலில் படுத்தபடியே சொல்லச் சொல்ல அதன் படியே அலமேலு காரியங்களைக் கவனிக்கலானாள். பத்து நிமிஷங்களுக்குள் காப்பி தயாராகி விட்டது.

"முதல்லே உங்கப்பாவுக்கும் அவருக்கும் கொண்டுபோய்க் கொடு" என்றாள் மாமி.

அலமேலு திரும்பி வந்தபோது அவள் பின்னாலேயே கிழவரும் வந்தார்.

"எச்சுமி, காப்பி அமிர்தம்!" என்றார் கிழவர்.

"உங்களுக்கு யோகமிருந்தா தினசரி இந்த மாதிரி காப்பி சாப்பிடலாம்" என்றாள் மாமி.

"அதுக்கு நான் என்ன செய்யணும்னு சொல்லு. இப்பவே செய்யறேன்."

"வாசல்லே போயி அவரிட்டே பேசிண்டிருங்கோ."

கிழவர் மிகவும் அனுசரணையுள்ள குழந்தை மாதிரி வாசலைப் பார்க்கச் சென்றார்.

"ராஜாவுக்குக் கொஞ்சம் ஸ்ட்ராங்காப் போடு, சர்க்கரை கம்மியா" என்று அடுக்களைப்பக்கம் பார்த்துச் சொன்னாள் மாமி.

கையில் காப்பியுடன் அலமேலு வெளியே வந்து மாமி முன்னால் நின்றாள்.

"ராஜா!"

"ஓ."

ஒரு நிமிஷம் வரையிலும் காப்பியும் கையுமாக அலமேலு அப்படியே நின்றுகொண்டிருந்தாள். ராஜா வரவில்லை.

"புதுசா ஒரு தலப்புத் தெரிஞ்சுட்டா அப்புறம் பின் கட்டுக்கே வரமாட்டான் என் கண்ணு" என்றாள் மாமி.

அலமேலுவின் முகத்தில் ஒரு குறுநகை மலர்ந்தது.

"இல்லை, ஏதாவது புஸ்தகத்தைத் திருப்பிட்டானோ என்னவோ, அப்புறம் இந்த உலக ஞாபகமே போயிடுமே."

"இதிலே வெச்சுடட்டுமா?" என்று கேட்டுக்கொண்டே முக்காலியைப் பார்த்துக் குனிந்தாள் அலமேலு.

"அவன் அறையிலே முன்னாடி ஒரு மேஜை கிடக்கு. அதிலே கொண்டு போய் வெச்சுடேன்."

"வெச்சுட்டு வந்துரவா?"

"வெச்சுட்டு 'காப்பி வெச்சிருக்கேன்'னு சொல்லேன். குடிச்சுட்டான்னா தம்பளரையும் கையோட எடுத்துண்டு வந்துடலாமே!"

முக்காலியில் வைத்துவிட்ட காப்பியை அலமேலு குனிந்து கையில் எடுத்துக்கொண்டாள்.

"அந்தப்பக்கம் திரும்பிண்டு சிரிக்கறயா?" என்று கேட்டாள் மாமி.

"இல்லையே, ஏன்?"

"ஒண்ணுமில்லே. காப்பியைக் கொண்டு போ" என்று கட்டளையிட்டாள் மாமி.

அலமேலு அறைக்குள் நுழைந்தாள். மேஜைமேல் காலுறை அணிந்த இரண்டு பெரிய பாதங்கள் தெரிந்தன. சாய்வு நாற்காலியில் கீழ் நகர்ந்து தலையைச் சரித்து உடலைக் குறுக்கி, கர்ப்ப சிசு மாதிரி படுத்துக் கொண்டிருந்தான் ராஜா. அவன் முகத்தைக் கையிலிருந்த புத்தகம் மறைத்துக் கொண்டிருந்தது. தான் அறைக் குள் நுழைந்த நிமிஷத்தில்தான் புத்தகம் நகர்ந்து முகத்தைப் பூராவாக மறைத்ததாகத் தோன்றிற்று அலமேலுவுக்கு.

"காப்பி" என்றாள் அவள்.

சாய்வு நாற்காலிக்குள் முகத்தை மறைத்துக்கொண்டு கிடந்த உருவம் அசையவில்லை.

"காப்பி" என்றாள் மீண்டும்.

திடுக்கிட்டு விட்டதுபோல் ராஜா எழுந்திருந்து உட்கார்ந் தான். அவனால் அவள் முகத்தை இங்கிதத்தோடு பார்க்க முடியவில்லை. ஏதோ ஒரு விதத்தில் முறைப்பது போலத்தான் இருந்தது அது. அலமேலுவின் இமைகள் தாழ்ந்து பார்வை காப்பியிலிருந்து கிளம்பும் ஆவியில் படிந்தது.

"யாரு நீ?" என்றான் ராஜா.

"அலமேலு!"

"ஆயிரம் அலமேலு. அதிலே நீ எந்த அலமேலு?"

அலமேலு பதில் சொல்லாமல் சிரித்தாள்.

ராஜாவும் சிரித்தபடியே காப்பியை எடுத்து அவள் முகத்திலிருந்து பார்வையை அகற்றாமல் தம்ளரை உதட்டோரத்துக்குக் கொண்டு சென்று நாசூக்காக உறிஞ்சினான்.

"பேஷ்!" என்றான் ராஜா.

அலமேலு அவன் முகத்தைப் பார்த்தாள்.

"மூணு வருஷமாச்சு இந்த மாதிரி காப்பி சாப்பிட்டு."

"சும்மாச் சொல்றேள்."

"இந்தப் பாரு, நான் காலேஜிலே கணக்கு வாத்தியார். பொய் சொல்லாத பிழைப்புன்னா இது ஒண்ணுதான். நாலும் மூணும் ஏழு. உலகம் பூரா அப்படித்தான்."

"கதையெல்லாம் எழுதுவேளாமே."

"யாரு சொன்னா?"

"அலமேலு."

"நீதானே அலமேலு?"

"நான் இல்லே. சின்ன அலமேலு. உங்க மாணவி."

"வி. அலமேலுவா? ஓ, கரமனைக்காரி. அவ என் ரசிகையாச்சே. ஒவ்வொரு கதையும் படிச்சுட்டு, ஸார், வர வர நன்ன எழுதறேளேனு சொல்றாளே, அவதானே?"

"கதை எழுதறதுன்னா எப்படி? நெனச்சா ஆச்சரியமாயிருக்கே."

"எனக்கே ஒவ்வொண்ணும் எழுதி முடிச்சதும் ஆச்சரியமாத்தான் இருக்கும். எப்படி எழுதிப்புட்டோம்னு நெனச்சு அப்படியே அசந்து போயிடறேன். அது சரி, நீ புஸ்தகமெல்லாம் படிப்பியா?"

"ஆசைதான்; ஆன படிக்கிறது இல்லே. சோம்பலா இருக்கு. அப்படியே ஒண்ணு எடுத்து வெச்சுண்டா தூக்கம் தூக்கமா வரது. சின்ன வயசிலே, மீனாவின் மாயத் தற்கொலை அல்லது சந்திர காந்தாவின் காதல் வெற்றீனு ஒண்ணு படிச்சேன். படிச்சுட்டு ரொம்ப அழுதேன் . . ."

"ஏன்?"

"ஏனோ, மனசை உருக்கிடுத்து."

"அம்மாடி!"

"கேலி பண்றேளா?"

"இல்லையே. சில புத்தகம் ரொம்ப உருக்கிப்புடும். நிஜமாத் தான். விளையாட்டில்லே" என்று குரலில் உண்மையின் தொனி ஏற்றிச் சொன்னான்.

"இவ்வளவு புத்தகமும் நீங்க படிச்சதா?" அறையை விழிகளால் வளைத்துக் கட்டினாள் அலமேலு.

"அநேகமா."

"உடம்பு என்னத்துக்கு ஆகும்! மூளை வீங்கிடாதோ?"

ராஜா உரக்கச் சிரித்தான். "பொம்புளைகள்னா ஏக ஜாதி. எங்க அம்மாவும் இப்படித்தான் சொல்லுவா. மூளை ரெண்டா வெடிச்சே போயிடும் அப்படீன்னு ஒரேயடியா சபிச்சுடுவாள். சாதத்தை மட்டும் போறும்னு சொன்னாலும் தட்டச் சொல்லிண்டேயிருப்பள். ஏன், வயிறு மட்டும் வெடிக்காதோவ்?"

அலமேலு சிரித்தாள். "புஸ்தகமெல்லாம் இறைஞ்சு கிடக்கே."

"இறைஞ்சுதான் கிடக்கு."

"அழகா அடுக்கி வைச்சுக்கணும்."

"அடிக்கடி அடுக்கி வைப்பேன். பழையபடி நாலு நாளிலே இறைஞ்சு போயிடும்."

அலமேலு அவன் முகத்தை அனுதாபத்துடன் பார்த்தாள்.

"இதுமாதிரி இன்னொரு தர்மசங்கடம்."

"என்ன?"

"கதை எழுதினதும் பிரதி செய்யற வேலை."

"கஷ்டமா?"

"மகா கஷ்டம். மகா சீண்டரம். காலேஜிலேருந்து வர்றதுக் குள்ளே யாராவது ஒரு தேவதை ரகஸ்யமாக வந்து பிரதி செய்து வெச்சுட்டுப் போயிருக்கப்படாதான்னு தோணும்."

ஒரு நோய்வாய்ப்பட்ட குழந்தையைப் பார்ப்பது மாதிரி அவன் முகத்தைப் பார்த்தாள் அலமேலு. சில விநாடிகள் தலையைக் குனிந்துகொண்டு நின்றாள். அப்புறம் தலையைத் தூக்கி, "என் கையெழுத்து முத்து முத்தாக இருக்கும்" என்றாள்.

விழிகளை அகல விரித்து ஆச்சரியத்துடன் அவள் முகத்தைப் பார்த்தான். எதையோ சொல்ல வாயெடுத்து இரண்டு மூன்று முறை முயற்சி செய்தும் அவன் வாயிலிருந்து வார்த்தைகள் ஏதும் வெளிவரவில்லை. நல்லவேளை, அலமேலுவே பேசினாள்.

"அது என்னது அது? மூடி வைச்சிருக்கு" என்று அறையின் ஒரு மூலையை நோக்கிக் கையைச் சுட்டினாள்.

"ஒண்ணுமில்லே, டைப்ரைட்டர்."

அவன் சொல்லி முடிப்பதற்குள், "எனக்கு டைப் அடிக்கத் தெரியாது" என்று இரு கைகளையும் விரித்துக் காட்டினாள்.

ராஜாவால் மீண்டும் எதுவும் பேச முடியவில்லை. சில விநாடிகள் மௌனம் நிலவியது.

மேஜை மேலிருந்த தம்ளரை எடுத்து, அதன் அடிப்பாகத்தை உள்ளங்கையால் தேய்த்துக் கொண்டே, "வரட்டுமா?" என்றாள்.

"ம்."

அவள் தயங்கியபடியே நின்றுகொண்டிருந்தாள். அவள் கை தம்ளரை வைத்துவிட்டு மேஜை மேல் கிடந்த சில புத்தகங்களை ஓர் ஓரத்தில் சாவதானமாய் அடுக்குவதில் முனைந்திருந்தது. தலையை உயர்த்தி மீண்டும் "வரட்டுமா" என்றாள்.

"ம்."

அவள் நடந்து சென்று உள்ளே மறைவதைப் பார்த்துக் கொண்டேயிருந்தான் அவன்.

"மட மடான்னு விட்டுண்டான்னு கிடையாது. துரை மாதிரி சொட்டுச் சொட்டா ஆறு நாழி உறுஞ்சுவன்" என்றாள் மாமி.

அலமேலு குழாயில் பாத்திரங்களைக் கழுவ ஆரம்பித்தாள்.

"அங்கே போடுடீ அதை. வேண்டாத காரியம் செய்யப் புறப்படறியா? வேலைக்காரி வருவள்னு சொல்றேன். காதிலே விழலியா?" என்று பெரிதாக அதட்டல் போட்டாள் மாமி.

அலமேலு திரும்பிக்கூடப் பார்க்காமல், "இதோ முடிஞ்சுதே" என்று சொல்லிக் கொண்டே மீதிப் பாத்திரங்களையும் கழுவி அடுக்களைக்கு எடுத்துச் சென்றாள்.

"ரொம்ப நேரம் காக்க வெச்சுட்டானா?"

"இல்லையே."

"என்ன சொன்னான்?"

"ஒண்ணும் சொல்லலியே. காபி குத்தமா இல்லைன்னார்."

"பேச்சிலே என்ன சாதுரியம்டீ அம்மா! குத்தமா இல்லைன்னார்! தேவா அமிருதமா இருக்குன்னு சொல்லியிருப்பன்."

"அம்புட்டு மேலே போயுடலை மாமி. நன்னாருக்குன்னு சொன்னார்."

"சொல்லாம இருப்பானாக்கும்? இந்த மாதிரி காப்பியை இப்ப யாரு அவன் கண்ணிலே காட்டறா? அலமேலு, இதோ பாரு, வத்தக் காச்சின பால், ஜோரான காப்பிப் பொடி, ஜாவா சர்க்கரை இந்த மூணுலேருந்தும் மோசமான காப்பியை வரவழைக்க முடியுமோடி உன்னால?"

"கஷ்டமாச்சே மாமி."

"எங்கள் சமையல் மாமியைக் கேளு, சொல்லித் தருவள்."

அலமேலு குலுங்கிக் குலுங்கிச் சிரித்தபடி, கட்டிலோரம் நெருங்கி, தலையணையில் மாமியின் தோள்பட்டையையொட்டிக் கைகளை ஊன்றி, "வேடிக்கை வேடிக்கையாப் பேசறேளே மாமி. கேட்டுண்டே இருக்கணும் போல இருக்கு" என்றாள்.

"கேட்டுண்டே இருக்கணுமா? சட்ன போய் சேரணும்னு சொல்லு."

"ஏன் மாமி அப்படிச் சொல்றேள்?"

"பின்னென்ன? நான் எல்லாம் இருக்கலாமோடி? எனக்கும் இம்சை, மத்தவாளுக்கும் இம்சை."

"அப்படிச் சொல்லாதேங்கோ மாமி. எனக்குக் கேக்கக் கஷ்டமா இருக்கு."

"கஷ்டமா இருக்குன்னு சொல்றாய். வேணும்னா மேலுக்கு ஒரு சொட்டுக் கண்ணீரும் விடுவாய். இன்னும் அரை மணி நேரத்திலே அப்பா பின்னாலே கிளம்பிடுவயே. என்னை கவனிச்சுக்க யாரு இருக்கா, சொல்லு. புருஷனா இருக்கட்டும், பிள்ளையா இருக்கட்டும். பொம்புளைகளெக் கவனிக்கிறதுன்னா கஷ்டம் தானே ஆம்புளைகளுக்கு."

கட்டில் அருகே மாமியின் பாதங்களைப் பார்த்தபடி நின்றுகொண்டிருந்தாள் அலமேலு.

"வாயடைச்சுப்போச்சு பாத்தியா? அதுதான் சொன்னேன், போய்ச் சேரணும்னு வாழ்த்திடு அப்படீன்னு."

"என்ன சொல்றதுன்னே தெரியலை, மாமி. மனசுக்கு கஷ்டமா இருக்கு."

"இதோ பாரு, இங்கே வா."

அலமேலு கட்டிலோரம் மேலும் நகர்ந்தாள்.

"இதோ, இப்படி உட்காரு, என் பக்கத்திலே."

மாமி அலமேலுவின் இரு கரங்களையும் ஒன்றாக இணைத்து இறுகப் பிடித்துத் தன் நெஞ்சில் தூக்கி வைத்துக்கொண்டாள்.

"ஒண்ணு கேப்பேன். டக்ன பதில் சொல்லணும். எங்க ராஜாவைப் புடிச்சிருக்கோ, உனக்கு?"

அலமேலுவின் தலைகுனிந்தது. அவள் பார்வை மாமியின் கண்களில் படிந்து, மறு வினாடி தலையணையில் படிந்தது.

மாமி அலமேலுவின் கைகளை அழுத்தினாள்.

"இங்கிருந்து உங்களைக் கவனிச்சுக்க முடிஞ்சா அதை ஒரு பாக்கியமா நெனப்பேன் மாமி" என்றாள் அலமேலு.

"பேச்சுலேதான் என்ன சாதுரியம்டீ அம்மா உனக்கு!" என்றாள் மாமி.

"நீங்க என்ன சொல்றேள்?" என்று கேட்டாள் மாமி.

கிழவர் முன்னால் நின்று கொண்டிருந்தார்.

தட்டில் முல்லை அரும்போடு கொல்லைப்படி ஏறி வந்த அலமேலு, அப்படியே நின்று மீண்டும் செடியைப் பார்த்துச் சில அரும்புகள் கண் தப்பிப் போய்விட்ட பாவனை காட்டி, திரும்பிப் படியிறங்கி வெகு வேகமாகச் செடியை நோக்கிச் சென்றாள்.

கிழவர் வாய் திறவாமல் நின்றார்.

"தங்கமான பெண்" என்றாள் மாமி.

"நன்ன காப்பி போடறா. அந்த ஒண்ணுக்காகவே ராஜா பண்ணிக்கலாம்" என்றார் கிழவர்.

"எதுக்கு எடுத்தாலும் விளையாட்டுத்தானா? கூப்பிட்டுக் கேளுங்கோளேன்."

"ராஜா, இங்கே வா" என்று பெரிய குரலில் அதட்டல் போட்டார் கிழவர்.

ராஜா வந்து கட்டிலோரம் நின்றான்.

"ராஜா, இந்தப்பெண்ணை உனக்குப் புடிச்சுருக்கோடா?" என்று கேட்டாள் மாமி.

"புடிச்சுருக்கு அம்மா, ரொம்ப நல்லபெண்."

"பண்ணிக்கறயா?"

"என்ன?"

"பண்ணிக்கறயாடா?"

"அம்மா!"

"என்னடா?"

"ஓ, தூத்தல் போடறதே!"

"துணியெல்லாம் கொடியிலே கிடக்கே?" என்றாள் மாமி.

தோளிலும் நெஞ்சிலுமாகத் துணியை இழுத்துப் போட்டுக் கொண்டு கொல்லைப்படியேறி உள்ளே வந்தாள் அலமேலு.

அவள் நுழைவதைக் கண்டு ராஜா அங்கிருந்து தன் அறைக்குச் சென்றான்.

அலமேலு உள் திண்ணைக் கொடியில் துணிகளைப் போட்டுவிட்டுக் கட்டிலைத் தாண்டி, வாசல் திண்ணையில் தனியாக உட்கார்ந்திருந்த தன் தகப்பனாரை நோக்கிச் சென்றாள்.

அவள் வாசல் திண்ணைக்குப் போய்ச் சேருவது வரையிலும் அவளையே பார்த்துக் கொண்டிருந்த மாமி, "என்ன சொல்றான்?" என்று கேட்டாள்.

"தெரியலையே. நீதானே கேட்டிண்டிருந்தே" என்றார் கிழவர்.

"ராஜா... ராஜா!" மாமி கூப்பிட்டாள்.

"ராஜா... ராஜா!" என்று கிழவரும் கூப்பிட்டார்.

பதில் இல்லை.

கிழவர் ராஜாவின் அறைக்குச் சென்று உள்ளே எட்டிப் பார்த்து விட்டு, "அவனைக் காணோமே" என்றார்.

"என்ன? எங்கே போயுட்டான்?"

கிழவர் கொல்லைத் திண்ணையில் வந்து நின்றுகொண்டு, "ராஜா ராஜா!" என்று கூப்பிட்டார்.

"சைக்கிள் இருக்கா பாருங்கோ" என்றாள் மாமி.

கிழவர் வாசல் திண்ணைக்குச் சென்றார். "சைக்கிளைக் காணோமே!" என்ற குரல் மாமியின் காதில் விழுந்தது.

டாக்சிக்குப் பணத்தைக் கொடுத்து அனுப்பி விட்டு உள்ளே வந்தார் மகாதேவ அய்யர்.

அலமேலு தன் அறைக்குள் நுழைந்து மாற்று உடைகள் உடுத்திக் கொள்வதில் முனைந்தாள்.

"மாமிக்கு உன்னை ரொம்பப் பிடிச்சுப் போச்சு."

"மாமாக்கும்தான்" என்றாள் அலமேலு.

"சந்தேகமா?"

"போன காரியம் முடிஞ்சுது" என்றாள் அவள்.

"என்ன?"

"இல்லெ, மாமியெப் பாக்கணும்னு போனோம். பாத்தாச்சு, வந்தாச்சு" என்றாள்.

"நீ தான் அவனுக்குக் காப்பி கொண்டுபோய்க் கொடுத்தயா?"

"மாமி சொன்னா, கொடுத்தேன்."

"அதுக்குச் சொல்லலை. ஏதோ ரொம்ப நாழி விசாரிச்சுண்டு இருந்த மாதிரித் தோணித்தேன்னு கேட்டேன்."

"ஆமாம், வக்கணையாத்தான் பேசிண்டிருந்தார்."

"என்ன விஷயம்?"

"ஒண்ணுமில்லே. கதை எழுதறவா இல்லையா? நம்ம வாயைப் பிடுங்கினா, நாம எதையாவது உளரறோம். அதை எழுதிப்போட்டா அவாளுக்குக் காசு கிடைக்கும், புகழ் கிடைக்கும்."

"ஏன் இப்படி விட்டெறிஞ்சு பேசறே."

"நீங்க மடலே கட்டிண்டு பேசுங்கோளேன். உங்களுக்குப் பைத்தியம்."

"எனக்கா?"

"உங்களுக்குத்தான்."

"எதுக்கு இப்போ அழறே?"

"அழறேன். உங்களை வயசுக் காலத்திலே பிடுங்கிண்டு இருக்கேனேன்னு."

"ஐயோ, அழாதேடீ அலமேலு!... என்னது இது, குழந்தை யாட்டமா? உடம்புக்கு ஆகாதுடீ. இன்னிக்கு எண்ணெய் தேய்ச்சு வேற குளிச்சிருக்காய்."

"உங்களுக்கு கொஞ்சமாவது புத்தி இருக்கோ?"

"ஏன்?"

"நான் நன்னப் பாடுவேன்னு எதுக்கு அங்கே பீத்திண்டேள்?"

"பீத்திக்கலயே."

"எனக்குத் தங்கமான குணம்னு மாமி சொன்னதும் அப்படியே அரை நாழி இளிச்சுண்டு நின்னேளே, எதுக்கு?"

"இளிக்கலியே."

"உங்க குணத்தையும் பாட்டையும் கொண்டுபோய்க் குப்பை யிலே கொட்டுங்கோ."

"ஏன்?"

"செடியிலே பூப்பூவாய்ப் பூக்கறதே, பாத்திருக்கேளோ?"

"பாத்திருக்கேனே. நீ அழாதே ... நிறையப் பாத்திருக்கேனே."

"ஒவ்வொண்ணுக்கும் நிறத்தையும் மணத்தையும் அள்ளிண்டு போறாப்ல கொடுத்திருக்காரே பகவான், எதுக்கு?"

"எதுக்கு?"

"அதுதான் பைத்தியம்னு சொல்றது. அப்பா, இது மனுஷா செய்த சதியில்லை. கடவுளே செய்த சதி" என்று சொல்லிக் கொண்டே தன் அறைக்குள் நுழைந்து கதவைச் சாத்திக்கொண் டாள் அலமேலு.

"அலமேலு, அலமேலு" என்று கதவைத் தட்டினார் அய்யர்.

கதவு தாழிடப்பட்டிருந்தது. அப்படியே முற்றம் வழியாக வீட்டைச் சுற்றி வந்து அலமேலுவின் அறை ஜன்னல் வழியாக உள்ளே பார்த்தார். அலமேலு சுருட்டி வைத்திருந்த படுக்கையின் மேல் குப்புறப் படுத்துக்கொண்டிருந்தாள்.

இரவு பத்து மணி வரையிலும் அய்யர் வாசல் திண்ணைக் கட்டிலிலேயே சுவரில் சாய்ந்தபடி உட்கார்ந்து கொண்டிருந்தார். அப்புறம் தம்மை அறியாமலே கண் அயர்ந்தார்.

அலமேலு எழுந்திருந்தபோது வீடு இருளில் ஆழ்ந்து கிடந்தது. கூடத்துக்கு வந்து விளக்கைப் போட்டாள். மணி பத்து நாற்பது.

வாசல் திண்ணைக்கு வந்து சுவரில் தலை சாய்த்து உறங்கிக் கொண்டிருந்த தகப்பனாரின் முகத்தை சில கணங்கள் வெறித்துக் கொண்டு நின்றாள். கூடத்துக்கு வந்து கண்ணாடியைப் பார்த்தாள். தலை மயிர் பரட்டையாக புஸ்புஸ்ஸென்றிருந்தது. முகம் வீங்கிக் கிடந்தது. குழாயில் முகத்தைக் கழுவி விட்டு, ஈரக் கையோடு தலைமயிரைத் தேய்த்து விட்டுக் கொண்டாள். அடுக்களைக்குள் நுழைந்து அடுப்பை மூட்டினாள்.

"இந்தாருங்கோ, எழுந்திருங்கோ. உப்புமா தின்னுட்டுப் படுத்துக்குங்கோ" என்று தகப்பனாரை எழுப்பி, அவருக்கு இலைபோட்டுப் பரிமாறினாள்.

"உனக்கு?"

"வேண்டாம்" என்று சொல்லிக்கொண்டே தன் அறையை நோக்கிச் சென்றாள்.

"அலமேலு, கதவைச் சாத்திக்காதேடீ."

"இல்லை."

மறுநாள் அவள் எழுந்திருந்தபொழுது வெயிலேறித் தகிக்கத் தொடங்கியிருந்தது.

மகாதேவ அய்யர் பொழுதோடு எழுந்திருந்து காப்பி போட்டு வைத்திருந்தார். தம்ளரில் காப்பியை எடுத்துக்கொண்டு கூடத்துக்கு வந்தார் அவர்.

அலமேலு ரேடியோ முன்னால் கால்மேல் கால் போட்டபடி உட்கார்ந்து கொண்டிருந்தாள்.

"பாட்டைக் கேட்டேளா அப்பா? சகிக்கலை."

தன் இரு செவிகளையும் பொத்திக்கொள்ளும் பாவனை காட்டி முகத்தை வக்கிரமாகச் சுளித்துக் கொண்டாள்.

"ரொம்ப கண்டறாவியா இருக்கே" என்றார் மகாதேவ அய்யர்.

"கண்ட கத்துக்குட்டிகளையெல்லாம் காசைக் கொடுத்துச் சாதகம் பண்ணக் கூப்பிட்டுடறா."

"இந்தா, காப்பி குடி."

"பல் தேய்க்கலேயே அப்பா."

"பரவாயில்லை. தேய்ச்சுக்கறது. குடி."

அலமேலு தம்ளரை வாங்கி வாயருகே கொண்டு சென்றாள். பளிச்சென்று ஏதோ நினைவுக்கு வந்த பாவனையில், “அப்பா, இதோ பாருங்கோ, இப்படியாக்கும் அவர் காப்பி குடிப்பர்” என்று ராஜாவைப்போல் முகத்தை வைத்துக்கொண்டு காப்பியை உறிஞ்சிக் காட்டினாள்.

மகாதேவ அய்யர் சிரித்தார்.

தம்ளரை வாயிலிருந்து அகற்றி சிரித்தபடியே, “கதை எழுதறாராம் கதை. சொந்தமா எழுதறாரோ இல்லை, காப்பி தான் அடிக்கிறாரோ, கடவுளுக்குத்தான் வெளிச்சம்” என்று சொல்லிவிட்டு மேலும் பெரிதாகச் சிரித்தாள்.

பத்து மணிக்கு ஆரம்பித்த குளி பதினொன்று அடித்த பின்புகூட முடியவில்லை. ஸ்நான அறைக்குள் ராகம், தானம், பல்லவி முழு நேரக் கச்சேரியாக நடந்துகொண்டிருந்தது.

“தாயே! வெளியே வாடீ அம்மா. பக்க வாத்தியங்களுக்குக் கைசோர்ந்து போயாச்சு” என்று ஸ்நான அறை வாசலில் நின்றுகொண்டு பிச்சைக்காரக் குரலில் கெஞ்சினார் மகாதேவ அய்யர்.

ஒரு மணி நேரத்துக்குப்பின் அவரே அலமேலுவின் அறை வாசலில் ஒருக்களித்த கதவுக்கு முன்னால் நின்றபடி “ஏது, இன்னிக்கு டிரஸ் பண்ணி முடியாது போலிருக்கே” என்று கூறினார்.

அலமேலு தன்னிடமிருந்த ஒரே நைலான் ஸாரியை அன்று கட்டிக்கொண்டாள். உள்ளே ரகசியமாக வைத்திருந்த ரெடிமேடு பாடீஸை அன்று முதல் தடவையாக வெளியே எடுத்தாள். அது சற்று விசித்திரமாகத் தைக்கப்பட்டது. அதை அணிந்து கொண்டு கண்ணாடியில் பார்த்தபோது அவளுக்கு என்னவோ போலிருந்தது. ‘நன்றாகத்தான் இருக்கிறது’ என்று முணுமுணுத்துக் கொண்டாள். அவ்வளவாகப் பளிச்சென்று தெரியாதபடி உதட்டுச் சாயமும் போட்டுக்கொண்டாள். பவுடர் பூச்சு வழக்கத்தை விடச் சற்றுத் தாராளமாகவே இருந்தது. கடைசியில் அந்தக் கொண்டை போட்டு முடிவதற்குள் அவளுக்குக் கழுத்தும் கையும் வலியெடுத்து விட்டன. போட்டு முடிந்ததும், பிடரியை அழுத்தித் தடவியபடி கண்ணாடியில் பார்த்தபோது ஏதோ சினிமாவில் காட்சியளித்த நாக கன்னிகையின் சாடை அப்படியே தனக்கு வந்துவிட்டது போலிருந்தது. கையைப் பாம்புப் படம் மாதிரி வைத்துக்கொண்டு, கண்ணாடியைப் பார்த்துச் சீறிவிட்டுப் பின்னால் நகர்ந்த உருவத்தை ராஜாவின் உருவமாகக் கற்பனை செய்து கொண்டபோது அவளுக்குச் சிரிப்பு பொத்துக் கொண்டு வந்தது.

அலமேலு வாசல் திண்ணைக்கு வந்தாள். மகாதேவ அய்யர் வாசல் கட்டிலில் உட்கார்ந்துகொண்டிருந்தார். கால் அரவம் கேட்டு அவர் தன் பக்கம் திரும்பவும், அலமேலு முகத்தைத் திருப்பி முன் பக்கம் பார்த்தபடி, "நான் வெளியிலே போறேன் அப்பா" என்றாள்.

மகாதேவ அய்யர் வைத்த கண் வாங்காமல் அவளையே பார்த்தார்.

"வரட்டுமா?" என்று சொல்லிக்கொண்டே அலமேலு முதல் படியில் இறங்கினாள்.

"சின்ன அலமேலுவைப் பாத்துட்டு வறேன் அப்பா."

"அங்கே யாரோ புதுசா வந்திருக்கிற மாதிரி இருக்கே."

"அவ மாமாவாம் அப்பா. ஊரிலேருந்து வந்திருக்கானாம்."

"இப்போ என்ன அவசரம்? சாவகாசமாப் போகலாமே."

"இல்லேப்பா, சித்த நாழி அவளோடெ பேசிண்டிருந்துட்டு வறேன்" என்று சொல்லிக்கொண்டே அலமேலு படியிறங்கிச் சென்றாள்.

அவள் உருவம் மறையும் வரையில் அவளையே வெறித்துக் கொண்டிருந்தார் மகாதேவ அய்யர். அவள் உடம்பிலிருந்து ஆயிரக்கணக்கான ஊசிகள் கிளம்பி அவருடைய இரு கண்களை யும் சல்லடையாகத் துளைப்பது போல் இருந்தது. பீதியும் துக்கமும் நெஞ்சை வந்து அடைத்தன.

கூடத்துக்கு வந்து அங்கு சுவரில் மாட்டியிருந்த சக்தியின் படத்துக்கு முன்னால் நின்றுகொண்டு, "தாயே, என்ன சோதனை இது?" என்று பிரலாபித்தார். அதற்குமேல் அவரால் சுதாரித்துக் கொள்ள முடியவில்லை. கட்டிலில் விழுந்து குழந்தை மாதிரிக் கேவிக்கேவி அழ ஆரம்பித்தார்.

கல்கி, 1964

# முட்டைக்காரி

ஏழகரம் நாராயண அய்யருக்கு ஆஸ்பத்திரியிலிருந்து டவுண் பஸ் ஸ்டாண்டுக்கு வந்து சேருவதற்குள் மூச்சுமுட்டித் திணற ஆரம்பித்து விட்டது. முதற் படியில் கால் வைத்ததும் கை விரல்கள் முன் நீண்டு சிமிண்டுத் தூணைத் தொட, மேல் படியேறியதும் தூணோடு சாய்ந்து கொண்டார். இடது கை நழுவவிட்ட விரிந்த குடை காலடியில் கவிழ்ந்து சரிந்தது. கம்பிகளில் அவருடைய வேஷ்டி நுனி மாட்டி இழுபட்டுக் கொண்டது.

தலையை உயர்த்தி அட்டவணை போர்டில் பார்வையைப் பதிக்க முயன்றார். ஏதோ இருட்டில் வெள்ளைப் பூச்சிகள் வட்டமிடுவது போலிருந்தது. கண்களை வெகு இறுக்கமாக மூடி ஒரு நிமிஷம் தலையைத் தூணோடு ஆயாசத்துடன் சாய்த்தபடி நின்றுவிட்டு, மீண்டும் போர்டை வெறித்துப் பார்க்கலானார். வெள்ளை எண்கள் கருமையிலிருந்து விடுபட்டு முன் நகர்ந்து அந்தரத்தில் ஸ்தம்பித்துவிட்ட தோற்றம் அளித்தது. தானும், தான் காலூன்றி நிற்கும் பூமியும், தூணும் மெதுவாகச் சுழன்று வர, இன்னும் சில கணங்களுக்குள் சுழற்சியின் வேகம் பயங்கரமாக அதிகரித்து, தூண் தனது பிடிப்பை முற்றிலும் தளர்த்தி, தன்னை வெகு தூரத்தில் விட்டெறிந்து விடுமென அவருக்குத் தோன்றிற்று. பஸ் புறப்படும் வேளையை அறிந்து கொள்வதும் தன்னால் ஆகக்கூடிய காரியமாகப் படவில்லை.

விரிந்த குடை இழுபட்டுப் [illegible] நகர, சுவரைத் தொட்டவாறே எதிர் அறைக்குள் புகுந்து சிமிண்டு பெஞ்சியில் உடலைச் சரித்தார். தலை முன்னைவிடவும் இப்பொழுது கன வேகமாகச் சுழன்றது. கண்டத்தில் சுருக்கு இறுக்கப்படுவது போல் குருதி முகத்தில் விண்விண்ணெனத் தெறித்தது. அது ஸ்திரீகள் அறை. அங்கு அப்

பொழுது சில முதிய யுவதிகளும் சில கிழவிகளும்தான். கன்னிப் பெண்களின் நடமாட்ட வேளையுமல்ல அது. அங்கிருந்த ஸ்திரீகளின் கண்களில் ஒரு ரோகிக்கான அனுதாபம் தவிர வேறு எதுவும் வெளிப்படவில்லை. முற்றிய ரோகி லிங்க பேத மற்றது போலும்! இடம் மாற்றிக் கொள்ளும் சிரமத்திற்கு அவசியமில்லையென்று பட்டது அவருக்கு.

உதட்டிலிருந்து தொண்டைக் குழி வரையிலும் உலர்ந்து விட்டது. மெல்லிய துணியில் கூழ் வற்றல் மாதிரி ஒட்டிக் கொண்டு விட்ட நாவை இனி உரித்துத்தான் எடுக்க இயலும் போலும். தொண்டை ஈரத்துக்கு இரண்டு சொட்டு நீர் ஊற்றப் படுமானால் பிராணன் சற்றுக் குளிரக்கூடும். கையில் எதையோ ஏந்தி விசித்திரமாகக் கூவி விற்றுக்கொண்டிருந்த சிறுவனின் முகத்தை ஏறிட்டுப் பார்த்தார் அவர். அவனுடைய பார்வையில் வெளிப்பட்ட அருவருப்பு அவரை வலுவாகத் தாக்கிற்று. நழுவி அப்பால் அவன் சென்றுவிடுவானோ என்ற பீதியில் தலை சரித்து முகத்தில் கெஞ்சல் காட்டி ஏதேதோ சொன்னார். அவருடைய குமுறல் அவனுக்கு அர்த்தமாகவில்லை. எதிர் பெஞ்சுக் கிழவியின் ஆண்மை அதட்டலுக்கு உட்பட்டு சிறுவன் சோடா வாங்கிவர எதிர்சாரியை நோக்கி ஓடினான்.

அப்பொழுது பஸ்ஸூம் வந்து நின்றது.

அவர் பரபரப்படைந்து எழுந்து குடையைச் சுருக்கினார். குடை ஏறி குதிரையில் விழவில்லை. இருந்தும் அவசரத்துடன் தொள தொளவென்று அதை மார்போடு அணைத்தவாறு, வலது கையில் மருந்துக் குப்பியுடன் திண்ணையைப் பார்க்க நகர்ந்தபோது அரை வேஷ்டி நெகிழ்ந்தது. குடையைத் தூணில் சாய்த்தார்.

பஸ்ஸிலும் வெளியிலும் ஜன நெரிசல். மேல் கம்பியில் கடைசி வரையிலும் கை கையாக காய்த்துத் தொங்கிக்கொண் டிருந்தது. கூட்டம் சீட்டின் இடைவெளியில் காலூன்றிவிட முண்டியடித்துக் கொண்டிருந்தது. இப்பொழுது அவரால் முண்டியடிக்க ஏலாது. ஒரு நிறைமாத முஸ்லீம் யுவதி இடுப்புக் குழந்தையுடன் சற்று விலகி நின்றிருந்தாள். கடைசியில் அவருக்கு காட்டப்படும் உதார சௌஜன்யத்தில் ஒண்டிக் கொள்ளலா மென எண்ணி அவள் பின் நகர்ந்து நின்றார் அவர். மோதிச் சாயும் கூட்டத்தை மேலும் முடுக்க, இஞ்சினை டிரைவர் குப்பென்று அலற வைத்து கையெடுக்காமல் ஹார்னையும் பிழிய ஆரம்பித்தான். மோதலும் தள்ளலும் அதி உக்கிரம் அடைந்தன. எப்படியோ எல்லோரும் உள்ளே திணித்துக் கொண்டு விட்டார்கள். அவர் பஸ்ஸின் முன் படியில் நின்று

கொண்டிருந்தார். கையில் வாங்கிய சோடாவை நிம்மதியாக வாயில் ஊற்றிக் கொள்ளவொட்டாமல் அனைவரும் ஆளுக் கொரு விதமாய்ப் பரபரப்புக் காட்டினார்கள். பஸ் அதிர்விலும், அவசரத்திலும் சோடா தாடையிலும் கன்னத்திலுமாக வழிந்தது. விரல் நடுக்கத்தைக் கட்டுப்படுத்த முயல முயல, அம்முயற்சி காரணமாகவே அவை மேலும் நிதானமிழந்து அதிக நடுக்கம் கொண்டன. பஸ்ஸுக்குள் எங்கும் ஏளன பாவம் வழிந்தது. இனி பொறுப்பது அவமானம் என கண்டக்டர் முகபாவம் காட்டி மறுபக்கம் திரும்பி விசிலை அழுத்தமாக ஊதினான். பஸ் நகர்ந்தது. அவர் எவ்வாறோ உள்ளே சாய்ந்து மேல் கம்பியைப் பற்றிக் கொண்டார். உடல் தள்ளாடி சகப் பிரயாணி ஒருவர் மேல் மோதியது. இது அவருக்கு ஒரு பாதுகாப்பான இடமே. இங்கு அவர் சரிந்து விழுந்துவிடுவது சிறிதும் சாத்ய மில்லை.

புளியமர ஜங்ஷனைத் தாண்டி பஸ் சிறிது தூரம்கூட சென்றிராது. அவர் திடீரென்று அக்கம்பக்கம் திரும்பி வெறித்த படி, 'குடை, குடை' என அரற்ற ஆரம்பித்தார். கண்டக்டரோ அவ்வார்த்தைகள் காதில் விழுந்த பாவமே காட்டிக்கொள்ள வில்லை. வண்டி முதல் நிறுத்தத்தில் நிற்கவும் அவர் கீழே இறங்கும் வேளையில், கண்டக்டர் அவரை வார்த்தைகளால் பின் நின்று தாக்க, பஸ்ஸே கொல்லென்று நகைத்தது.

அப்பொழுது மணி பதினொன்று தாண்டியிருக்கக்கூடும். வெயில் அதி உக்ரமாகக் கொளுத்திக்கொண்டிருந்தது. கொல்ல னின் உலை இரும்பாய்ப் பழுத்துக்கிடந்த சிமிண்டு ரோடு அனல் அலைகளை உமிழ்ந்த வண்ணமாய் இருந்தது. எதிர்பாராத உஷ்ணத்தின் தாக்குதலால் அவர் ஒருகணம் ஸ்தம்பித்து நின்றார். எவ்வாறு பஸ் நிலையத்தை அடையப்போகிறோம் என மலைப்புத் தட்டியது. ஆனால் தூணில் சாய்த்த குடையின் நினைவு எழுந்து, பறி போவதற்குள் அதை கைவசப்படுத்திவிட வேண்டு மென்ற ஆசை மூண்டு விடவே வெகுவேகமாக விரைய மனத் தயாரிப்புகளில் ஆழ்ந்தார்.

இதற்குள் குடை பறிபோயிருக்கக்கூடுமோ என்ற சந்தேக மும் தோன்றி வலுப்பெற்றது. சிமிண்டு ரோட்டைத் தாண்டினால் எதிரே பூங்கா மதிலோரம், வெள்ளை வேட்டியின் கறுப்புக்கரை போன்ற நிழலில் ஒண்டியபடியே சென்றுவிடலாம். அந்நிழலும் இன்னும் சில நிமிஷங்களில் சுவரின் அடித்தளதில் புதையுண்டு போய்விடக்கூடும். அதற்குள் பஸ் நிலையத்தை அடைந்துவிட வேண்டுமென எண்ணி அவர் சிமிண்டு ரோட்டைத் தாண்டி இப்பால் வந்தார்.

பூங்காப் பூவரசு ஒன்று குடைவட்ட நிழலை வெளியே நடைபாதையில் பரப்பிக் கொண்டிருந்தது. அந்நிழலின் குளுமை இவ்வுலகை இழந்தும் அங்கு விழுந்து கிடக்கும் பேரானந்தத்தில் லயிக்கத் தக்கது என்று பட்டது. எனினும் அதற்குள் தோல்விகளின் உருவகமாக மனசில் திரண்டுவிட்ட குடையை எப்படியும் மீட்டு விடுவது என்று ஒரு சவால் மூண்டு விடவே, வைராக்கியத்தால் உடல் சோர்வையும் மனச்சோர்வையும் ஒடுக்கி இரண்டு மூன்று எட்டுக்கள் வெகு வேகமாக எடுத்து வைக்கலானார்.

அப்போது அசைப்பில் பூங்காவிற்குள் அசைந்தாடி நகரும் அவளுடைய பிம்பம் அவருடைய பார்வையில் விழுந்தது. நின்று, மரஞ்செடிகளூடே கூர்ந்து பார்க்கலானார். இலைக் கூட்டங்களின் வெளியினூடே அவளுடைய உடல் துணுக்குகள் தெரிவதும் மறைவதுமாக இருந்தன. தலைமீது நார்ப்பெட்டியை இடது கை பற்றியிருக்க, வலது கையை அதி லாவகத்துடன் உடலசைவுக்கு அனுசரணையாக வீசியபடி, தன்னிகரில்லையென நெளிந்து அசைந்தாடிச் சென்றுகொண்டிருந்தாள் அவள்.

பூங்காவிற்குள் பார்வையைச் செலுத்தியவாறே அடியெடுத்து வைத்தார். தலையும் கையும் அதிக அவசரம் காட்டின. ஆனால் அதற்கு ஏற்பக் கால்களில் துரிசம் கூடவில்லை. கை அசைவில் புட்டியின் கழுத்து வழியே மருந்து வழிந்தது. புட்டியை இடது கைக்கு மாற்றி வலது கையை விரித்து ஒரு முறை பார்த்து விட்டு மிகுந்த அருவருப்புடன் வேஷ்டியில் துடைமீது பிசைந்து துடைத்தார். ஆயாசமூண்டு மூச்சுத்திணறத் தொடங்கிவிட்டதென்றாலும் இப்பொழுது எதையும் பொருட்படுத்தாமல் கொஞ்சம் துரிதமாக நடந்துவிட்டால் பூங்கா முன் வாசலில் அவளைப் பிடித்துவிடலாமென்ற நம்பிக்கை ஏற்பட்டது. பார்வையில் மறைந்துவிட்ட அவள் அப்பொழுது பூங்கா நூல்நிலையக் கட்டிடத்தின் முன்னால் அசைந்தாடி சென்றுகொண்டிருக்கக் கூடும் எனக் கற்பனை செய்து, முன்வாசலை அடைய அவள் தாண்டவேண்டிய தூரத்தை மனசால் அளந்தபடி அசைந்து கொண்டிருந்தார். சற்று விரைந்து செல்வது சாத்தியமாயின் அவள் முன்வாசலை எட்டுவதற்குமுன், எதிர் நின்று மறித்து விடலாமென்ற நம்பிக்கை ஏற்படவே, மிகுந்த பிரயாசையுடன் கால்களை அதிக வேகத்துடன் இழுத்துப் போடலானார். நடை பயிலும் குழந்தைக்குத் தன் பொறுப்பின்றிச் சில எட்டுக்களில் வேகம் கூடுவது போலவே, படபடவென சில எட்டுக்கள் அவருக்கும் சாத்தியமாகிவிட்டன.

முன்னால் எனில் இச்சிறுதூரம் அவருக்கு ஒரு பொருட்டல்ல தான். சிபார்சுகளுக்கும் சிநேக தாட்சண்யத்துக்கும்

அவர் அலைந்திருக்கும் அலைச்சல் ஒரு தெரு நாய் அலைந் திருக்கக் கூடியதல்ல. புது அறிமுகங்களைத் தேடியும், பரிச்சயங் களை அவ்வப்போது புதுப்பித்துக் கொள்ளவும் அவர் அலையாத வண்ணம் அலைந்திருப்பவர்தான். ஒரு தும்மல், தலைவலி தெரிந்தவர் அல்ல அவர். ஊளைச் சதையும் தொந்தி பெருத்தும் இருந்தென்ன? ஸ்தூலத்தை சதா வதைத்து ஏளனம் பண்ணும் சுறுசுறுப்பு அவருடையது. வந்து நின்றால், பந்தயக் குதிரை பின்னங்காலில் எழுந்து நிற்பது மாதிரி ஆளை அசத்தும் கம்பீரம் எப்பேர்ப்பட்ட கோடீசுவரனையும் நாற்காலியைவிட்டு எழுப்பி அடித்துவிடும். இளைஞனாகத் தன்னைப் பாவித்து பஸ் புறப் பட்ட பின் தாவித் தொற்றுவதிலும், பின்னங்கை கட்டியபடி ஏணிப்படிகள் ஏறி இறங்குவதிலும் எவ்வளவு பெருமிதம் காட்டியவர் அவர். நாலு கம்பித் தூண்களுக்கு முன் நடந்து செல்கிறவனைக் குறி வைத்து, மேலும் இரு தூண்கள் அவன் தாண்டிவிடுவதற்குள் எட்டிப் பிடித்துவிடுவது அவருக்கு சுலப சாத்தியமாகத்தானே இருந்திருக்கிறது. இப்பொழுது கை தட்டி னால் கேட்கும் பூங்கா வாசலை எட்டுவது, சித்ரவதைப்படும் காரியமாகப் போய்விட்டது.

முன்வாசலை அடைந்ததும் அவருடைய பார்வை நாலு திசைகளிலும் வட்டமிட்டுத் துழாவியது. எங்கும் அவளைக் காணோம். பூங்காவிற்குள்ளும் அவளுடைய தோற்றம் தென்பட வில்லை. அக் குறுகிய நேரத்திற்குள் நின்ற நிலையில் அவள் மறைந்திருக்கக் கூடுமெனப்பட்டதே தவிர அடியெடுத்துத் தாண்டிச் சென்றிருக்கக் கூடுமென நம்பமுடியவில்லை. அவள் நடந்து வந்த பூங்கா பாதை செப்பிடு வித்தைக்காரன் கை தட்டிக் காட்டியதுபோல வெறிச்சென்றிருந்தது.

க்ஷணப்பொழுதில் அவள் அவ்விடம் தாண்டி மறைந்திருந் தாலும் ஆச்சயப்படுவதற்கில்லைதான். ஆரோக்கியம் திமிர் பிடித்து உருளும் உடற்கட்டு அவளுக்கு. வில்லிலிருந்து புறப்பட்ட அஸ்திரம்போல் காரியம் நோக்கி விரையத் தெரியுமே தவிர அவள் பராக்கு பார்க்கிறவளும் அல்ல. அனுதினமும் சுற்றி வரும் இப்பாதையில் அவளுக்கு ஒரு இசைவு கூடியிருக்கும். மேலும் அவள் சீக்காளியும் அல்ல. ரத்த அழுத்தம், நீரிழிவு கிடையாது. சோகை இல்லை. அண்ணாந்து பார்த்தால் தலை சுற்றாது அவளுக்கு. அவள் பாக்கியவாட்டி.

பூங்காவின் முன்வாசல் ஒரு முச்சந்தி. மூன்று வழிகளும் கண்ணெட்டும் தூரம் அவருக்குக் காட்சி தந்துகொண்டிருந்தன. எப்பாதையில் அவள் முன்னேறியிருக்கக்கூடும் என்பதும் அவ ருடைய அனுமானத்திற்கு அப்பாற்பட்டதல்ல. ஏனெனில்

அவளுடைய அன்றாட சஞ்சார மார்க்கத்தை ஒன்பது வருஷங்களுக்கு முன்னாலேயே அவருடைய மனசு தொகுத்து வைத்திருக்கிறது.

அன்றாடம் காலை புனித சவேரியார் கோயில் வாசல் முன்னின்று வெளிப்படும் அவள், பூங்கா தாண்டி டவுனுக்குள் நுழைந்து பங்களாத் தெருக்கள் சுற்றி மண்டபம் வழி பொழுது சாயும் வேளையில் வடசேரி மேட்டில் தன் கூடு அடைய விரைந்து செல்வதைக் காணலாம்.

இப்பொழுது பின் தொடர்ந்து சென்று அவளை எட்டுவது ஆகாத காரியமாகப்பட்டது அவருக்கு. அவள் சிறகு முளைத்தவள். குறுக்கு வழியில் இறங்கி நேராக மண்டபம் சென்று விட்டால் பிற்பகலில் அவளை அங்கே சந்தித்து விடலாம். அங்கு கொஞ்ச நேரம் காத்திருக்க நேர்ந்தால் அதுவும் இளைப்பாறலாக அமையும். ஆனால் மண்டபம் கூப்பிடுதூரமல்ல. ஒன்றரை மைல். இல்லையெனில் நிச்சயம் ஒரு மைலுக்குக் குறைவில்லை.

தனக்குத்தானே கிளப்பி விட்டுக்கொண்ட ஒரு மூர்க்கவெறியுடன் அவர் நடக்கலானார். உடலும் சிறு தெம்பு கொண்டு விட்டது போல் தோன்றிற்று. தலைச்சுற்றல் சிறிதுமில்லை. மனச்சோர்வு, அதுகாறும் உடல் உபாதையை மிகைப்படுத்தி உணரச் செய்து கவலை கொள்ள வைத்துவிட்டதை எண்ணியதும் அவருக்குச் சிறிது நாணமாகக்கூடப்பட்டது. அன்று காலையிலும் அதிகத் தெம்போடு இருந்திருக்கக்கூடுமே என எண்ணினார். உடல் உபாதையைவிட, அது காரணமாகப் பிறரிடம் அதிக இரக்கம் பெற வேண்டுமென்ற ஆசையே ஓரளவு நடிப்புக்கும் தன்னை ஆளாக்கிவிட்டதாகப்பட்டது. இப்பொழுது அவர் நடையில் இவ்வளவு விசை கூடிவிட்டது அவரிடமே ஒரு ஹாஸ்ய உணர்வை ஏற்படுத்தியது. மண்டபத்திற்கு இட்டுச் செல்லும் குறுக்குப் பாதைத் திருப்பத்தில் க்ஷணப்பொழுதில் மிதந்து வந்துவிட்ட மாதிரி ஒரு மயக்கம்கூட ஏற்படலாயிற்று.

அவர் குறுக்குப் பாதையில் திரும்பும் நிமிஷத்தில் எதிர் வீதியில் ஒரு வீட்டுக் கொல்லை மதிற் சுவரோடு ஒரு நார்ப்பெட்டி மறு கொல்லையைத் தாண்டுவது அவருடைய பார்வைக்கு இலக்காயிற்று. அப்படியென்றால் மேலும் சில நிமிஷங்களில் அவள் அவ்வீட்டிலிருந்து வெளிப்படக் கூடும். பார்வை அப்படியே அவ்வீட்டு வாசலில் படிந்துவிட, கால்கள் முன் நோக்கித் தானாக அசைய ஆரம்பித்தன. அவ்வீட்டு முன்வாசலில் ஒரு படுதா, வயசுப்பெண் சுற்றிக்கொண்ட ஏறிப்போன பாவாடை மாதிரி தொங்கிக்கொண்டிருந்தது. படுதாவின் அடியில் பாதங்கள் குறுக்கும் மறுக்கும் சுறுசுறுப்பாய் இயங்கிக்கொண்டிருந்தன.

வெகு நேரம் அப்படுதாவில் திருஷ்டி பதித்தபடியே, எதிர் வீட்டின் துளியூண்டு நிழலில், சுவரில் சாய்ந்தபடி வேர்த்து வழிய நின்றுகொண்டிருந்தார்.

ஒரு சிறுவன் குரோட்டன்ஸின் மறைவிலிருந்து வெளிப் பட்டான். திருட்டு விழிகளோடு வாயைப் புறங்கையால் துடைத்துக்கொண்டே வந்தான் அவன். அவனருகே நகர்ந்து அக்கம் பக்கம் உணர்ந்தபடி, “முட்டைக்காரி இங்கு வந்தாளா?” எனக் கேட்டார் அவர்.

“அன்னா போறாளே” என்றான் சிறுவன்.

“எங்கே? எங்கே?”

“அன்னா . . . அன்னா.”

சிறுவன் ஆள்காட்டி விரலால் சுட்டிக்காட்டினான். ‘அன்னா, அன்னா’வென அவன் வாய் முணுமுணுத்தபடி இருந்தது. தட்டெழுத்துப் பள்ளியிலிருந்து புஸ்புஸ்ஸென வர்ணக் காகிதங்களை வாரியிறைத்தது போல் பெண்கள் வெளிப்பட்டுத் தெரு அடைத்து நிறைந்து கொண்டிருந்தனர்.

‘அன்னா . . . அன்னா . . .’

அவர் சுயப் பிரக்ஞையிழந்து விறுவிறுவென முன்நோக்கி நகர்ந்தார். கும்பல் தாண்டி கண்முன் தெரு வெறிச்சிட்ட பின்பும் அவர் பார்வைக்குப் புலனாகவில்லை. நின்று பின் திரும்பியும் வீடுகளின் சுற்றுப் புறங்களில் நோட்டமிட்டபடியும் அவர் நகர்ந்து கொண்டிருந்தார். மீண்டும் பின் திரும்பி குறுக்கு வழி தேடிச் செல்வது அவருக்கு ஆயாச வேலையாகப்பட்டது. அவ்வளவு தூரம் முன்னால் சென்றுவிட்டால் மிஷன் பள்ளிக் காம்பௌண்டை அடைந்து, அங்கு புன்னை மரச்சோலையில் இளைப்பாறிக் கொண்டிருக்கலாம். பங்களாத் தெருவுக்குள் நுழைய எப்படியும் அவள் அந்த இடம் தாண்டித்தானே ஆக வேண்டும். வார்த்தையாடவும் அது மிகவும் தோதான இடம்.

அவளிடம் எப்படி ஆரம்பிப்பது என்பது பற்றிய கற்பனை யில் அவர் ஆழ்ந்தார். ஒன்பது வருஷங்களுக்கு முன் அவளுக்கு அளித்த வாக்குறுதியைக் காப்பாற்ற முடியாமல் போனது பற்றித் தற்போது பிரஸ்தாபிக்காமலிருப்பதே விவேகம் என எண்ணிக்கொண்டார். அதை நினைவுறுத்துவது போல் மோச மான துவக்கம் வேறு இல்லை. அன்று அவள் அழைப்பை அலக்ஷியம் செய்து உதறிவிட்டதை எண்ணிய பொழுது அவருக்கு துக்கமும் ஆழ்ந்த பச்சாதாபமும் ஏற்பட்டன. அதற்கு முழுப் பொறுப்பும் தான் அல்ல; ஈசுவர சித்தம் அவ்வாறு அமைந்தது என ஒருவித சமாதானம் அடைந்தார்.

ஒன்பது வருஷங்களுக்கு முன் முனிசிபல் தலைவரின் வீட்டு வாசலில் அச்சம்பவம் நிகழ்ந்தது. சிபார்சுக்காக உடன் வந்தவர்கள் உள்ளே சென்றிருக்க, காரில் தன்னந்தனியாக அமர்ந்திருந்தார் அவர். வெகு நேரமாகியும் நண்பர்கள் வந்து சேராததில் சலிப்படைந்து இருக்கை கொள்ளாமல் பட்டுக் கொண்டிருந்தபொழுது, எதிரே தலையில் நார்ப் பெட்டியுடன் அவள் அசைந்தாடி வரும் தோற்றம் அவர் பார்வையில் விழுந்தது. அக்கணமே அவர் ஒரு மனப் பதட்டத்துக்கு ஆளாகிப்போனார். வெகு காலம் எதிர்பார்த்து நின்ற வேளை அன்று கூடிவிட்டது.

அவளுடைய தோற்றம் அங்குமிங்குமாக அதற்கு முன்பும் அவர் கவனத்தில் விழுந்ததுண்டு. அப்பொழுது பார்வை வட்டத் திற்குள் அவள் விழுந்து, தூரத்தால் மறைவுற்று விடுவது வரை யிலுமோ, கூட்டத்தில் கரைந்துபோய் விடுவது வரையிலுமோ வெற்றுடல் நின்ற இடம் நின்றிருக்க அவருடைய மனமும் பிராணனும் அவளைப் பின்தொடர்ந்து ஓடிக்கொண்டிருக்கும். அவளுடைய பின்னழகு அவரை மூர்க்க வெறிகொள்ளச் செய்து விடும். அந்நாட்களிலிருந்தே ஒரு சந்தர்ப்பத்திற்காகத் தவம் செய்து கொண்டிருந்தார் அவர்.

ஒரு ராக்ஷசச் செடி முனிசிபல் தலைவரின் வீட்டு காம் பௌண்டுச் சுவரேறி கொடி படர்த்தி காடாய் மண்டிக் கிடந்தது. முட்கொடிகள் வெகு அடர்த்தியாய் வெளியே தொங்கிக் கிடந்தன. காருக்கும் சுவருக்குமான அந்த இடைவெளியில் வந்து நின்றாள் அவள். ஒரு நிமிஷம் அவருடைய விழிகளை அவள் கூர்ந்து நோக்குவதுபோல் பட்டது. மறுகணம் அவள் உதட்டோரம் ஒரு புன்முறுவல் நெளிந்தது. அது ரொம்பவும் வேதாந்தபரமாகத் தொனித்தது அவருக்கு. லீலா வினோதங் களின் விசாரணை முடிவில் வெளிப்பட்ட தாத்பரியம் போல் ஒரு மயக்கம் ஏற்பட்டது. ஆனால் அவருடைய ஆச்சரியமோ திக்பிரமையோ அடைந்த தன்மை சிறிதும் அவள் முகத்தில் வெளிப்படவில்லை. தனது உடன்பாடு அவளுக்கு விழுந்த அதிருஷ்டப் பரிசு என எண்ணிய மமதையை அடிநுனியில் கத்தரிக்கும் முகத்தோற்றம் அது. அவளுடைய முகபாவம் பள்ளத்தைப் பார்க்க வழியும் ஜலத்தை ஒரு குழந்தை வேடிக்கை பார்ப்பது போலிருந்தது.

“அபிப்பிராயமுண்டோ?” என்று மட்டும் அவள் கேட்டாள்.

அவர் தலையை அசைத்தார்.

இடமும் வேளையும் குறிப்பிட்டுவிட்டு அவள் அப்பால் நகர்ந்து சென்றாள்.

நினைத்துப் பார்க்கையில் இப்போது நம்ப முடியவில்லை. மறுநாள் வேளை வந்த பொழுது ஏனோ ஒரு விசித்திரமான அசிரத்தைத் தோன்ற, சோம்பி முடங்கிவிட்டார் அவர். உடன்படு மென ஏற்பட்டுவிட்டதிலேயே அவருக்குத் திருப்தி பிறந்து விட்டதுதான் பூராவும் காரணமெனச் சொல்வதற்கில்லை. மேலும் எங்கே எங்கேயெனக் கொட்டாவி விட்டுக்கொண்டிருந்த நாட்கள் அல்ல அவை. இன்பங்கள் சூழ்ந்து வந்து தாக்குகிற தினுசுகளுக்கு பதில் சொல்ல அவகாசப்படாமல் திணறிக்கொண் டிருந்த நாட்கள். தலைக்கு நாள் நண்பர்களுடன் வெளியூர் சென்றிருந்தவர் அங்கு வழக்கமான கேளிக்கைகளில் ஈடுபட்டு நடுநிசி தாண்டிய பின்னர்தான் வீடு வந்து சேர்ந்தார். விளக்கை அணைத்ததும் அவருடைய மனைவி அவர் படுக்கையில் வந்து தொம்மென்று சரிந்து அவர் முகத்தை தன் மார்போடு இழுத்து அணைத்துக் கொண்டாள். தன் முகம் தவிரப் பிறர் முகம் நோக்காப் பேராண்மை தனது கணவர் ஒருவருக்குத்தான் சொந்தமெனக் கருதும் அவளுடைய பேதைமையை எண்ணுகிற போதெல்லாம் அவர் மனசு தழுதழுக்கும். அவ்வாறு மனம் நெகிழும் வேளைகளில் அவளையும் ஒரு வேசியாகப் பாவித்து தன்னால் இயன்ற சந்தோஷங்களை அவளுக்கு வழங்குவது அவருக்கு சுபாவமாகப் படிந்திருந்தது. அன்றும் அவ்வாறே நடந்தது. விடிவது வரையிலும் அவளைப் பலவாறு தீவிரமாகச் சந்தோஷப்படுத்தலானார்.

காலையில் கண் விழித்தபோது வெயிலேறிவிட்டது. முதல் நினைவாக முளைத்தது முந்தைய நாள் சம்பவம்தான். அவள் குறித்த வேளை அப்போது நெருங்கிக் கொண்டிருந்தது. ஆனால் உடலும் மனசும் ஆயாசப்பட்டுக்கொண்டு வந்தது அவருக்கு. கை கால் துவண்டு தொய்ந்தன. அப்படியே மீண்டும் படுக்கையில் சரிந்தார். மனமோ பலவிதமான கற்பனைகளில் லயிக்க ஆரம்பித்து விட்டது. சர்வ அலங்காரங்களோடும் அசைந்து செல்லும் அவள், பெந்தக்கொஸ்தே சங்க போர்டில் இடது பக்கம் பள்ளத்தாக்கு போன்ற சரிவில் இறங்குவது போலவும், சுமை தாங்கியில் நார்ப்பெட்டியை அடையாளம் காட்டி வைத்துவிட்டு, மேலும் கிடுகிடு பள்ளத்தில் இறங்கிப் புறம்போக்குக் குடிசைகள் தாண்டி ஓடு வேய்ந்த ஒரு ஒற்றைக் கட்டிடத்தினுள் நுழைவது போலவும், சுவரில் மாட்டப்பட்டிருக்கும் சிறு கண்ணாடியில் தன் முகம் பார்த்துக் கொண்டை தட்டி முடிந்துகொள்வது போலவும், அவள் திருஷ்டி சிமிண்டுப் பாதையிலேயே படிந்து விட்டது போலவும் பலவாறு கற்பனைகள் செய்து ஒரு விசித்திர மான சந்தோஷத்துக்கு ஆட்பட்டுக் கிடந்தார். காரியத்தைவிடவும் கனவே அப்பொழுது அவருக்கு இதமாக இருந்தது. ஆனால் அன்று மாலை இழப்பின் பச்சாதாபம் அவர் மனசில் கனிய

ஆரம்பித்தது. கடந்த ஒன்பது ஆண்டுகளிலும் அந்த நஷ்டத்தின் பாதிப்பு அவர் மனசில் வளர்ந்ததே தவிரக் குறையவில்லை.

மிஷன் பள்ளிக் காம்பௌண்டில் புன்னை மரத்தடியில் தலை சாய்த்தபடி ரோட்டையே வெறித்துப் பார்த்துக்கொண்டிருந்தார் அவர். அவள் வாடைகூட அடிக்கக் காணோம். மணி அடித்தது. பச்சை மாணவிகள் வெளிப்பட்டு எங்கும் நிறைந்து கொண்டிருந்தனர். முதல் வகுப்பைச் சேர்ந்த ஐந்தாறு குழந்தைகள் சற்று எட்ட வந்து நின்று கண் கொட்டாமல் அவரைப் பார்த்துக்கொண்டிருந்தன. அவரைப் பார்த்தபடியே ஒன்றுக்கொன்று குசுகுசுத்துக்கொண்டன. அவருடைய கோலம் அக்குழந்தைகள் மனசில் ஒரு வேடிக்கை உணர்வையும் சிறு பீதியையும் ஏற்படுத்தின எனத் தோன்றிற்று. அவர் இதை உணர்ந்து குழந்தைகளைப் பார்த்து ஒரு அருமை பாவத்துடன் சிரிக்க முயன்றார். அவர் எதிர்பார்த்தது போலவே குழந்தைகள் மேலும் பயந்து பின் நகர்ந்தன. அவர் இரு கையூன்றி எழுந்திருந்து பள்ளியைவிட்டு வெளியே வந்தார்.

எப்படியும் நடந்து சென்று மண்டபத்தை அடைந்து விடுவது என்ற எண்ணம் இப்போது அவரிடம் வலுப்பெற்றது. இம்முடிவுக்கு மாற்றமில்லையென திடசங்கல்பம் கொண்டார். பங்களாத் தெருக்களுக்கு இட்டுச் செல்லும் பாதை அதள பாதாளமாகக் கீழ் நோக்கிச் சென்றுகொண்டிருந்தது. அப்படியே நடந்து சென்றால் திரும்பி ஒரு பனை உயரம் செங்குத்தாய் ஏறும் மேட்டுப் பாதையின் உச்சியே மண்டபம். நடந்தும் ஒதுங்கி அமர்ந்து இளைப்பாறியும் அங்கு சென்று சேர்ந்துவிட முடியுமென்றே அவருக்குத் தோன்றியது. பள்ளத்தை நோக்கி அடியெடுத்து வைக்கலானார்.

பள்ளத்தில் இறங்குவது சற்று ஏந்தலாக இருந்தது. உடலை முடிந்த மட்டும் தொய்த்துத் தள்ளாட விட்டுக்கொண்டதில், தன்னுடலை இட்டுச் செல்லும் பொறுப்பை காற்றுக்கும் பாதையின் சரிவுக்கும் ஒப்படைத்து விட்டதுபோல் ஒரு மயக்கம் ஏற்படுத்திக்கொண்டார். இது மிகவும் அனுசரணையான புத்தியாகப்பட்டது. ஆனால் சிறிது தூரம்கூட அவ்வாறு நகர்ந்திருக்கவில்லை; அவருக்கு மூச்சுத்திணற ஆரம்பித்துவிட்டது. திறந்த வாயை மூட முடியவில்லை. உதடுகளை அசைத்தும் நாக்கைத் துருத்தியும் அவஸ்தையை வெளியேற்ற முயன்றார். தலையும் சுற்ற ஆரம்பித்தது. சரிவதற்குள் திண்ணையில் ஒதுங்கிவிடலாமென்ற எண்ணத்தில் சுற்று முற்றும் வெறித்தார். அந்த நண்பகல் வேளையில் முன் வாசல்கள் அடைத்துக் கிடந்தன. எதிரே குழாய் ஓரம் நகர்ந்து மின்சாரத் தூணை அணைத்துக்கொண்டார்.

தொண்டை வறட்சியும் தாங்க முடியவில்லை. முகத்தைக் கழுவி, இரண்டு மடக்குக் குடித்தால் ஒரு ஆசுவாசம் பிறக்கு மென்று தோன்றிற்று. அவருடைய விரல்களால் குழாயை அழுத்த முடியவில்லை. அவர் மீண்டும் மீண்டும் பலனின்றி முயலுவதை கவனித்த ஒரு பெண் குடத்தைக் கீழேவைத்துவிட்டு அவருக்கு உதவி செய்தாள். வாயை குழாய் அருகே சரித்து, கையேந்தி இரண்டு மடக்கு குடித்தார். அதற்குள் வயிற்றை வாரிச் சுருட்டிக் குமட்ட ஆரம்பித்தது. மீண்டும் தலையைத் தூணோடு சாய்த்தபடி கண்களை மூடியவாறு நின்றார். அப்பொழுது ஒரு வயோதிகக் குரல் 'முட்டைக்காரி வந்தாளா?' எனக் கரகரக்கவும், ஒரு இளங்குரல், 'இப்பம் வந்து போட்டு, அன்னாப் போறாளே' என்று பதில் சொல்லிற்று. அவர் கண்களை விழித்துப் பார்த்தார்.

மண்டபத்தைப் பார்க்க அசுர வேகத்தில் புழுதி அலைகள் வாரிச்சுருட்டி ஏறிக்கொண்டிருந்தன. காட்சி செம்மண் திரையில் மங்கி விட்டது. அதன் நடுவே இடுப்புக்குமேல் ஒரு பெண்ணுருவம் புழுதி அலைகளால் ஏந்தப்பட்டுச் செல்வது போலிருந்தது. மீண்டும் கண்ணைக் கொட்டிவிட்டுப் பார்த்தபோது அது வெறும் மனமயக்கம்தான் என்பது புலனாயிற்று. தலைசுற்றல் மேலும் மேலும் அதிகரித்த வண்ணமாய் இருந்தது. பையிலிருந்து ஒரு மாத்திரையை எடுத்து வாயில் ஒதுக்கிக் கொண்டார். ஏதாவது குதிரைவண்டி காலியாக அந்த வேளையில் அங்கு வந்து சேராதா என்று அவர் மனசு ஏங்கியது. ஆனால் அவ்வாறு வாய்ப்புகள் தனக்கு ஏற்படக்கூடியதல்ல என்ற கசப்பும் உடன் எழுந்து, கொட்டும் மழையில் நனைந்ததுபோல் தலையும், முகமும், ஆடையும் ஈரம் சொட்ட அடியெடுத்து முன்னால் செல்ல முயன்றார்.

அன்று அந்தி சாய்வதற்குள் எப்படியும் அவளைச் சந்தித்து விடுவதுதான் நேரவிருக்கும் விதி என்பது அவருக்குத் தீர்மானப் பட்டுவிட்டது. தான் பின் தொடர்ந்து வருவது அறியாது, விலகியும் மறைந்தும் செல்லும் அவளுடைய அஞ்ஞானத்தை எண்ணியபோது அவருக்கு அவள்மீது இரக்கம் கவிழ்ந்தது. அவளைச் சந்தித்ததும், அவள் பொருட்டுத் தான் எடுத்துக் கொண்ட சிரமங்களைச் சொல்லவேண்டுமென எண்ணினார். கொஞ்சம் அழுத்தமாகவே சொல்லிவிட வேண்டியது அவசியம் என அவருக்குப்பட்டது. ஒரு பெண் ஜென்மத்திற்கு இதைவிடவும் சந்தோஷம் அளிக்கும் விஷயம் எதுவும் இருக்க முடியாது என்றும் எண்ணிக் கொண்டார்.

ஒரு கணம் ஒதுங்கி விடுவோமா என்ற எண்ணம் ஏற்பட்டது. ஆயாசம் அதற்குள் அவ்வளவு அதிகமாகிவிட்டிருந்தது. ஆனால்

அவ்வெண்ணத்தை ஒப்புக்கொள்ளவே நாணமாக இருந்தது அவருக்கு. நடுவில் சோர்ந்து, அறைகுறையாய் விட்டுக் காரியம் கெட்ட காரியங்கள் கொஞ்சமா அவர் வாழ்வில்? மீண்டும் இந்த வேளையிலும் அப்பேய் தன்னைப் பதம் பார்க்கப் பதுங்கு வதை உணர்ந்தபொழுது அவர் மனசு ஆக்ரோஷம் கொண்டு நிமிர்ந்தது. தன்னை ஆயாசப்படுத்தி நல்வழியில் திருப்ப முயல் கிறது போலும். தான் பின்திரும்புவது கண்டு மறைந்திருந்து நகைக்க மீண்டும் அதற்கு ஆசை போலும்! அவ்வாறு கணக்கற்ற தடவை நகைத்தாயிற்று. மீண்டும் மீண்டும் விதியின் வெற்றிகண்டு மார்தட்ட எத்தனை ஆசை. சோர்வும் உபாதைகளும் ஏவிவிடப் பட்டவையே என்பது இப்பொழுது அவருக்குப் புரிந்துவிட்டது. கடைசிவரையிலும் தன்னைப் பின் திருப்புவதே சதியின் சூட்சுமம் என்பது அவருக்குத் தெரிந்தது.

இரு கரைகளிலும் இம்மி நிழல் கிடையாது. ரத்தம், வேக் காட்டில் சரும துவாரங்கள் வழி ஆவியாக வெளியேறிக் கொண்டிருப்பதுபோல் பட்டது. வாய் உலர்ந்து கசப்புத்தட்ட ஆரம்பித்துவிட்டது. மண்டபம் சமீபித்துக்கொண்டிருந்தது என்றா லும் தாண்டத் தாண்டப் பின் நகர்ந்து சிறுத்துக் கொண்டிருப்பது போல்தான் தெரிந்தது. நடக்க நடக்க நடைவழியும் தீரக்கூடியதாய் இல்லை.

மண்டபத்தை அடைந்தபோது நின்று, தான் ஏறி வந்த பாதையைத் திரும்பிப் பார்த்தார். தன்னுடைய வைராக்கியத்தை அவரால் நம்ப முடியவில்லை. அதுகாறும் வீண் அலைச்சல் அலைந்து கொண்டிருந்த தனக்கு வைராக்கிய மார்க்கம் தட்டுப் பட்டுவிட்டதை எண்ணி இந்த உணர்வுகளுக்கு ஆட்பட்டார். ரோட்டோரம் பெந்தகொஸ்தே போர்டு பார்வைக்கு இலக்காகி விட்டது. சற்றுக் கூர்ந்து கவனித்தபோது தன் பார்வைக்குப் பின் காட்டி நிற்கும் ஒரு கிழவர் ஒரு பெண்ணுருவத்தை மறைத்து நிற்பது தெரிந்தது. இருவரும் மிக நெருங்கி நிற்பதானது, நார்ப்பெட்டி யாருடைய தலையில் என்பது அவருக்கு மட்டுப் படவில்லை. மனம் மாற்றி மாற்றி வைத்து விளையாடுவதை எண்ணி அலுப்புற்று முகஞ்சுளித்தும் எதிர் வெயிலுக்கு இடது கையை நெற்றியில் பொருத்தியும் கூர்ந்து கவனிக்கலானார். கூர்ந்து பார்க்கப் பார்க்கப் பார்வை மங்கிக்கொண்டே வந்தது.

இரு கைகளையும் இடுப்பில் ஊன்றி காற்றில் கிளைபோல் அலையும் உடலாட்டத்தை லவலேசமும் பொருட்படுத்தாமல் நகர ஆரம்பித்தார். கற்பனைப் பெயரொன்று சொல்லிக் கத்தலாமா என்று வந்தது அவருக்கு. அப்போது அவருடைய மனக்கிலேசத் தில் எப்பெயரும் உதயமாகவுமில்லை. மனசை வைராக்கியத் துடன் குவித்து, கற்பனையில் உடலின் ஏதோ ஒரு மூலையில்

மிஞ்சியிருக்கும் ஜீவசக்தியை உறிஞ்சியெடுத்து சரீரத்தை முன்னகர்த்த முயன்றார். அவள் தனது இடம் நோக்கி சென்று கொண்டிருக்கிறாள் என்பதில் அவருக்குத் துளியும் சந்தேக மில்லை. தன் வருகை உணர்ந்து முன்சென்று ஆயத்தம் கொள்ளவே அவள் பின் திரும்பாது விரைந்து வந்திருக்கிறாள் என்பதும் இப்போது அவருக்குத் தெளிவாகவே புரிந்துவிட்டது. மீண்டும் ஒருமுறை அவளை ஏமாற்றத்தில் ஆழ்த்த தனக்கு எவ்வித உரிமையும் இல்லை என்பதையும் உணர்ந்தார். அக் கொடிய பாவத்தைச் செய்யக்கூடியவராக கணமும் தன்னை எண்ண முடியவில்லை அவருக்கு. தன்னுடைய அலைக்கழிப்பு வீணல்ல என உணர்ந்ததும் அவருக்கு மிதமிஞ்சிய மனசந்துஷ்டி ஏற்படலாயிற்று. இவ்வாறு மிகையாக அமையவே சற்றுத் திக்கு முக்காடுவது போன்ற பாவனை ஏற்பட்டது போலும்! கடவுளின் அனாதியான லீலைகள் எப்போதும் இவ்வாறுதானே என முணுமுணுத்துக் கொண்டார்.

ஓரடியும் எடுத்து வைப்பது சாத்தியமல்ல என்ற நிலைமை ஏற்பட்டுவிட்டது. கைக்கு எட்டும் நிலையில் வைராக்கியத்தைக் குறைக்கும் கடைசி சோதனை இது என்பது அவருக்குப் புரிந்து விட்டது. நெஞ்சில் ஒரு சம்மட்டி அடி விழுந்ததுபோல் அப்படியே ரோட்டோரம் புழுதியில் உட்கார்ந்தார். நெஞ்சுக்குள் இரு தூண்டில்கள் ஒன்றில் மற்றொன்று மாட்டிக்கொண்டு எதிர் திசைகளுக்கு இழுபடுவதுபோல் பட்டது. இரு கரங்களையும் முட்டில் ஊன்றி எழுந்தபோது முதுகு நிமிரவில்லை. பாதையைப் பாதத்தால் அளந்து திட்டப்படுத்த முற்பட்டதுபோல் கால்கள் பின்ன ஒவ்வொரு எட்டாக எடுத்து வைத்தார். ஒரு எட்டு வைத்து மறு எட்டு முன் நகர மிகுந்த பிரயாசை கொள்ள வேண்டி வந்துவிட்டது.

இப்பொழுது அவளுடைய மோகன உருவம் அவருடைய மனத் திரையில் தோன்றிற்று. மனக் கண்ணால் அவ்வுருவத்தைக் கண்ட மாத்திரத்தில் அவருக்கு ஒரு உற்சாகமும் எழுச்சியும் பிறந்தன. தான் பட்ட கஷ்டங்கள் அனைத்தும் ஒருமுறை அவள் முகத்தை ஏறிட்டுப் பார்த்ததும் பனிபோல் விலகிப் போய்விடுமென உணரலானார். தனது துயரங்கள் அப்பொழுது அவருக்கு அற்பமாகவே படும். அப்பேர்ப்பட்ட அழகுக்கு இந்த அற்ப துன்பங்களின் காணிக்கையேனும் செலுத்திப் பெறாதவரை அதற்கு மவுஸு இல்லையென்று பட்டது. அந்தத் துன்பமும் அந்த அழகின் ஒரு பகுதியே என்றும் உணர்ந்தார். ஒன்றிலிருந்து மற்றொன்றைப் பிரிக்க இயலுமென்று அவருக்குத் தோன்றவில்லை.

மீண்டும் மனக்கண் முன் அவ்வுருவத்தைக் கொண்டு வந்து, அதைக் கண்ணாரக் காண ஒரு வேட்கை பிறந்தது. உருவம் கூடி வரவில்லை. அவ்வுருவம் உருண்டு திரளுகையி லேயே அதன் பின்னணியில் புகை மூட்டம் ஒன்று கவிய, அரைகுறையான அவ்வுருவமும் பின்னணி மூட்டத்தில் கரைந்து விடுவதாக இருந்தது. கடந்த பல ஆண்டுகளில் இந்த நிஜ உலகில் இங்கும் அங்கும் தட்டுப்பட்ட அவளுடைய உருவத்தை மீண்டும் நினைவுகூர ஆன மட்டும் முயன்று பார்த்தார். ஒரு நிறைமாத கர்ப்பிணி பிருஷ்டம் பிதுங்க அவலக்ஷண நடை போட்டுச் செல்லும் சித்திரம் மனசில் எழுந்தது. அவ்வாறு அவர் அவளை ஒரு முறை பார்க்க நேர்ந்தது அவருடைய நினைவில் மின்னியது. அவ்விடத்தின் பின்னணியும் வேளையும் கூட இப்போது அவருடைய நினைவில் விரிந்தன. அப்பொழுது அவளுடைய தோற்றம் கொஞ்சம் ஆபாசமாகவே பட்டது. அடுத்து அடுத்துப் பல உயிர்கள் அவளிடம் காய்ந்து வெளிப்பட்ட தில், உடலும் கட்டுவிட்டு இறகு உரித்த கோழி போல் ஆகிவிட் டிருந்தாள். இன விருத்தியின் கேவல உபயோகத்திற்கு அவளும் கருவியாகிப் போன அக்கிரமத்தை எண்ணிய பொழுது நெஞ்சு குமுறத்தான் செய்தது. முலைகள் வௌவால்கள் மாதிரி தொங்கி விட்டிருந்தன. பிருஷ்டங்கள் வெயிலில் காய்ந்த நுங்கு போல் சுண்டிப்போயிருந்தன.

ஒன்பது வருடங்களுக்கு முன் தனது மனத்திரையில் பதிந்த சித்திரத்தைத் தேடியா உடல் வருந்திக் குலைய இவ்வளவு தூரம் வந்தோம் என எண்ணியபொழுது ஒரு ஏமாற்ற உணர்ச்சி பந்துபோல் மேலே கிளம்பி அவர் நெஞ்சை அடைத்தது. முன்னால் எனில் அவளுடைய அழகு சிகரத்தை எட்டியிருந்த கோலம். அப்பொழுது அவள் சொன்னபடி அவளுக்குக் கல்யாணமாகி சில நாட்களே ஆகியிருந்த ஆண் வாடையில் அது பூர்ணமாய் பொலிவுற்றிருந்த வேளை. காலம் இதற்குள் அவளுடைய ஜீவ சக்தியைப் பிழிந்து விட்டிருந்தது என்பதே இப்போதுதான் அவருக்குத் தட்டுப்பட்டது.

அன்று காலையில் பூங்காவுக்குள் காட்சி அளித்தது அவள் உருவம்தானா என்ற சந்தேகமும் இப்போது அவர் மனசில் இழைய ஆரம்பித்தது. தன் பார்வையில் விழுந்த பிம்பம் இன்றைய அவளா, அன்றைய அவளா என யோசித்துக் குமைய ஆரம்பித் தார். அவளுடைய இன்றைய தோற்றம் அவ்வாறு மதிமருள வைப்பதல்ல எனில் இன்றைய தோற்றத்திலே அன்றைய அவளைப்போல் வேறு யாரையோ காண நேர்ந்துவிட்டதே தனக்கு ஏற்பட்டிருக்கக் கூடிய பிசகோ என சந்தேகம் கொண்டார்.

கண்ணுக்குப் புலனாகாத சக்தி ஒன்று திரும்பி வந்து தன்னை ஏந்தியெடுத்து தன் வீடு சேர்க்காதா என்ற ஆசை மனசைப் பிழிந்து வாட்ட ஆரம்பித்தது. வீட்டின் நடுக்கூடத்தில் அவரை ஒரு நொடியில் கிடத்த ஒரு திவ்விய சக்தி உதவி புரியாதா? அது ஒன்று மட்டும் தனக்கு லபித்துவிட்டால் போதுமென எண்ணினார்.

திடீரென்று மனசுக்குள் ஒரு அருவருப்பு மூண்டது. அவ ளுடைய நிர்வாணத் தோற்றம் அவர் மனசில் எழுந்தது. அம்மனக் காட்சியின் மேல் அவளுடைய பழைய தோற்றத்தைப் பதிக்க முயன்ற அவருடைய அத்தனை முயற்சிகளும் பாழ்பட்டுப் போயின. தலைவரின் வீட்டு முகப்பு வாசலும், தான் காரில் அமர்ந்திருக்கும் கற்பனையும், முட்கொடிகள் சுவர்மீது படிந்து கிடக்கும் கோலமும் மனசில் உருவான பின்பும், தோல் போர்த்த எலும்புருவமாய், அங்கங்கள் ஒவ்வொன்றும் அவலக்ஷணம் உமிழ முட்டுத் தட்டியபடி அவள் தள்ளாடி வரும் கோரச் சித்திரமே அவர் மனசில் மூண்டது.

தலை சுற்றி உடல் சரியவே பெந்தகோஸ்தே சங்க போர்டை எட்டிப் பிடித்துக்கொண்டார் அவர். அங்கிருந்து கீழே பார்த்த போது சுமைதாங்கியில் ஒரு நார்ப்பெட்டி தெரிந்தது. அதைக் கண்ணுற்றதும் அவருக்கு உடலில் ஒரு புளகாங்கிதம் பரவிற்று. சுய நினைவுகள் இழந்து மீண்டும் ஒரு வெறி அவர் உடலில் புகுந்து விளையாட ஆரம்பித்தது. கீழே முட்டுக்குத்தி உட்கார்ந்த படி பள்ளத்தில் முளைத்திருந்த செடிகளைப் பிடித்துக்கொண்டே கால்களை ஆபாசமாக அகற்றி முன்னால் வைத்துக் கீழே இறங்கிச் சென்றார்.

சமதளத்தை எட்டியதும் மீண்டும் எழுந்து நடக்க முயன்றார். குடிசை வாசலில் பல பெண்கள் நின்று தன்னையே வெறிப்பது போல் அவருக்குப் பட்டது. அவர்கள் பக்கம் திரும்பாது நகர்ந்து முன்னால் சென்றார். அவள் நிலையின் மேல்சட்டத்தில் கரங்கள் தூக்கி, உடலை ஒயிலாய் சரித்து, வலது காலைப் படியில் ஏற்றி, தன் வருகை எதிர்நோக்கிக் காத்திருக்கும் மனச் சித்திரத்தை நோக்கி அவர் சென்றுகொண்டிருந்தார். அடர்ந்து கிளை பரப்பியிருந்த மரக்கிளைகளுக்குப் பின்னால் ஓடுவேய்ந்த ஒற்றைக்கூரை கண்களுக்குப் புலனானதும் உள்ளங்காலிலிருந்து பேரின்ப அலைகள் கிளம்பி அங்கங்கள் தோறும் பரவுவதாகத் தோன்றிற்று. அதற்கு ஈடான ஒரு பரவச உணர்ச்சிக்கு தான் எக்காலத்திலும் ஆளானது இல்லையென உணர்ந்ததும், கால காலமாகப் புதையுண்டு கிடந்த துயரங்கள் அலை அலையாய் மேலே வந்து, மனசு கேவிக் கேவி மோனக் கண்ணீர் வடிக்க ஆரம்பித்தது.

முன்வாசல் சாத்தியிருந்தது. விரல்கள் நடுக்கமெடுத்தன. ஆவல் நெஞ்சைப் பிளந்துவிடக் கூடுமெனத் தோன்றிற்று. கதவை மெதுவாகத் திறந்தார்.

அறை வெறிச்சென்றிருந்தது. செங்கல் பாவியிருந்த தரை பெருக்கப்படாமல் தூசு படிந்து கிடந்தது. ஒரு மூலையில் ஒரு அழுக்குக் கோரம்பாய் சுருட்டி வைக்கப்பட்டிருந்தது. உள்ளே நுழைந்து தரையில் சாய்ந்தார்.

கண்களைத் திறக்க இயலவில்லை. திக்கென்று பார்வை மறைந்தது போலிருந்தது. மார்பில் மூச்சு சுருட்டிச் சுருட்டி அடைக்க ஆரம்பித்தது.

பின் பக்கத்தில் யாரோ பாய் முடைவதுபோல் ஓலைகளின் சலசலப்பு அவர் காதில் விழுந்தது. கவனம் திருப்ப எண்ணி, வாய்விட்டுக் கத்த முயன்றார். குரல் அவர் மனசுக்குள் எழுந்து மனசுக்குள்ளேயே அடங்கிவிட்டது. நாவரட்சியும் தாங்க முடிய வில்லை. இரு கைகளையும் செங்கல் தரையில் சில கணங்கள் அடித்துத் தேய்த்தார்.

பார்வையில் மூட்டம் படர்ந்து கொண்டிருந்தது. ஜன்னல் வழி புலனாகிக்கொண்டிருந்த காட்சிகள் பின் நகர்ந்து, உருவம் நிறம் இழந்து, வானத்தின் மூட்டப் பின்னணியில் கரைந்து கொண்டிருப்பது தெரிந்தது. அதன் நடுவே சுமைதாங்கியில் நார்ப்பெட்டி மட்டும் தெளிவுறத் தெரிந்தது. நார்ப்பெட்டியின் பின்னலும் விடுபட்டுச் சிலிர்ப்பது மாதிரியே இருந்தது. ஆனால் முற்றிலும் விடுபட்டு அவிழ்வதற்குள் இரு கரங்கள் மேல் எழுந்து அப்பெட்டியை எடுத்து சிரசில் ஏந்திக் கொண்டன. நார்ப்பெட்டி, மேட்டில் கோணக் கோண ஏறிச் சென்றுகொண் டிருந்தது.

இதற்கு மேல் அவருக்கு எதுவும் புலனாகவில்லை. இமைகள் வெகு சாவதானமாய் மூடிக்கொண்டன.

*தீபம்,1965*

# அழைப்பு

அழைப்பு அத்தனை உக்கிரமாக அதற்குமுன் என் மனவெளியை மோதியதில்லை. அன்று, விளையாட்டரங்கில் விட்டுவிட்டு எழுந்து வானவெளியைத் தாக்கும் ஆரவாரம்போல் என் மனவெளியில் மோதல்கள் அதிர்ந்தன. சில்லென்ற அருவி உச்சந் தலையைப் பெயர்த்துக் கொண்டிருந்த அந்நேரத்தில் நரம்புகளில் வெந்நீரை ஏற்றியதுபோல் ரத்தம் வெதுவெதுப்படைந்து கொண்டிருந்தது. அந்த நிமிஷம் தாண்டாது என் மனதில் உறைந்து போக, வாய்விட்டுப் பிரார்த்தனை செய்தேன். மனவெளியில் கற்குழவிபோல் விதைகள் தொங்கும் ஒரு எருதின் பீறிட்ட கத்தலைப் பின்தொடர்ந்து எழுந்த சித்திரங்கள்... அவற்றை விவரிப்பதே கஷ்டமான காரியம்.

மேலே சொன்ன அனுபவத்திற்குச் சமீபத்தில்தான் ஆளானேன். ஒரு காட்டருவி என் மண்டையைப் பெயர்க்க நின்றுகொண்டிருந்தபோது, அன்று கிராமப் பாதைகளில், ஊருக்கு வெளியே வெகுவாக எட்டி, தெரியாத முகங்கள் தாண்டி, முகங்கள் அருகிப்போன தடங்களில் போய்க் கொண்டிருந்தேன். கேள்விப்பட்ட ஊர்களே தவிர எல்லாம் பார்த்திராதவை. பெயர் கிளப்பியிருந்த கற்பனைகளை ஏமாற்றும் ஊர்க்கோலங்களைப் பார்த்தபடி சென்றேன். நான் போகப் புறப்பட்ட ஊர் என் நினைப்பை விடவும் தூரத்திலிருந்தது. முன்னெண்ணங்கள் எல்லாம் தப்புத் தப்பாக முடிந்துகொண்டிருந்தன. நின்று விசாரித்த போது 'இதோ' என்று கை காட்டினார்கள். கிராமங்களில் தூரங்கள் மிதிபட்டு வசப்பட்டுவிட்டதுபோல் இருக்கிறது. நடந்து, பாதங்களில் செம்மண் புழுதியின் காலுறைகள் முட்டுவரையிலும் படர்ந்தபோது, கடைசியாகக் கணித்ததை விடவும் சற்று முன்னாலேயே அருவியின் ஓசை கேட்டது.

அருவியின் இரைச்சல் அந்தரீக்ஷத்தின் மடுவை முட்டிக்கொண்டிருந்தது. அதிலிருந்து சுரந்த பால் என அருவி முன் வளைந்து கொட்டிக்கொண்டிருந்தது. நீர்ப்புகை சர்ப்பக் காற்றுபோல் உடல் நெளித்துப் புரண்டு கொண்டிருந்தது. சுற்றிவர ஜீவனற்றுக் கிடந்தது. மரங்களில் அணில்களின் அசைவோ, கரிச்சான் தத்தி எழும் சருகோசையோ இல்லை. சுன்னத் செய்த குறிபோல் மாம்ச நிறக் கற்கள் வழவழவென்று பிதுங்கி நிற்க, செம்மண் சரிவில் செருப்புக்குப் பயந்து வேஷ்டியைச் சுருட்டியபடி ஆபாசமாய் இறங்கிச் சென்றேன். ஒரு பள்ளம் தாண்டி மறுமேடு ஏறியதும் அருவியும் பின்னணியும் நாடகத் திரைபோல் வானத்தில் எழுந்தன. சாயங்காலத்திற்குச் சற்று முன்னேரம். அருவிமேல் விழுந்த கிரணங்கள் கண்கூச வைத்தன. உப்பு வயல்போல் தெரிந்தது அருவி. சூழ்நிலை கக்கும் அதிர்வுகளை ஏற்க ஏற்க மனம் கனம் பெற்று நாளங்களில் பந்தயக் குதிரைகள் ஓடுவது போல் உணர்வு தட்டிற்று. நாலு ஆல விருக்ஷங்களை அடிவயிற்றில் கட்டிக்கொள்ளும்படியான செழுமை அந்த அருவிக்கு. மனசில் பீதி ஊடாடிற்று. தனிமை அமைதியைப் பிளக்கும் அருவியின் இரைச்சல். வானம் உருகி வழிவதுபோல் அருவியின் பெரிய சொரூபம். எவ்வாறு என்று சொல்ல முடியாத ஒ ரு பயங்கரமான ஆபத்து என் முதுகுக்குப்பின் உருவாகி வருவதுபோல் பிரமை தட்டியது. குளிக்கப் பயந்து பின் திரும்பிச் செல்வேன் என்று தோன்றியபோது, தோற்றுப்போக மறுத்து, அவசரமாகச் சட்டையைக் கழற்றினேன். என்னால் நான் தோற்கடிக்கப்பட மீண்டும் முகாந்திரம் அமையும் என்றால் அக்கணமே என் உயிர் கழன்று தெறித்துவிட வேண்டுமென்று அன்று காலையில் – லக்ஷ்த்தியோராவது தடவையாகவா அல்லது அதுவும் தாண்டியா, கடவுளுக்குத்தான் வெளிச்சம் – சபதமேற்றிருந்தேன். என் மனம் என்ற குப்பைத் தொட்டி மீண்டும் என் நினைவில் கொட்ட ஆரம்பித்தது. நினைக்க நினைக்கப் பச்சாதாபம் தவிர வேறு லாபமில்லை. சபதங்களின் சவக்கிடங்கு – ஒவ்வொரு நாளும் உய்ய நினைத்து, சபதமிட்டு சரிந்துபோன நினைவுகளின் சவக்கிடங்கு – ஆகாது என மறுத்துத் தாண்டி பின் அதிலேயே பழையபடி அழுந்திப் போன குற்ற உணர்வுகள் . . . அறிவை மனமும், மனதை உடலும் தோற்கடித்ததில் காயமேற்ற அறிவும் மனமும் . . . அற்ப சந்தோஷங்கள் . . . பாவங்கள் . . . புண்ணியங்கள் . . . சுயதண்டனைகள் . . . நினைவின் எந்தப் பக்கத்தைப் புரட்டினாலும் பிழைகள் மலிந்து கிடக்கும் அவமானம் . . .

அருவியின் அடியில் துருப்பிடித்த கம்பிகள். துருப்பிடித்து, அள்ளிப் பிடித்தால் கழன்று கையோடு வந்துவிடுவதுபோல் ஜீர்ணித்து – உண்மையில் அப்படியில்லை. ஜீர்ணித்தும் பிடிப்பு விடாதவை அவை – லேசான அசைவு தட்டிவிட்டது. கழன்று

விடாது என்பது குளிக்கையில் தெரிந்தது. அருவி அதன் மண்டையை உடைத்துக்கொள்ளும் இடத்தில் பாசியின்றிச் சொரசொரப்பாகவும் சுத்தமாகவும் இருந்தது. இதுபோல் சதா ஒரு அருவி கொட்டி என் மனமும் இதுபோல் சுத்தப்படாதா என அசட்டுத்தனமாக எண்ணினேன். என்னிடம் போலித்தன மான உணர்வுகள்தான் விளையாடுகின்றன என்ற எண்ணம் ஏற்படலாயிற்று. சப்தமிட்டு, சரிந்து, சரிந்ததற்கான கசப்பைத் தனக்குத்தானே கொட்டிக்கொண்டு, நிந்தித்துக்கொண்டு, கற்பனைச் சுவரில் தலையை மோதிச் சுயவெறுப்புக்கு ஆளான நினைவுகள் எழ மனம் புரட்டியது. சுனை கொப்புளித்த மனசை எனது பேதமையால் ஊற்றுக்கண் அவித்துக்கொண்டதாக எண்ணினேன். கழிந்துபோன நாட்களின் நினைவுகள் எனும் ரம்பம் . . . முடிவற்ற சித்ரவதைகள் . . . எதிர்கால பயங்கள் . . . ஒன்று மற்றொன்றைத் தட்டிவிடும் அபஸ்வர நினைவுகள் . . .

சுற்றிவர பாசியின் வெல்வெட். உரித்து ஜமுக்காளம்போல் சுருட்டிவிடலாம். கால் கட்டை விரலால் வெல்வெட்டின் ரோம ஸ்பரிசத்தை அழுத்தினேன். கட்டை விரலை எடுத்ததும் பள்ளத்தில் தண்ணீர் ஊறிற்று. அருவி மண்டையைத் தாக்கிய போது மூச்சுத் திணறியது. செத்த எருமைகள் முதுகில் விழுவது போலிருந்தது. ஓசையை மன ஒடுக்கத்தோடு அனுபவித்தபோது லயம் கூடி மெய்மறக்கச் செய்தது. நான் நிற்கும் பூப்பரப்பின் வெளிவட்டம் உதிர்ந்து, சுருங்கி, பாதம் நெருங்கி குறுகுவது போல் தோன்றிற்று. அருவியால் இழுக்கப்பட்டு ஒரு திகம்பர வெளியில் மேலூர்ந்து செல்கிறேன். இச்சந்தர்ப்பத்தில்தான் அவ்வழைப்பு எழுந்தது. அப்போதுதான் சில்லிட்ட தசைகளி னூடே வெந்நீர் குத்தி வைக்கப்படுவதுபோல் உணரலானேன். வானமும் வளைவு நிமிர்ந்து கீழிறங்கி ராக்ஷசத் திரைபோல் அனைத்தையும் மறைத்தபடி முன்னால் பரந்தது. வெள்ளை வானில் வெளிறிப்போன நிறங்கள் தோன்றின. அவை மாறிமாறி மறைந்து பிரம்மாண்டமான சித்திரம் போல் உருவாகிக்கொண் டிருந்தன. மேல்வாரியான பார்வைக்கு அசிரத்தையாகவும் நகாசு அற்றும் தோன்றியது என்றாலும் கூர்ந்து நோக்கியபோது ரொம்பவும் யோசனைகள் கொண்டதாகவும் பிரக்ஞையின் செறிவு கலந்தும் புலப்பட்டது. பழைய மரபைச் சேர்ந்த சித்திரம் அது. நீண்ட நெடும் பரப்பான அரைவானம் கடலில் முட்டளவு ஆழத்தில் இறங்கி நிற்கும் காட்சி. ராக்ஷச நாய்க்குடைகள் போல் கரும்பாறைகள் கடலோரம் பூத்திருந்தன. கடற்கரை மணலுக்கு அப்பால் கற்றாழைக் காடு. வெகுதூரத்திலிருந்து நாடி பிடித்து வந்து மண்ணில், எளிமையில் வேர்விடத் தோற்று செழுமையும் ஆக்கிரமிப்புத்தன்மையும் காட்டிக்கொண்டிருக் கிறது அக்காடு. கடலில் பாரித்த வெம்பரப்பு, மனிதனின்

சகல கஷ்டங்களையும் ஏற்று நீலம் பாரித்தது போலிருக்கிறது. என்ன என்றோ, இன்னது என்றோ யோசிக்கத் தராமல் நம்மை சுவீகரித்துக்கொள்ளக் காத்துக் கிடக்கிறது அது. கடற்கரையில் கற்றாழையின் முட்கள், சித்திரத்தில் கண்களுக்குப் புலனாக வில்லை. எனினும் கணக்கற்று, பொடி மணலால் அவை மூடப்பட்டுக் கிடப்பதாகவும் அழுந்த வரும் பாதங்கள் காத்துக் கபட நேர்த்தியுடன் அவை புதையுண்டு கிடப்பதாகவும் மனதில் ஓர் எண்ணம் ஏற்படுகிறது. அலைகள் இன்றிக் குளம்போல் பரந்து கிடக்கிறது கடல். ஒரு திவ்வியாத்மாவின் ஆக்ஞைக்குக் கட்டுண்டு அலைகள் அடங்கிப் போனது போலிருக்கிறது. மணலின் ஈரப்பரப்பில் நாம் சற்றும் எதிர்பாராத இடத்தில், எதிர்பாராத நிமிஷத்தில் நீர்க்குமிழிகள் வெடித்து மரிக்கின்றன. கற்றாழைக் காட்டோரம் தேளின் பெரிதுபடுத்தப்பட்ட கோலம் போல், கட்டிதட்டி உரித்து எடுக்கும்படியான மைச்சிந்தல்போல் ஒரு கருந்தேள் அப்பிக் கிடக்கிறது. நான் கடலுள் இறங்கிச் செல்கிறேன். நீர்ப்பரப்பு பாதமும், கால் முட்டும், இடுப்பும், கழுத்தும் தாண்டி என்னை உள்ளே இழுத்துக்கொள்கிறது. படீரென்று காட்சி மறைய, தலையில் இறந்துபோன மிருகங்கள் விழுந்து தாக்கிக்கொண்டிருந்தன.

அன்றிலிருந்து அக்காட்சி – அவ்வப்போது சில சமயம் அதன் துணுக்குகள் – மனதில் படர்ந்து மின்னி மறையும். பாலைவனத்தில் ஓடி வந்து சுடு மணலால் உறிஞ்சப்படும் நீர்போல் தோன்றி மறையும். பழையபடி மனம் மணலாகச் சுடும். அதன் வெம்மை மனச்சுவர்களைக் கருக்கிக்கொண்டிருக் கும். ரொம்பவும் மனம் உன்னி பலவந்தம் பண்ணினால் வர்ணமற்று, தரம் குறைந்த ஓர் சைத்ரிகனின் அபஸ்வரம் போல் வெளிறிப்போன காட்சிகள் அகமனதில் எழும்.

பின்னால் என்று, எவ்வாறு அந்த எண்ணம் ஏற்பட்டது என்பது தட்டுப்படவில்லை. ஒரு நீண்ட நடைப்பயணத்துக்கு நான் மனதில் ஆயத்தமாகிக் கொண்டிருந்தேன். என்னை இட்டுச் செல்லும் சாகசத்துக்குத் தன்னை ஆளாக்கிக்கொள்ளப் போகும் கால்களை மிகுந்த வாத்சல்யத்தோடு அணைத்தபடி மொட்டை மாடியில் அநேக சமயங்களில் உட்கார்ந்துகொண் டிருப்பேன். ஒருநாள் சாயங்கால நேரத்தில் தரை சுடும் மொட்டை மாடியில் சிறு மணல் பொடிகள் முதுகு உறுத்த, வானம் பார்த்துப் படுத்திருக்க, மீண்டும் மனமொக்குகள் சில அவிழ்ந்தன. மரங்களும், வெட்ட வெளியும், வானமும் ஏதோ பலத்த விஷத் தாக்குதல்களுக்கு ஆட்பட்டு ஸ்தம்பித்துக் கிடந்தன. மீண்டும் அவற்றின் நாசித் துவாரங்களில் மூச்சு ஊடாடும் என நம்புவதே சாத்தியமில்லாதபடி ஓர் பிண மயக்கம். ஏதோ ஒரு துக்கம்

வானப் பரப்பிலிருந்து கீழ்நோக்கிக் கவிழ்ந்து இறங்கிக்கொண் டிருந்தது. அந்த துக்கம் தங்கள் மேல் கவிழ்ந்து அமுக்குவதற்கு முன் கூடு அடைய விரைவதுபோல் பட்சிகள் தெற்கு வானம் நோக்கிப் பறந்து சென்றன. பின்தங்கிப் போகும் பயத்துடன் இரண்டு மூன்று வரிசைகள் அடி வயிறு எக்கிச் சிறகு வீசி முன் பாய முண்டின. அவற்றின் நிம்மதியற்ற நிலை என் மனதைப் பிழிந்தது.

பின் என்ன என்ன நிகழ்ந்தன என்பதில் எனக்குத் தெளி வில்லை. அன்று மனக்கண்ணில் கண்ட சித்திரக் காட்சியைப் பிரத்தியட்சமாகப் பார்த்து விடலாம் என்ற எண்ணம் ஏற்பட லாயிற்று. அவ்விடத்திற்கு இட்டுச்செல்லும் திசையும் பாதையும்

உள்ளுணர்வால் உந்தப்பட்டு மங்கிய ரேகைகள்போல் தோன்ற லாயின. அதற்குமேல் அடைய எதுவுமில்லை என்றும் தோன்றிற்று. அதன்பின் வினாவும் இல்லை; வருத்தமும் இல்லை. வெளியேறி விறுவிறு என்று நடந்து சென்றேன். இரவு பூராவும் நடந்ததில் பல ஊர்கள் பின் நகர்ந்து ஓடின. பாதை மேலே முன்னோடிக் கொண்டிருந்தது. அதையும் தீர்த்துவிட என் பாதங்கள் விரைந்து கொண்டிருந்தன. ஏந்தியெடுத்துச் செல்லப்படுவதுபோல் அனாயாசமாய்ச் சென்றுகொண்டிருந்தேன். இரு பக்கங்களிலும் ஆலும் விழுதும் காற்றைக் கள்ளாகக் குடித்து ஆட்டம் போட்டுக் கொண்டிருந்தன.

பாதைகளின் சரிவுகளில் ஆட்டு மந்தைகள் பாதம் ஊன்ற இடமில்லாமல் நெருக்கிக்கொண்டு ஒன்று மற்றொன்றில் புகுந்து கொள்ளச் சிரமப்படுவது போலிருந்தது. அவ்வாறு எதில் புகுந்து சுத்தப்படப்போகிறேன் என்று நினைத்தபோது மனம் கரைந்தது. எனக்குப் பிந்திப்போயிற்று என்றாலும் என் தகுதிக்கு ஏற்பத் தான் என்ற நியாயம் பிறந்தது. மனதில் அப்போது ஓர் கனிவும் நன்றியுணர்ச்சியும் சமர்ப்பிக்கக் குறி தெரியாது விழித்துக் கொண்டு வந்தன. அவ்வழைப்பின் பின் நிற்கும் கருணையை எந்த இரு பாதங்களிலாவது நெற்றி முட்டித் தேம்பித்தான் ஏற்றுக்கொள்ள முடியுமென்று பட்டது. ஜோடிப் பாதங்கள் சக்கர வண்டியில் இழுபடுபவை போல மனக்கண் முன் நகர்ந்து கொண்டிருந்தன. எல்லாம் வெண்கல பீடங்களில் உறைந்த வெண்கலப் பாதங்களாக இருந்தன.

பேரண்டத்தின் முடிவற்ற தன்மை அப்போது என் கற்பனை யில் விரியலாயிற்று. ஆகாயங்கள் அடுக்கு அடுக்காகத் தோன்றின. ஒவ்வொன்றின் தூரமும் ஆகிருதியும் அவற்றின் மதிப்பும் சலனங்களும் இவ்வாறு மனம் வெகுதூரம் எட்டிப்பாய்ந்த பின்பும் தாண்ட வேண்டியது மலையாகவும், தாண்டியது மஞ்சாடியாகவும் இருப்பதை உணர்ந்தேன்.

கையும் காலும் சோர்ந்து போய்விட்டன. பாதங்களும் வீங்கி விட்டன. இன்னும் சிறிது நேரத்தில் சுய உணர்வு இழந்துவிடக்கூடும் என்று பட்டது. நரம்புகள் தெறித்தன. எனினும் எந்த சித்ரவதையையும் தாங்கும் தெம்பை மனம் அப்போதும் இழந்திருக்கவில்லை. அனைத்தும் தீர்மானிக்கப் பட்ட புனித சோதனையாகவே பட்டது. மண்ணின் துன்ப வாடைகளில் மீண்டும் சரிந்து விடாமலிருக்க எப்பேர்ப்பட்ட சோதனைகளையும் புன்னகையுடன் ஏற்றுக்கொள்ளும் மனநிலை யிலேயே அப்போதும் இருந்தேன். கடந்த கால நினைவுகள் அருவருப்போடு குமட்டியபடி வந்தன. எத்தனை தலை குனிவுகள். தீ சுட்ட புண்கள். வழுக்கி விழுந்து, எழுந்து முட்டுக்குத்தி,

சபதமேற்று, மீண்டும் சரிந்து ... போதும் தண்டனை. என்னையே சுகந்தம்போல் சுவாசித்து உய்யும் இன்பம்தான் இனி வேண்டியது. என் மன ஆகாசத்தில் கவியும் நிர்மலமும் நிஷ்களங்கமும் என் கண்களின் நிழலை உரித்து எடுத்துவிடும். பாசி அகல மீண்டும் சுரக்கும் சுனைகள். வாழ்க்கை என்பது குழந்தைகளும், பூக்களும், சுகந்தமுமாய் கொழிக்கும். இழுபறி என்பது இனிமேல் இல்லை. நினைப்பும் செய்கையும் ஒரே தாரையாய்ப் பாய்ந்து கொண்டிருக்கும். பலகீனங்கள் காலை இடறிவிட்டு முதுகுக்குப் பின் நின்று கெக்கலிக்கும் போது, வாய் கிழித்துச் சாகத் துடிக்கும் சுய வெறுப்பு இனி இல்லை. நான் சரிந்தவன் என்றாலும் நன்றாக ஏங்கியவன். ஏக்கத்தின் கனிகள் எனக்குக் கிடைக்கும். பரிபூர்ணத்தின் புகார் என் காதில் ஓய்வுற்ற நிமிஷங்கள், எனக்கு நினைவு தெரிந்த நாளிலிருந்து ஏற்பட்ட தில்லை. நான் அணைத்துக் கொள்ளப்படுவேன். அழுந்த மறுத்துக் கரையேற நான் அடித்த நீச்சல் உலகின் எந்த சக்தியை யும் ஓய்வுகொள்ள விடாது.

மூர்ச்சை தெளிந்ததும் மீண்டும் இருண்டுகொண்டிருந்தது. கடலின் ஓசை காதில் விழுந்தது. கடல் செம்மண் குழம்பாகக் கிடந்தது. அலை ஆள் உயரம் எழுந்து மறித்துக்கொண்டிருந்தது. அத்தனை அருவருப்பான கடலை அதற்கு முன் நான் எங்கும் கண்டதாக நினைவில்லை. வெறும் மணல் பரப்பு. புதரோ காடோ இல்லை. மணலுக்குப்பின் அகலமான பாதையும், பாதைக்குப் பின் கட்டிடங்களும் தெரிந்தன. மீண்டும் கடலைப் பார்த்தேன். பாறைகள் எதுவும் இல்லை. செம்படவத் தோணிகள் கரிக்கோடுகளாய் அசைந்துகொண்டிருந்தன. மணற்பரப்பில் ஆரோக்கியம் மிகுந்த செம்படவர்கள் சிலர் தங்கள் தோணிகளில் ஏதோ பழுது பார்த்துக்கொண்டிருந்தனர். வேலையில் மூழ்கிப் போயிருந்த அவர்களுடைய முகங்களில் சிரத்தையும் நிம்மதியும் தெரிந்தன. அம்முகங்களில் பயமில்லை. அந்நேரக் காரியத்தில் தங்களை மிச்சமின்றி மூழ்கடித்துக் கொண்டதில் கவலைக்குத் தர அவர்களிடம் பாக்கி எதுவுமில்லை என்று தோன்றியது. அவர்கள் பேசிக்கொள்ளவில்லை. பேச அவர்களுக்கு இருப்ப தாகப் படவில்லை. தோணியை மண்ணில் இழுத்து நீருக்குள் தள்ளினார்கள். எந்த நிமிஷத்தில் தோணியைத் தண்ணீர் ஏந்திக் கொண்டதோ அந்த நிமிஷத்தில் அதனுள் அவ்வளவு பேரும் ஏறிக்குதித்து முடித்திருந்தனர். மிகவும் அனாயாசமாகவும் லாவகமாகவும் அவர்கள் அதைச் செய்தனர். தோணி கரும் புள்ளியாகி, அப்புள்ளி மறைவதுவரையிலும் பார்த்துவிட்டு, சோர்வு தாங்காமல் நான் மண்ணில் படுத்தேன்.

*ஞானரதம்,* 1973

# பல்லக்குத் தூக்கிகள்

மனசு ரொம்பவும் சங்கடப்பட்டுக்கொண்டிருந்தது. ஓயாமல் ஒரு துக்கம். மனம் சதா அழுதுகொண்டிருக்கும். எதற்கு என்பது தெளிவாகவில்லை. 'எல்லாம் முடிந்தது, அவ்வளவுதான்' என்று மனசுக்குள் கசந்த முணுமுணுப்பு வெளிப்பட்டுக்கொண்டிருக்கும். இருந்தாலும் வெளிக்குச் சாதாரணமாக நடமாடிக்கொண்டிருந்தேன். நண்பன் சொன்னமாதிரி இதில் ஒரு பயிற்சி இருந்தது. எவ்வளவு தான் தேற்றியும் தேறாமல், விஷம் தின்ற சடைநாய்மாதிரி மனம் புரண்டு புரண்டு துடித்தது. ஊர்விட்டு அலைவோமா என்று தோன்ற ஆரம்பித்தது. கஷ்டமான நாட்களை அலைந்து உடம்பை இம்சித்துக் கழித்திருந்தேன். இதில் நிவர்த்தியும் சொல்லும்படி இருந்தது இல்லை. இருந்தாலும் மூச்சுத்திணறிக் கிளம்பிச் சென்றேன். எங்கெல்லாம் சுற்றினேன் என்பது குழம்பிவிட்டது. உடம்பு க்ஷீணித்து, மனசும் தளர்ந்து, கடைத்திண்ணைகளில் உட்கார்ந்து போகிறவர்கள் வருகிறவர்களை இடுப்புக்குக் கீழ் பார்த்துக்கொண்டு கழிப்பேன். கடைசியில் ஒரு மலைக்கோயில் போய்ச் சேர்ந்தேன்.

அங்கு போகக் காரணம் தூரத்து நண்பன் ஒருவன் மனக் கஷ்டம் ஏற்பட்டபொழுது அங்கு சென்றதாக மற்றொரு நண்பனிடம் எந்தக் காலத்திலோ சொன்னது நினைவில் முளைத்தது தான். ஒரு ஜேஜே ஊர். அதுதான் ரொம்பக் கஷ்டமாக இருந்தது. ஒதுங்கி ஒதுங்கிப் போனாலும் கால்களும் கைகளும் கொத்துக் கொத்தாய் என் முகத்தில் வந்து சரிந்துகொண்டிருக்கும். புயல் வரப்போவது மாதிரி சதா ஒரு இரைச்சல். படிக்கட்டுகளிலும் மண்டபங்களிலும் பெண்கள் தாறுமாறாய்க் கிடந்தார்கள். தள்ளித் தள்ளிப் போனதில் ஒரு மண்டபம் வந்து சேர்ந்திருந்தது. பக்கத்தில் ஒரு சுடுகாடு இருப்பது மாதிரியும், பிணத்தைப் பொசுக்க வந்தவர்கள்தான் மண்டபத்தில் காத்துக்கொண்டிருக்கிறார்கள் என்றும் ஒரு எண்ணம். அப்படி இல்லை. சாதா இடம்தான்.

ஆட்களுக்கு வாட்ட சாட்டமான உடம்பு. பயில்வான்கள் மாதிரி. பக்கடா மீசைகள். முண்டாசு தார்பாய்ச்சிக் கட்டு. தொடைகளில் எல்லாம் அட்டைகள் சுருண்ட மாதிரி ஒரே கறுப்பு மயிர். மொத்தத்தில் எனக்கு ஒரு அருவருப்பு ஏற்பட்டது. பொல்லாதவர்கள் என்ற எண்ணம் ஏற்பட்டது. பாதங்களில் நரம்பு புடைத்துத் தெறித்துக்கொண்டிருந்ததால் நிற்க முடியவில்லை. படியில் உட்கார்ந்தேன். பின்னாலிருந்து முரட்டுத்தனமான குரலில் எச்சில் தெறிக்கக் கத்திக்கொண்டிருந்தது எரிச்சலாக இருந்தது. பிரியத்துடன் கெட்ட வார்த்தைகள் சேர்த்து சேர்த்துப் பேசினார்கள். அவர்களுக்கும் எனக்கும் ஏதாவது உரசல் ஏற்படும் என்று எனக்கு மணத்துக்கொண்டிருந்தது. ஒரு சிலேடையும் சில கெட்ட வார்த்தைகளும் என் ஜாதியைக் குறிப்பது மாதிரி வந்தன. நான் எங்கள் ஊரில் இருப்பது மாதிரி இல்லாமல் சரியான ஊர் சுற்றி மாதிரி இருந்ததால் அப்படி ஏதாவது கிறீச்சிட்டால் கெட்ட வார்த்தைகளைக் கத்தித் தீர்க்கவேண்டுமென்று தீர்மானித்துக்கொள்ள விரும்பினேன். என்னிடம் தோற்றோம் என்ற எண்ணம் ஏற்பட்டால் அவர்கள் என்னை வெட்டிப் புதைத்துவிடக்கூடும். இடமும் தோதாக இருந்தது.

ஒருவன் என் பின்பக்கத்திலிருந்து என் மணிக்கட்டில் உரசிக்கொள்வது மாதிரி நெருங்கி இறங்கி மண்தரையில் சாடினான். அவன் அனாவசியமாகக் கால்களை தொம்தொம் என்று வைத்து இறங்கினான். தூசி கூடுதலாகக் கிளம்பி காலை வெயிலில் அந்தரத்தில் மஞ்சள் குளித்த மார்பில் தூண்கள் மாதிரி உருண்டன. அவன் சாமர்த்தியசாலி மாதிரி நின்றான். அவன் சாமர்த்தியம் என்ன என்று நான் கேட்டுக்கொண்டேன்.

அவன்மேல் மனசுக்குள் ஒரு கெட்ட வார்த்தை போட்டேன். இதனால் சிறிது சந்தோஷம் ஏற்பட்டது. அவனுடைய அசைவு களும் முகபாவங்களும் தரங்கெட்ட நாடகப் பாங்காக இருந்தன. அவனுடைய கால்களுக்குப் பின்னால் கள்ளிப் புதர் பக்கம், வற்றல் கூழ் மாதிரி மலம் கழித்திருந்த வரிசைக்கு முன்னால் ஒரு பெரிய சாமான் தெரிந்தது. படுதாத் துணி போட்டுப் பெரிதாக மூடி வைத்திருந்தது அந்தச் சாமானை. என்ன அது தெரியவில்லை. வயிற்றோடு முகத்தைச் சேர்த்துக் கொண்டு தூங்கும் ஓர் ஒட்டகத்தைப் போர்த்தி வைத்திருந்த மாதிரி இருந்தது. குரலில் வாடை கலந்து வந்தது. எல்லோரும் குடித் திருந்த மாதிரி இருந்தது. வார்த்தைக்கு வார்த்தை கெட்ட வார்த்தை. ஒட்டகம் வாயாலும் கால்களாலும் படுதாத் துணியை பலாத்காரமாக இடுக்கிக்கொண்டிருப்பது மாதிரி, கைகளால் தேர்வடம் இழுப்பதுபோல் நடித்துக்கொண்டு அவன் படுதாத் துணியைச் சுருட்டி இழுத்தான். என் பின்பக்கமிருந்து பெரிய சிரிப்புக்கள் அருவருப்பாக வந்தன. ஒரு பல்லக்கு. அந்தக் காலம் வழிகிறது அதில். ஆகப்பழசு. தடித்தடியாகப் பழைய காலத்துக் கட்டைகள். கட்டைகளின் தொலியை சில இடங்களில் பூச்சி அரித்திருந்தது. அது சட்டையில் நூலைப் பிரித்த இடம் மாதிரி இருக்கிறது. உளுத்திருக்கவில்லை. சேர்மானங்கள் நல்ல நெருக்கம். ஊதுவத்தி குத்த முடியாது. ஒரு பக்கத்துக்கு எத்தனை பேர் தூக்குவார்களோ தெரியவில்லை.

"கிளம்புங்க அப்பா" என்று கத்தினான் பல்லக்கை வெளிப் படுத்தியவன். எல்லோரும் ஆடியாடி வந்தார்கள். முழங்காலிலும் பாதங்களிலும் ரத்த ஓட்டம் ஸ்தம்பித்து சற்று மரப்புத் தட்டி விட்டதுபோல் ஒரு தினுசாக ஆடியாடி வந்தார்கள். மண்டபத் தின் இன்னொரு பக்கத்திலிருந்து ஒருவன் ஒரு அம்மியைத் தலைக்கு மேல் தூக்கிக்கொண்டு வந்தான். பாரம் அழுந்த உயர்ந்திருந்த அவன் கைகள் நடுங்கின. அம்மி கையை மடக்கி விடும்போல் இருந்தது. கழுத்து நரம்புகளும் ஒரு மண் புழுவை நுழைத்தது போல் கவனத்தைக் கவரும்படி ஒரு நடுநெற்றி நரம்பும் புடைத்திருந்தன. அசப்பில் பின்பக்கம் திரும்பிய ஒருவன் இதைக் கவனித்து "விலகுங்கப்பா விலகுங்கப்பா" என்றான். பலர் தவறாக விலகிக்கொண்டார்கள். அவன் அம்மியை மண்ணில் போட்டுவிட்டுப் பின்பக்கம் நகர்ந்தான். மண் கிழித்து புழுதி பறந்தது. சிலர் ஹூம் ஹூம் என்று ஒரு மூச்சுக் கலந்த அசட்டுச் சத்தத்தை ஏற்படுத்தினார்கள். அவன் ஓடிப்போய் ஒரு பெரிய குழவியை தூக்கிக்கொண்டு வந்தான். அது அம்மிக் குழவியல்ல. ஒரு ராக்ஷஸ ஆட்டுக்கல் குழவி. தலை பருத்து இடை ஓடித் தேய்ந்து பள்ளம் வழவழவென்று

நிறங்குறைந்து இருந்தது. இதுபோக இன்னும் இரண்டு சாமான் களையும் அவன் கொண்டுவந்து போட்டான். ஒரு மைல் கல். மேல் வளைவு உடைந்து, உடைந்த பகுதி அழுக்குப்படாமல் புதுசாக இருந்தது. இன்னொன்று என்னவோ ஒன்று. இது இரும்பு ஏர் மாதிரி இருந்தது. அதைப் பார்க்கும்போது அதன் கனம் நம் மனசை அழுத்தும். அது ஏதோ ஒரு யந்திரத்தின் உடைந்துபோன உறுப்பு. ரொம்ப விசித்திரமானது. அதை இழுத்துக்கொண்டுதான் வந்தார்கள். எல்லாவற்றையும் கயிற்றால் கட்டி ரொம்ப சிரமப்பட்டுப் பல்லக்குக்குள் தூக்கி வைத்தார்கள். நான் எழுந்திருந்து அவர்கள் பக்கம் சென்று என் முகம் பார்த்தவனை எதற்கு என்று முகத்தால் கேட்டேன். அதற்கு அவன் ஒரு தினுசாகச் சிரித்தான். அது செவிடனின் சமாளிப்பு மாதிரி இருந்தது. ஆனால் அவன் காது கேட்கிறவன்தான். எனக்குத் தெரிந்தது. எல்லோரும் முண்டாசை உதறினார்கள். அப்போது மாறி மாறி எழுந்த உதறல் சத்தத்தில் யாருக்கு அதிக சத்தம் என்ற போட்டி ஏற்பட்டு ஆங்காரத்துடன் வீசி னார்கள். அதில் பல கெட்ட சத்தங்களின் நினைவுகள் அவர் களுக்கு உண்டாகி அதை உறுதிப்படுத்துவதுபோல் முனகல்களும் முகக்கோணல்களும் எழுந்தன. அவர்கள் எல்லோரையும் ஸ்திரீ தாகம் வாட்டி எடுப்பது மாதிரி தோன்றிற்று. அதற்காக அவர்களுடைய சதை அவர்களைக் கிள்ளிக்கொண்டிருப்பது மாதிரி இருந்தது. பல்லக்கு தோள் ஏறிற்று. நித்திய பழக்கம் போல் முன்பின் பிரிந்து கொண்டார்கள். தோள் மாற்ற கட்டை களும் இருந்தன. அதைப் புழுதி பறக்கப் பொத் பொத்தென்று மண்ணில் ஊன்றிச் சென்றார்கள். நானும் அவர்கள் பாதங் களைப் பார்த்தபடி பின்னால் சென்றேன்.

மலைமேல் கோயில் போய்ச் சேரத்தான் புறப்பாடு என்று தோன்றிற்று. ஆனால் எத்தனை படிகள். காரை பெயர்ந்து செங்கல் உடைந்து அகலம் குறைந்த படிகள். நடு நடுவே தங்கி இளைப்பாற ஓடு வேய்ந்த கூரைகள். உடைந்து உதிர்ந்த ஓடுகள். இடையே பனங்கம்புகள். எத்தனையோ தடவை சுற்றிச்சுற்றி வந்திருந்தும் படிக்கட்டின் நுழைவு வாசல் எங்கே என்பது எனக்குத் தெரிந்திருக்கவில்லை. மலையில் ஆங்காங்கு மனித உருவங்கள் அசைந்தன. பெண்களின் சிவப்புப் புடவைகள் வெயிலில் பளபளத்து இங்கும் அங்கும் காட்டுத்தீ போல் தெரிந்தன. நுழைவு வாசல் எனக்குப் புலப்படாமல் போனது ஒரு குறையாக எனக்குப் பட்டது. ஏதோ மனசில் கற்பனை செய்து கொண்டேன். அங்கு ஒரு வளைவும் அதனடியில் யானையும் நிற்கும் என்று தோன்றிற்று. யானையைப் பிச்சை யெடுக்கப் பண்ணிக்கொண்டிருப்பான் யானைப்பாகன். பிச்சை எடுக்கிறோம் என்பது யானைக்குத் தெரியாததால் யானை

பிச்சையெடுக்கவில்லை என்றும், பிச்சை எடுப்போனும் பிச்சை கொடுப்போனும் ஒரே அம்சம் ஆதலால் யானைப்பாகனும் பிச்சை எடுக்கமுடியாது என்றும் எங்கள் அண்டை வீட்டு வை.மு. சாஸ்திரி சொல்லக்கூடும். சில சமயம் நான் அவரிடம் பேசிக்கொண்டிருப்பேன். இருந்தாலும் இந்தப் பல்லக்குத் தூக்கி கள் நுழைவு வாசலை எப்படி வெளிப்படுத்தப் போகிறார்கள் என்பதில் எனக்கு ஏனோ கணத்திற்குக் கணம் ஆர்வம் பெருகிற்று. அவர்கள் சந்துசந்தாக ஏறி இறங்கிக்கொண்டிருந்தார்கள். புறப் பட்ட இடத்திற்கு இனிமேல் போக முடியாது. நான் சற்றும் எதிர்பாராத கணத்தில் வாசல் பளிச்சென்று முன்னெழும் என்ற எண்ணம் ஏற்பட்டு ஒரு கலவர உணர்ச்சி தோன்றியது.

அவர்கள் கள் நாற்றத்துடன் பேசிக்கொண்டிருந்தார்கள். மேலதிகாரிகளையும் போதனைகளையும் புனிதத்துவத்தையும் எள்ளி நகையாடுவதில் ரொம்பவும் சந்தோஷம் வெளிப்பட்டது. பார அழுத்தத்தால் குரல் அமுங்கி வந்ததால் காற்றை எதிர்த்து மிகுந்த ஆயாசப்பட்டுப் பேசினார்கள். மலையும், பெண்களின் சேலை நிறங்கள் தீ மாதிரியும் மீண்டும் தென்பட ஆரம்பித்தன. தெரிந்த கும்பல் மறைந்து தெரியாத கும்பல் தெரிய ஆரம்பித்தது. பல்லக்குத் தூக்கிகள் முதுகுகளில் வியர்வை துளிர்த்தது. துளிகள் சேர்ந்து வியர்வைக் கோடுகள் இணைந்து கீழ்நோக்கி வேகமாக வழிந்து வேட்டிக்குள் இறங்கின. கனம் தாள முடியாமல் இறக்கக் கேவின அவர்களுடைய அங்கங்கள் என்பது நடையின் தள்ளாட்டத்தில் தெரிந்தது. "முருகா, சோதிக்காதே அய்யா" என்று ஒருவன் கத்தினான். ஒரு முனிவரின் முதுகில் அஸ்திரம் பாய்ந்தபோது வெளிப்பட்டது போல் உருக்கமாக இருந்தது. "வந்தாச்சு, வந்தாச்சு" என்றான் ஒருவன். படக்கென்று ஒரு திரும்பு திரும்பியது பல்லக்கு. ஒரு நுழைவு வாசல் வெளிப் பட்டது. நுழைவு வாசலில் ஒரு குட்டிக் கோவில். என்ன சாமி என்பது தெரியவில்லை. சாஷ்டாங்க நமஸ்காரம் செய்து தான் பார்க்கவேண்டும். குட்டிக் கோவிலிலிருந்து சில கஜ தூரத்தில் ஒரு மண்டபம் தெரிந்தது. சிறுநீர் கழிக்க முட்டிப் போனது மாதிரி அவர்கள் அவசரத்துடன் பொறுமை இழந்து பல்லக்கை இறக்கினார்கள். பல்லக்கை நேர்த்தியாகத் தரை தட்ட வைத்துவிட வேண்டுமென்று ஆசைப்பட்டு முயன்றும் மண்டபத் தரையில் அது இடித்துக்கொண்டு உட்காரும்படி ஆயிற்று. "முருகா, சோதிக்காதே" என்று ஒருவன் கூவினான்.

எதிர்சாரி டீக்கடையிலிருந்து ஒரு ஒல்லி ஆசாமி வெளிப் பட்டான். டீக்கடை வாசலில் கறுப்புப் புதுசீட் பளபளப்பு சைக்கிளை அதன் சீட்டில் பிரியத்துடன் தட்டி முன் தள்ளி உருட்டிக்கொண்டு வந்தான். ஒரு பல்லக்குத்தூக்கி அவனைப்

பார்ப்பதைப் பார்த்து, எல்லோரும் திரும்பிப் பார்த்தார்கள். எல்லோரும் தன்னைப் பார்த்துக்கொண்டிருக்கும் கஷ்டத்தினால், இடைவெளி அசிங்கப்பட்டு அழுத்த, அவர்களைக் கவனியாதுபோல் அவன் பராக்குப் பார்த்துக்கொண்டே வந்தான். வேப்ப மரத்தடியில் சைக்கிளைத் தூக்கி நிற்க வைத்து மீண்டும் சீட்டில் தட்டினான். சைக்கிள் அவனுக்குச் செல்லம். அதைச் செலுத்தித் தீராதவன் அவன். மண்டபத்தின் முன்னால் வந்ததும் முகத்தைத் துடைத்துக்கொண்டான். நல்ல பவித்திரமாக இருந்தான். கனைத்துவிட்டுப் பேச ஆரம்பித்தான்.

"எண்ணைக்கும் சொல்றத இண்ணைக்கும் சொல்றேன். அழுக்கத் தந்து சலவையை வாங்கிக்கிங்க."

"அப்புறம்?"

"முகத்தை வளிச்சிட்டு வாங்க. எச்சிலைத் துப்பாம இருங்க. புட்டியெச் சொறியாதீங்க."

"அண்ணைக்கு மட்டும்தானா?"

"மகாராஜா வந்து போறவரை . . ."

"மகார்ராஜாவா?"

"இல்லை பெரியவர். அதுதான் சரி. பெரீஈஈயவர். மாத்தி மாத்திச் சொல்றாங்க. ராஜான்னு சொல்றாங்க. கவர்னர் னுடறாங்க. திவான் டோய் என்கிறாங்க. குளப்பறாங்க. பொதுவாகச் சொல்றேன், பெரியவர்னு . . ."

"பொதுவாகப் பேசினா வம்பில்லே. பெரியவர்னு சொன்னா பெரியவர்தானே? என்னா எடை இருக்கும்?"

தமாஷுக்கு இழுத்து கேலிக்கூத்தாக அடிக்கும் முனைப்புத் தெரிந்தது. சீரழித்துப் பார்க்க ஆசைப்படுவதை உணர்ந்து, பேசியவன் முகத்தைக் கடுகடுப்பாக வைத்துக்கொண்டான்.

"கும்பிடுங்க. கும்பிடறது நல்லது. பவ்வியம். பவ்வியம். ரொம்ப முக்யம். முதுகை வளைச்சு வாயைப் பொத்தி . . ."

"வாயைப் பொத்தி முதுகை வளைச்சு . . . முதுகை ஒடிச்சு . . ."

"பெரியவர் பல்லக்கிலே ஏறிக்கிறார் . . ."

"விதானத்தைத் தூக்கணும்னு சொன்னீங்க . . .?"

"உட்கார்ந்து நகர முடியுமானு பாக்க, அசைவும் நடமாட்டமும் பாத்துவர, முந்திவர ஊருக்குப் போயிருக்காங்க. வந்தாத் தெரியும்."

"என்னப்பா ... முருகா ... பழனியாண்டவா ..."

"முருகான்னு கூப்பிட வேண்டாம். இப்பொ இல்லை. பெரியவர் முன்னாடி. சுப்ரஹ்மண்யா ... சுப்ரஹ்மண்யா அப்படீன்னு ..."

"ரொம்பப் கஷ்டம் ... சோதிக்காதீங்க ..."

"கஷ்டமில்லை. பழகணும். பழகினா நாக்கு வளையும். உடம்பும் அப்படித்தான். மனசும் அப்படித்தான். புத்தியும் அப்படித்தான் ..."

"சரி, அப்புறம்?"

"சொன்னதைச் சொன்னதைச் சொல்லச் சொல்றீங்க."

"கேட்டதைக் கேக்கறதுக்கு சுகமா இருக்கு ..."

"பல்லக்குத் தோளை அழுத்தறதுன்னா வழக்கம்போல ஆய்ஊய்னு கத்தப்புடாது. பெரியவருக்கு சத்தம் ஆகாது. இறக்கணும்னா, 'வள்ளி வந்தாச்சு'ன்னு சொல்லுங்க. மறுபக்கத்துக் காரங்களுக்கும் சரீனுபட்டு துனா, அவங்க, 'அதுக்கென்ன தெய்வானையும் வந்தாச்சே' அப்படீன்னு சொல்லணும். இறக்கி தோள் ஆத்திக்கிடலாம். இறக்கிப்புட்டு எப்பவும் செய்யறாப்லே பல்லக்குக்குள்ளே எட்டிப் பாக்கப்படாது. வேர்வையை கட்டை விரலாலே வழிக்கப்படாது ..."

"அண்ணைக்கு மட்டும் தானே?"

"அவரு எண்ணைக்கு வாறார்னு தெரியலே."

"அப்படீன்னா எண்ணைக்கும் இதே வேலையா?"

"ஆயுள் பரியந்தம் செய்யணும்னாலும் செய்யவேண்டியது தான். இது இல்லைன்னாலும் இது மாதிரி இன்னொண்ணத் தான் செய்ய வேண்டியிருக்கு. பழகிக்கிட்டா எல்லாம் சுலப மாகத் தெரியும். பழக்கம் விட்டுப்போனா உடம்பு வலி எடுக்கும் ..."

அவன் மண்டபத்திலிருந்து இறங்கி வேகமாகப் படியேறி னான். குழந்தைபோல் அனாயாசமாய் ஏறினான். சுமார் இருபது இருபத்தைந்து படிகள் ஏறியபின் சடேரென்று பின்னால் திரும்பினான். பல்லக்குத் தூக்கிகள் அவனைப் பார்த்துச் சிரித்தபடி நின்றுகொண்டிருந்தார்கள். அவன் முகத்தில் கடுகடுப் புடன் அவர்களை வெறித்தான்.

"ஐயா, ஐயா" என்று கத்தியபடி ஒருவன் டீக்கடை வாசலி லிருந்து வந்தான். அவன் கையில் செய்திப் பத்திரிகை ஒன்று படபடத்துக்கொண்டிருந்தது. சாக்கடையில் விழுந்த ஒன்றை

இருவிரல்களால் ஓரம் பிடித்துத் தூக்கிவருவது மாதிரித் தூக்கி வந்தான். படியேறி மேலே சென்றான். அவன் அருகில் சென்று, பத்திரிகையை அப்படியும் இப்படியும் திருப்பி ஒரு இடத்தை விரல்சுட்டிக் காட்டினான். அவன் செய்தித்தாளைக் கையில் வாங்காமல் கண்ணோட்டம் விட்டான்.

"என்ன விஷயம்?" என்று கேட்டார்கள் பல்லக்குத் தூக்கிகள்.

"ஒண்ணுமில்லே. பெரியவர் யாத்திரை ரத்தாகியிருக்குன்னு போட்டிருக்காங்க."

"விடிஞ்சுதுடா அப்பா, முருகா, என் அய்யனே!"

கீழே சளசளவென்று பேச்சு ஆரம்பமாயிற்று.

"இதாப் பாருங்க. நமக்கு அதிகார பூர்வமாத் தெரிவிக்கலே. தூக்குங்க."

எல்லோரும் தயங்கியவாறு நின்றார்கள். "பழக்கம் விட்டுப் போச்சுன்னா உங்களுக்குத்தான் கஷ்டம். நாளைக்கே வாறார்டா அப்படீனு மாத்திச் சொல்லுவாங்க. நாம நம்ம வேலையைச் செய்துக்கிட்டே இருக்கணும்."

"அந்தக் கலப்பையை மட்டும் தூக்கி வெளியிலே வச்சுடலாமா? அளுத்துது."

"இருந்துட்டுப் போவுது. ஜாஸ்தி தூக்கிப் பளகறது பின்னாலே ஏந்தல்."

"வழக்கம் போல முருகானு கூப்பிடறோமே..."

"உங்க இஷ்டம்."

"முருகா முருகா" என்று கத்தியபடி பல்லக்கைத் தூக்கித் தோளில் வைத்துக்கொண்டார்கள். வெயில் உச்சியில் ஏறி இருந்தது.

*ஞானரதம்,* 1973

## வாசனை

சாம்பசிவன் தன் மனைவி லலிதாவுடன் அந்தப் புண்ணிய ஸ்தலம் வந்து சேர்ந்தபோது காலை வெயில் உக்ரம் கொள்ள ஆரம்பித்திருந்தது. அவர்கள் அதிகாலை யில் சேர இருந்ததை எண்ணி வந்தவர்கள். வாகனங்கள் ஏமாற்றிப் பிந்திப்போனதில் அலுப்படைந்து, வேறு பல அசௌகரியங்களையும் வழி நெடுக வார்த்தையாடி மனதில் உப்பவைத்து வந்து சேர்ந்தனர். ரயிலிலிருந்து வெளிப்பட் டது தப்பித்து விரையக் குதிப்பது போலிருந்தது.

எதிர் வெயிலில் உடல் முன் சரிய, ஒருவர் முகம் ஒருவர் பாராமல் துரிதமாக நடந்தனர். ஆடைகள் வேர்வை யில் நனைந்து முதுகில் ஒட்டிப் பிசுபிசுத்து வெறுப்பூட் டிற்று. கோயிலில் அப்பொழுது நடை சாத்தியிருக்கக் கூடும். இருந்தாலும் வெளிப் பிரகாரத்தில் விச்ராந்தியாய்ச் சுற்றி மண்டபத்தில் படுத்துப் பேசி கடற்காற்றில் இளைப் பாறலாம் என்பதை ஓரிரு வார்த்தைகள் விட்டுக்கொண்ட திலேயே அவர்கள் மனதில் சுகந்தரும் காட்சிகள் விரிந்தன. ஓட்டல் அறை ஒன்றை அமர்த்தி, குளித்துப் புதுசு உடுத்திக்கொண்டு கிளம்பிய போது பார்ப்போர் இஷ்டப் படும்படி இருவரும் இருக்கிறோம் என்ற எண்ணமும், பரஸ்பரம் பிரியமும் அதனால் ஒரு மிதப்புணர்ச்சியும் ஏற்பட்டன.

லலிதா மாடிப்படிகளில் நாகரிகப் பாங்காக இறங்க ஆரம்பித்தாள். சாம்பசிவனின் அடிகள் அவளுடைய அசைவுகளுக்கு அனுசரணைப்படாமல் வேறுபட்டு லலிதா வின் கற்பனையை உறுத்திற்று. பூண் கட்டிய அவன் ஊன்றுகோல் வெற்று மரப்பலகைப் படிகளில் மிகையாக சப்தித்தது அவளுக்கு மனக்கூச்சம் உண்டாக்கிற்று. லலிதா வின் உணர்ச்சி இதனால் பாதிக்கப்பட்டு, கீழே நிற்காத

பலர் அவளைப் பார்த்துப் பரிதாபம் கொள்வதுபோல் மனக் காட்சிகள் விரிய தன்னிரக்கம் கொண்டாள். இக்கற்பனை மறுகணம் கலையவும் விபத்தில் ஊனமாகிவிட்ட கணவனுக்கு சிச்ருஷை செய்து நலியும் திரைப்பட நாயகியாகத் தன்னை பாவனை செய்துகொண்டாள். இப்போது பலர் சேர நின்று அவர்களைப் பார்க்கவேண்டும் என்று அவளுக்குத் தோன்றியது. நிகழவிருக்கும் விபத்தைத் தடுக்க ஜாக்கிரதை கொள்வதுபோல் அவன் அருகில் அவள் நெருங்கிக்கொண்டாள். தன்னுணர்வின்றி அவளிடம் ஒரு புன்சிரிப்பு வெளிப்பட்டது. சாம்பசிவன் இதை கவனித்ததும், எதற்கு என்ற அர்த்தத்தில் "ம்?" என்று கேட்க, "ஒண்ணுமில்லை" என்றாள். அவன், "எதற்குன்னே தெரியாத சந்தோஷமா? நான் தேடறது உனக்குக் கிடைச்சுட்டுதா?" என்றான். லலிதா சிரித்தாள். மிதப்பும், திரைப்பட உணர்வுகளும் அவள் மனதில் குழம்பி, போலி சந்தோஷத்தை அளித்தன.

வெளியே வெயிலின் பிரகாசமும், உஷ்ணக் காற்றும் சகிக்க முடியாமல் இருந்தது. அந்த அக்கிரகாரம், கோயிலின் புது பிராபல்யத்தில் கடைத்தெருவாய் மாற்றமடைந்து, சொற்ப வீடுகளே மிஞ்சியிருந்தன. அங்கு குடும்பக் காட்சிகள் வியாபாரச் சந்தடியில் குழம்பிக்கொண்டிருந்தன. கடையோரச் சிறு நிழல் களில் ஆண்கள் கூடி அரசியல் கத்திக்கொண்டிருந்தனர். எளிய வீடுகள்முன் போடப்பட்டிருந்த கோலங்களை முரட்டுப் பாதங் கள் மிதித்துச் சிதைத்திருந்தன.

உடம்பில் படாமல் கீழ் மட்டத்தில் அடித்துக்கொண்டிருந்த உஷ்ணக்காற்று புழுதி சுருட்டிக் குப்பைகளைச் சிதறத் தள்ளிக் கொண்டிருந்தது. மறுகாற்றுக்குக் குப்பைகள் மீண்டும் மேலெழுந்து பறந்தன. நின்று, தெருவின் இருபக்கமும் பார்த்து விட்டு, சாம்பசிவன் தன் அசைவுகளைத் துரிதமாக்க ஆரம்பித் தான். அவன் கைக்கழி அவன் முன் குத்திப் புழுதி கிளறிப் பின்னகர்ந்து அவனை முன் பக்கம் நகர்த்திற்று. இரு கைகளும் கைத்தடி பிடித்திருக்க, அடி வயிற்றை அதன் மேல் சாய்த்து உன்னி அவன் சென்றுகொண்டிருந்தான். "எத்தனை மைல் வேணும்னாலும் இப்படியே போகலாம். ஒண்ணும் சிரமம் இல்லை" என்று அவன் லலிதாவிடம் சொல்லியிருக்கிறான். கூடாது என்று எப்பொழுதும்போல் நினைத்துக் கொண்ட போதே, அன்றும் அவள் பார்வை அவன் பதித்துச் செல்லும் ஒற்றை அடிச்சுவட்டில் பதிந்தது. தனக்கும் தன் கணவனுக்கு மான இடைவெளி விரியப் பயப்படுவதுபோல் தன் வேகத்தை அனுசரணைப்படுத்திப் பின்னால் நகர்ந்து கொண்டிருந்தாள். அவள் தலை மயிர் ஈரம் காய காற்றில் பறந்தது. குங்குமத்தின் சில சிதறல்கள் அவள் புருவத்தின் மேல்பக்கமும் மூக்கின் நுனியிலும் உதிர்ந்திருந்தன. மங்கல உணர்வையும், ஆலிங்கனம்

செய்துகொள்ள வேண்டும் என்ற ஆசையையும் பார்ப்போருக்கு எழுப்பும் விதமாய் அவள் தோற்றம் இருந்தது.

"பாப்பாத்தி, வாடீ ராஜாத்தி."

ஒரு காட்டு மிருகத்தின் சப்தம்போல் மற்ற இரைச்சலினின்று தூக்கலாயும் கரகரத்தும் அவ்வார்த்தைகள் சாம்பசிவன் காதில் விழுந்தன.

சாம்பசிவனின் அசைவு நின்றுபோக, அவன் பக்கவாட்டில் பார்த்தான்.

"பாப்பாத்தி, வாடீ ராஜாத்தி."

குரல் கீழ் ஸ்தாயியில் இறங்கி, இம்முறை அதில் இளப்பமும் கொஞ்சலும் கலந்திருந்தது.

டீக்கடை முன் அந்த ஆசாமி நின்றுகொண்டிருந்தான். நாலைந்து சிறுவர்கள் அவன் முன்னால் சிதறியிருந்தனர். மொட்டைக் கைகளை அந்தரத்தில் அசைத்து, பார்வைக்குப் புலனாகாமல் பறக்கும் ஈக்களைச் சாகடிப்பதுபோல் அவன் கைகள் சேர்த்துத் தட்டிக்கொண்டிருந்தான். நாசித் துவாரம் சிதைந்து வாய் மடையில் வழிந்திருந்தது. முகத்தில் பல இடங்களில் இளஞ்சிவப்பு நிறத்தில் ஈரத் தொளைகள் தெரிவது போல் தோன்றிற்று. பாதங்கள் வீங்கி அழுகிக்கொண்டிருந்தன. கட்டுப் போட்டுச் சுற்றியிருந்த துணியில் சீழ் பட்டுக் கறை படிந்திருந்தது. கால் விரல்கள் திருகி ஒன்றின் மேல் ஒன்று ஏறிக் கொண்டிருந்தன. கழுத்தில் அழுக்குக் கயிற்றில் தொங்கிய தகரக் குவளை விலாவுக்கும் தொப்புளுக்கும் ஆடிக்கொண்டிருந்தது.

சாம்பசிவத்தின் பார்வையைச் சந்தித்ததும் ஓர் இயந்திரத்தின் முடுக்கல்போல் அவன் சிரித்தான். அச்சிரிப்பு வெட்கம் கெட்டதாய், பரிகாசமாய் எடுத்துக்கொள்ளும்படி இருந்தது.

சாம்பசிவனின் கவனம் லலிதா பக்கம் திரும்பியது. அவன் நின்றபோது அவள் கால்களும் நின்றுபோயிருந்தன. அவள் மனம் அந்தப் பிராந்தியத்தில் இல்லை. அவள் பார்வை கோயில் வாசலில் நுழைவோர் மீது படிந்திருந்தது. லலிதாவின் கவனமின்மை சாம்பசிவனுக்கு ஆறுதல் அளித்தது. நின்றதற்குச் சாக்குப்போல் கோபுரத்தைக் காட்டி, "நியான் போட்டுக் கெடுத்து விட்டார்கள்" என்று தேசலாகச் சொல்லிவிட்டுப் புறப்பட்டான். தன் அங்கஹீனத்தை அவன் பயன்படுத்திக் கொண்டதாக சாம்பசிவன் மனதுக்குப்பட்டது. எதற்கு என்பது யோசித்துப் பார்த்தும் அவனுக்குப் பிடிபடவில்லை. லலிதா காதில் விழுந்திருந்தால் அருவருப்பு ஏற்பட்டிருக்கும். அப்படி

அவள் காதிலும் விழுந்திருந்தால் என்ன செய்ய முடியும் என்று அவன் யோசித்துப் பார்த்தான். கெட்ட வார்த்தைகளில் தன்னால் அவனை மிஞ்சமுடியும் என்று எண்ண இடமில்லை. மேலும் கெட்ட வார்த்தைகளை ஒன்றின் பின் ஒன்றாய் தடங்கல் இல்லாமலும் விஷ ஊசி போலவும் அக்ஷர சுத்தமாயும் பயன் படுத்தச் சிறுவயதிலேயே பயிற்சி பெற்றிருந்தால்தான் முடியும் என்று அவனுக்குப்பட்டது. அப்படியே சொல்ல முயன்றாலும் கூட தன் உச்சரிப்புகள் தன்னையே நாண வைக்கும் என்று தோன்றியது. தான் மறைத்து வைத்திருந்த வார்த்தைகளை ஏக காலத்தில் லலிதா கேட்க நேர்ந்து தரக்குறைவாய்த் தன்னை எண்ணிவிடுவது அவனைச் சங்கடப்படுத்தும். தான் ஊர்விட்டுப் போவதற்குள், அந்தப் பிச்சைக்காரன் தன்னை மீண்டும் ஒரு முறை அவன்முன் வெளிப்படுத்திக் கொள்வான் என்று சாம்ப சிவனுக்கு உறுதியாய்ப்பட்டது. அவ்வாறு நிகழ்ந்தால் மனங்கூசி ஒதுங்காமல் தைரியமாய் அதைச் சமாளிக்க வேண்டும் என்று அவன் நினைத்தான். லலிதா தன்னுடன் இருப்பது சாம்பசிவ னுக்கு இடையூறாய்ப்பட்டது. லலிதா மீது வைத்திருக்கும் பிரியத்தை வெளிப்படுத்தவும், அவள் உள்ளூர சந்தேகப்பட்டுக் கொண்டிருப்பதற்கு நேர் மாறாக, நெருக்கடி ஏற்பட்டால் அவனால் அவளுக்குப் போதிய பாதுகாப்புத் தர இயலும் என்பதை நிரூபிக்கவும் இச்சந்தர்ப்பத்தைப் பயன்படுத்திக் கொள்ளலாம் என்ற யோசனை அவனுள் மூண்டது.

லலிதா எத்தனை பிரியத்துடன் தன்மீது ஒட்டிக்கொண் டிருக்கிறாள் என்பதை சாம்பசிவன் நினைக்க ஆரம்பித்திருந் தான். மன ஒதுக்கம் என்பதே அவளிடம் இல்லை. அதுபோல் இறுக்கமாக அவள் மீது கவிய அவனால் முடியவில்லைதான். அவள் இயல்புக்குத் தன் குணம் சமமாய் அமையவில்லை என்று அவனுக்குப்பட்டது. "வார்த்தைகளில் வெளிப்படுத்தத் தெரியவில்லையே தவிர மற்றபடி லலிதா... மற்றபடி..." என்று சில சமயம் அவளிடம் அவன் இழுப்பான். "சரி, சரி. யாரு இல்லைனு சொன்னா இப்போ..." என்று அடக்குவாள் அவள். அது சாதாரண சரியாகவும் இருக்கும். பிரியமாகவும் தெரியும். கேலி மாதிரியும் அர்த்தம் கொடுக்கும். லலிதா தன்மீது கொண்டுள்ள பிரியம் உடல் உறவை மையமாக வைத்து வேர்விட்டு வேறுபல மையங்களைக் கிளை வீசி இணைத்துக் கொண்டுள்ளதாக சாம்பசிவன் எண்ணினான். அவளுடைய வேட்கை மிகுதியானது என்பதை விடவும் குருட்டுத்தனமான வெறி என்பதில் அவனுக்குத் திருட்டு சந்தோஷமுண்டு. உடலுறவு கொள்ளும்போது பின்னால் நினைத்துக் கூசும்படி அவளிடம் உணர்ச்சியின் கற்பனைகள் வெடிக்கும். அதிகாலைகளில் அவள்மீது வெட்கம் பல சமயம்

கவிந்திருக்கும் என்றாலும் வாய்விட்டு எதுவும் பிரஸ்தாபித்து அவளை அவன் நாண அடித்தது கிடையாது. இது தன்னை ஒத்த கனவானின் இயல்பு என்று அவன் மனதில் கூறிக்கொண்டாலும், உண்மையான காரணம் அதைப்பற்றி பிரஸ்தாபித்தால் அவள் வெட்கம் அடைந்து காதல் விளையாட்டில் தன் உணர்ச்சியைத் தணித்துக்கொண்டு விடுவாளோ என்ற பயம்தான். இவ்வளவு ஆசைகளுக்கும் நடுவில் லலிதாவால் தன் உடற்குறையை மிச்சமின்றி விழுங்கவும் முடியவில்லை என்பதும் சாம்பசிவனுக்குத் தெரிந்திருந்தது. இருவரும் ஒன்றாகத் தெருவில் நடக்கிறபோது (இதுபோன்ற சந்தர்ப்பங்கள் உருவாவதற்கு முன்னாலேயே லலிதா சாதுரியமாகக் கலைத்துவிடுவதுண்டு) தன் குறையைக் கவனிக்கும் பார்வைகளைத் தவிர்ப்பதற்காகத்தான் அவள் தூரத்தில் பார்வை குத்தி விறைப்புற்றுச் செல்கிறாள் என்பதும் அவனுக்குத் தெரியும்.

சாம்பசிவனை ஒரு விசித்திரப் பிறவி என்று கற்பனை செய்துகொள்ள லலிதாவுக்குப் பிடித்திருந்தது. வேறு யாருக்கும் அடங்காத அவன் தன் மந்திரத்துக்குக் கட்டுண்டு கிடப்பதாக எண்ணம் கொள்வாள். சாம்பசிவனைப் பற்றித் தன் தாயாரிடம் “இரண்டு ஜென்மம் அதுகூட வாழ்ந்தாலும் இன்ன சமயத்தில் அதுக்கு இன்ன மாதிரி மூளை வேலை செய்யும்னு கண்டுக்கவே முடியாதம்மா . . .” என்பாள். இவ்வார்த்தைகளை அப்படியே வெள்ளையாக எடுத்துக்கொண்டு அவள் தாயார் அலுத்துப் பேசும்போது அவளுக்கு உள்ளூர ஒரு சந்தோஷம் கிளம்பும். இதுபோன்ற மன விளையாட்டுகளில் ஈடுபடும் நாட்களாகவே லலிதாவுக்கு வந்துகொண்டிருந்தன என்பதில்லை. சாம்பசிவன் சிறுகச் சிறுக பல மன மாற்றங்களுக்கு உட்பட்டுக்கொண்டிருந்தான். அவனது ஆசையும் கவனமும் ஆத்மீகப் பாதையில் திரும்பிக்கொண்டிருந்தன. பிரம்மச்சரிய நெறியை மிகுந்த வைராக்கியத்தோடு அவன் பின்பற்றினான். இதில் சில சறுக்கல்கள் அவ்வப்போது ஏற்பட்டுப்போயின என்றாலும் அவன் வயதுக்கு அவன் கொண்டிருந்த வைராக்கியங்கள் சாதாரணமானவை என்று சொல்லமுடியாது. இதற்கு அனுசரணையாக வேறு பல மனப் பயிற்சிகளும் உடல் அப்பியாசங்களும் அவன் அன்றாட வாழ்வில் இடம்பெற்று நீண்டநேரங்களை விழுங்கிக்கொண்டிருந்தன. வீட்டில் தனது ஆத்மீகப் பயிற்சிகளுக்கென மேலும் ஒரு தனி அறை ஒதுக்கிக்கொண்டான். லலிதாவுக்கு அவ்வறையில் பிரவேசனம் கிடையாது என்பது வழக்கத்தில் ஆகியிருந்தது. அவனுடைய ஆத்மீக விசாரம் அவனை முழுசாக ஸ்வீகரித்துக்கொண்டு தன்னை ஒதுக்கிவிடுமோ என்ற உள்பயம் அவளுக்குத் தட்ட ஆரம்பித்திருந்தது. முதல் குறைப் பிரசவத்துக்குப்பின் அவள் கருவுறவில்லை. “மாசா மாசம் போய்

உக்காந்துக்கோ. பெத்தேனே பெண்ணை” என்று அவளையே முழுப் பொறுப்பாக்கி அவள் அம்மா நெஞ்சில் தட்டிக் கொள்வாள். அவனுடைய ஆத்மீக வாழ்க்கைபற்றி சிலசமயம் சாம்ப சிவனே அவளிடம் மறைமுகமாக அபிப்பிராயம் ஆராய்வான். “உங்க குடும்பத்துக்கு இது புதுசா? பெரிய அண்ணா உங்களை ‘இருகிளை வாரிஸு’ அப்டீனு சொல்வாராமே” என்பாள் லலிதா.

பெரிய அண்ணா என்று லலிதா குறிப்பிட்டது அவளுடைய மாமனாரை. தெரிந்தவர்கள் எல்லோருக்கும் அவர் பெயர், வித்தியாசம் இல்லாமல், அதுதான். எஸ்.எஸ். அய்யர் என்பது தஸ்தாவேஜுகளில் இடம்பெற்றிருந்ததோ என்னவோ – ஊரில் தனி கவுரவமும் வித்தியாசமான வாழ்க்கை முறைகளும் பெற்றுப் புகழடைந்த குடும்பம் அது. நிலபுலன்கள் இருந்தன. ஆனால் இரண்டு தலைமுறைகளில் அவர்கள் வீட்டில் யாரும் லௌகீகம் பார்க்கவில்லை. விளைந்துவந்த வரையிலும் சரிதான் என்று விட்டிருந்தார்கள். இந்தக் குடும்பத்தில் தலைமுறைக்கு ஒருவர் சந்நியாசியாகச் சென்றுகொண்டிருந்தார்களாம். பெரிய அண்ணாவின் தகப்பனார் கணபதி அய்யர் தனது நாற்பதாவது வயதில் ஞானவாழ்க்கை தேடி வடக்கே சென்றுவிட்டார். பின்னால் அவரை உறவினர் யாரும் பார்க்கவில்லை. அவரைப் பற்றி யாரோ எழுதிய ஆங்கிலப் புத்தகத்தையும் அதனுள்ளே பழுப்பேறிய ஆர்ட் தாளில் அவர் படத்தையும் லலிதா சாம்பசிவனின் புத்தக அலமாரியில் பார்த்திருக்கிறாள். பெரிய அண்ணா தன் வாழ்நாளின் சத்தான பகுதியைப் பூராவும் காந்தி அடிகளைப் பின்பற்றிச் செலவழித்தவர். அவர் குடும்பம் கைது செய்து அழைத்துச் செல்லப்படுவதை லலிதா தன் வீட்டில் சாத்தப்பட்ட வாசல் கதவுக்குப் பக்கத்திலுள்ள ஜன்னல் வழி பார்த்திருக்கிறாள்.

பெரிய அண்ணாவின் குடும்பம் தெருக்காரர்களின் மானசீக ஒதுக்குதல்களுக்கு ஆளாகியிருந்தாலும் லலிதாவின் சிறுவயது நினைவுகளில் இக்குடும்பம் விசேஷக் கவர்ச்சி பெற்றிருந்தது. அவளுக்கு அந்த வீட்டுக்காரர்கள் பேரில் ரொம்பவும் ஆசையாக இருந்தது. அவர் குடும்பத்தைச்சுற்றி நடைபெறும் நிகழ்ச்சிகளிலும், அவர்கள் ஒருவருக்கொருவர் கொண்டிருந்த உறவுகளிலும், அந்த வீட்டின் பகுதிகள் மீதும் அவளுக்கு ஆசையாக இருந்தது. பெரிய அண்ணா வீட்டில்தான் லலிதா அத்தனை பெரிய புத்தக அலமாரியைப் பார்த்தாள். படித்துப் படித்து அவர்கள் வீட்டில் எல்லோரும் – மாமியைத் தவிர – சிறுவயதிலேயே குருடாகிவிடுவார்கள் என்று அவள் நினைத்திருந்தாள். பின்னால், சாம்பசிவன் அவளை மணந்து கொண்டபின், அவனுக்குத்

தெரியாத – மறைந்துபோயிருந்த – அவன் குடும்பக் காட்சிகளை யும் விஷயங்களையும் செய்திகளையும் அவள் நினைவுறுத்தி யிருக்கிறாள். பல காட்சிகளை நடித்தும் காட்டியிருக்கிறாள். பெரிய அண்ணா சிறுவயதில் விதவையாகிவிட்ட தன் தங்கை ஜானகியை மேல்படிப்பு படிக்கவைத்துத் தன் கிறிஸ்தவ நண்பருக்குக் கல்யாணம் செய்துவைத்திருந்தார். அவர்கள் இருவரும் திருச்சியில் கல்லூரியில் ஆசிரியர்களாக வேலை பார்த்தனர். விடுமுறை நாட்களில் சாம்பசிவனின் ஜானகி அத்தை அவர்களுடைய காரை அவளே ஓட்டியபடி பெரிய அண்ணாவின் வீட்டுவாசலில் வந்து இறங்குகிறபோது, கூடி வேடிக்கை பார்க்கும் குழந்தைகளில் லலிதாவும் நின்றிருக்கிறாள். ஜானகி மாமியின் உடற்கட்டும், தோற்றமும், காரிலிருந்து திண்ணைக்கு இறக்கப்படும் பெட்டிகளும், தலையணை உறை களும், மாமியின் கைப்பையும், செருப்பும், சங்கிலி தொங்கும் தண்ணீர்ப் புட்டியும் – ஒவ்வொன்றுமே – லலிதாவிடம் விவரிக்க முடியாத கனவுகளை விரிக்கும். வராண்டாவிலும் நடுக் கூடத் தின் வாசலிலும் குழந்தைகளின் அடைசல் பெரிய இம்சை யாகிப் போகிறபோது, உள்ளே இருந்து யாராவது வந்து "போயுட்டு அப்புறமா வாங்கோ" என்று குழந்தைகளை வெளியே நகர்த்தி விடுவார்கள். தான் பார்த்ததை எல்லாம் தாயாரிடம் சொல்ல லலிதா ஓடிப்போவாள். அவள் சொல்ல ஆரம்பித்ததுமே, "போகச் சொல்லு அந்த முண்டையை" என்பாள் லலிதாவின் தாயார். அப்போது தன் தாயாரின் முகம் வெளிப்படுத்திய வெறுப்பையும் வலிப்பையும் லலிதா சாம்பசிவனிடம் நடித்திருக் கிறாள். அதைப் பார்த்து அவன் கடகடவென்று சிரிக்கிறபோது நிஷ்களங்கமான அவன் குணத்திற்காக அவனை அங்கேயே அணைத்துக்கொள்ள அவள் மனதில் ஆசை எழும். நாவிதன் ராமசாமியை பெரிய அண்ணா 'வாங்க, போங்க' என பன்மை யில் அழைத்துப் பேசுவதை ஊர்க்காரர்கள் கேலிசெய்து பேசு வார்கள். வெற்றிலைப் பெட்டியை அவனுக்கு முன்னால் நகர்த்துவாராம் பெரிய அண்ணா. பெரிய அண்ணாவின் தம்பி சின்னண்ணா தன் தகப்பனாரைப் பின்பற்றி, மேலும் சற்றுத் தீவிரமாக, கல்யாணத்திற்கு முன்பே புதுச்சேரி சென்று அரவிந்த யோகியுடன் இணைந்து கொண்டார். அப்போது சாம்பசிவன் சிறு குழந்தை. சாம்பசிவன் கல்லூரியில் படித்துக் கொண்டிருந்தபோது அவனுக்கும் சின்ன அண்ணாவுக்கும் விட்டுப் போயிருந்த தொடர்பு கடிதம் மூலம் புதுத் துவக்கம் கொண்டது. அவ்வப்போது சின்ன அண்ணா அனுப்பிவைத்த புத்தகங்களும் அவனுக்குத் தபாலில் வந்தன. நாள் செல்லச் செல்ல சாம்பசிவனின் ஈடுபாடு ஆத்மீகத் துறையில் வளர்ந்து விடவே, சிவராத்திரிதோறும் அரவிந்தர் தரிசனத்துக்கு அவன்

புதுச்சேரி போய் வந்தான். ஊர் திரும்பியதும் சாம்பசிவனிடம், "சித்தப்பாவைப் பார்த்தேளா?" என்று லலிதா கேட்பாள். "இப்போ அவர் எனக்கு சித்தப்பா இல்லேடீ, அசடே" என்று அவன் பதில் சொல்வான். "நான் உன் புருஷன் இல்லேடீ அசடே அப்டீனு என்கிட்டேச் சொல்லக் கத்துத் தந்தாரா?" என்று லலிதா தொடர்ந்து கேட்பாள். அதற்கு அவன், "இது கத்துத் தெரிஞ்சுக்கற சமாசாரம் இல்லேடீ அசடே" என்பான்.

சுதந்திரம் கிடைப்பதற்கு முன்னரே ஓய்ந்து வீட்டோடு ஒதுங்கி விட்டார் பெரிய அண்ணா. வயோதிகம் கவிந்து உடல் கட்டுவிட்டு ஆட்டம் கண்டிருந்தது. ஒருநாள், வாடிக்கைப் பாலைப் பித்தளைச் செம்பில் வாழை இலைபோட்டு மூடி எடுத்துக்கொண்டு லலிதா பெரிய அண்ணா வீட்டுக்குப் போனாள். ஹாலில் நுழைய முடியாதபடி வழிமறித்து உட்கார்ந்த படி சீட்டுக் கச்சேரி நடந்துகொண்டிருந்தது. பெரிய அண்ணா வும் மூத்த மாட்டுப்பெண் சுசியும் ஒரு கட்சியாகவும், மூத்த பிள்ளையும் கடைசிப் பெண்ணும் மறு கட்சியாகவும் ஆடிக் கொண்டிருந்தனர். தைலம் பூசியிருந்த தன் காலை நீட்டி வைத்துக்கொண்டிருந்தார் பெரிய அண்ணா. மாட்டுப் பெண்ணைச் சமமாக உட்கார வைத்துச் சீட்டு விளையாடும் பெரிய அண்ணா மீது லலிதாவுக்கு மிதமிஞ்சிய பிரியம் கவிந்து அவருக்குப் பணிவிடை செய்வதில் தன்னைப் புகுத்திக்கொள்ள வேண்டும் என்று தோன்ற ஆரம்பித்தது. சாம்பசிவன் ஊஞ்ச லில் கவிழ்ந்து படுத்தபடி புத்தகம் படித்துக் கொண்டிருந்தான். அவன் வலது கால் வேஷ்டிக்கு வெளியில் தெரிந்தது. கால் சூம்பியிருந்தது. மற்ற இடங்களைவிடவும் அது பெரிய மறுபோல் கறுத்தும், சொரசொரப்பாகவும், ரோமம் படர்ந்தும் இருந்தது. பாதம் குறுகி சிறு குழந்தையுடையது போலிருந்தது. அவள் வந்து நின்றுகொண்டிருந்தது யாருடைய பார்வையிலும் விழவில்லை, அப்படியே நின்றுகொண்டிருக்கத்தான் அவளுக் கும் ஆசையாக இருந்தது. தன் கற்பனையில் பெரிய அண்ணா வின் பிள்ளையும் மாட்டுப்பெண்ணையும் தள்ளிவிட்டு, தன்னை யும் சாம்பசிவனையும் அந்த இடங்களில் இருத்தி அவள் பார்த்துக் கொண்டிருந்தாள். அவள் பெரிய அண்ணா கட்சி. அவளுடைய இறக்கம் ஒன்று வெகு வாய்ப்பாக அமைந்து போக, "சபாஷ்டீ பெண்ணே, இந்தப் பயலைத் தொலச்சுப் புடறேன்" என்று அவர் சாம்பசிவனைப் பார்த்துக் கத்துகிறார். சாம்பசிவனை அடைந்துவிட வேண்டும் என்று தான் முடிவு செய்தது அநேகமாக அந்த நிமிஷமாகத்தான் இருக்கும் எனப் பின்னால் லலிதா நினைத்துக் கொள்வதுண்டு.

சாம்பசிவனும் லலிதாவும் கோயிலிலிருந்து திரும்பி வந்து கொண்டிருந்தனர். சாம்பசிவனுக்கு அவசியமில்லாமல் அந்தப்

பிச்சைக்காரன் நினைவாகவே இருந்தது. அவன் மீண்டும் தன் முன் எதிர்ப்படப் போகிற இடத்தையும் நிமிஷத்தையும் எதிர்பார்த்துக்கொண்டே வந்தான். அவன் மனம் வெளிப் பிரக்ஞை குறைந்து உறைந்துபோயிருந்தது. லலிதா மிகவும் நெகிழ்வாகவும் கலகலப்புடனும் இருந்தாள். நிறையப் பேச ஆசைப்பட்டு சிறு விஷயங்களை விரித்தும் நீட்டிக்கொண்டும் இருந்தாள். நீடித்த குடும்ப வாழ்க்கை தனக்கு அளிக்கப்பட வேண்டுமென்ற பிரார்த்தனையை தெய்வ சந்நிதியில் சமர்ப்பித்த பின், தன் மனச்சுமையைச் சேரவேண்டிய இடத்திற்குத் தள்ளி விட்டோம் என்ற நிம்மதியில் அவள் இலேசாகியிருந்தாள். சாம்பசிவனுக்குக் காதில் ஏதோ சத்தம் விழுந்து கொண்டிருந் ததே தவிர, அதன் பொருளை கிரகித்துக்கொள்ள அவன் மனம் ஒத்துழைக்கவில்லை. தன் கவனக் குறைவு பட்டவர்த்தன மாகாதபடி, அவள் பேசி நிறுத்தும்போதெல்லாம், “சரிதான்”; “நீ சொல்வது ரொம்ப சரி”; “இல்லாவிட்டாலும் அப்படித் தானே” என்றெல்லாம் பொதுப்படையாக உளறிக்கொண்டிருந் தான்.

டீக்கடை வாசலில் இப்போது ஒரு சிறுகூட்டம் கூடியிருந் தது. வயது வந்தவர்களும் நின்றுகொண்டிருந்தனர். வியாதிக் காரன் வாய்கிழியக் கத்திக்கொண்டிருந்தான். சில கெட்ட வார்த்தைகள் சாம்பசிவன் காதில் விழுந்தன. அவன் தெருவின் மறுபக்கம் நகர்ந்துவிட உத்தேசித்து குறுக்காகத் தாண்டுவது தோல்வி என்று நினைத்து, இயற்கையாய் நகரும் பாவனையில் சரிவாகத் தாண்டி இடதோரம் சென்றான். அவனும் லலிதாவும் பிச்சைக்காரனுக்கு நேராக எதிர்ப் பக்கம் வந்தபோது, “பாப்பாத்தி ஒதுங்கிப்போறா பாரு . . . ஒதுங்கி போறாப்லே ஒதுங்கிப் போய் . . .” மீதி சாம்பசிவன் காதில் விழவில்லை. கூட்டத்தில் பலர் சிரித்தனர்.

சாம்பசிவன் அறைச் சாவியை லலிதா கையில் கொடுத்து, “நீ போய் ரூமைத் திற, பின்னாலே வறேன்” என்றான். தாண்டி எதிர்ப் பெட்டிக் கடைக்கு அவன் போகப்போவதாக அவள் அனுமானித்து, “பெட்டியிலே சிகரெட் இருக்கு” என்றாள். “இல்லே, நீ போ, வறேன்” என்று சொல்லிவிட்டு அவன் தெருவைத் தாண்ட ஆரம்பித்தான். நடுவில் வந்ததும் திரும்பிப் பார்த்தான். லலிதா லாட்ஜில் நுழைந்து கொண்டிருந்தாள்.

கூட்டத்தின் பின்வரிசையை அடைந்ததும் சாம்பசிவன் தலையை உயர்த்திப் பிச்சைக்காரனின் கண்களைப் பார்த்தான்.

“எப்படி இந்த வியாதி வந்ததுன்னா கேக்றீங்க. இப்பொப் போனா பாரு அதே மாதிரியா ஒரு பாப்பாத்தி ஆசையாக்

கூப்பிட்டா ... போனேன். ஒரே ஒரு நா ராவுதான். இதைத் தந்துப்புட்டா சண்டாளி."

அவன் தன் மொட்டைக் கைகளை அரைவட்டத்தில் கூட்டத்தினர் முன் நகர்த்திக் காட்டினான். சிரிப்பொலிகள் எழுந்தன. சிலர் பின்பக்கம் திரும்பி சாம்பசிவன் முகத்தைப் பார்த்தனர்.

"தந்தையே தேவிடியா, திரும்ப எடுத்துண்டு போயேன்னு வாற போற பாப்பாத்தி ஒவ்வொருத்தியையும் கொஞ்சிக் கொஞ்சிக் கூப்புடறேன். தேவிடியா தாண்டித் தாண்டிப் போறாளே ஒழிய வரமாட்டேங்கறாளே ... யாருகிட்டெச் சொல்லி அழ."

சாம்பசிவன் அறைக்குள் நுழைந்ததும், "எங்கே போனேள்?" என்று லலிதா கேட்டாள்.

சாம்பசிவன் சட்டையைக் கழற்றி நாற்காலிமேல் போட்டான். கண்ணாடியில் முகத்தைப் பார்த்துக்கொண்டான். முகம் சிவந்து நெற்றியிலும் மூக்கிலும் வேர்வை அரும்பியிருந்தது. மார்பும் கழுத்தும் மிகவும் உஷ்ணமாக இருப்பதாக உணர்ந்தான். துண்டால் முகத்தையும் மார்பையும் துடைத்துக்கொண்டான்.

"என்ன விஷயம்?"

"என்னது என்ன விஷயம்? ஒண்ணுமில்லை."

சாம்பசிவன் நாற்காலியை வராண்டாவில் இழுத்துப் போட்டுக்கொண்டான். அறைப்பக்கம் பார்த்து, "நீ தூங்கறதுன்னா தூங்கு" என்றான்.

“நீங்க ராத்திரி கண் கொட்டலியே.”

“தூக்கம் வரலே.”

“படுத்துண்டு ரெஸ்ட் எடுத்துக்கலாமே.”

அவன் பதில் சொல்லவில்லை.

“அங்கே என்ன பாக்கறேள்?”

லலிதா அறையிலிருந்து வெளியே வந்தாள். டீக்கடை முன் பிச்சைக்காரனுடைய கத்தல் உச்சக்கட்டத்தில் ஏறி களை கட்டிக்கொண்டிருந்தது. கூடியிருந்தவர்கள் நெகிழ்ந்து சிரித்துக் கொண்டிருந்தனர்.

“என்ன சொல்றான் அவன்?”

“நீ போய்ப் படு” என்றான் சாம்பசிவன்.

அவன் சொன்ன தோரணை அவளுக்கு உறைத்துவிட்டது. தன் எதிர்ப்பைப் பின்திரும்பிச் சென்ற அசைவுகளில் காட்டிய படி அறைக்குள் நுழைந்தாள். பெட்ஷீட்டைத் தரையில் விரித்து, லைட்டை அணைத்துவிட்டுப் படுத்துக்கொண்டாள்.

திடீரென்று விழிப்புத் தட்டியபோது வெகுநேரம் அடித்துப் போட்டாற்போல் தூங்கிய சுகம் தனக்குக் கிடைத்திருந்ததை லலிதா உணர்ந்தாள். எழுந்திருந்து பாத்ரூம் போய்விட்டு வந்த போது பாத்ரூம் விளக்கொளியில் கட்டில் காலியாக இருப்பது தெரிந்தது. பரபரப்புடன் அறை விளக்கைப் போட்டாள். கட்டில் மெத்தையில் ஒரு உடல் சரிந்த அடையாளமே இல்லை. மேஜை மீதிருந்த கைக்கடிகாரத்தைப் பார்த்தாள். மணி ஒன்று. சாம்பசிவ னின் சட்டையைக் காணவில்லை. கதவுப் பக்கம் நகர்ந்து வந்தாள். அடித்தாழ்ப்பாள் கீழே தள்ளப்பட்டு வெளியே இழுத்து கதவு சாத்தப்பட்டிருந்தது. கதவைத் திறக்கலாமா என்ற தயக்கத் திலேயே சில நிமிஷங்கள் சென்றன. இருமிக்கொண்டே கதவைச் சிறிது திறந்து எட்டிப்பார்த்தாள். வராண்டா விளக்கில் பல்பு பொருத்தப்பட்டிருக்கவில்லை. வீதியில் ஒரு லாறியின் டயரைக் கழற்றி ஏதோ ரிப்பேர் செய்துகொண்டிருந்தனர். ஒரு சிறுவன் குப்பையைக் கூட்டி எரித்து அவர்களுக்கு வெளிச்சம் தந்து கொண்டிருந்தான். காற்றுக்காக சாம்பசிவன் வராண்டாவில் படுத்திருக்கலாம் என்ற நம்பிக்கையும் இப்பொழுது குலைந்து விட்டது. நாலைந்து அறைகள் தாண்டி ஒரு ரூமில் ஜன்னல் வழி விளக்கொளி வராண்டாவில் விழுந்துகொண்டிருந்தது. மன உந்துதலை வரவழைத்துக்கொண்டு அரைச் சுவர் ஓரமாய் ஏணிப்படிகள் வரையிலும் அவள் நடந்து வந்தாள். விளக்கு எரிந்த அறையில் ஒருவன் அண்டர்வெயர் அணிந்து வேஷ்டி யின் கிழிசலுக்குத் தையல் போட்டுக்கொண்டிருந்தான்.

ஜன்னல் வழி அவன் லலிதாவை பார்த்தபோது அவள் மனதில் பீதி புகுந்துகொண்டது. விரைவாக நடந்து அறைக்குள் நுழைந்து கதவைச் சாத்தினாள். தைத்துக்கொண்டிருந்தவன் இப்பொழுது தன் அறைக்குள் நின்றுகொண்டிருப்பது தெரிந்தது. விளக்கைப் போட்டு மேஜையைப் பார்த்தாள். மணிபர்ஸ் இரவு வைத்த இடத்திலேயே இருந்தது. தலையணைகளை ஒன்றன் மீது ஒன்றாக வைத்து அதில் சாய்ந்துகொண்டாள். விளக்கொளியில் தனிமையில் அப்படி உட்கார்ந்து கொண்டிருக்கவும் கஷ்டமாக இருந்தது. பலர் பார்க்கத் திறந்த வெளியில் படுத்துக்கிடப்பது மாதிரி இருந்தது. தைத்துக்கொண்டிருந்த வனிடம் போய் விஷயத்தைச் சொல்லலாமா என்று யோசித் தாள். அவன் மீது சந்தேகமாக இருந்தது. தன்னை எழுப்பிச் சொல்லிவிட்டுப் போயிருக்கவேண்டியதுதான் எந்த விதத்திலும் நியாயமாகப்பட்டது. தன்னுடைய உணர்ச்சிகளை அவன் எப்போதுமே மதித்ததில்லை என்று நினைத்துக்கொண்டாள். இதுபற்றிப் பேச்சு எழும்போது இவ்வாறு கலவரம் அடைந்தது ரொம்பவும் அசாதாரணம் என்று அவனால் ஆக்கிவிட முடியும். அதற்கு அவசியமே இருக்கவில்லை என்று வாதாடவும் அவனால் முடியும். என்ன அவசரம் என்பதை அவளால் யோசித்துத் தெரிந்துகொள்ள முடியவில்லை. அவளால் யோசிக்கவே முடிய வில்லை. 'இப்படிச் செய்திருக்க வேண்டாம்' என்ற ஒரு வாக்கியத்தையே அவள் மனம் ஜபித்துக்கொண்டிருந்தது. சாம்பசிவனின் தாத்தாவும், சின்ன அண்ணாவும் ராத்திரியில் காணாமல் போனார்கள். ஆனால் அவர்கள் வீட்டிலிருந்து மறைந்து போனார்கள். வெளியூரில் ஒரு ஓட்டல் அறையில் தன்னைச் சாத்திப்போட்டுவிட்டு அவள் கணவன் மறைந்து போவான் என்று அவளுக்குத் தோன்றவில்லை.

அவளுக்குத் தூக்கம் வந்தது. அது எப்போதும் வரும் தூக்கமல்ல என்றும் மயக்கம் தான் வருகிறது என்றும் அவள் நினைத்துக்கொண்டாள். கதவு சாத்தியிருக்கும் நிலையில் மயக்கம் போட்டுவிட்டாலும்கூட ஆபத்து எதுவுமில்லை என்று அவளுக்குத் தோன்றிற்று. அவளுக்குப் பெரிய அண்ணாவின் நினைவு வந்தது. இன்று அவர் உயிரோடு இருந்து இதுபற்றி அவள் சொல்லியிருந்தால், "மடையன், மடையன்... படிச்ச முட்டாள்" என்று சாம்பசிவனைத் திட்டியிருப்பார். அவர் அந்த அறையில் அவளுடன் தன் கண்களுக்குத் தெரியாமல் இருப்பது மாதிரித் தோன்றிற்று. வீட்டு ஹாலிலிருந்த அவருடைய படத்தை மனசுக் குள் கொண்டு வந்து, அவர் உயிரோடு இருந்தபோது எப்படி இருந்தார் என்பதை நினைத்துப் பார்க்க முயன்றாள்.

கதவை விரலால் சுண்டும் ஓசைகேட்டது.

"யாரு?"

"நான்தான்."

சாம்பசிவன் குரல்.

லலிதா கதவைத் திறந்தாள்.

சாம்பசிவன் உள்ளே வந்து தன் ஊன்றுகோலை உயர்த்தி, "இதால் அவனைத் தாக்கினேன்" என்றான்.

லலிதாவுக்குச் சட்டென்று புரிந்தது.

என்ன அசட்டுத்தனம்! ஏன்? எதுக்கு?

சாம்பசிவம் விளக்கை அணைத்துவிட்டு அவளை இறுகத் தழுவியவாறு கட்டிலில் சாய்ந்தான். அவனுடைய அந்த இரவு நடத்தைகள் தன் கணவனுடையதாக அவளுக்குப்படவில்லை. ஒரு தாக்குதலாகவே அது ஆரம்பமாயிற்று. ஒரு முரட்டு ஜென்மம் அவன் உடலில் புகுந்துகொண்டு வந்திருப்பது மாதிரிப்பட்டது. அவனுள் ஏதோ ஒன்று உடைபட்டது போலிருந்தது. அவனும் அவன் தாத்தாவும் சின்ன அண்ணாவும் கட்டிக்காத்த எல்லா விரதங்களையும் அவன் அவள் உடல் மூலம் கிழித்துக்கொண் டிருப்பது மாதிரிப் பட்டது. மூச்சுத்திணறித் தான் இறந்து போகக்கூடும் என்று அவளுக்குத் தோன்றியது. தன் உடலில் பல இடங்களில் ரத்தம் கசிந்து கொண்டிருப்பதுமாதிரி அவளுக் குப் பட்டது. தன் கைகளால் அவன் மார்பைப் பலங்கொண்ட மட்டும் பிடித்துத் தள்ள முயன்றாள். அவளால் அவனைத் தள்ள முடியவில்லை.

அறைக் கதவை யாரோ தட்டினார்கள்.

விடிய ஆரம்பித்திருந்தது.

லலிதா எழுந்திருந்து பாத்ரூம் கதவுக்குப் பின்னால் மறைவாக நின்றுகொண்டாள்.

அவன் பாத்ரூம் வாசலில் வந்து நின்றான். அவள் சாரியைச் சுற்றிக்கொண்டிருந்தாள்.

"போலீஸ் ஸ்டேஷனிலிருந்து போன் வந்திருக்கிறதாம். பேசிவிட்டு வறேன்" என்று சொன்னான் அவன்.

அவன் வராண்டா வழி செல்வதைப் பார்த்துக்கொண்டே இருந்துவிட்டு அவன் உருவம் மறைந்ததும் லலிதா அறைக் கதவைச் சாத்திக்கொண்டாள்.

*ஞானரதம்,* 1973

# ரத்னாபாயின் ஆங்கிலம்

தில்லியிலிருந்த தன் உற்ற சிநேகிதியான அம்புஜம் ஸ்ரீனிவாசனுக்கு வழக்கம்போல் ரத்னாபாய் ஆங்கிலத்தில் ஒரு கடிதம் எழுதினாள். அதன் கடைசிப் பாராவை "அம்பு, இந்தப் பட்டுப்புடவையை நீ பார்த்தால் என் கையிலிருந்து அதைப் பிடுங்கி உன் நெஞ்சோடு சேர்த்துக் கொண்டு, 'எனக்கு, ஐயோ எனக்கு' என்று குதிப்பாய். சந்தேகமே வேண்டாம். ராதையின் அழகையும் கண்ணனின் வேணுகானத்தையும் குழைத்து இதைப் படைத்திருப்பவனைக் கலைஞன் என்று நான் கூசாமல் அழைப்பேன். வண்ணக் கலவைகளில் இத்தனை கனவுகளைச் சிதறத் தெரிந்தவன் கலைஞன்தான்" என்று முடித்திருந்தாள். அந்தக் கடிதத்தைத் தபாலில் சேர்க்கும்போது அதனுள் வினையின் விதைகளும் அடங்கியிருந்தன என்பதை ரத்னாபாய் ஊகித்திருக்கவில்லை. அம்புவிடமிருந்து வந்த பதிலில், "ரத்னா, உனது ஆங்கிலம்! எத்தனை தடவை அதை வியந்தாயிற்று! வியந்ததைச் சொல்லத் தெரியாமல் விழித்தாயிற்று! ஒன்றாய்த்தானே படித்தோம்? எங்கிருந்து கிடைத்தது உனக்கு மட்டும் இப்படி ஒரு பாஷை? கடிதங்கள் மனப்பாடம் செய்யப்படுவதுண்டோ? செய்கிறேன். சில சமயம் மறு பாதியை அவர் திருப்பிச் சொல்லுகிறார். பரதநாட்டியம் மனக்கண்ணில் வருகிறது, உன் பாஷையின் நளினத்தை உணரும்போது. நானும் கல்லூரி ஆசிரியை, அதுவும் ஆங்கிலத்தில். நினைக்கவே வெட்கமாக இருக்கிறது ... ஆமாம் அப்படி என்ன அதிசயம் அந்தப் புடவையில்? வாங்கி வை எனக்கும் ஒன்று. அதே மாதிரி. என் சக ஆசிரியைகளுக்கு இரண்டு. வெட்கப்படட்டும் அவர்களும் என எண்ணி உன் கடிதத்தைக் காட்டப்போக – பயப்படாதே. முழுவதுமல்ல; சில பகுதிகளைத்தான் – இப்படி ஒரு கோரிக்கை வந்து சேர்ந்தது. தொந்தரவுதான் உனக்கு" என்று எழுதியிருந்தாள்.

"தொந்தரவுதான்" என ரத்னாபாய் கடிதத்தைப் படித்து முடித்ததும் முணுமுணுத்தாள். "அம்பு, என் கண்ணே. நீ நினைப்பதைவிடவும் பெரிய தொந்தரவு" என்று கற்பனையில் அம்புவின் வாட்டசாட்டமான முழு உருவத்தையும் – இடது கைவிரல் நுனிகளால் அடிக்கொரு தரம் மூக்குக்கண்ணாடியின் இரு ஓரங்களையும் தொட்டு அசைத்துக் கொள்ளும் அவளுடைய தன்னுணர்வற்ற செய்கையோடு – கண்முன் நிறுத்திச் சொன்னாள். "சிக்கலான பொறி, சிக்கலான பொறி" என்று அவள் வாய் ஆங்கிலத்தில் முணுமுணுத்தது.

மில்டன் நழுவி விட்டிருந்தான். ஒவ்வொரு தடவை உணவுக்குப் பின்னும் இப்போதெல்லாம் இப்படி ஒரு நழுவல். இன்னும் பதினேழு வயது முடியவில்லை. அதற்குள் இந்தப் பழக்கம். வசதியாக புதுப் பெட்டிக்கடையும் பக்கத்திலே வந்தாயிற்று. ஆமாம்... எங்கிருந்து காசு? பப்பாவிடமிருந்து திருடிக்கொள்வான் போலிருக்கிறது. பப்பா, மம்மியிடமிருந்து திருடிக்கொள்ளும் போது இதில் என்ன தப்பு? ரோஸியும் மேரியும் தையல் வகுப்புக்குப் போயிருந்தார்கள். இருவருக்குமே படிப்பு வரவில்லை. பள்ளிக்கூடத்தில் ரத்னாபாய் டீச்சரின் பிள்ளைகளா என்ற கேலியை வாங்கிக் கட்டிக்கொண்டதுதான் மிச்சம். ஒவ்வொரு வருடமும் அக்காவும் தங்கையும் மாறி மாறித் தோற்றுக்கொண்டிருந்தார்கள். "அவமானம்... அவமானம்" என்று ரத்னாபாய் ஆங்கிலத்தில் முணுமுணுத்தாள், "என் குழந்தைகளா இவை? இல்லை. இல்லவே இல்லை. ஜாண்சனின் குழந்தைகள். வேட்டைக்காரனின் குழந்தைகள். வலிக்கிற பல்லை, ஊசிபோட்டு உணர்வு இழக்கச் செய்யாமல், வலியோடு பிடுங்குகிறவனின் குழந்தைகள். அவனுடைய சதா ரத்தச் சிவப்பேறிய கண்களும், முரட்டுக் கைகளும், கைகளிலும் மார்பிலும் கரடிக்கு முளைத்திருப்பது போல் கரு மயிரும்... கடவுளே, ஏன் என் மனத்தில் வசையைப் புகுத்துகிறாய்?" என்று வாய்விட்டு அரற்றினாள் ரத்னாபாய். ஏன் இவ்வாறு துரதிருஷ்டம் பிடித்துப்போனேன்? அம்மா சொல்வாள் உலகம் வயிறெரிந்துவிட்டது என்று...

ரத்னாபாயைச் சிறுவயதில் அவளுடைய தாயார் மீராபாய் டீச்சர் வெளியே அழைத்துச் செல்லும்போது, அவளைப் பார்த்த ஒவ்வொரு ஆணும் பெண்ணும் வயிறெரிந்துவிட்டார்களாம். ரத்னாபாயின் அழகு அவர்களிடத்தில் தாங்க முடியாத பொறாமையை ஏற்படுத்திற்றாம். மீராபாய் டீச்சரின் வாதம் இது.

அம்புவுக்குப் பதில் எழுத எத்தனை நாட்கள் கடத்துவது? மீண்டும் கடிதம் வந்துவிட்டது. "மறந்துவிட்டயா ரத்னா? லீவு தானே? மசக்கையோ? டூவா..?"

ரத்னாபாய் எழுந்திருந்து மாடிக்குச் சென்றாள். மொட்டை மாடியில் தரையில் ஒரு கிழவர் உட்கார்ந்துகொண்டிருந்தார். வழுக்கைத் தலை. அழுக்குத் துண்டால் கன்னங்களைச் சுற்றி கழுத்தில் கட்டிக்கொண்டிருந்தார். கன்னம் வீங்கிய வீக்கத்தில் கண்கள் இடுங்கிப் புதைந்துகிடந்தன. முகம் 'ஜிவ் ஜிவ்'வென்று சிவந்து கிடந்தது. ரத்னாபாய் எதிர்ப்பட்டதும் கிழவர் சாத்தி யிருந்த மாடி அறைக் கதவைச் சுட்டிக்காட்டி 'கவனிக்கச் சொல்லுங்கள்' என்று சமிக்ஞை காட்டினார். ரத்னாபாய் முகம் கோபத்தில் கடுகடுத்தது. விரல் நுனியால் மிகுந்த நாசுக்குடன் கதவைச் சுண்டினாள். கதவு திறக்கப்படவில்லை. பலமாகத் தள்ளிக்கொண்டு உள்ளே நுழைந்தாள். நோயாளிகளை உட்கார்த்தும் நாற்காலிக்குப் பக்கத்தில், பல்லை ராவும் கருவியின் பெரிய இரும்புச் சக்கரத்தினடியில் தலை வைத்து லுங்கி விலகிக் கிடக்க அலங்கோலமாகத் தரையில் கிடந்தான் ஜாண்சன். "அசிங்கம், வெட்கமாய் இல்லையா?" என்று கத்தினாள் ரத்னாபாய். "காலால் உதைப்பேன்" என்றாள். லேசாக ஒரு முனகல் கேட்டது. "எனக்குக் கொஞ்சம் பணம் வேணும். அவசரம். பத்துப் பதினைந்து நாட்களில் திருப்பிக் கொடுத்துவிட முடியும்" என்றாள். மீண்டும் முனகல் எழுந்தது. "உங்களிடம் ஒரு உதவியை நாடி வந்திருக்கிறேன். எனக்குப் பைத்தியம். எப்பொழுதாவது நீங்கள் எனக்காக உங்கள் சுண்டு விரலை அசைத்திருக்கிறீர்களா?" என்று ஆங்கிலத்தில் பேசினாள். நாடகத்தில் ஒரு கதாபாத்திரம் பேசுவதுபோல் இருந்தது. வெளியே கிழவர் தன் இருப்பிடத்தை விட்டு எழுந்திருந்து கதவுக்குப் பின்னால் வந்து நிற்பதாக ரத்னாபாய்க்குத் தோன்றிற்று. 'சாத்தி யிருக்கும் கதவுக்குப் பின்னால் ஏன் இவ்வாறு நிகழ்ந்திருப்பதாக எனக்குத் தோன்ற வேண்டும். அதிக உணர்வுகள் வேலை செய்வதாலா? கற்பனையின் திமிறினாலா? என்னுடைய நுட்பமும், நகாஸூம், பதவிசும், லளிதமும் முரட்டுத்தனத்தால் சூறையாடப்பட்டுவிட்டதா?' கதவைத் திறந்து பார்க்கிறபோது கிழவர் அங்கு நின்றுகொண்டிருந்தால், தனது காரியங்கள் சுமாரான வெற்றிக்குத் திரும்பும் என்றும், அப்படியில்லாத வரையிலும் இப்போது இருப்பதுபோலவே இருக்கும் எனவும் கற்பனை செய்து கொண்டு கதவைத் திறந்தாள். கிழவர் இருந்த இடத்திலேயே உட்கார்ந்துகொண்டிருந்தார். ரத்னாபாய் மீண்டும் உள்ளே நுழைந்து, "நான் சொல்வது காதில் விழுகிறதா?" என்று உரக்கக் கத்தினாள். மீண்டும் முனகல் கேட்டது. முகம் லேசாகத் திரும்பியதும் கடைவாயிலில் எச்சில் வழிவது தெரிந்தது. "மிருகம், மிருகம். மிருகத்திலும் கேவலம்" என்று அவள் வாய் முணுமுணுத்தது. சிறு சுவர் அலமாரியைத் திறந்து இரண்டு மாத்திரைகளை ஒரு புட்டியிலிருந்து எடுத்துக்கொண்டு கிழவர்

முன்னால் வந்தாள். "இதை விழுங்கிவிட்டு உட்கார்ந்து இரும்" என்று சொல்லிவிட்டுப் படியிறங்கிக் கீழே வந்தாள்.

இப்போதே போய், காரியத்தை முடித்துவிட்டால் என்ன என்று ரத்னாபாய்க்குத் தோன்றியது. இன்று இரவு எப்படியும் அம்புவுக்குப் பதில் எழுதவேண்டும் என்பதும், அந்த அந்த இடத்திற்கு என்ன என்ன வார்த்தைகளை உபயோகிக்கவேண்டும் என்பதும் அவள் மனதில் உருவாகியிருந்தன.

வாசல் கதவைச் சாத்திவிட்டு உள்ளே வந்தாள் ரத்னாபாய். மாடியிலிருந்து ரேழிக்கு வரும் மாடிப்படிக் கதவையும் சாத்தி னாள். இப்போது உள்ளே ஒரே இருட்டாகிவிட்டது. விளக்கைப் போட்டாள். இரண்டு கைகளிலும் சோப்பை நுரைத்துக் கை வளையல்களைக் கழற்றினாள். முகத்தைக் கண்ணாடியில் பார்த்தாள். முன் நரையை உள்ளே தள்ளிக் கருமயிரை மேலே இழுத்துவிட்டாள். "காலம் குதிரைமீது ஏறிவந்து என்னைத் தாக்குகிறது" என்று ஆங்கிலத்தில் சொல்லிக்கொண்டாள். "இருபத்தைந்து வருடங்களுக்கு முன் நான் ஒரு பேரழகி என்பது உங்களுக்குத் தெரியுமா?" என்று ஒரு சபையைப் பார்த்துக் கேட்பதுபோல் கற்பனை செய்துகொண்டு கேட்டாள். வளையல் களைக் கைப்பையில் வைத்துக்கொண்டு தெருவில் இறங்கினாள்.

இருபது இருபத்தைந்து வருடங்களுக்கு முன்னர், ரத்னாபாய் தன் தாயார் மீராபாயுடன் தெருவழியாக நடந்து செல்வது இளைஞர் உலகில் ஒரு முக்கியமான சம்பவம். இந்த வாய்ப்பை எதிர்பார்த்து அவர்கள் ஏமாறுவதும், எதிர்பாராத நேரங்களில் கிடைத்துவிடுவதும் இளைஞர் உலகின் முக்கியமான செய்திகள். 'என்னுடைய பொக்கிஷம் எப்படி?' என்று பெருமிதம் வழியும் முக பாவத்துடனும், 'என் பொக்கிஷத்தை எப்படி உங்களிட மிருந்து காப்பாற்றப் போகிறேனோ?' என்ற கவலை தெரியும் முகத்துடனும் மீராபாய் ரத்னாபாயுடன் இடைவெளிவிடாமல் நடந்து போவாள். தன் பெண்ணைக் கல்யாணம் செய்துகொள்ளச் சில டாக்டர்களும் இன்ஜினியர்களும் முன்வந்துள்ளனர் என்றும், தான் இன்னும் எந்த முடிவும் எடுக்கவில்லையென்றும் மீராபாய் அடிக்கடி சொல்லிக்கொண்டிருந்தாள். இது உண்மையா இல்லையா என்பது தெரியாது. ஆனால், தபாலில் ரத்னா பாய்க்குக் காதல் கடிதங்கள் வந்தன. அக்கடிதங்களை ரத்னா பாயின் தாயாரே தபால் சேவகனிடமிருந்து பெற்று, படித்து, சந்தோஷப்பட்டு அவற்றை மறைவாக வைத்துக்கொண்டாள். எங்கள் ஊரில் அந்தக் காலத்திலிருந்த பெரிய வீட்டுப் பிள்ளை களில் அநேகர் அவளுக்குக் காதல் கடிதங்கள் எழுதியிருக்கிறார்

கள். ரத்னாபாய் ஒரு ஆங்கிலப் பிரியை என்ற செய்தி அப்போதே அடிபட்டுக் கொண்டிருந்ததால், ஒவ்வொருவரும் தங்களுக்குத் தெரிந்த கடுமையான ஆங்கில வார்த்தைகளை எல்லாம் தாங்கள் எழுதிய காதல் கடிதங்களில் திணித்து, அதற்குமேல் தங்களுக்குத் தெரிந்த ஆங்கிலக் கவிதைகளையும் சேர்த்திருந்தார்கள். இவ்வாறு காதல் கடிதங்களை எழுதியுள்ள பையன்களில் எந்தப் பையனைத் தேர்ந்தெடுப்பது புத்திசாலித்தனமானது என மீராபாய் டீச்சர் தனது மனத்தில் ஓயாமல் கணக்குப் போட்டு வந்தாள். அவள் மனத்தில் தன் பெண்ணுக்குத் தெரியாத பெரிய பிரச்சினையாக இது வளர்ந்து வந்திருந்தது. நாள் போகப்போக இந்தப் பிரச்சினை யின் தீவிர நிலை தளர்ந்தது. இதற்குக் காரணம், ரத்னாபாய்க்குக் காதல் கடிதங்கள் எழுதிய பையன்களில் அநேகர் தங்கள் படிப்பை முடித்துக்கொண்டு தங்கள் மாமன் மகளையோ அல்லது அத்தை பெண்ணையோ அல்லது தாய் தகப்பன் தேடிச் சேர்த்த வேறு உறவுப் பெண்ணையோ கட்டிக்கொண்டு பம்பாய், கல்கத்தா என்று மறைந்தார்கள். இந்த இளைஞர்களில் யாரையாவது, விடுமுறை நாட்களில் எங்கள் ஊர் திரும்பும்போது மனைவி சகிதம் மீராபாய் டீச்சர் பார்த்துவிட்டால், அன்று இரவு ரத்னாவிடம், “அந்த மயில் வீட்டுக்காரர் பிள்ளை அவன் பெண்டாட்டியைக் கூட்டிக்கொண்டு போகிறான், பார்த்தேன். இதைவிட அவன் ஒரு கருங்குரங்கைக் கட்டிக் கொண்டிருக்கலாம்! வெட்கம் கெட்ட பயல்” என்று திட்டுவாள். “அம்மா, அவர் பெண்டாட்டி எப்படி இருந்தால் நமக்கு என்ன? எனக்கு வம்பு பிடிக்காது” என்பாள் ரத்னாபாய். “உன் புத்திக்குத்தான் யாரும் உன்னைக் கட்டிக்கொள்ள வர வில்லை” என்று கொதிப்பாள் தாயார். “அது உன்னுடைய பிரச்சினை அல்ல; என்னுடையது” என்று ஆங்கிலத்தில் பதில் சொல்லுவாள் ரத்னாபாய்.

ரத்னாபாய்க்கு அவளுடைய நெருங்கிய தோழிகள் பலரைப் போல் ஆங்கிலம் எடுத்து எம்.ஏ. சேர முடியாமல் போயிற்று. “நாங்கள் படித்து எதற்குடீ? நீ அல்லவா படிக்க வேண்டும்” என்றார்கள் தோழிகள். “கடன்காரங்க கத்துவதை நீ ஏன் பொருட்படுத்த வேண்டும்? கத்துவாங்க; நீ படி. நான் படிக்க வைக்கிறேன் உன்னை” என்றாள் மீராபாய் டீச்சர். பிடிவாதமாய் பி.டி. படித்து ஆசிரியை ஆனாள் ரத்னாபாய்.

‘எம்.ஏ. படிக்க முடியாமற்போனது தான் எனது கேடு காலத்தின் ஆரம்பம்.’ இந்த ஆங்கில வாக்கியத்தைப் பல தடவை ரத்னாபாய் பின்னால் சொல்ல நேர்ந்தது. ரத்னாபாய்க்கு வயதாகிக்கொண்டிருப்பது இப்போது அவள் முகத்தில் தெரிந்தது. “என்ன, ஏதாவது பார்த்தாயா?” என்று தெரிந்தவர்கள் கேட்பதைச்

சகித்துக்கொள்ள முடியாமல் மீராபாய் டீச்சர் வெளியே போவதைக் குறைத்துக்கொண்டாள். இந்த விசாரிப்புகளில் லேசான பரிகாசம் கலந்திருப்பதையும் இப்போது அவளால் உணர முடிந்தது. "எந்த டாக்டருக்கும் அதிருஷ்டம் அடிக்க வில்லையா இன்னும்?" என்று மீராபாயிடம் சக ஆசிரியைகள் கேட்டுக்கொண்டிருந்தனர். "எனது திருமணத்தை ஒரு சமூகப் பிரக்ஞையாக்கிவிட்டாய். இது நீ எனக்கு இழைத்த மாபெரும் தீங்கு" என்றாள் ரத்னாபாய் தன் தாயாரிடம். "இப்போதெல்லாம் நீ பேசுவதே எனக்குப் புரியமாட்டேன் என்கிறது. நீ வேறு யாரோ மாதிரி பேசுகிறாய்" என்றாள் மீராபாய் டீச்சர்.

அநேகமாக ஒவ்வொரு நாளும் ரத்னாபாய் பள்ளிக்கூடம் போகும் வழியில் ஜாண்சனைப் பார்ப்பது வழக்கம். பல் ஆஸ்பத்திரி முன்னால் லுங்கியைக் கட்டிக்கொண்டு அவன் சந்தோஷமாக நின்றுகொண்டிருப்பான். காலையில் அவள் பள்ளிக்குப் போகும்போது, அவன் தன்னுடைய பழைய மாடல் குட்டிக்காரைக் கிளப்ப முயன்றுகொண்டிருப்பான். நாலைந்து கூலிச் சிறுவர்கள் பின்னாலிருந்து தள்ளுவார்கள். கார் கிளம்பி யதும் அத்தனை சிறுவர்களும் கார் கதவைத் திறந்துகொண்டு உள்ளே சாடி ஏறி விழுவார்கள். கார் ஒரு ரவுண்டு சுற்றிவிட்டு வந்து ஆஸ்பத்திரி முன் நிற்கும். "அந்தச் செய்கை – அதில் நான் கண்ட எளிமை – அந்த ஏழைச் சிறுவர்களும் உங்களை அன்னியோன்னியமாக பாவித்த விதம் – அதற்காக உங்களை நேசித்தேன்" என்று ஆங்கிலத்தில், திருமணம் முடிந்த அன்று இரவு ஜாண்சனிடம் சொன்னாள் ரத்னாபாய். "உன்னைவிடவும் அழகாக இருக்கிறது உன் ஆங்கிலம்" என்றான் ஜாண்சன்.

ஜாண்சனுடன் வாழ்க்கையைப் பகிர்ந்துகொள்ளுவது சாத்தியமில்லை என்பது ஒரு சில வாரங்களிலேயே ரத்னா பாய்க்குத் தெரிந்துபோயிற்று. அன்றாடம் அவன் குடித்தான். கிடைக்கும் சந்தர்ப்பங்களில் எல்லாம் நண்பர்களுடன் வேட்டைக் குச் சென்றான். மனைவி, வீடு எனும் உணர்வுகள் அவன் ரத்தத்தில் கிஞ்சித்தும் கிடையாது என்பது ரத்னாபாய்க்கு உறுதியாயிற்று. "நான் ஒரு பொறுக்கி. என்னை நீ கட்டுப்படுத்த முடியாது. நீ சீமாட்டி என்றால் உன் அம்மாவிடம் போய் இரு" என்று குடிவெறியில் கத்துவான் ஜாண்சன். "நீர் ஒரு எளிமையான மனிதர் என்று நினைத்து நான் ஏமாந்து போய் விட்டேன். வாழ்க்கை எவ்வளவு பயங்கரம்" என்றாள் ரத்னாபாய். "உன் ஆங்கிலத்தை நான் வெறுக்கிறேன்" என்று கத்துவான் ஜாண்சன்.

சுந்தர ராமசாமி

அன்று பேங்கில் அவள் எதிர்பாராத செய்தி கிடைத்தது. புதன்கிழமை மட்டும்தான் தங்கத்தின் பேரில் பணம் கடன் கொடுப்பார்களாம். ரத்னாபாய் ஜவுளிக்கடைக்குச் சென்றாள். பட்டுச்சேலைகளை எடுத்து வைத்துவிட்டு, கையிலிருக்கும் சிறு தொகையை முன் பணமாகக் கொடுத்துவிட்டுப் போனால், பின்னால் பேங்கிலிருந்து பணம் பெற்று பாக்கியை அடைத்து, சேலைகளையும் எடுத்துச் சென்றுவிடலாம் என்று எண்ணினாள். கடைப்பையன்கள் முன்னால் வந்து நின்றதும், "அன்று நான் எடுத்துக்கொண்டு போன மாதிரி சேலை வேண்டும்" என்றாள். அவள் மனம் குறுகுறுத்தது. "கடவுளே, எதற்காக இப்படி நான் சொல்கிறேன்? எனக்கும் புத்தி பேதலித்து விட்டதா" என்று மனதிற்குள் முணுமுணுத்துக் கொண்டாள். பையன்கள் விழிக்க ஆரம்பித்தார்கள். ஒவ்வொருவராய் வந்து அவளைப் பார்த்துவிட்டுப் போனார்கள். "யார்ரா அண்ணைக்குக் கொடுத் தது?" என்று முதலாளி அதட்ட ஆரம்பித்தார். 'நான் எடுக்காத சேலையை எப்படி இவர்கள் காட்ட முடியும்? இதற்கு மேலும் இவர்களை தண்டிப்பது என்னைப்போன்ற ஒரு ஸ்திரீக்கு அழகல்ல' என்று ரத்னாபாய் ஆங்கிலத்தில் நினைத்துக் கொண்டே, "நல்லதா எதையாவது காட்டுங்கப்பா?" என்றாள். 'எனக்கு புத்தி பேதலித்துவிட்டது. கற்பனையே நிஜம் என்று நம்ப ஆரம்பிக்கிறேனா?' பையன்கள் பட்டுச்சேலையை எடுத்து வர அறைக்குள் சென்றார்கள். "உண்மையில் அப்படி எழுதி யிருக்க வேண்டிய அவசியமில்லை. அதிலும் என் அருமை அம்புவுக்கு" என்று ரத்னாபாய் மனத்திற்குள் சொல்லிக்கொண் டாள். அகஸ்மாத்தாய்ப் படிக்க நேர்ந்தது அந்த ஆங்கிலக் கவிதையை. அற்புதமான கவிதை. ஒவ்வொரு வார்த்தையும் வைரத் தோட்டில் கற்கள் பதித்த மாதிரி இருந்தது. அதில் சில வார்த்தைகள் ரத்னாவிடம் ஏதோ விதமான மயக்கத்தை ஏற்படுத்திற்று. அந்த வார்த்தைகளைப் பயன்படுத்தி ஒரு பட்டாடையை வருணித்தால் வர்ணனை மிக அற்புதமாய் அமையும் என்று அவளுக்குத் தோன்றிற்று. அந்த வருணனையை அன்றே – அப்போதே – அம்புவுக்கு எழுதுவதை அவளால் கட்டுப் படுத்த முடியவில்லை. "பொல்லாத பொறிதான் அது" என்று ரத்னாபாய் முணுமுணுத்தாள். "அது சரி, எடுக்காத சேலையை எடுத்ததாக இப்போது நான் ஏன் சொல்லுகிறேன். எதற்காக? ரத்னா, சொல்லு, எதற்காக?" என்று ரத்னா கேட்டுக்கொண்டாள். சேலைகளைக் கவுண்டரில் பரப்பிவிட்டார்கள். "எதைத் தேர்ந் தெடுப்பது? அம்பு, உனக்கு எது பிடிக்கும்? உன் சிநேகிதிகளுக்கு எது பிடிக்கும்? உன் சிநேகிதி ஆங்கிலத்தில் ஒரு மேதை; ஒப்புக்கொள்கிறோம். ஆனால் புடவை தேர்ந்தெடுப்பதில் அவள் ஒரு அசடு என்று அவர்கள் உன்னிடம் சொல்லும்படி ஆகுமா?

அல்லது ஆங்கிலத்தில் வெளிப்பட்ட ருசி புடவைத் தேர்வில் அழுத்தம் பெறுகிறது என்பார்களா? பின்வாக்கியத்தை அவர்கள் சொல்லவேண்டுமெனில் நான் தேர்ந்தெடுக்க வேண்டிய சேலை எது? எனக்கு ஏன் இன்று ஆங்கில வார்த்தைகள் அதி அற்புத மாய் ஓடிவருகின்றன? அம்புவுக்கு ஒரு நீண்ட கடிதம் எழுது வதற்கான வேளை நெருங்கிவிட்டதா?" மூன்று சேலைகளைத் தேர்ந்தெடுத்தாள் ரத்னாபாய். புதன்கிழமை காலையில் மீதிப் பணம் தந்து எடுத்துக்கொள்வதாய்க் கடைமுதலாளியிடம் சொல்லி, சிறிது முன்பணமும் கொடுத்துவிட்டு வெளியேறினாள்.

அன்று இரவு ரத்னாபாய் அம்புவுக்கு ஒரு நீண்ட கடிதம் எழுதினாள். அதன் கடைசி பாராவில் "சேலைகள் எடுத்து அனுப்பிவிட்டேன். உனக்கும் உன் சிநேகிதிகளுக்கும். நீயும் உன் சிநேகிதிகளும் அதைக் கட்டிக்கொண்டு கல்லூரி முன்னால் (அதன் வெளிச்சுவர், கல்லால் எழுப்பப்பட்டது) நிற்பதாய் கற்பனையும் பண்ணியாயிற்று. ஒன்று சொல்லிவிடுகிறேன். நீ உன் சேலைக்குப் பணம் அனுப்பினால் எனக்குக் கெட்ட கோபம் வரும். எனக்குத் தரவேண்டியது உன் புகைப்படம், அந்தப் புடவையில். ஐயோ! என் சிநேகிதிக்கு என்னால் நஷ்டம் என்று இளைத்துப்போய்விடாதே. இங்கு பிள்ளைகள் தோற்றுக்கொண்டுதான் இருக்கிறார்கள். பல்வலிக்கும் குறை வில்லை" என்று எழுதியிருந்தாள்.

தான் எழுதிய கடிதத்தை ஏழெட்டுத் தடவை படித்துப் பார்த்தாள் ரத்னா. அவளுக்கு ரொம்பவும் பிடித்திருந்தது. "பாஷை ஒரு அற்புதம். கடவுளே உனக்கு நன்றி" என்றாள். "இதைவிட்டால் எனக்கு வேறு எதுவுமில்லை" என்றாள். மீண்டும் கண்ணாடி முன் நின்று சிறு அபிநயத்துடன் அந்தக் கடிதத்தைப் படித்தாள்.

புதன்கிழமைக் காலையில் பேங்குக்குப் போகவேண்டும் என்ற சிரத்தையே ரத்னாபாய்க்கு ஏற்படவில்லை.

அஃக், 1976

# குரங்குகள்

குரங்குகளின் துஷ்டத்தனம் பொறுத்துக்கொள்ள முடியாததாகி விட்டது. ஒவ்வொரு நிமிஷமும் அவற்றின் இருப்பை பிரக்ஞையில் வைத்துக்கொள்ள வேண்டும் என்றாகிவிட்டது. அசந்தால் போச்சு. ஒரு கணம் தப்பினால் போச்சு. இரவாவது நிம்மதியாகத் தூங்குமா அதுகள்? நேரம் வீணாகிவிடுமே. எவ்வளவு விஷமங்கள் பாக்கி கிடக்கு!

சமீப காலமாகத்தான் இப்படிக் கிளம்பிவிட்டன இவை. எல்லாம் கூடிப் பேசிக்கொண்டு, ஊர்க்காரர்களை விரட்டிவிடலாம் என்ற தீர்மானத்திற்கு வந்துவிட்ட மாதிரி, விஷமங்களில் இறங்கிவிட்டன. கொடியில் துணி உலர்த்த முடியாது. பற்றுப் பாத்திரத்தை வெளியே போட முடியாது. வாளியையும் கயிறையும் ஒவ்வொரு தடவை யும் உள்ளே கொண்டு வைக்க வேண்டும். ரொம்பவும் இம்சைதான். "எங்கள் ஞாபகத்தில் ஒருபோதும் இந்தத் தொந்தரவு இருந்ததில்லை" என்று வயதானவர்கள் சொன் னார்கள். அப்போது அவை இப்படிப் பெருத்திருக்கவும் இல்லையாம். தங்கள் கீர்த்திக்கு ஹானி வந்துவிடக் கூடாதே என்ற கவலையில் செய்வது மாதிரி, அப்போதெல் லாம் சின்ன விஷமங்கள் செய்து வைக்குமாம்.

குரங்குகள் விஷமங்கள் செய்ய வேண்டியவைதாம். விஷமங்களைப் பூராவும் விட்டுவிட்டதென்றால் ஒவ்வொன்றும் வைதவ்யத்திற்கு ஒப்புக்கொடுத்தமாதிரி ஆகிவிடும். அவற்றைப் பார்க்கவே சங்கடமாய்ப் போய்விடும். 'விஷமம் செய்' என்று தான் கடவுள் அவற்றிடம் சொல்லியிருக்கிறார். இல்லையென்றால் அதன் உறுப்பின் ஒவ்வொரு பகுதியும், இப்படி விஷமத்தைக் கடைந்தெடுத்த சாரத்தால் செய்திருக்க வேண்டியதில்லை.

ஆனால் எதற்கும் ஒரு வரன்முறை இருக்கிறது. கொஞ்சம் பொறுத்துக்கொள்ளலாம். அவையும் ஜீவன்கள். கூடக் கொஞ்சம் பொறுத்துக்கொள்ளலாம். லபக்கென்று பிடுங்கிக்கொண்டோ எடுத்துக்கொண்டோ ஓடுவதிலிருந்தும், எதிர்பாராத நிமிஷத்தில் குதித்து இறங்குவதிலிருந்தும், ஊர்வாசிகளை அற்பமாய் நினைத்து வலித்துக் காட்டுவதிலிருந்தும் அவற்றை இப்போதைக்கெல்லாம் பின்திரும்பச் செய்ய முடியாது. அவை அவற்றின் காரியங்களில் ஊறிப்போய், அக்காரியங்களிலிருந்து செய்யப்பட்டவை.

இந்த அழகில் குரங்குகள் அவற்றின் கோணல்களை விருத்தி செய்ய வேறு ஆரம்பித்துவிட்டால் விபரீதம்தான். அபாய எல்லைகளைத் தாண்டிச் சென்றுகொண்டிருந்தன விஷமங்கள். குளிக்கும் பெண்களை அவைகள் எட்டிப் பார்ப்பதாக ஒரு பேச்சு கிளம்பிற்று. முதலில் இதை யாரும் நம்பவே இல்லை. தற்செயல் நிகழ்ச்சியைக் காரணபூர்வமாக்கிவிட்டார்கள் என்று தான் எண்ணினார்கள். குளிக்கும் போது வயசுப்பெண்களுக்கு யாரோ பார்த்துவிட்டதுபோல் சந்தேகம் தட்டுவது சகஜம் என்றார்கள். ஆனால் இந்தச் சமாதானங்கள் ஒரு சில நாட்களில் குலைய ஆரம்பித்துவிட்டன. கிராமத்திலேயே மிக அழகான பெண் ஸ்நான அறையிலிருந்து அம்மணமாக ஓடிவரும்படி ஏற்பட்டுவிட்டது. பளிங்கும் கனவும் குழைத்துச் செய்யப்பட்டிருந்த அவளுடைய சிறிய முலைகளில் சிறிய நகப்பிராண்டல்கள் இருந்ததாம்.

ஊரின் மொத்த ரத்தமும் கொதிக்க ஆரம்பித்துவிட்டது. 'இப்படியும் உண்டா? கேள்விப்பட்டதே இல்லையே' என்று கொதித்தார்கள். பிராணிகளின் பழக்கஇயல் பற்றி வாசித்திருந்த இளைஞர்கள், விலங்கியலில் இதற்கு ஆதாரம் இல்லை என்றார்கள். குரங்குகளுக்கு இக்குணம் ஏற்படும் என்றும் வடமொழியில் ஒரு பெரிய கவி இதுபற்றிப் பாடி இருக்கிறான் என்றும் பண்டிதர் சொன்னார். "அறிஞர்களுக்கு அல்ல; கவிஞனுக்கே இந்த நுட்பம் தெரியும்" என்றார் அவர். குரங்குகளின் இயற்கையான குணம் அல்ல இது என்றும், நீண்டகால மனித சகவாசத்தால் அவற்றின் மனத்தில் ஊறும் புதிய ரசம் இது என்றும் கவிஞன் நேராகச் சொல்லாமல் தொனித்திருப்பதாக அவர்

சொன்னார். அப்படியானால் பெண்களைக் குரங்குகள் பிடுங்கிக் கொள்ளும் காலம் வருமோ என்ற சந்தேகம் ஆண்கள் மனத்தில் ஊசலாட ஆரம்பித்தது.

உண்மையில் அவற்றிற்கு இந்தப் புத்தி ஏற்பட்டிருக்க வேண்டியதில்லை. அவை கூடிவாழ்ந்த இடம் மனோரம்மிய மானது. பழையாற்றின் கரை. கட்டைவிரல் போல் நகரைவிட்டு விலகியும் ஒட்டியும் இருந்த இடம். தட்பவெட்பநிலைகள் வெகு இதமாக இருந்தன. சிவன் கோயில் பின்புறம் அரளிக்காடு, பலாமரங்கள். சன்னதித்தெருவின் ஒரு வரிசையின் பின்பக்கம் தென்னந்தோப்பு. அதன் பின் வாய்க்கால். அதன் பின் மிஷன் ஆஸ்பத்திரி வரையிலும், அப்பால் மலையடி வாரம் வரையிலும் வயல் வெளிகள். பரவசத்தால் குனியும் பயிரின் தலையைக் கோதிக்கொண்டு காற்று ஓடுவதை எப்போதும் பார்க்கலாம். தெருவோரம் நீராழி, அதையடுத்துச் சில காலி மனைகள். பின் மீண்டும் மரக் கூட்டம். ஆற்றின் கரை வரையிலும், வெகு அழகான செழிப்பான ஊர். அங்கு சில்லறை விஷமங் களுடன் சில்லறைத் திருட்டுக்களுடன் அவைகள் சந்தோஷமாக வாழலாம். அப்படித்தான் வெகுகாலமாக வாழ்ந்துவந்து கொண் டிருந்தன. சந்தோஷத்தின் ஒரு பகுதியாக, லாவக அசைவுகள் மூலம் மனித மனத்திற்கு எப்போதும் ஒரு கிளுகிளுப்பைத் தரக்கூடியவைகளாக, அசௌகரியத்தின் ஒரு பகுதியாக அவற்றை ஊர் ஏற்றுக்கொண்டு தான் இருந்தது. அவைகளும் அங்கு வந்து களித்துக்கூடி விருத்தியாகி, எத்தனையோ காலம் ஆகி விட்டது. அப்படியே தொடர்ந்து போயிருக்கலாம்.

ஊர்வாசிகளை மனவருத்தம் கொள்ளும்படிச் செய்து விட்டன அவை. இவ்வளவு ஆழ்ந்த வருத்தத்திற்கு அவர்களை ஆளாக்கிவிட்டோம் என்பதுகூட அவற்றிற்குத் தெரியும் என்று தோன்றவில்லை. தங்கள் விஷமம் அவற்றிற்குத் தெரியாதது போலவே பிறர் வருத்தமும் அவற்றிற்குத் தெரியவில்லை. ஒருக்கால், ஊர்வாசிகள் அவற்றால் படுத்தப்பட்டுக் கொண்டிருந்ததுபோல், விஷமங்களால் அவையும் படுத்தப்பட்டுக் கொண்டிருந்தனவோ என்னவோ!

இதுவரையிலும் என்ன என்ன செய்யும் என ஊர்வாசிகள் புரிந்துவைத்திருந்தார்களோ, அநேகமாய் அவற்றையே அவை செய்துவந்தன. தற்காத்துக்கொள்ளவும், விட்டுக்கொடுக்கவும், சிலபோது எதிர்க்கவும்கூட இப்புரிதல் அவர்களுக்கு உபயோக மாய் இருந்தது. இப்போது இந்த வாழ்க்கைநெறியிலிருந்து அவை சரிய ஆரம்பித்துவிட்டன. சரிவுகள், சரியும் நேரத்தில் உணரத் தக்கவை அல்ல போலும். எந்தப் பண்டத்தை அவர்கள் இறுகப்

பற்றிக் கடைவாயில் சதா எச்சில் வழியும்படி தின்றுகொண்டிருந் தார்களோ, அந்தப் பண்டத்தில் கைவைக்கும் பயங்கரம் தங்களுக் குள் வளர்ந்து கொண்டிருப்பது அவைகளுக்குத் தெரியவில்லை. இளம் பெண்கள் ஒரு கோயில் குளம் என்று போய் வருவது நிம்மதிக் குறைவான காரியம் ஆகிவிட்டது. அசைவில் மார்புத் துணி சற்றே விலகும்போதுகூட அவை உற்றுப்பார்க்க ஆரம்பித்து விட்டன. அம்மணத்தை ஆண்களுக்குக் காட்டியிருந்த பெண்கள், அந்நேரத்திய மனிதப் பார்வையைக் குரங்குகளின் கண்களில் கண்டு திடுக்கிட்டார்கள். தங்களை ஆடைகளைத் தவிர்த்து அவை பார்க்கும் பார்வையின் பச்சை அவர்களுக்கு நிச்சயமாகி விட்டது.

குரங்குகளை ஒழிப்பதற்கான அந்த உபாயம் எப்படி அவர் களுக்குத் தெரியவந்தது என்பதை இப்போது யாருக்குமே சரியாகச் சொல்லத் தெரியவில்லை. யாரோ ஒரு பைராகி – சிவன்கோவில் மண்டபத்தில் சோம்பிக்கொண்டிருந்தவன் – தன்னிடம் சொன்னான் என நாலைந்து பேர்கள் உரிமை கொண்டாடினார்கள். பைராகி அல்ல, பாம்பாட்டி என்றும் ஒரு பேச்சு இருந்தது. எப்படி இருப்பினும், மிக அவசியமான ஒரு உபாயம், மிக நெருக்கடியான நேரத்தில் அவர்களை வந்தடைந்துவிட்டது. அதைப் பயன்படுத்திப் பார்க்கவேண்டும். பயன்படுத்தினால் வெற்றி கிடைக்குமா என்று பார்க்க வேண்டும்.

இதற்கு முன்னும் சில நாடோடி உபாயங்களையும், ஆயுதங் களையும், தந்திரங்களையும் அவர்கள் கையாண்டு பார்த்து தான் இருந்தார்கள். சொல்லும்படி பிரயோசனம் ஒன்றிலும் கிடைக்கவில்லை. குளுவர்களைக் கொண்டு கல்கட்டி நாண் எறியச் செய்தார்கள். சிறுவர்களும் இவர்களுடன் சேர்ந்து கொண்டு கல்லெறிந்தார்கள். பயங்கர வெறியுடன், அட்டகாசத் துடன், பசி வருத்தும் பிரக்ஞைகூட அற்று, ஓட ஓட எறிந்தார் கள். விஷமம் எனச் சிறுவர்கள் ஒளிந்து செய்த ஒரு காரியத்திற்கு, பெரியவர்களின் வெளிப்படையான ஊக்கம் பெற்ற சந்தோஷத் தில் மதி மயங்கி, அவர்கள் குரங்குகள் மீது கற்களை வீசினார்கள். "ஜீவ ஹிம்சை வேண்டாண்டா" என்று ஒரு பாட்டிகூட பிரலாபிக்கவில்லை. சிறுவர்கள் கத்திப் பின் தொடர, குளுவர்கள் தென்னந்தோப்புகளிலும் வாழைத் தோட்டங்களிலும் புகுந்து குரங்குகளைக் கற்களால் தாக்கினார்கள். ஊர் பார்த்துக்கொண் டிருந்தது. இந்தக் கூட்டத் தாக்குதலில் அதிர்ச்சி யடைந்து, காயங்களில் ரத்தம் கசிய, கத்தி, சபித்து, பின் திரும்பி வலித்துக் காட்டிவிட்டு ஓடின குரங்குகள்.

அவை வெகுகாலத்திற்கு முன்னால் உலக்கை அருவியிலிருந்து இறங்கி, சிற்றூர்கள் தோறும் பரவி, இங்கும் வந்து சேர்ந்தவை. காலத்தால் மறைந்துபோன வந்த பாதையின் உள்ளுணர்வுகள், நெருக்கடியில் மீண்டும் தளிர்த்தது போல், வந்த பாதை நோக்கி அவை ஓடின. அவற்றின் முன்னோர்கள் வந்த அப்பாதை வழி அவை மிகுந்த கோபத்துடன், ஆக்ரோஷத்துடன், மனிதனின் சில அங்க அசைவுகளைப் போலிசெய்து கேலிகாட்டி, நின்று, பின் திரும்பி மீண்டும் வலித்துக்காட்டி விட்டுச் சென்றன. வயல்வெளிகளில் அடிவானத்தைப் பார்த்து அவைகள் விரைந்து கொண்டிருந்ததை தென்னந்தோப்பில் நின்று ஆண்களும் பெண்களும் பார்த்தபோது, கம்பிளிப் போர்வையின் பெரிய சுருட்டுகள் உருண்டு போவதுபோல் தோன்றின. அக்காட்சி சிறுத்த பின்பும், அந்த சந்தியா சமயத்தில் அவற்றின் கோபமும் கேலியும் கலந்த குரல் காற்றில் மிதந்து வந்து கொண்டிருந்தது. தோப்பில் இருள் கவிழ்ந்தபோது, "இனி மேல் இங்கு இருக்க முடியாது என்பதை அவை தெரிந்து கொண்டுவிட்டன" என்று அவர்கள் பேசிக்கொண்டார்கள்.

ஆனால், அவர்கள் எதிர்பார்ப்பு வீணாகி விட்டது. ஒரு சில நாட்களில் இரண்டொன்று தென்பட ஆரம்பித்தன. சத்தங்களும் கேட்டன. அவ்வப்போது கூரையின் மேல்புறமும் மரங்களின் பச்சை இலை இடுக்குகளிலும் அவை வெளிப்பட ஆரம்பித்தன. சில நாட்கள் வரையிலும் பதுங்கியும் ஒளிந்தும் அவை ஊரைச் சுற்றி வந்தன. ஊர்வாசிகளை, அவை தங்கள் விரோதிகளாக பாவித்து விட்டது வெகு தெளிவாகத் தெரிந்தது. அவைகளின் உடம்புக் காயங்களும் சீழ்கட்டிப் புண்ணாகியிருந்தன.

ஆனால் அவர்களுடைய சங்கடத்தைக் கண்டு வருந்தி இயற்கை அளித்த பரிசு போல், ஒரு உபாயம் அவர்களைத் தேடி வந்துவிட்டது. வெற்றி தரும், நிச்சய பலனை ஏற்படுத்தும் உபாயம் இது. இப்போது அவை ஓடி ஒளிவது சாத்தியமில்லை. திரும்பி வருவதும் சாத்தியமில்லை. பூண்டோடு அழிந்துவிடப் போகின்றன அவை. ஊர்ப் பெரியவர்கள் கூடி யோசித்தார்கள். அமுல்படுத்தும் நேரத்தில் பிழைகளைத் தவிர்க்கும் காரியத்தை அவர்கள் நன்றாக யோசித்தார்கள். நேர்த்தியாக அவர்களால் செய்துவிட முடியும். எத்தனையோ சோதனைகளைத் தாண்டி வந்தவர்கள்தானே அவர்கள். ஆமாம், சோதனையில் வெற்றி கண்டவர்கள். அதிலிருந்தே பலம் பெற்றவர்கள்.

அன்று அதிகாலையில் இருந்தே வேலைகள் ஆரம்பமாகி விட்டன. ஊருக்குள்ளிருந்தும் சுற்றுப்புறங்களிலிருந்தும், நீராழி,

குளங்கள், ஓடைகள் சகல நீர் நிலைகளிலிருந்தும் எங்கெங்கிருந்து கிடைக்குமோ அங்கிருந்தெல்லாம் தண்ணீர்ப் பாம்புகளைப் பிடித்தார்கள். இந்த பாம்புகளைக் காகிதப் பொட்டலங்களாக, வெகு நேர்த்தியாக மடித்துக் கொண்டார்கள். கோவிலின் பின்னால் அரளிக் காட்டில், சன்னதித் தெருவின் பின்னால் தென்னந்தோப்பில், வாய்க்கால் ஓரங்களில், மிஷன் ஆஸ்பத்திரியின் முன் பக்கம் பரந்து கிடந்த வயல்வெளிகளின் வரப்புகளில், நீராழிக் கரையில், அதையடுத்த புளியந்தோப்பில், பழையாறுக்கு இட்டுச் செல்லும் பாதையோரங்களில், வாழைத் தோட்டங்களில் அவர்கள் நின்றுகொண்டிருந்தார்கள்.

குரங்குகளின் மனித ஆவலுக்கு ஒரு எல்லையே இல்லை. பொட்டலங்களில் அவை பார்வைகள் குத்தி விட்டன. அவற்றுள் என்ன? இனிமேல் தாண்டிப்போகவோ அலட்சியப்படுத்தவோ மறக்கவோ அவற்றால் முடியுமா? கண்களில் ஆவலின் ஒளி பொங்க, மிகுந்த ஜாக்கிரதை உணர்வுடன், அவை மனிதர்களை நெருங்கி வந்தன. மரங்களிலிருந்து மண்ணில் இறங்கின. ஊர் கூடி எறிந்த கற்களின் காயங்கள் அவற்றின் உடம்பில் நன்றாகத் தெரிந்தன. மோசமான இடங்களில் கூட சீழ் கட்டிப் புண்ணாகி யிருந்தது. கண்ணோரங்களிலும் மர்ம உறுப்புகளிலும்கூட காயம் பட்டுப் புண்ணாகியிருந்தது. அக்காயங்களுடன் அவை மனிதர் களை நெருங்கி வந்து இருகால்களில் நின்று கெஞ்சும் பாவனையை முகத்தில் மிகையாகக் காட்டி அப்பொட்டலங்களைக் கை நீட்டி வாங்கிக் கொண்டன. கிட்டத்தட்ட ஏக காலத்தில் என்று சொல்ல வேண்டும். எல்லா இடங்களிலும் இந்த விநியோகம் நடைபெற்றது. இது முதல் வெற்றி. உபாயத்தின் பிற அம்சங்களும் அவர்கள் எதிர்பார்த்தது போலவே நடந்தன.

பொட்டலம் கைக்குக் கிடைத்ததும் யாருக்கும் அதைத் தரக் கூடாது என்ற எண்ணத்துடனும், யாரேனும் அதைப் பிடுங்கிவிடுவார்களோ என்ற பயத்துடனும், வெகு அவசரமாக மரக் கிளைகளில் தாவி ஏறிப் பொட்டலத்தை மனிதனைப் போலவே விரல்களை அசைத்துப் பிரித்தன. பிரித்த நிமிஷத்தில் உடம்பில் மின்சாரம் ஊடுருவித் தாக்கிற்று. மறுகணம் வெடுக் கென்று பாம்பின் வாயை விரல்களால் அள்ளிப் பிடித்துக் கொண்டு கத்த ஆரம்பித்தன. உபாயம் பூரண வெற்றி அடைந்து விட்டது.

அன்று காலை எட்டு மணிக்கெல்லாம் தோப்பிலிருந்தும் அரளிக் காடுகளிலிருந்தும் வயல்வெளிகளிலிருந்தும் பழையாற் றுக்குப் போகும் பாதைகளிலிருந்தும் குரங்குகளின் கூட்டக் கத்தல்கள் எழுந்தன. பின் நாட்களில் மூன்று நாட்கள் அக்கத்தல்

கள் ஓயவில்லை. அந்த ஊர் கொஞ்சம் கலங்கத்தான் செய்தது. அடிவயிற்றைத் திருகும் கத்தல் அது. அவை ஒரு நிமிஷம் ஓயாமல், நிலைகொள்ளாமல் கிளைக்குக் கிளை தாவின. அவற்றின் அலைக்கழிப்பை யாராலும் நின்று பார்க்க முடிய வில்லை. வீட்டுக்குள் எல்லோரும் ஒடுங்கிக் கொண்ட மாதிரி இருந்தது. அறியாது விழுங்கிவிட்ட கண்ணாடித் துகள்கள் ஜீரண உறுப்புகளைக் கிழிப்பது மாதிரி அவைகள் கத்தின. ஆனால், அப்போதும் பிடி தளரவே இல்லை. கைப்பிடிப்பை மீண்டும் ஒரு தடவை அவை பார்க்கக்கூட இல்லை. கண்களை இடுக்கிக் கொண்டு, வானக் கூரையைப் பார்க்க முகத்தை உயர்த்தியபடி கத்தின. நாலாவது நாள் அநேகக் கத்தல்கள் ஓய்ந்திருந்தன. ஒரு சில கத்தல்கள் மட்டும் ஹீனசுரத்தில், வயோதிக நோயாளியின் அந்திம காலத்தில் வெளிப்படுவது போல் கேட்டுக்கொண்டிருந்தன.

சன்னதித் தெருவில் தென்னந்தோப்புகளைக் கொல்லையில் கொண்ட வலது பக்க வரிசையில், கோவிலோரம் மூன்றாவது வீட்டில் பண்டிதர் குடியிருந்தார். அவருக்கு வயோதிகம். அதோடு, மூச்சுப் பேச்சில்லாமலும் அன்ன ஆகாரம் இல்லாமலும் நாட்கணக்கில் படுக்கையில் விழுந்து கிடப்பார். சுவாசம் மட்டும் சீராக ஓடிக்கொண்டிருக்கும். அவருடைய வீட்டுக்காரர்கள் உள்ஜுரம் என்றார்கள். அன்று காலையில் அவர் கண் விழித்தார். வெகு இதமாக இருந்தது அவருக்கு. மூளை வெகு குளிர்ச்சியாக, மனம் அகண்ட பள்ளத்தாக்கின் மூலையில் தேங்கிய சிறு குட்டையாக ஜில்லென்றிருந்தது. அப்போது அவர் காதில் அந்த ஹீனசுரம் கேட்க ஆரம்பித்தது. அவர் எழுந்திருந்து மெதுவாக நகர்ந்து கொல்லையில் இறங்கினார். சத்தமே இல்லை – அந்த ஹீனசுரத்தைத் தவிர. இரண்டு எட்டுகள் நடந்ததும் அதிர்ச்சியுற்று நின்றார். ஒரு குரங்கு இறந்து கிடந்தது. சிறிது பார்வையைத் திருப்பியபோது, தொலைவில் மற்றொன்று. பின் அங்கும் இங்குமாக பல குரங்குகள். "அட ஜீவன்களா, உங்களுக்கு என்ன ஆச்சு?" என்று அவர் வாய்விட்டுக் கேட்டார். அந்தக் கேள்விக்குப் பதில் சொல்ல அங்கு காற்றுக்கூட இல்லை. அந்த ஹீனசுரத்தின் ஊற்றைத் தேடி, அலங்கோலங்களைத் தாண்டியவாறே, அவர் கோவிலின் பின்பக்கம் சென்றார். வெளிப் பிரகாரத்தில், கல் தளத்தின் ஓரத்தில், அரளிச்செடியின் அடியிலிருந்து அந்த ஹீனசுரம் வந்து கொண்டிருந்தது. அந்தப் பெரிய குரங்கை அவருக்கு நன்றாகத் தெரியும். பத்துப் பதினைந்து வருடங்களாகவே தெரியும். அவர்களுக்குள் ஒரு அன்னியோன்

னியம் ஏற்பட்டிருந்தது. "என்னாச்சு உனக்கு? என்னாச்சு?" என்று கிழவர் கேட்டார். தன் பெரிய உடம்பின் முதுகு பூராவையும் மண்ணில் பரப்பி, அடிவயிற்றின் பூ மயிரில் ஒளிக்கிரகணங்கள் படும்படிக் கால்களை ஆகாசத்தைப் பார்க்கத் தூக்கிக்கொண்டிருந்தது அது. வால், ஈர நாடாபோல் மண்ணில் பதிந்து கிடந்தது. அதன் தொண்டை நரம்புகள் அறுந்து விட்டன. வாய் ஓரங்களிலும் நாசித் துவாரத்திலும் ரத்தம் வழிந்து உறைந் திருந்தது. இடது கையில், முறிந்த வாழைத் தண்டு போல், ஒரு தண்ணீர்பாம்பின் குறை உருவம் ஆடிக்கொண்டிருந்தது. கிழிந்து, துண்டு துண்டாக அறுபட்டுக் குறைந்து, பல்லியின் வால் அளவு தொங்கிக்கொண்டிருந்தது அது.

"அப்பா, உனக்கு எவ்வளவு பலம், எவ்வளவு அறிவு! இந்த சின்ன விஷயம் உனக்குத் தெரியலையா? பகவானே, என்ன மாயை!" என்று பிரலாபித்தார் கிழவர்.

சில வினாடிகளில் அந்த ஹீனசுரமும் ஓய்ந்தது. விறைப்புத் தளர்ந்து, உடம்பு குழைந்தது. கை விரல்கள் நிமிர்ந்தன. பாம்பின் சிதைந்த உருவம் நழுவிக் கீழே விழுந்தது.

*யாத்ரா,* 1978

# பள்ளம்

அன்று எங்கள் கடைக்கு விடுமுறை. வாரத்தில் ஒரு நாள். ஆனால், அன்றும் போகவேண்டி வந்தது. அடக்கமில்லாத முரட்டுச் சாவியைத் தூக்கிக்கொண்டு புறப்பட்டேன். மனத்திற்குள் அழுதுகொண்டே தெருவில் இறங்கி நடந்தேன்.

இந்த ஒரு நாளையாவது எனக்கே எனக்கென்று வைத்துக்கொள்ள வேண்டுமென்று ஆசை. நாட்களை எண்ணி, பொறுமை கெட்ட பின், சாவகாசமாக வரும் ஏழாவது நாள். நான் ஒத்திப் போட்டவை களையும், செய்ய ஆசைப்பட்டவைகளையும் தன்னுள் அடக்கிக் கொள்ள முடியாமல் திணறும் நாள். மொட்டைமாடிப் பந்தலின் சாய்ப்பில், வெறுந்தரையில், எதுவும் செய்யாமல், எதுவும் செய்ய இல்லை என்ற சந்தோஷத்துடன் வானத் தைப் பார்த்தபடி மனோராஜ்யத்தில் மிதப்பது. வேலை, அல்லது அப்பா, அல்லது வாடிக்கை என்னை தீர் மானித்துக்கொண்டிருக்க, தீர்மானமே அற்ற சுதந்திரத்தில் திளைக்க ஒரு நாள். பகற்கனவு என்கிறார்கள். ஆனால், ஆசைகள் லட்சியங்கள் அங்குதானே வர்ணச் சித்திரங் களாக மிளிர்கின்றன. அதுவும் வேண்டாம் என்றால் எப்படி?

மொட்டைமாடி வெறுந்தரையில் கிடந்து வானத் தைப் பார்க்க ஆரம்பிக்கிறேன். பின் எப்போது என்று தெரியாமல், வானமும் மொட்டைமாடியும் செடிகொடி களும் என் ரத்தபந்தங்களைச் சுற்றி உழலும் நினைவுகளும் அற்றுப்போய் மனக்காட்சியில் நான் கதாநாயகனாகச் சுழல, என்னைச் சுற்றி சூரிய சந்திர மண்டலங்கள் கும்மியடிக்கின்றன. பூத்துச் சொரிகின்றன ஆசைகள். மாலை தொடுக்க மெல்லிய மேகங்களை உடுத்திக்கொண் டிருக்கும் பெண்கள் மிதந்து வருகிறார்கள். பின்னால்

நினைத்துப் பார்த்தால் வெட்கமாய் இருக்கும். இப்படிக் கேவலப் பட்டுப் போய்விட்டோமே என்றிருக்கும். சில சமயம் வருத்தம் பொத்துக்கொண்டு வரும். நல்ல வேளை, என் பகற்கனவுகள், அந்த வர்ணத் திரைக்காட்சிகள், வேறு யாருக்கும் தெரிவதில்லை. அதில் ஒரு 'ரீல்' பார்த்தால்கூட எல்லோரும் என்னைக் காறி உமிழ்ந்து விடுவார்கள். பத்து சட்டம் பார்த்தால் போதும், "இந்த நாயை வீட்டில் வைத்துக்கொண்டிருக்க யோக்யதை இல்லை" என்பார் அப்பா.

"நீங்கள் நினைப்பது சரிதான் அப்பா, சரிதான். என் கற்பனைகள் ஒன்றும் நிறைவேறமாட்டேன் என்கிறதே. நான் என்ன செய்யட்டும்? ரொம்ப வேண்டாம்; கால்பங்கு நிறைவேறி னால் போதும்... அப்புறம் ஒரு வார்த்தை சிணுங்கமாட்டேன். உங்களைப்பற்றியோ, அம்மாவைப் பற்றியோ, கடவுளைப் பற்றியோ – நான் வேலை செய்யும்போது சந்தோஷமாக இருந்தால், கடவுள் இருந்தால் என்ன, இல்லாமல் போனால் என்ன – ஒரு வார்த்தை முணுமுணுக்க மாட்டேன். எந்த நுகத்தடிக்கு வேண்டுமென்றாலும் புன்னகையுடன் தோள் கொடுப்பேன். கால் பங்கு நிறைவேறினால் போதும் அப்பா, வெறும் கால் பங்கு!"

ஒருநாள் முழுசாக என் கையில் வந்து விழுவது; அதைக் கொஞ்சம் கொஞ்சமாக, தீர்ந்து விடுமே என்ற கவலையில் நான் கொறித்துக் கொண்டிருப்பது. பொறுக்குமா அப்பாவுக்கு? விடுமுறை நாளில் இரத்தமும் சதையுமாய் அவர் வீட்டில் உட்கார்ந்து கொண்டிருப்பதற்கு ஒரு அர்த்தம் வேண்டாம்? "போடா, போய் அந்த சேலம் கட்டை உடைத்து விலை போடு" என்றார் அவர்.

எனக்கு மிகவும் கஷ்டமாக இருந்தது. அது ஒன்றும் அப்படி பெரிய வேலை இல்லை. அந்த உருப்படிகள் விற்பனைக்கு அவசரமாகத் தேவையுமில்லை. மறுநாளோ அதற்கு மறுநாளோ கூட போட்டுக்கொள்ளலாம். அரைமணி நேரத்தில் – சரியான கையாள் நின்றால் இன்னும் குறைவாகக் கூட – செய்துவிடக் கூடிய வேலை. அது போதும் என்று வைத்துக்கொண்டால் நான் வீட்டில் அல்லவா இருப்பேன். சும்மா இருந்துவிட்டால் கூடக் குற்றமில்லை. சும்மாவும் இருக்கமாட்டேன் என்கிறேனே. அதுதான் கஷ்டமாக இருக்கிறது அப்பாவுக்கு. என் புத்தக அலமாரியை அடுக்க ஆரம்பிக்கிறேன். தரை பூராவும் பரந்து கிடக்கும் புத்தகங்கள் அப்பாவை என்னென்னவோ செய்துவிடு கின்றன. என்ன செய்வது இவ்வளவு பெரிய துன்பத்துக்கு அவரை ஆளாக்குகின்றன என்பதைக் கண்டுபிடிக்கவும் முடிய வில்லை. இலக்கிய நண்பன் என்னைத் தேடிக்கொண்டு வந்து

விடுகிறான். அறைக்குள்ளேயே அடைந்து கிடந்து இருள் சூழ்ந்த பின்பும் விளக்குப் போட்டுக்கொள்ளாமல், மிதமிஞ்சிய லகரி யுடன், வெறியுடன் பேசிக்கொண்டிருக்கிறோம். அவ்வப்போது நண்பன் வெளியேபோய் 'தம்' இழுத்துவிட்டு வருகிறான். பேச்சு. பேச்சு. என்னதான் பேசிக்கொள்கிறார்களோ என்று அப்பா அம்மா முதல் கைக்குழந்தை வரை கேட்டிருக்கிறார்கள். யாரும் இந்தக் கேள்விக்குச் சரிவரப் பதில் சொல்லவும் மாட்டேன் என்கிறார்கள். அப்படியே என் நண்பன் வரவில்லை என்றாலும் – அவன் அநேகமாக வராமல் இருப்பதில்லை –அம்மாவைத் தேடிக்கொண்டு போகிறேன். அவளுடைய கட்டிலின் ஒரு மூலையில் ஒண்டிக்கொண்டு, நோபல் பரிசைப் பிடுங்கிக் கொள்ளப்போகிற என் நாவலின் கதையை நான் சொல்ல, அவள் சுவாரஸ்யமாகக் கேட்க, அந்த இடத்தில் அக்காக்கள், தங்கை, அக்கா குழந்தைகள் எல்லோரும் கூட, பேச்சும் சிரிப்பும் கலகலப்புமாகி, அங்கு நான் ஒரு கதாநாயகன் மாதிரி ஜொலித்துக் கொண்டிருக்கும்போது, அப்பா தனியறையில் தனிமை வதைக்க படித்து முடித்த 'ஹிந்து' பத்திரிகையை மாறி மாறி மடித்துக் கொண்டு, நாற்காலியில் உட்கார்ந்து கொள்வதும் மீண்டும் வராண்டாவில் உலாவுவதும்... அப்பப்பா. ஒரு விடுமுறை நாள் என்னென்ன பிரச்சனைகளைக் கிளப்புகின்றன!

"டேய் போ. போய் சேலம் கட்டை உடைத்து விலை போடு" என்கிறார் அப்பா. "கூட ?" என்கிறேன். "மதுக்குஞ்சுவை வரச்சொல்லியிருக்கிறேன்" என்கிறார். இதைக்கேட்க கேட்க எனக்கு மிகச்சங்கடமாக இருக்கிறது. இது ஒரு தந்திரம். எனக்குத் தெரியாமல், வேண்டாம் என்று சொல்லக்கூட சந்தர்ப்பம் தராமல், மதுக்குஞ்சுவை வரச் சொல்லியிருக்கிறார். வீட்டுக்கு வரச்சொல்லியிருந்தால் இப்போதுகூட வேண்டாம் என்று நான் அவனை அனுப்பிவைக்க முடியும். இது தெரியாதா அப்பாவுக்கு? அதனால்தான் நேராகக் கடைக்கு வரச் சொல்லி யிருக்கிறார். இப்போது அவன் வந்து காத்துக்கொண்டிருப் பான். இனிமேல் ஒன்றும் செய்ய முடியாது – சேலம் கட்டை உடைப்பதைத் தவிர.

தெருவழியே உடம்பையும் சாவியையும் தூக்கிக்கொண்டு, மனத்திற்குள் அழுதுகொண்டு, என் வாழ்க்கையை உருவாக்கிக் கொள்ளத் தெரியாத என்னையே நிந்தித்துக்கொண்டு, என்னை இப்படித் தொடர்ந்து சங்கடப்படுத்தும், யாரென்று தெரியாத எதிரியை சபித்துக்கொண்டு போனேன்.

வெளிப் பிரக்ஞை ரொம்பவும் மங்கிப்போனதில், மற்றொரு அசையும் பொருளில் என் உடலேறி உட்கார்ந்து கொண்ட மாதிரி நகர்ந்து கொண்டிருந்தேன். ஒரு கல்தூணைக் காலால்

உதைத்து எலும்பை முறித்துக்கொண்டு விழுந்து கிடக்க வேண்டும் போலிருந்தது.

வெள்ளிக்கிழமைகளில்தான் புதுப் படங்கள் போடுகிறார்கள். பதிமூன்று கொட்டகைகளிலும் புதுப் படங்கள். காலை ஒன்பது மணிக்குக் களை கட்டியாயிற்று. பெண்களையும் குழந்தைகளையும் தெருவில் வாரிக் கொட்டியாயிற்று. இடுப்புக் குழந்தைகளுடன் விரைகிறார்கள். இவர்கள் உடம்பில் இந்த நேரங்களில் ஏறும் விறுவிறுப்பைப் பார்த்தால், வருடக்கணக்கில் சிறையிலிருந்துவிட்டு விடுதலை பெற்று வரும் கணவன்மார்களைக் கொட்டகைகளில் சந்திக்கப்போவது மாதிரிதான் இருக்கிறது. வெளியே காட்டிக்கொள்ள முடியாத நாணத்தால் அமுக்கப்படும் சந்தோஷத்தில்தான் முகத்தில் இந்தப் போலிக் கடுகடுப்பு ஏற முடியும். இந்த ஒன்பது மணிக்கு, தங்கள் வேலைகளைப் பரபரக்கப் பாதி முடித்தும், போட்டது போட்டபடியும் தெருக்களில் குதித்து விரைகிறார்கள். தெரிந்தவர்களைக் குறுக்கிட்டுத் தாண்டும்போது, பார்த்தும் சரியாக பார்க்காதது போல் சிரித்துக்கொண்டு விரைகிறார்கள். வெயில் விளாச ஆரம்பித்துவிட்டது. இப்போதே இப்படி அடித்தால் நண்பகலுக்கு அதன் கைச்சரக்கை நினைத்துப்பார்க்க முடியவில்லை. கழுத்துகளிலும் கன்னங்களிலும் வியர்வை வழிந்துகொண்டிருக்கிறது. குங்குமப் பொட்டுகளின் ஓரங்கள் கலங்கிவிட்டன. இடுப்புக் குழந்தைகளின் தலைகள், பெண்களின் அவசர உடல் அசைவுகளில் குரங்காட்டம் ஆட, நெற்றிப் பொட்டுகளிலும் தாடைகளிலும் வியர்வை வழிகிறது. குழந்தைகளின் முகங்கள் ரொம்பவும் வாடிவிட்டன. பெண்கள் தங்கள் இயற்கையான வேகத்தில் நகராதது மாதிரியும், உருத்தெரியாத ஒரு லகரியைக் கடைவாயில் ஒதுக்கிக்கொண்டு அதிலிருந்து ஊறும் ஒரு ரசத்தை விழுங்கி தங்கள் நாளங்களில் பரப்பிக் கொள்வதால் தான் இவர்களால் இத்தனை அமானுஷ்ய வேகம் கொள்ள முடிந்திருக்கிறது என்றும் தோன்றுகிறது. அவர்கள் மூளையில் ஊறப் போகும் இன்ப உணர்வுகளுக்குப் பாஷை இல்லை.

நானும் சிறுவயதிலிருந்தே இவர்களைப் பார்த்துக்கொண்டிருக்கிறேன். இவர்கள் எல்லோரையும் எனக்குத் தெரியும் – அவர்களுக்கு என்னைத் தெரியாவிட்டாலும். காலத்தாலும், நாகரிகங்களாலும், நான் அறியாது அவர்கள்மீது சரியும் கஷ்டங்களாலும், சில சமயம் சந்தோஷங்களாலும் இவர்கள் அடையும் மாற்றங்களை நான் மிக உன்னிப்பாக மிகுந்த ஆசையுடன் கவனித்து வந்திருக்கிறேன். நான் சிறு பையனாக இருக்கும்போது வெள்ளிக்கிழமைகளின் மகோன்னதக் காலைக் காட்சிகளுக்கு,

தங்கள் தாயார்களின் அவசரத்துக்கு ஈடுகொடுக்கப் பதறிக் கொண்டு, பாவாடையைச் சுருக்கிக்கொண்டு ஓடிய குட்டிகள், வயிற்றுக் குழந்தையுடனும் இடுப்புக் குழந்தையுடனும் இப்போது ஓட, அன்று இவர்கள் இருந்ததுபோலவே இப்போதிருக்கும் இவர்களுடைய குழந்தைகள் இவர்களை எட்ட விரைகின்றன. காலங்கள், எத்தனை வருடங்கள். இன்னும் எத்தனை வருடங் களுக்கு இவர்கள் இப்படி ஓடிக்கொண்டிருப்பார்களோ?

வித்தியாசத்திற்காக, வேண்டுமென்றே பாதையை மாற்று கிறேன். ரொம்பவும் சுற்று இது. அப்பாவுக்குத் தெரியாத சந்துகள். கண்களைக் கட்டி இதில் எதிலாவது ஒன்றில் கொண்டு அவரை விட்டால், "இது எந்த ஊர்?" என்று நிச்சயம் கேட்பார். அவருக்கு, கடைக்கு ஒரு பாதைதான் உண்டு. அந்தப் பாதை வழியாகத்தான் அவர் இருபத்தி மூன்று வருடங்களாக – அதற்கு மேலும் இருக்கும் – போய்க்கொண்டிருக்கிறார். நான் சுற்றிப் போகிறேன். சந்துகள் வழியாக, மோசமான சந்துகள் வழியாக. இந்தச் சந்திலுள்ள குடியிருப்புகள், ஆட்கள் – முக்கியமாகப் பெண்கள் – இந்தத் தெருக்களிலுள்ள வேசிகள், அரை வேசிகள் – அவர்கள் ஒவ்வொருவருடைய முகங்களும் – அவர்களுடைய குழந்தைகளின் முகங்களும் – எனக்குத் தெரியும். இந்த வீடுகள், முன்வாசல்கள் (அன்னம்மை நாடாத்திக்கு ஒரு கோலம்தான் தெரியும். மூன்று ஜிலேபிகள் பிழிந்துவைத்துவிடுகிறாள், கோலப் பொடியில்), சண்டைகள், சச்சரவுகள், கெட்ட வார்த்தைகள் – அவர்களுடைய முகங்கள் எனக்கு அலுக்கவே இல்லை. இவர் களுடைய ஒழுங்கற்ற தன்மையை நம்பித்தான் நான் என் ஜீவனைச் சுமந்து கொண்டிருப்பதாக, அப்பாவுடைய ஒழுங்கி லிருந்து என்னைத் தற்காத்துக்கொண்டு வருவதாகப்படுகிறது.

அப்பா காலையில் ஐந்து மணிக்கெல்லாம் எழுந்து நடக்கப் போய்விடுகிறார். ஏழு மணிக்கெல்லாம் காலைக்கடன்கள், குளியல், காலை உணவு எல்லாம் முடிந்துவிடும். ஹாலின் நடுவில், வெளி வாசல் கதவை யாரேனும் திறந்தால் தெரியும் படி, சம்மணங்கூட்டி தரையில் உட்கார்ந்துகொள்கிறார். காலை யில் முதலில் எழுந்த ஒரு கைக்குழந்தை அவசரமாகத் தலை சீவி பவுடர் போட்டு, கண்ணுக்கு மையிட்டு, சட்டைக்குள் திணித்து ரெடி பண்ணப்பட்டிருக்கும். அக்கா அல்லது தங்கை, அல்லது சமையல் மாமி, கதவின் பின்பக்கம் காத்துக்கொண் டிருந்து குழந்தையை அவர் மடியில் கொண்டுவந்து போடுகிறார் கள். குழந்தையுடன் கொஞ்ச ஆரம்பித்து, அந்த கொஞ்சலில் ஒரு வெறி ஏறி, லகரி பிடித்து, தன்னை மறந்து தன் உடம்பை மறந்து தன் பெயரை மறந்து, கொஞ்சுகிறார். எத்தனையோ விதமான சப்தங்களை அவர் எழுப்புகிறார் – தோள் துண்டு

நழுவி விழுந்துவிட்டால் கூசிக் குறுகி உள் வருத்தம் கொள்கிறவர். மணி எட்டு அடிக்கிறது. அவருடைய சந்தோஷம் கலைகிறது. விரல்களை நீட்டி மணி சரியாக அடிக்கிறதா என்று சரிபார்க்கிறார். ஒவ்வொரு காலத்துக்கு ஒவ்வொருத்தன் என்றாலும் எப்போதும் ஒரு சிஷ்யன் அவருக்குக் கனகச்சிதமாக அமைந்து கொண்டிருக்கிறான். கேட்டைத் திறந்துகொண்டு அவன் உள்ளே வருகிறான். இப்போது யாராவது அவசரமாகப் போய்க் குழந்தையை வாங்கிக்கொள்ள வேண்டும். அப்பா சாவியை எடுத்துக் கொள்கிறார். எட்டரை மணிக்குக் கடை திறக்கப்படுகிறது. சிஷ்யன் பின்னறையைச் சுத்தப்படுத்துகிறான். அந்தப் பின்னறைக்குள் நுழைந்து அவருடைய நாற்காலியைப் போய் அடைந்ததும், அவருக்கு ஒரு இதம் ஏற்படுகிறது. அந்த அறையில் அவர் வேலை பார்க்கும்போது, பேரேடுகளைத் திருப்பும்போது, ஃபைல்களைப் புரட்டும்போது, கடிதங்கள் எழுதும்போது, கவலையில் ஆழ்ந்திருக்கும்போது, கோபத்தில் கொதித்துக் கொண்டிருக்கும்போது, எத்தனையோ தடவை அவரை மிகக் கூர்மையாகக் கவனித்திருக்கிறேன். எந்த மனநிலையிலிருந்தாலும் அந்த அறை அவருக்கு மிக அவசியமான ஒரு பாதுகாப்பைக் கொடுப்பது மாதிரி எனக்குத் தோன்றுகிறது. அங்கு வந்து சேருவதற்கும், அந்த அறையின் சூழ்நிலையில் தன்னை முடிந்த மட்டும் கரைத்துக்கொள்ளவும்தான் மற்ற சகல காரியங்களையும் அவசர அவசரமாகவும் படபடப்புடனும் அவர் செய்து முடிப்பதாக எனக்குத் தோன்றுகிறது. அந்த அறைக்கு அவருக்கு வர முடியாமல் போகும் நாளை என்னால் நினைத்துப் பார்க்க முடியவில்லை. அதுதான் அவருடைய உண்மையான மரணமாக இருக்கும். அப்பாவுக்குத் தெரியாத சந்துகள் வழியாகப் போகும் போது எனக்கு மிகவும் சந்தோஷமாகத்தான் இருக்கிறது. இங்கிருந்துதான், இதுபோன்ற சந்துகளிலிருந்துதான், பெண்கள் ஒழுக ஆரம்பிக்கிறார்கள். ஒழுகி, தெருமுனைகள் தாண்டி, வேறு பலரையும் சேர்த்துக்கொண்டு வீங்கி, ரஸ்தாக்களில் வழிந்து கட்டி தட்டியும், திராவகத் தன்மையுடனும், சேறும் குழம்புமாக இரு கரைகளையும் பிடுங்கிக்கொண்டு ஓடும் பிரவாகம்போல் அவர்கள் விரைகிறார்கள். இந்தச் சந்தின் கடைசியில்தான் ரஸ்தாவைப் பார்க்கத் தாலுகா ஆபீசின் பழைய கட்டிடம் இருக்கிறது.

இந்தக் கட்டிடத்தின் வினோதமான தன்மையை வார்த்தைகளில் விவரிப்பது கடினம். அவ்வளவு விசித்திரமானது. பொறியியல் கணக்குப்படி இந்தக் கட்டிடம் பத்தொன்தாம் நூற்றாண்டின் பின் பாதியில் – தேசிகவிநாயகம் பிள்ளை கைக் குழந்தையாக இருந்தபோது – சரிந்து விழுந்திருக்க வேண்டும். சுவாசகோசங்கள் முற்றிலும் பழுதாகி விட்ட ஒரு காச நோயாளி,

வேப்பமரத்தடியில் தலை சாய்ந்துக் கிடப்பதான சித்திரமே இந்தக் கட்டிடத்தைப் பார்க்கும்போது ஏற்படுகிறது. இந்தக் கட்டிடத்தில்தான் அந்தக் காலத்தில் அபின் கொடுப்பார்கள். ஒவ்வொரு மலையாள மாதத்திலும் முதல் சனிக்கிழமை பிற்பகல் மூன்று மணிக்கு. தாலுகா ஆபீசின் வெளிச்சுவரின் உட்பக்கம் போதிய உயரம் கொண்டது. வெளிப்பக்கமும், அதாவது ரஸ்தாவைப் பார்க்க இருக்கும் முன்பக்கம், போதிய உயரத்துடன் இருக்கும். இடது பக்கம் மட்டும் – வெளிப்பக்கம் – ஒரு பெஞ்சுபோல் மிகவும் குட்டையாக இருக்கும் பக்கவாட்டுக் காலிமனை மிகவும் மேட்டுப்பாங்கானது. அபின் வாங்க வருகிறவர்கள் – நான் பார்த்த காலங்களில் அநேகமாகப் பஞ்சடைந்த கிழவர்கள் – எல்லோரும் ரஸ்தாவிலிருந்து செம்மண் ஓடையில் இறங்கி, கவனமாகக் கீழே பார்த்துக்கொண்டே திடலில் ஏறி – எங்களூரிலுள்ள மூன்று திறந்தவெளி கக்கூசுகளில் இது மிக உபயோகமானது – காம்பௌண்டு மதிற்சுவர் பெஞ்சில் வரிசையாகக் கழுகுகள்போல் உட்கார்ந்துகொண்டிருப்பார்கள். தாலுகா ஆபீசின் பின்னாலுள்ள கக்கூஸ் சுவரில் சாய்ந்தபடி வேப்பமரத்தடி நிழலில் சிலபெண்கள் – சில கிழவிகள் – யாரையும் முகமெடுத்துப் பார்க்காமல், ஆழ்நிலை தியானத்தில் ஈடுபட்டிருப்பதுபோல் உட்கார்ந்துகொண்டிருப்பார்கள். நான் ஒரு சைத்திரிகனாக இருந்திருந்தால் இந்தக் காட்சிகளைப் பல ஓவியங்களாகச் சேமித்திருப்பேன். அங்கு வருபவர்களின் முகங்களிலிருந்தும் உடம்பின் ஒவ்வொரு பகுதியிலிருந்தும் அங்கங்களிலும் கசிந்து, வராண்டாவின் ஓரங்களிலும் படிகளிலும் வேப்ப மரத்தடிகளிலும் வழியும் தள்ளாமையை, இயலாமையை, அனைத்தும் ஒடுங்கிய பின்பும் அபினை நம்பிக் கொடுக்கில் கொஞ்சம் ஜீவனை வைத்துக்கொண்டிருக்கும் பிடிவாதத்தை, முக்கியமாக, பஞ்சடைந்து பீளைசாடி போதையில் மயங்கி மிதக்கும் கண்களையெல்லாம் வரைந்து காட்டியிருப்பேன்.

கடையைத் திறந்தேன். கடையின் எதிர்ப்பக்க, சற்றே கோணலான, சினிமாக் கொட்டகையின் வாசலிலிருந்து மதுக்குஞ்சு வெளிப்பட்டான். முன்பக்கம் காட்சிக்கு வைத்திருந்த புகைப்படங்களைப் பார்த்துக்கொண்டிருந்தான் போலிருக்கிறது. எனக்காகக் காத்துக்கொண்டிருந்தது அவனுக்கு அலுப்பைத் தந்திராது. எனக்காக வர நேர்ந்ததே என்னைப் பார்த்த பின்புதான் அவன் நினைவில் துளிர்த்திருக்கும். நான் அவசரப்பட்டு வந்துவிட்டதுபோல் அவனுக்குத் தோன்றியிருக்கலாம். நான் வந்து சேராத அந்த இடைவெளியை, பள்ளத்தை, பொறுமையின்மையை, எரிச்சலை, அந்தப் புகைப்படங்கள், துடைகள், முலைகள், பிருஷ்டங்கள், முத்தமற்ற தமிழ் முத்தங்கள் அனைத்தும் மிக நன்றாக நிரப்பிக் கொண்டிருந்திருக்க வேண்டும்.

தகரப் பட்டைகளை வெகு லாகவமாகக் கிழித்து, பண்டிலைப் புரட்டி உடைக்கிறான் மதுக்குஞ்சு. கைதேர்ந்தவன். எந்த இடத்தில் அடி விழ வேண்டும் என்பது எத்தனை துல்லியமாக அவனுக்குத் தெரிகிறது! சற்றுமுன், காலத்திற்கும் அசைந்து கொடுக்காது என்ற எண்ணத்தை ஏற்படுத்திய பண்டில், இதோ பரிதாபமாகச் சிதறிக் கிடக்கிறது. நான் பட்டியலையும் கணக்குப் பார்க்க ஒரு பக்கம் எழுதாத தாள்களையும் எடுத்து வைத்துக் கொண்டேன். அவன் ஊசி, நூல், விலைச்சீட்டு முதலியவற்றை எடுத்துக்கொண்டு வந்தான். உருப்படிகளை கவுண்டரில் வைத்து, மொத்த எண்ணிக்கையைச் சொல்லி ஒத்துக்கொண்டுவிட்டு – எண்ணம் முதல் தடவையே சரியாக வந்துவிட்டது – தரம் பிரிக்க ஆரம்பித்தான். நான் ஒரு பக்கத் தாளில் விற்பனை விலையைக் கணக்குப் பார்க்க ஆரம்பித்தேன். மதுக்குஞ்சு ஆர்டர் ஃபைலிலிருந்து ஆர்டரைத் தனியாக எடுத்து, சரக்கு சரியாக வந்திருக்கிறதா என்று பார்த்துக்கொண்டிருந்தான். காதில் சொருகியிருந்த ஆட்டுப்புழுக்கைப் பென்சிலால் 'டிக்' போட்டுக்கொண்டு வந்தான். நான் விலைச் சீட்டுகளை எழுதி அவனிடம் தந்தேன்.

மின்சாரம் இல்லை. எங்கோ பழுது பார்க்கும் வேலை நடக்கிறது போலிருக்கிறது. காலைத் தூக்கி நாற்காலியில் வைத்துக் கொஞ்சம் இதப்படுத்திக்கொண்டேன். தலையைத் திருப்பி 'ஷோ கேஸ்' கண்ணாடியின் பின்னால் தொங்கிக் கொண்டிருந்த சேலைகளின் இடைவெளி வழியாகத் தெருவைக் கவனித்தேன். நெரிசல் தளர்ந்துவிட்டது. எல்லோரையும் இழுத்து, தன் அடிவயிற்றில் அமுக்கிக்கொண்டுவிட்டன இந்தக் கொட்டகைகள். உடல் பூராவும் எண்ணற்ற முலைகள் கொண்ட மலைபோல் விழுந்து கிடக்கும் ஒரு ராட்சசியின் உடம்பில் லட்சக்கணக்கான மூஞ்சூறுகள் கொசு கொசுவென்று ஒன்றின் மேல் ஒன்று புரண்டு கொண்டு பால் குடிப்பதுபோல் தோன்றிற்று. மடக்கு நாற்காலிகளை ஓரத்தில் ஒதுக்கி, தூசி தட்டிய இடத்தில் வாகன முண்டை ஒற்றையாக விரித்தான் மதுக்குஞ்சு. சேலை எடுத்து வாகன முண்டில் பரப்பி, விலைச்சீட்டைத் தைப்பதற்கு வசதியாக வைத்துக்கொண்டிருந்தான். சம்மணங்கூட்டி உட்கார்ந்து தைக்க ஆரம்பித்தான்.

"நீ நம்மகிட்ட வந்து எத்தனை வருஷம் இருக்கும் டேய், மதுக்குஞ்சு" என்று கேட்டேன்.

"வருஷம் தெரியலே. பத்து வருஷம் இருக்கும். ஒரு சித்திர மாசம் இருபத்தியொண்ணாம் தேதி." மதுக்குஞ்சு லேசாகச் சிரித்தான். அவன் ஏன் சிரித்தான் என்பது எனக்குப் புரியவில்லை. அவனே சொன்னான்:

"அண்ணைக்குத்தான் பெரிய சாமிக்கு பொறந்த நாளு. வீட்டிலேருந்து கடைப் புள்ளைகளுக்குப் பாயாசம் வந்தது. நான் காலையிலே வந்தேன். ராகு காலம் போயுட்டு பத்தரை மணி தாண்டி வானு பெரிய சாமி சொன்னா. நான் வந்து பாயாசம் குடிச்சேன்."

அவன் சொன்ன விஷயங்கள் எல்லாம் சரிதான். தேதி வருஷம் ஒன்றும் எனக்கு நினைவில்லை. ஆனால், ஒரு சம்பவம் நினைவுக்கு வந்தது. எல்லோரும் சேர்ந்து உட்கார்ந்து சாப்பிட்டுக் கொண்டிருந்தோம். அப்பா சொன்னார்: "இன்னிக்கு ஒரு சின்னப் பயல வேலைக்கு எடுத்தேன். என்னடா பேர்னு கேட்டேன். முருகன்னு சொன்னான். ஏற்கனவே ரெண்டு முருகன்கள் இருந்துண்டு, இவனைக் கூப்பிட்டா அவன் வரதும், அவனைக் கூப்பிட்டா இவன் வரதும், ரெண்டு பேருமே தன்னை இல்லைன்னு வராம இருக்கறதும் போறாதா, நீ வேறயானு கேட்டேன். அப்பொத்தான் இசக்கி, மில் பெயிலை உடைச்சு, மதுக்குஞ்சு 7 பீஸ்னு ஒத்துண்டான். இந்தப் பயலுக்கு, நம்மகடையிலே மதுக்குஞ்சுனு பேர் அப்படீன்னேன்." அப்பா தனக்குத்தானே சிரித்துக்கொண்டது இப்போதும் என் மனத்தில் தெரிகிறது.

"மதுக்குஞ்சுவா! பெயர் ரொம்ப ஜோரா இருக்கப்பா" என்று நாங்கள் சொன்னோம்.

"அப்படீன்னா அந்தப் பேரை எனக்கு ஏன் வைக்கலை?" என்று கேட்டான், என் மூத்த அக்காளின் சின்னப்பிள்ளை.

எல்லோரும் சிரித்தோம்.

இந்த ஞாபகங்கள் மனத்தில் ஓடவே மதுக்குஞ்சுவைப் பற்றி அப்பா சொல்லியிருந்த மற்றொரு விஷயம் என் மனத்தில் ஓடிற்று. ரொம்பவும் அதிர்ச்சி தரும் வித்தியாசமான விஷயம் என்பதாலேயே என் மனத்தில் பதிந்து போயிருந்தது. இப்போது அந்த விஷயத்தை மதுக்குஞ்சுவிடம் கேட்கலாமா? அப்படிக் கேட்பது அவன் மனத்தைச் சங்கடப்படுத்துமா? எப்படி ஆரம்பிப் பது? நான் அப்பா சொல்லியிருந்த விஷயத்தைப் பூசி மெழுகிச் சொல்ல ஆரம்பித்தேன்.

"சாமி சொன்னது சரிதான். என் வலது கண் எங்க அம்மாவோடது தான்" என்றான் மதுக்குஞ்சு.

"இப்படிச் சொல்றான் அந்தப் பயல். அதுக்கு மேலே எப்படிக் கேக்கறது? அதுக்கு மேலே எப்படிக் கேக்கறது?" என்று அப்பா திரும்பத் திரும்பக் கேட்டது என் நினைவுக்கு வந்தது.

கேட்கக்கூடிய விஷயம் இல்லைதான். இருந்தாலும் இந்த மாதிரி விஷயங்களைத் தெரிந்துகொள்ளத்தானே மனம் துடிக் கிறது.

"என்ன மதுக்குஞ்சு, ஏதேனும் விபத்தா?" என்று கேட்டேன்.

"சின்ன வயசிலே நடந்தது. கிராமத்திலே சொல்லக் கேள்வி தான். எங்கம்மா ஒரு சினிமாப் பைத்தியம். ஆத்து மணல்லே உக்காந்து சினிமாப் பாத்துக்கிட்டு இருக்கா. நான் மடியிலே படுத்துக் கெடக்கேன். கீள கெடக்கற கூழாங்கல்லே எடுத்து வாயிலே போட்டுக்கறதும் அவ விரலைப் போட்டு நோண்டி எடுக்கறதுமா இருந்திருக்கு. ஒரு தவா கண்ணை நோண்டிட்டா தெரியாம, அப்டினு சொல்றாங்க" என்றான்.

மதுக்குஞ்சு, மிகவும் அமைதியாக முகத்தை வைத்துக்கொண் டிருந்தான். இருந்தாலும் முகம் உறைந்து போனது போலிருந்தது. அவன் மனத்தில் ஓடும் எண்ணங்களை அனுமானிக்கத் தெரியா மல் குழம்பிக்கொண்டிருந்தேன்.

"செலவங்க சொல்றாங்க, அவங்க உடனே செத்தப்போயுட் டாங்கனு சொல்றாங்க. செலவங்க சொல்றாங்க, நான்னுக்கிட் டாங்கனு. அண்ணைக்கே அவங்க கண்ணை நோண்டி எனக்கு வச்சுட்டாங்களாம், ஆஸ்பத்திரியிலே" என்றான் மதுக்குஞ்சு.

"உனக்கு ஏதாவது கஷ்டமிருக்கா அதனாலே" என்று கேட்டேன்.

"ஒண்ணுமில்லே. ஆனா பார்வை இல்லே. பள்ளம்தான் ரொம்பிச்சு" என்றான் அவன்.

போன் மணி அடித்தது. ரிசீவரை காதில் வைத்துக்கொண் டேன். அப்பாதான்.

"வேலை முடிஞ்சுதா? என்ன சேத்துப் போட்டே?"

சுவடு, 1979

# கொந்தளிப்பு

அந்த நாளை நினைக்கும்போது, எனக்கு நடுக்கம் தான் ஏற்படுகிறது. அன்று என் கபோலம் சிதற, என் கபோலத்தால் ஒரு விரோதியின் கபோலம் சிதறிற்று. மரணத்தைத் தேர்ந்தெடுத்துக்கொண்ட விதத்தில் முழு வாழ்வுக்குமே ஒரு அர்த்தம் கிடைத்து விட்டது. அன்று நடந்ததை எல்லாம் ஏதோ அரைகுறையாகச் சொல்ல முடியுமே தவிர, தெளிவாக வர்ணிக்க முடியும் என்று தோன்றவில்லை. அன்றைய விடியலே அதற்கான விடியல் மாதிரிதான் பட்டது. வானத்து மூட்டம் எங்கும் கவிந்து பூமியை நோக்கிப் படர்ந்து கொண்டிருந்தது. ஒரு முகத்துக்கு மறு முகமோ, ஒரு மரத்துக்கு மறு மரமோ தெரியவில்லை. மண்ணை ஒட்டிக் கொஞ்சம் வெளிச்சம் புழுப்போல் நெளிந்து கொண்டிருந்தது. கட்டிடங்களும் தாவரங்களும் உள்ளூர உருகிக்கொண்டிருந்தன. பறவைகள், மிகுந்த கலவரம் கொண்டிருந்தன. மின்னல் வீச்சுகளில் வரவிருக் கும் காலத்தின் துணுக்கு பயங்கரங்கள் அவற்றிற்குப் புலப்பட்டனவோ என்னவோ? அவற்றிற்குப் புலனாகும் ஒன்று எனக்கு ஆகவில்லை என்று தோன்றியபோது கலவரம் என்னையும் பிடித்து ஆட்டத் தொடங்கிற்று. புலப்படுபவைகூட மங்கிப்போகட்டும் எனச் சோர்வு கொள்ளும்படி இருந்தது சூழல்.

பேரெழுச்சி பற்றிய செய்திகள் காலங்காலமாக என் காதில் விழுந்துகொண்டிருந்தன. என் முன்னோர்களும் அவர்களின் முன்னோர்கள் இதுபற்றித் தங்களிடம் கூறியிருப்பதாகச் சொன்னார்கள். என் காலத்தைச் சேர்ந்தவர்களும் இப்படியே நம்பினார்கள். ஆனால் இதுகாறும் பொதுமையாக இருந்தது இப்போது முனைப்பு தட்டி விட்டது என்று தோன்றிற்று. காலங்காலமாகக் கொண்ட பிரயாசைகளின் அவ்வளவு முகங்களும் இப்போது ஒன்று சேர்ந்துவிட்டன என்றார்கள். ஆனால், அப்போதும் எழுச்சி இன்னவிதம் என்று யாருக்கும் கூறத் தெரிந்திருக்கவில்லை. கற்பனையால் பார்த்துக்கொண்டிருந்ததை வார்த்தைகளால் வர்ணித்துக்கொண்டிருந்தார்கள். விவேகிகளுக்கு அப்போதும் சந்தேகம் ஏற்பட்டது. இதற்குமுன் குறித்திருந்த நேரங்களில் எல்லாம் பிசுபிசுத்துப் போனதுபற்றி அவர்கள் சரித்திர ஞானத்துடன் பேசினார்கள். ஆனால், மனுஷர்களில் பலரும் வரும் என்றுதான் நம்பினார்கள். மனுஷிகளும் நம்பினார்கள். இன்றும் துக்கம், இனிமேலும் துக்கம் என்பதை அவர்களால் ஏற்றுக்கொண்டு தொடர முடிந்திருக்கவில்லை. அவர்களுடைய துக்கங்கள் விளிம்புகட்டிவிட்டன.

நான் ஊர்விட்டுக் கிளம்பும்போது உள்ளூரப் பயந்து கொண்டே கிளம்பினேன். மனித உள்ளங்களிலிருந்து பீறிடும் நெருப்பு என்னைப் பொசுக்கிவிடுமோ என்ற அச்சம் என்னை வாட்டிக் கொண்டிருந்தது. எனக்கு இன்னும் பார்க்க வேண்டும் என்றிருந்தது. பார்த்துப் பதிவுசெய்ய வேண்டும் என்றும் இருந்தது. கொந்தளிப்பில் நானும் ஆவேசம் பெற்று என்னை அழித்துக் கொள்ளும் தருணம் கூடும் எனில், அப்படியே நடக்கட்டும். புற எழுச்சியில் ஆவேசம் பெற்று மோசமான கோழைகளும் துணிச்சலான காரியங்களை ஆற்றியிருக்கிறார்கள். அன்று நிகழ இருப்பவற்றை மிக நுட்பமாக மூளையில் பதித்துக்கொள்ள வேண்டும் என எண்ணி, பிரக்ஞையால் மூளையை உருட்டி விட்டுக் கொண்டிருந்தேன். என் ஜாக்கிரதைகள் இன்னும் சில கணங்களில் குலைந்து போய்விடும் என அப்போது என்னிடம் யாரேனும் கூறியிருந்தால் நம்பியிருக்க மாட்டேன். என் உடைமைகள் என் பையிலிருந்து பறிபோய் விட்டன. உடையில் உரசி, உடம்பில் உரசாமல் என்ன கள்ளத்தனமான விரல்கள்! விழிப்பு நிலையை நான் முற்றாக இழந்திருந்தேன் என்பதற்கு இது நிரூபணமாயிற்று. அப்போது வாகனத்தின் இரும்போசைகளும் எனக்குக் கேட்கவில்லை. மனிதச் சந்தடிகள் ஏதும் என் காதில் விழவும் இல்லை.

நான் ஏறிய வாகனங்களும் சரியில்லை. சரியான போதைக் கூட்டம் அங்கு – அட, பாவிகளா! இவ்வளவு பகிரங்கமாகவா? –

வாசனை

குடித்து, கஞ்சா அடித்து தலைசுற்றிச் சுழலும்போது, மீண்டும் கஞ்சா அடிக்கும் கூட்டம். பெண்கள் வேறு இடங்களுக்கு நழுவியிருந்தார்கள். நான் சரியாக மாட்டிக்கொண்டு சரிய ஆரம்பித்து விட்டேன். ஒரு நாளும் நான் அவ்வளவு குடித்த தில்லை. என் உடமைகளைத் திருடிக்கொண்ட கள்ள விரல்கள் என்னை ஒரு பூச்சிபோல் மாற்றி புட்டிகளில் இறக்கி குலுக்கி யெடுத்து வெளியே வீசிவிட்டன. என் கடிவாளங்கள் எல்லாம் அறுந்துபோய்விட்டன. அதுகாறும் நான் அவற்றை இழுத்துப் பிடித்துக் கொண்டிருந்ததற்கு எந்தப் பொருளும் இல்லை என்றாயிற்று. தடை பழுதுற்ற வாகனம் பள்ளங்களில் உருளுவது போல் நான் சரிய ஆரம்பித்தேன். இனி நடக்க இருப்பவற்றைப் போதைப் பொறிகள் என்ன பதிவு செய்யும்? இந்தப் போதைப் பொறிகள் அளிக்கும் செய்திகளை, இந்த பிரக்ஞை இனி எப்படித் தொகுக்கும்? இதற்கு முன்னர் நடந்தது போலவே இப்போதும் நடந்துவிட்டதே. பொறிகளில் கசியும் போதை களை முற்றாகத் துடைக்க எண்ணி நான் எடுத்துக்கொள்ளும் பிரயாசைகளும் பொறிகளைப் போதையில் முக்கும் காரியங் களாகச் சரிகின்றன. இதனால் எனக்கு ஏற்படும் மன ஆயாசம் கொஞ்ச நஞ்சமல்ல. இவ்வாறு மனமுறிந்த ஒரு நேரத்தில், "தற்கொலை தவிர வேறு மார்க்கமில்லை எனக்கு" என நான் கூறியபோது நீங்கள் என்னிடம் மிகுந்த கோபம் கொண்டீர்கள். கயிற்றிலிருந்து விடுபட்ட பம்பரத்தின் துக்கத்தை நான் சொல்ல முற்படும்போது, சொல்லச் சொல்ல பம்பரத்திற்கும் கயிறுக்கு மான உறவைப் பற்றியே சொல்லிக் கொண்டிருக்கிறேன். இந்த துக்கமும் சேர்ந்ததில்தான் நான் தற்கொலையைப் பற்றிச் சொன்னதே.

நான் எதிர்பார்த்ததைவிடச் சீக்கிரமாகவே அந்த ஊருக்கு வந்து சேர்ந்துவிட்டேன். தெரு விளக்குகள் எரிந்து கொண் டிருந்தன. அவை விடிந்தும் எரியும் விளக்குகளா? அல்லது வரப்போகும் இருட்டை விரட்டவா? நான் எப்போது கிளம்பி னேன்? எல்லாக் காலங்களிலும் நடந்திருந்த காரியங்கள் அப்போதும் நடந்து கொண்டிருந்ததால், காரியத்தை வைத்துக் காலத்தை எப்படி நிர்ணயிப்பது? அந்தக் கற்கட்டிடத்தின் படிகளில் மூன்று பெண்களைக் காவல் வீரர்கள் பிரம்பால் அடித்துக்கொண்டிருந்தார்கள். இவ்வாறு இவர்கள் பிரம்பால் அடிப்பதை வெவ்வேறு இடங்களிலும் வெவ்வேறு காலங்களிலும் நான் பார்த்திருக்க, இங்கு இவர்கள் இப்போது அடிப்பதை வைத்து இது எந்த இடம் என்றோ, எந்தக் காலம் என்றோ, எப்படிச் சொல்வது? அந்தப் பெண்களைப் போலவே இந்தப் பெண்களும் அசையாமல் உட்கார்ந்து கொண்டிருக்கிறார்கள்.

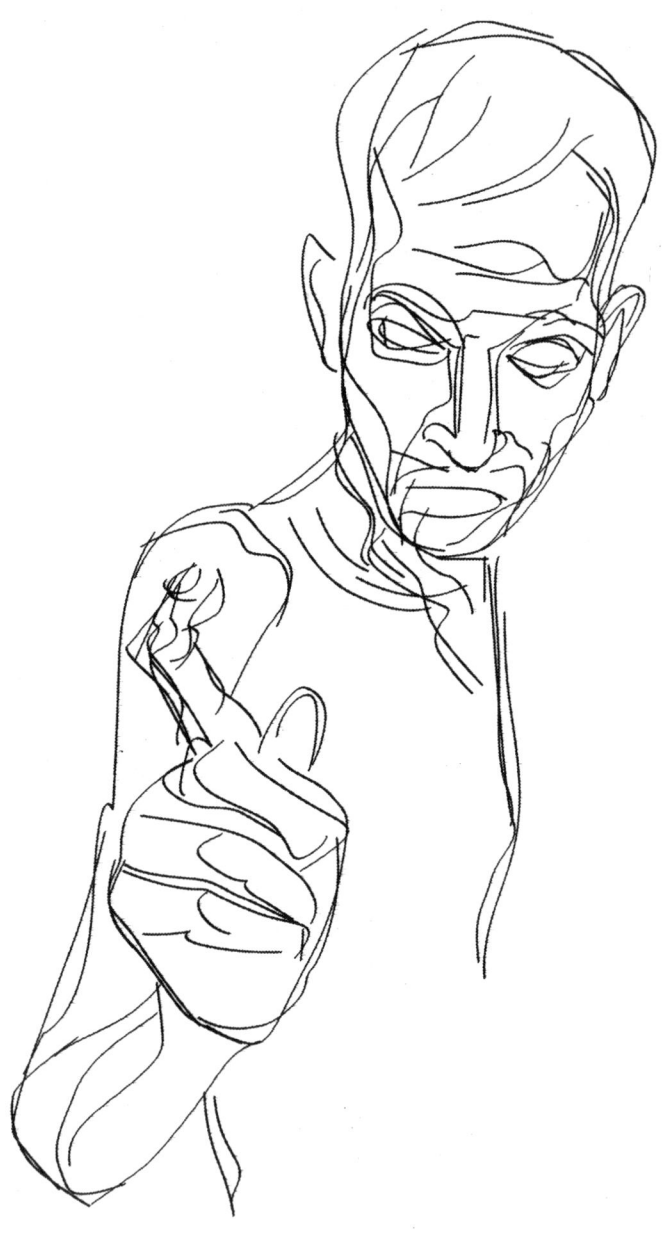

இருந்த இடத்தில் இருந்தே உடம்பை நெளிக்கிறார்கள். ரவிக்கையின் கீழே ஒருத்திக்கு தோல் உரிந்து ரத்தம் துளிர்த்திருந்தது. சுற்றிவர மனிதர்கள் நின்று கொண்டிருந்தார்கள். ஆடை அணிந்திருந்தார்கள். தாடி மீசை இருந்தன. முகங்கள் இறுகிப் போயிருந்தன.

எனக்கு மயக்கமும் வயிற்றுப் புரட்டலும் வந்தன. ஒரு ஆவேச வாந்தி ஆரம்பம் கொள்கிறது என்று நினைத்தேன். குப்பைத் தொட்டியைப் பிடித்தவாறே நின்று கொண்டிருந்தேன். அப்படியானால் என் சாட்சியம் என்ன? என் பதிவுகள் எவ்வாறு? என் பங்களிப்பு எப்படி? சரித்திரம் எனக்காக எவ்வளவு தான் கதறித் துடித்தாலும், குப்பைத் தொட்டிப் பிடியைத் தளர்த்த முடியாது. அங்கு நின்று வாந்தி எடுத்தவாறு, வாந்தியெடுப்புகளின் இடைவேளைகளில் என்னென்ன பார்க்கமுடியுமோ அவற்றைப் பார்த்து என்னென்ன புரிகிறதோ அவற்றைப் பதிவு செய்யலாம். குப்பைத் தொட்டியை விட்டுத் தெருவில் குதித்து, தெருத் தெருவாக வாந்தியெடுத்து, வாந்தி எடுத்ததையெல்லாம் சரித்திரம் என்று சொல்லக்கூடாது என்று நினைத்தேன். நான் குடிக்காமல் இருந்திருந்தால் இன்னும் தெளிவாக இருந்திருக்க முடியும்.

அடர்த்தியான காடு ஊருக்குள் புறப்பட்டு வருவதுபோல் ஜனக்கூட்டம் வந்து கொண்டிருந்தது. தேனீக்களின் எண்ணற்ற கூடுகள் ஏக காலத்தில் கலைக்கப்பட்டது போல் பரவெளியில் ஹுங்காரம். போர் முழக்கத்தின் பீதியை விரோதிகளின் மனத்தில் ஆழப் பாய்ச்சும் ஹுங்காரம் அது. மிகப் பெரும் சாகஸம் கொள்ள இருப்பதை சரித்திரம் எவ்வளவு வலுவாக வெளிப்படுத்திவிட்டது. திட நிச்சயம் கொண்டிருக்கவில்லையெனில் அது இவ்வளவு பெரிய ஹுங்காரத்தை எடுத்த எடுப்பில் எழுப்பியிருக்க முடியாது. ஆக, இதற்கு முன் எப்போதும் வராமல் போன எழுச்சியல்ல இது. உருத்திரண்டு வந்துகொண்டிருக்கும் எழுச்சி. சரித்திரத்தில் மிகப் பெரிய கொந்தளிப்புக்கு சாட்சியம் அளிக்கும் பாக்கியம் எனக்குக் கிடைத்திருக்கிறது.

நான் வாந்தி எடுக்க ஆரம்பித்தேன். இதுபோல் ரோஷம் கெட்டு நான் ஒருபோதும் வாந்தி எடுத்ததில்லை. என் குடல்கள் புறஉலகில் இழுக்கப்பட்டு, கண்ணுக்குப் புலப்படாத எந்த அசுத்தத் தொட்டிகளுடன் இணைக்கப்பட்டிருக்கின்றன? என்ன இது! இவ்வளவு அசுத்தங்களைக் குடலுக்குள் வைத்துக்கொண்டு சரித்திரத்தை எப்படிப் பதிவு செய்யப் போகிறேன்? ஜனக்கூட்டம் என்ன இப்படித் திரள்கிறது! ரோகிகள் இலட்சக்கணக்கில் கூடிவிட்டார்கள். மருத்துவர்களுக்கு எதிராக அவர்கள் தானே கலகத்தை முதலில் ஆரம்பித்தார்கள். ஆமாம். துக்கத்தின்

எரிவாயுக் கிடங்குகளில் அவர்கள்தான் முதல் நெருப்பு கிழித்தார்கள். நாற்றிசையும் பரந்து பிடித்துவிட்டது ஜ்வாலை. கடல் அலைகள் ஜ்வாலைகளாக மாறிக் கரையேறி வருகின்றன. தென்னந் தோப்புகள் பற்றி எரிந்தன. என்னைச் சுற்றி எங்கும் நீக்கமற நோயாளிகள். கண்ணுக்குப் புலப்படும் உறுப்புகள் அனைத்திலும் நோய் கொண்டவர்கள். புலப்படும் உறுப்புகள் பளபளவென்று இருக்க, புலப்படா உறுப்புகள் உள்ளூர அழுகிக் கொண்டிருப்பவர்கள். இவர்கள் மத்தியில் எனக்குப் பெரும் சகஜம் கிடைத்தது. சத்தத்தை அமுக்குவதற்குப் பதிலாக, ஊக்குவித்துக் கொண்டு ஓங்கார வாந்தி எடுக்க ஆரம்பித்தேன். வாந்தியில் தான் எத்தனை நிவர்த்தி! குடல் மட்டும் எடுக்க இவ்வளவு நிவர்த்தி என்றால் சகல உறுப்புகளும் எடுக்கத் தொடங்கினால் எவ்வளவு நிவர்த்தி ஏற்படும்! இந்த ரோகிகள் உருவாக்கும் சூழல்தான் எவ்வளவு சுதந்திர வாந்திக்கு இட்டுச் செல்கிறது!

ஒரு வயோதிக ஸ்திரீ என் தலையைப் பிடித்துக்கொண்டாள். அவள் ஏதும் என்னை விசாரிக்கவில்லை. உடற்பிரயாசையுடன் பலர் நகர்ந்து வந்து என்னை அரவணைக்க முற்படுகிறார்கள். என் உடல் குழைந்து, தலை சரிய முற்பட்டபோது, என் சிரத்தின் அடியே ஒரு மடி வந்தது. அது யாருடைய மடி என்று ஆராய எனக்குத் தெம்பில்லை. அங்கு ஒவ்வொருவரும், ஒவ்வொருவருக்காகவும் நெகிழ்ந்து கொண்டிருப்பதை நான் உணர்ந்தேன். ஒரு முந்தானை என் முகத்தைத் துடைத்தது. என்னால் நான் வாந்தியெடுக்கப்பட்டது போல் அவ்வளவு அசுத்தமாக இருந்தேன். ஆனால், என்னை சுச்ருஷித்த விரல்களின் குளிர்ச்சி என் உடல்பட்டு ஜில்லிட்டது. ஜீவன்கள் அங்கு அவற்றின் பிறப்பின் கூறுகளையும் வளர்ப்புக் கோலங்களையும் தோற்ற குணங்களையும் வீசி உதறி, மூலப் பண்புகளில் முயங்கப் பேராவேசம் கொண்டிருந்தன. ஒரு தடவை நான் லேசாகக் கண் திறந்து பார்த்தேன். விழி ஓரங்களில் இருளின் ஒரு பெரிய துண்டு ஒட்டிக்கொண்டிருந்தது. அதை ஊடுருவிப் பார்த்தபோது தேன் கூட்டை பூதக்கண்ணாடியில் பார்ப்பது போல் திக்பிரமை அடைந்தேன். என்ன இப்படி கூட்டம் திரள்கிறது! புசுபுசுவென்று எங்கிருந்து வந்து கொண்டிருக்கிறார்கள் இப்படி! ஊர் ஊராகக் காலி செய்து வருகிறார்களா? ஆறுகள் தாண்டி, மேடு பள்ளங்களில் ஏறி இறங்கி, காட்டுப் பாதைகளில் புகுந்து புறப்பட்டு வருகிறார்கள் போலிருக்கிறது. சகல பேதங்களையும் அழித்துக்கொண்டு சகல ஜீவன்களும் ஒன்றாகத் திரண்டுவிட்டன. ஜீவன்கள் ஒன்றுகூடித் தங்கள் மொத்த வடிவத்தை நீளமாக அமைத்துக்கொண்டு அதற்கு மேல் அவர்கள் இல்லாமல் இருக்கும்போதுதானே ஊர்வலம் என்பது சாத்தியம்? இங்கு காலூன்ற இடமில்லாமல் ஒவ்வொரு

வரும் மற்றவர் மீது புதைந்துகொண்டு நிற்கும்போது எங்கு அவர்கள் ஒதுங்குவது? காடுகள் புறப்பட்டது போலவும், மலைகள் நகர்வது போலவும் இவர்கள் வந்துகொண்டே இருந்தால் கொள்ளிடம் ஏது?

எனக்கு மயக்கம் போட்டுவிட்டது. அப்போதும் ஒரு பிரகாசமான மெழுகுவர்த்தி என் மனவெளியில் எரிந்து கொண்டிருப்பதை உணர்ந்தேன். மஞ்சளும் ஊதாவும் கலந்த அந்தச் சுடரின் அழகை எப்படி வர்ணிப்பது? பதட்டம் இல்லாமல் உடம்பைச் சுருக்கிக் கொண்டு அது மேலெழப் பார்க்கிறது. அதன் துடிப்பைப் பார்க்கும் போது நிமிர்ந்து வானக்கூரையை முட்டினாலும் அது அடங்காது என்று தோன்றுகிறது. அதன் வெளிச்சத்தில் எனக்குச் சகல காட்சிகளும் தெளிவாகப் புலப்பட்டன. முன்னால் மூளை மட்டும் பிரக்ஞையாக இருக்க, இப்போது உடம்பின் ஒவ்வொரு உறுப்பும், ரோமக்கால்களும் பிரக்ஞையாகி விட்டன. என் கைகள் தடவி விடப்படுவதையும், என் நெற்றி அமுக்கப்படுவதையும், என் தலைமயிர் கோதிவிடப்படுவதையும் உணர்ந்தேன். காற்றின் ஸ்பரிசங்களையும் என் ரோமக் கால்கள் வழி, மிகுந்த ஆத்ம நிறைவுடன் சுவீகரித்துக் கொண்டேன். என் மனவெளியைப் பனித்துளிகளால் மெழுகுவது போல் இருந்தது.

ஒவ்வொருவரும் அவர்களுக்குரிய பள்ளத்தாக்குகளைக் காலி செய்துகொண்டு வந்துவிட்டார்கள். சுதந்திரம் இல்லை எனில், பொன் கொண்டு, பெண் கொண்டு, பெற்றெடுக்கும் குழந்தைகள் கொண்டு ஏதும் புண்ணியமில்லை என்பது அவர்களுக்குத் தெளிவாகிவிட்டது. இந்த எளிய உண்மையை இவர்களுக்குக் கற்றுத்தரும் முயற்சியில் கோடானு கோடி வருஷங்கள் தோல்வி கண்ட சரித்திரம் இப்போது வெற்றி கண்டுவிட்டது. அவர்களுடைய சகல இருப்பிடங்களையும் இனி வன விலங்குகள் எடுத்துக் கொள்ளட்டும். அவர்கள் உடல் வருந்திச் செழிக்க வைத்த பயிர்கள் எல்லாவற்றையும் கொடிய மிருகங்கள் மேயட்டும். அவர்கள் காலங்காலமாகக் கட்டியெழுப்பிய வீடுகள் மீதும், பண்புகள் மீதும், ஊர்வனவோ இழைவனவோ புகுந்து புறப்படட்டும். அவர்களுடைய குழந்தைகளின் தொட்டில்களில் இனி பாம்புகள் குஞ்சு பொரிக்கட்டும். மரணங்களுக்குப் பயந்து அவர்கள் இதுகாறும் சகித்துக் கொண்டு வந்திருக்கிறார்கள். இனியும் சகிப்பது சாத்தியமில்லை. எந்த மரணத்துக்கு அவர்கள் இதுகாறும் பயந்து வந்தார்களோ, அந்த மரணத்தைக் கொடியாகப் பிடித்துக் கொண்டு இவர்கள் இப்போது புறப்பட்டு விட்டார்கள். இனி, கத்தியைக் காட்டியோ, அம்பைக் காட்டியோ, வேலைக் காட்டியோ அவர்களைப் பயமுறுத்த முடியாது.

எனக்குப் பலர் விசிறினார்கள். நான் நகர்ந்து கொண்டிருப் பதும் எனக்கு அப்போது தெரிந்தது. தோளில் தூக்கிக்கொண்டு போகிறார்கள்போல் இருக்கிறது. விரிந்து, வியாபித்து, பரந்து கிடக்கும் ஒரு மலை, பூமியின் உறவில் மனம் கசந்து அடிவயிற்றை உருக்கிக்கொண்டு புறப்பட்டதுபோல் ஜனக்கூட்டம் நகர்ந்து கொண்டிருக்கிறது. அடி வானத்தில் தெரியும் பள்ளத்தாக்கை நோக்கி நகர்கிறது இந்தக் கூட்டம். கழுகுகள் மட்டுமே வாசம் செய்யும் பள்ளத்தாக்கு அது. அங்கு பல கொடிய விலங்குகள் எதிர்வினை தெரியாமல் கத்தி, அந்தக் கத்தலின் பயங்கரமான எதிரொலிச் சுழற்சியால் தாக்கப்பட்டு இறந்திருக்கின்றன. தலையால் வானத்தை முட்டி, பாதங்களால் மேகத்தைத் துவைத் துக் கொண்டிருக்கும் பள்ளத்தாக்குகள் அவை. கீழே இருந்து நெடிதுயர்ந்து மேலோங்கும் மரங்கள் எதுவும் அதன் பாதங் களைத் தொட்டதில்லை. அந்த ராக்ஷஸ மரங்களின் அடர்த்திக்கு வானவெளி போதாமல் ஒன்று மற்றொன்றுள் பாய்ந்து கிழித்துக் கொண்டு வெளியே வந்துகொண்டிருந்தன. கீழேயிருந்து தனித் தனியாகப் புறப்பட்டவை மேலே பந்தலாகி ஒன்றுடன் ஒன்று பின்னிக்கொண்டிருந்தன. பள்ளத்தாக்கின் சிரசு என்று சொல்லும் படி இருந்தது ஒரு வழுக்கை மலை. அதில் சாய்ந்து இளைப்பாறிக் கொண்டிருந்தது வானம்.

தூரத் தொலைவிலேயே நான் கவனித்துவிட்டேன். பள்ளத் தாக்கின் கீழே நெடிதுயர்ந்த மரங்களிலெல்லாம் இலை காய் தெரியாமல் ஜீவன்கள் தொங்கிக் கொண்டிருந்தன. குரங்குகள் என்றுதான் முதலில் நினைத்தேன். அப்படியானால் வால்கள் எங்கே? குரங்குகள் அல்ல. ஆடையற்ற மனிதர்கள். ஆடைகளை வழி நெடுகக் களைந்து கொண்டு வந்திருக்கிறார்கள். ஆடை களைக் களைந்து தொங்கிக் கொண்டு கிடந்தால் இனங்காண முடியாது என்ற கற்பனை போலும்.

அட பாவிகளா! நீங்கள் செய்த கொடுமைகளை எல்லாம் உங்கள் ஆடைகளா செய்தன? நீங்கள் செய்த அவ்வளவு கொடுமைகளும் உங்கள் விழிகளில் பிதுங்கி நிற்கும்போது, எங்கு அந்த விழிகளைப் பறித்து எறிவீர்கள்? ஒவ்வொரு முகத்தை யும் நான் கூர்ந்து கவனித்தேன். எல்லோருக்கும் தெரிந்த விரோதிகள் அவர்கள். சிறிது காலம் அங்கு தொங்கிக்கொண்டு கிடந்தால், தலைகளைத் தப்ப வைத்துக்கொண்டு மீண்டும் ஊருக்குள் வரலாம் என்ற சப்புக் கொட்டல் போலிருக்கிறது. அது இனி நடக்காது. இப்போது நீங்கள் வெட்டவெளிச்சமாகி விட்டீர்கள். மனிதகுலம் இதுகாறும் பேணிக் காத்து வந்த சகல பயிர்களையும் நீங்கள் அழித்துவிட்டீர்கள்.

முழு ஜனமும் இப்போது மழுங்கல் பாறையில் ஏறி விட்டது. அப்போது சற்றும் எதிர்பாராதவிதமாக ஒரு காரியம் நடந்தது. இதுபோன்ற ஒரு யோசனை அவர்களுக்கு இருக்கக் கூடும் என்று நான் அறியவேயில்லை. மலையிலிருந்து ஒவ் வொருவராகப் பள்ளத்தாக்கை நோக்கிக் குதித்தார்கள். கணந் தோறும் குதித்தவர்களின் எண்ணிக்கையை மதிப்பதுகூடச் சாத்தியமில்லை. நீரில் குதிப்பது போல் அவர்கள் குதித்தார்கள். மரணத்தின் கொடியை ஏந்திப் பிடித்துக்கொண்டு அவர்கள் குறி தப்பாமல் குதித்தார்கள். தலை கீழாக வந்த சிரங்கள், மரத்தில் தொங்கிக்கொண்டிருந்த சிரங்களில் மோதின. கபாலங் கள் மோதிப் பிளந்து தெறித்தன. அந்த மோதலில் வெளிப்பட்ட சத்தம் மலை முகடுகளில் எதிரொலித்துச் சுருண்டு சுருண்டு வந்தது. அந்தச் சத்தம் வன விலங்குகளுக்குக் கேட்டிருக்கும். காட்டைத் தாண்டி அந்தச் சத்தம் ஊருக்குள் புகுந்து, ஊர்வன வற்றிற்கும் பறப்பனவற்றிற்கும் கிலியை மூட்டியிருக்கும். ஊர் தாண்டி, மலை தாண்டியும் கடல் தாண்டியும் எங்கேனும் மனித ஜீவன்கள் மிஞ்சியிருந்தால் அவர்களை அந்தச் சத்தம் சென்று அடைந்திருக்கும்.

கடைசி ஜீவனாக மிஞ்சிவிடக் கூடாது என்று நான் பயந்தேன். அப்படி மிஞ்சினால் அதுபோல் அவமானம் வேறு ஒன்றும் இல்லை. அப்போது எனக்கு வாழ்க்கையும் இல்லை. மனித ஜீவன்கள் அற்ற இடத்தில் உடல் மிஞ்சிக் கிடப்பது வாழ்க்கை ஆகாது என்பதை நான் நன்றாக அறிவேன். ஜீவன் களுடன் ஜீவன்கள் கொள்ளும் உறவு சாத்தியமில்லை எனில், மரணத்துடன் ஜீவன்கள் கொள்ளும் உறவே வாழ்க்கை. நானும் குதித்தேன். எனக்கும் குறி தப்பவில்லை. ஒரு கபாலத்தைச் சிதறடித்துக்கொண்டு என் கபாலம் சிதறிய சத்தம், என் காதில் விழுந்தது. நான் சிதறடித்த கபாலம் யாருடையது என்று எனக்குத் தெரியாது. ஆனால், அது சிதறடிக்கப்பட வேண்டிய கபாலம் என்பதில் எனக்கு எவ்விதச் சந்தேகமும் இல்லை.

மீட்சி, 1985

# ஆத்மாராம் சோயித்ராம்

ஆத்மாராம் சோயித்ராம் இந்தியாவுக்கு சுதந்திரம் கிடைத்து பத்து வருடங்களுக்குப் பின், ராஜஸ்தானில் பிக்கானீரில் பிறந்தான். சிறு வயதில் சிற்றன்னையின் – தகப்பனாரின் இரண்டாவது மனைவி – குத்தல் பேச்சுக் களைச் சகித்துக்கொள்ள முடியாமல் தகப்பனார் அவனைக் கூட்டிக்கொண்டு தெற்கே வந்தார். தாகூர்தாஸ் சோயித் ராமின் சுய சம்பாத்தியங்கள் அவருடைய பெயரில் இருந்ததால் அவர் தன் மனைவியைத் துரத்தியிருக்கவும் முடியும். ஆனால், "சொத்து அவளுக்கு, சுகம் எனக்கு" என்று ரயிலில் சக யாத்ரீகர்களிடம் தன் தலையெழுத் தைக் கூறி அழுதுகொண்டே வந்தார் அவர். அப்போது ஆத்மாராமுக்கு ஏழு வயது.

தாகூர்தாஸ் இலக்கிய ஈடுபாடுகள் கொண்டவர். பிரேம்சந்தின் எழுத்தில் மனத்தைப் பறிகொடுத்து, சுயமாக ஹிந்தி கற்று எழுத ஆரம்பித்தார். கவியாகி விடவேண்டும் என்பது அவர் கனவு. சென்னை கிடங்குத் தெருவுக்கு, தூர உறவினர்களின் மொத்த ஜவுளிக் கடையில் இரண் டாம் கணக்கு எழுத அவர் புறப்பட்டு வந்த விதியை நொந்துகொண்டு, முற்றுப்பெறாத ஒரு நாவலும் அவர் எழுதியிருக்கிறார். 'தெற்கே புல்வெளியைத் தேடி' என்பது அந்த நாவலின் தலைப்பு. அந்த நாவலில் ஓர் ஒட்டகமும் கதாபாத்திரமாக வருகிறது. நாவலில் தாகூர்தாஸ் தனக்குக் கொடுத்திருக்கும் பெயர் விஷ்ணுராம். ஒட்டகமும் விஷ்ணுராமும் நாவலில் நெடுகப் பேசிக்கொள்கிறார் கள். விஷ்ணுராம் தன் குழந்தைகளுடன் ஒட்டகத்தின் மீது அமர்ந்து தெற்கே வரும்போது, தான் பட்ட கஷ்டங் களை எல்லாம் அதனிடம் கூற, ஒட்டகமும் தன் துன்பங் களைக் கூறி, மன வியாகூலங்களைத் தணித்துக்கொள்ளும் வகையில் சில அறிவுரைகளைக் கூறுகிறது. புராதன கிரந்தங் களை மூலத்திலேயே கற்ற ஒட்டகம் என்பதால் வடமொழி

சுலோகங்களைச் சொல்லி, பதவுரை சொல்லி, அர்த்தமும் சொல்கிறது. பாவம் ஒட்டகங்கள்! அவையும் மனிதனைப் போலவே துன்பப்படுகின்றன.

சோயித்ராம் தனது பதினேழாவது வயதில், தற்செயலாக ஒரு நாள் தகப்பனாரின் கையெழுத்துப் பிரதிகளைப் படித்தான். கவிதைகள், முதல் மனைவிக்கு அவள் இறந்தபின் தன் கஷ்டங்களைச் சொல்லி எழுதிய கடிதங்கள், முற்றுப்பெறாத நாவல் முயற்சிகள். அது அவன் வாழ்க்கையில் ஒரு முக்கியமான தினம். ஒரு திருப்பு முனை. ஆமாம். அன்றும் அதற்கு முன்பு போல அந்தத் தூறல் . . . சாய்வாக, வலுவான ஊசி முனைகள் போல் சாய்ந்து, தேங்கி நிற்கும் தண்ணீரில் பூக்கள் பொரிக்கின்றன. தன் உள்ளங்கையில் ஓடும் விதி ரேகைக்கும் அந்தச் சாரலுக்கும் ஏதோ தொடர்பு இருந்துவருகிறது. தகப்பனாரின் கையெழுத்துப் பிரதியிலிருந்து ஆவேசமும் பரவசமும் உள்ளுருகலும் பெற்றுக்கொண்டிருந்தபோது சாரலின் பளபளப்பைக் கவனித்தான். அவன் திரும்பவேண்டிய பாதைகளுக்கு அவை எப்போதுமே வழிகாட்டி இருக்கின்றன. குளித்து சொட்டச் சொட்ட நிற்கும் மரங்களும் பூமியின் ஈரமும் சிறு குட்டைகளும் அழுந்திய பாதங்களின் சுவடுகளும் – கடவுளே, எவ்வளவு அழகாய் இருக்கின்றன ஒவ்வொன்றும்! கையெழுத்துப் பிரதிகளுக்கு இடையே, தன்னிகரற்றவர் எனக் கருதப்பட்ட ஒரு நாவலாசிரியருக்கு அவனுடைய தகப்பனார் எழுதிய கடிதமும் கிடைத்தது. என்ன மனந்திறந்த பாராட்டு! தன் தகப்பனார் பெரிய மனத்துடன் வாழ்ந்திருக்கிறார். அவருடைய பிழைப்பு அவரைக் கணக்குப் புத்தகங்களில் அடையாளத்துக்கு வைக்கும் தாள்போல் சொருகிவிட்டது. ஆனால், தன் சிறு வயதில்கூட ஏதோ வித்தியாசமான ஓர் அம்சம் – கிடங்குத் தெரு புதுத் துணி நெடிகளுக்கு சம்பந்தமில்லாத ஒரு வாசனை – அவரிடம் இருந்ததை அவன் உணர்ந்திருக்கிறான். நினைவுகளைத் தொகுக்கும்போது அந்தச் சுகந்தம் மீண்டும் இப்போது மூக்கோரம் வருகிறது. பக்கத்தில் படுத்துக்கொண்டு அவர் பேசிய பேச்சுகள் நினைவுக்கு வந்தன. அவனுடைய தலை மயிருக்குள் விரல்களை விட்டுச் சற்றே முரட்டுத்தனமாகப் பிசைவார். கட்டுக்கடங்காத அன்பிலிருந்து வரும் முரட்டுத்தனம் அது. அவற்றின் அருமை அப்போது தெரியவில்லை. அவர் வாயிலிருந்து வந்த பாக்குத் தூளின் மணம்தான் அப்போது பிரதானமாக இருந்தது. இப்போது எல்லாமே புரிந்துவிட்டது. என்ன கற்பனை அவரிடம்! ஜீவராசிகளிடம்தான் எவ்வளவு தயை! எப்படி இந்த கேடு கெட்ட மனிதர்களிடம் இவ்வளவு பிரியத்தை வைத்துக்கொண்டிருந்தார். எப்படி இரண்டாம் கணக்குகளை ஜோடித்துக் கொண்டிருக்கும்போதே, சிறகடித்துப் பறந்துகொண்டிருந்தன

அவரது இறக்கைகள்! துரதிர்ஷ்டம் என்றுதான் சொல்ல வேண்டும். அவருடைய ஒரு கவிதை, ஒரு கதை, ஒரு கடிதம் பிரசுரமானதாகத் தெரியவில்லை. எவற்றையேனும் அவர் தபாலில் சேர்த்தாரா என்பதுகூடத் தெரியவில்லை. அந்தத் தன்னிகரற்ற நாவலாசிரியருக்கு அவர் எழுதிய கடிதத்தைக் கூட அநேகமாக அவர் தபாலில் சேர்த்திருக்க மாட்டார். கிடங்குத் தெரு ஏர்கண்டிஷன் ஜம்பங்களுக்கு அவரது ஆத்மா தெரியாது. கடவுளே, என்ன கொடுமை இது! கன்னத்தில் புற்றுநோய் துளைத்த துவாரம் வழி வெத்திலைத் தாம்பூலம் வழிய அவர் இறந்து போனார். கடையோரம் சதா புகை யிலையை அடக்கிவைத்துக் கொண்டிருந்தது போலவே, தன் னுடைய பிரகாசத்தையும் தன் உடம்பால் அவர் மூடி மறைத்துக் கொண்டிருந்திருக்கிறார்.

சோயித்ராம் சாரலில் நனைந்துகொண்டே ஓடினான். ஹிந்தி கிதாப் மந்திர் நோக்கி ஓடினான். அவன் வாங்கிய முதல் புத்தகம் அது. தன் தகப்பனை நெகிழ வைத்த ஊற்றை அவன் தெரிந்துகொள்ள வேண்டும். அன்றிரவு அந்த நாவலைப் படித்துவிட்டு, விடியலில் தோட்டிகள் தெரு கூட்டும்போது, ஏதும் டீக்கடைகள் திறந்திருக்கிறதா என்று அவன் தேடிக் கொண்டே, ஈரத்தில் தன் சுவடு படியப் போனதை அவனால் என்றுமே மறக்க முடியாது.

தெற்கத்திய ஜில்லாக்களில் தனது ஒன்றரை வருட மாதந் தோறுமான யாத்திரைகளில் சோயித்ராமின் தடங்களும் தங்கலும் நடமாட்டங்களும் நிர்ணயமாயிருந்தன. இரண்டு சூட்கேஸ் சாம்பிள்கள். தன் சொந்தப் பெட்டி ஒன்று. தோள் பையில் புத்தகங்கள். எக்மூரில் மாலை ரயில் ஏறி மதுரையில் காலை வந்து இறங்குவான். அங்கு வழக்கமான ஹோட்டலில் தங்கி, மனத்தடங்கலுக்கு ஏற்ப வேலைகள் பார்த்து, சுற்றுப்புற ஊர் களில் உள்ள கடைகளையும் பார்ப்பான். அடுத்து நெல்லை தங்கல். அங்கும் சுற்றுப்புற ஊர்கள். அடுத்த தங்கல் நாகர்கோவில். அங்கும் சுற்றுப்புற ஊர்கள். வேலைகளைத் தட்டி நெருக்கி ஒருநாள் முற்பகலோடு முடித்துவிடும் வெப்ராளம் அவனுக்கு ஏற்படும். எவ்வளவுதான் அமுக்கினாலும் துருத்திக் கொண்டு பீறிடும் வேலைகளைக் குற்ற உணர்ச்சியுடன் கத்தரித்து விட்ட பின்பு அவனுக்குக் கன்னியாகுமரி பஸ் ஏறவும் முடியும்.

அப்போது மனதுக்கு ஒரு லகரியை ஊட்டத் தொடங்கு வான். எந்தப் பொறியைத் தட்டி மூளை அதை ஏற்படுத்து கிறதோ! மனம் பரபரப்புக் கொள்ளும். சகல ஜீவராசிகளின்

மீதும் இயற்கை மீதும் மனத்தில் இருந்து அன்பின் வெள்ளம் பீறிட்டு 'ஜோ' மழையாக அவற்றை நனைக்கும். எப்போதும் விவகார உலகத்திலிருந்து விடுபட வைத்த தாண்டலை அவன் உணரும் வகைக்கு வருவது, சில கவித்வ வரிகள். இரவு அங்கு தங்கல். அங்கிருந்து திருவனந்தபுரம் மெயில் பிடித்து, சென்னைக்குப் போவான். வீண்சுற்று என்று முதலாளிக்கு வருத்தம்தான். சொல்லிப் பார்த்தார். சோயித்ராம் காதில் போட்டுக்கொள்ளவில்லை. சில விஷயங்களை விட்டுக் கொடுக்க முடியாது. சாவகாசம் இருந்தால் ரயில் ஏறுவதற்குமுன் கொஞ்சம் குடிப்பான். அவ்வப்போது குடிப்பவர்களின் மீது, சில பெண்கள் போல் அவ்வூர் பிரியம் கொள்கிறது என்று அவனுக்குத் தோன்றும். இயற்கையின் களியாட்டங்களையும் செழுமைகளையும் ஊர்வலம் கொள்ள கோஷிப்பதுபோல் ரயில் பாய்ந்து முன்னேறும். அடிவானம் வரையிலும் விரிந்து கிடக்கும் நீர்ப் பரப்புகள். படுத்து இளைப்பாறலாம் என்று நம்பிக்கை கொள்ளும் அளவுக்குக் கட்டில் மாதிரி கனமான பச்சைப் பாசி, கரையோரங்களில் சொதசொதவென்று. நீர் நிலைகளில் மர நிழல்களின் மென்மையான நெளிவுகள். இந்தப் பயணங்கள் அவனிடம் தப்பாமல் சில கவிதைகளைத் தோற்றுவித்திருக்கின்றன. இந்த ரயில் கவிதைகள் மனதுக்கு உகந்த பத்திரிகையில் ஓடிப்போய் பிரசுரமாகிக்கொள்ளும் ராசிகளும் கொண்டவை. இயற்கையின் கோஷங்களின் மீது அமர்ந்து முன் பாய்ந்து செல்வதை முதலாளிக்காக விட்டுக்கொடுக்க முடியாது. எண்ணற்ற மனங்களில் தன் கவிதைகளின் சலனங்கள் கடித வரிகளாகி கைகுலுக்க வருவதை விட்டுக்கொடுக்க முடியாது. என் தகப்பனைப் போலவே நானும் கவித்வம் கொண்டவன். கவித்வம் கொண்டவன் என்ன! கவிஞன். காலம் தன் வாழ்க்கையை உருக்குலைத்துவிடுமோ என்று அவர் பயந்தார். இளமையில், நாசியில் ரத்தம் கக்க முகத்தில் விழுந்த சில அறைகள், மிக மோசமான ஆயுதங்களை எதிர்காலம் அவருக்காகப் பதுக்கி வைத்துக் கொண்டிருக்கிறதோ என்ற கிலியை அவருக்கு ஏற்படுத்தியிருந்தன. நான் அப்புராணி அல்ல. பயந்தாங்கொள்ளி அல்ல. கவிதைக்காக நான் சாகத் தயார். காலமே, ஒரு மோசமான தாக்குதலை என் மீது நிகழ்த்து. என்னை உருக்குலை. சின்னாபின்னப் படுத்து. நீ பார்த்து வெட்கப்படும் அளவுக்கு உனக்குக் கவிதையில் பதில் சொல்கிறேன்.

எனக்கு முகங்கள் பிடிக்கின்றன. இந்த உலகத்தில் உள்ள அவ்வளவு பெண்களையும் பார்க்க எனக்கு ஆசையாக இருக்கிறது. ஹோட்டல் ரூம் பாய்கள் அவ்வளவு பேரையும் எனக்குப்

பார்க்க வேண்டும். அந்தஸ்துக்குப் பின்னால் மறைந்துகொண் டிருக்கும் சகல கொடுமைகளையும், மானங்களுக்குப் பின்னால் மறைந்து கொண்டிருக்கும் அவமானங்களையும், மனித மனத்தின் சகல அழுக்குகளையும் சகல புனிதங்களையும். அதற்காகத்தான் இந்த சூட்கேஸ்களைச் சுமக்கிறேன். முதலாளி நினைத்துக்கொண் டிருக்கிறான் சோற்றுக்கு என்று. அவன் வயிற்றை நன்றாக நிரப்பி மிச்சம் நான் உண்பதற்கு என்று. இது வேலை அல்ல. ஒரு இளைப்பாறல். ஒரு தயார் எடுப்பு. அணைத்துக்கொள்ள இருக்கும் காலம் அழைப்பதற்காகக் காத்திருக்கிறேன். மரங்கள் போல், செடிகள் போல், கொடிகள் போல், தடாகங்கள் போல், குன்றுகள் போல், மான்கள் போல், பசுக்கள் போல், மனித ராசியும் அம்மணமாக இருப்பதில் எவ்விதத் தவறும் கிடையாது. அந்த விவேகம் இனி மனிதனுக்குக் கூடும் சாத்தியம் இல்லை என்பதால் உன் பிழைப்புக்குக் கேடு இல்லை. ஆனால், உன்னுடைய சேமிப்புக்குப் பின்னால் சைபர்கள் சேர்த்துக் கொண்டு போவதல்ல என்னுடைய வேலை. நான், காலொடிந்து சேற்றில் புரளும் ஜீவன்களுக்கு அவர்களுடைய சிறகுகளைக் காட்ட வந்தவன். இப்போது பதுங்கிக்கொண்டிருக்கிறேன்.

நான் யார் என்று உங்களுக்குத் தெரியாது. என் தகப்பனை உங்கள் வர்க்கத்துக்குத் தெரியாதது போலவே என்னையும் உங்கள் வர்க்கத்துக்குத் தெரியாது. கடைசி வரையிலும் இது இப்படித்தான் இருக்கும். நம் ஊரை வைத்து, நாம் பேசும் மொழியை வைத்து, நம்மவர்கள் கட்டும் பஞ்சகச்சத்தை வைத்து, “நாம் நாம்” என்பாய் நீ. உங்களில் ஒருவன் அல்ல நான். இன்று நான் அதைச் சொல்லாமலேயே இருக்கிறேன். ஒருநாள் நான் அதைக் கத்திச் சொல்வேன். உங்கள் சங்கத்தின் உறுப்பினர் கூட்டம் நடந்துகொண்டிருக்கும்போது மேடை யேறிக் கத்திச் சொல்லிவிட்டுப் போவேன். உன்னதங்களை நீங்கள் அறிந்ததில்லை என்று நான் சொல்வேன். உங்கள் சிதைகளை நீங்களே எரித்துக்கொண்டிருக்கிறீர்கள்.

நான் விஷ்ணுராம் என்ற பெயரில் கவிதைகள் எழுதுகிறேன் என்பது உங்களுக்குத் தெரியாது. அது தெற்கு நோக்கி வந்த என் தகப்பனின் வருத்தத்தின் பெயர். அதே பெயரில் இந்தியா புளகாங்கிதம் கொள்ளும் காலத்தை நான் உருவாக்குவேன். எனக்கு புத்தி போதவில்லைதான். என் உடலும் மகா ஒல்லி யாக இருக்கிறது. என் கூடுகட்டிய மார்பை மறைக்கவும் முடிய வில்லை. சில சாம்பிள்களுக்கு சில வேளை எனக்கு கொள்முதல் விலை மறந்து போகிறது. சில பெரிய புள்ளிகளை ஐஸ்புட்டியில் இறக்க என்னால் முடியவில்லை. தொலைபேசி எண்களை நினைவு வைத்துக்கொள்வதில் கிடங்குத் தெருவிலேயே நான்

தான் மிக மோசம். இவை எல்லாம்தான் உங்களுக்கு என்னைப் பற்றித் தெரியும். இதனால் நான் ஆளாகும் அவமானங்களும் கொஞ்ச நஞ்சமல்ல. காலமே, பொறு.

மதுரையில் அந்தப் பிரபலமான கடையில் பெரிய முதலாளி யிடம் நான் பேசிக்கொண்டிருக்கும்போது, அந்த ஒல்லியான உயரமான பெண் பரபரப்புடன் வந்து "தாத்தா, இந்தக் கவிதை யைப் படித்துப் பாருங்கள். எவ்வளவு அற்புதம்!" என்றாள். அவர், "இப்போ எனக்கு நேரமில்லை" என்றார். உனக்குத் தெரியுமா? அவள் காட்டியது விஷ்ணுராமின் கவிதை. அந்தக் கவிதையிலேயே மிக உயிரான வரியை அவள் சொன்னாள். நான்தான் எனச் சொல்லத் துடித்தது என் நாக்கு. சொன்னால் அன்றைய மதிய விருந்து அவர்கள் வீட்டில் – அவள் பரிமாற. அந்தப் பெண் நிச்சயமாக ஆட்டோகிராப் வாங்கிக்கொள் வாள். "உடனடியாக ஒரு கவிதை எழுதிக் காட்ட முடியுமா?" என்று பரீட்சை வைப்பாள். அது அவளைப்பற்றி இருக்க வேண்டும் போலும்! ஆனால் பிரபஞ்சத்தைப் பற்றியது என்ற தோரணையில் படித்துவிட்டு வெகுவாகப் புகழ்ந்து பேசுவாள். பெண்களே, உங்களை என்னவென்று சொல்ல? உங்கள் வெகுளித் தனங்கள், உங்கள் அழகுகள்!

சென்னை கிடங்குத் தெருவில் வென்சிமால் கலாசந்த் கடையின் கதவிலக்க எண் 119. அந்த இலக்கத்தில் கடந்த நூறு வருடங்களில் தொழில் நடத்திய பலரும் கோடீஸ்வரர்கள் ஆகியிருக்கிறார்கள். கிடங்குத் தெருவில் மூன்று ராசியான கடைகளில் அதுவும் ஒன்று என்று கருதப்படுகிறது. பலருடைய அபிப்பிராயத்தில் அதுதான் முதன்மையானது. முதலில், பூமியிலிருந்து படியேறி – ஏணிப்படி ஏறாமல் – கடைக்குச் செல்லலாம். பெரிய அதிருஷ்டம். அங்கு ஒவ்வொரு கடையும் ஒரு கெளபீனம். இதுவோ, விசால மான ஹால். வித்தியாசமான பழக்கவழக்கங்களை அந்தக் காலத்திலிருந்தே கொண்ட கடை. பிற கடைகளை ஒன்பது மணிக்குத் திறக்கும்போது இந்தக் கடையை ஏழுமணிக்குத் திறக்கிறார்கள். முதலில் இதில் தொழில் நடத்திய சிமன்லால் மோதி தனது 26 வயதிலிருந்து 76 வயது வரையிலும் சரியாக ஏழு மணிக்கு இந்தக் கடையைத் திறந்திருக்கிறார். அவர் முன்னே வர, பின்னே ஒரு ஆயா வந்துகொண்டிருப்பாள். அவர் கடையைத் திறந்து இரண்டு பலகைகளைத் தூக்கி ஓரம் வைப்பார். அவர் உள்ளே நுழைந்ததும் ஆயாவும் நுழைந்து அவருடைய இருக்கைகளையும், கணக்குப் புத்தக அலமாரி களையும், வெளியே வைத்திருக்கும் ஃபைல்களையும் தூசி தட்டுவாள். அவர், டிராயரைத் திறந்து வெள்ளைத் துணிகளை

எடுத்துக்கொடுக்க ஸ்வாமி படங்களை – நெற்றிப்பொட்டுகள் உதிராமல் – துடைப்பாள். அப்போது தெரு தூங்கிக்கொண்டிருக்கும். இரண்டு மணி நேர அமைதியில், கணக்கு எழுதுதல், கடிதம் எழுதுதல் எல்லாவற்றையும் முடித்துவிடுவார் சிமன்லால் மோதி. அவருடைய பெண் வயிற்றுப் பேரன்தான் இப்போது கடை நடத்திக்கொண்டிருக்கிறான். பெயர் வித்தல்தாஸ். வயது 47. வித்தல்தாஸ் பிசானி என்ற பெயரில் மற்றொரு பெரியவரின் கடை 289ஆவது இலக்கத்தில் இருக்கிறது. அதுவும் பெரிய கடை. இவரைப் பிரித்துச் சொல்ல வித்தல்தாஸ் பிசானி ஜுனியர் என்று சொல்ல ஆரம்பித்து, இப்போது ஜுனியர் என்றே அவருடைய பெயரும் அந்தக் கடைக்குப் பெயரும் ஆகிவிட்டது. ஆத்மாராம் சோயித்ராம் தொலைபேசியில் பேசும்போது, "ஜுனியர் கடையில் இருந்து பேசுகிறேன்" என்றுதான் சொல்வான். அவ்வாறு ஒரு பெயர் ஏற்பட்டது அந்தக் கடையின் அதிருஷ்டம். நினைவில் ஒட்டிக்கொள்ளும் பெயர்கள் நம்மைக் கைதூக்கி விடும் பாங்கை நாம் உணருவதில்லை.

அன்றும் வழக்கம்போல் ஆத்மாராம் சோயித்ராம் ஒன்பது மணிக்குக் கடைக்குச் சென்றான். காக்கி உடை அணிந்து வெள்ளைத் தொப்பி வைத்துக் கொண்டிருந்த பையன்கள் கடையைச் சுத்தம் செய்ய, விற்பனையாளர்கள் அட்டம் அடுக்கிக் கொண்டிருந்தார்கள். ஜுனியர் முதலாளியின் தம்பியர் இருவரும் வந்திருந்தார்கள். கடைக்குள் மூன்று பேருக்கும் தனித் தனியாகக் கண்ணாடி அறைகள் இருந்தன. மூன்று பேரும் மிகவும் ஒற்றுமையாகத்தான் இருந்தார்கள் – சென்ற விஜயதசமிக் கணக்கை முடிப்பது வரையிலும். மூன்றாவது தம்பியை பம்பாய்க்கும் அகமதாபாதுக்கும் சூரத்துக்கும் தொடர்ந்து கொள்முதலுக்கு அனுப்ப வேண்டிய ஒரு சூழ்நிலை ஏற்பட்டது. ஜுனியருக்கு ஒரு மாரடைப்புத் தாக்குதல் வந்தது. கிடங்குத் தெரு முதலாளிகளுக்குப் பொதுவாக 47வது வயதில் மாரடைப்பு வரும் என்று ஒரு பேச்சு உண்டு. அந்த வயதில் அவர்கள் அதிகப்படியான செக்குகளில் கையெழுத்து போட்டுவைப்பார்களாம். ஏதும் ஏற்பட்டுவிட்டால் பேங்கிலிருந்து பணத்தை எடுக்க. ஜுனியருக்கு 47ஆவது வயதில் மாரடைப்பின் முதல் தாக்குதல் வந்தது. ஒரு முத்தமும் ஒரு கிள்ளலும் போன்ற தாக்குதல். அது வரையிலும் தென்னிந்தியா பூராவும் சூறாவளியாகச் சுற்றிக்கொண்டிருந்த ஜாம்பவான் அவர். கடையிலிருந்துதான் அவர் காரியங்களைப் பார்க்கமுடியும் என்றாகிவிட்டது. இந்தச் சந்தர்ப்பத்தைக் கடைசித் தம்பி பயன்படுத்திக் கொண்டான். இரண்டாவது தம்பிக்கு ஏற்கனவே நிர்வாகத் திறனும் இரண்டாம் கணக்கும் நன்றாகவே படிந்திருந்தன. இரண்டு பேருடைய மனைவிகளும் கஜக் கெட்டிக்காரிகள். ஒவ்வொரு நாளும் இருவரும் சேர்ந்து

காரில் வந்து கடையை நோட்டம் போட்டுவிட்டுப் போவார்கள். ஜூனியரின் கண்ணாடி அறையைத் தாண்டி அவர்கள் போகும் போது அவரைப் பார்த்து லேசாக புன்முறுவல் பூத்துவிட்டுப் போவார்கள். ஒரே மாதிரியான கோணத்தில் முகத்தைத் திருப்பி, ஒரே மாதிரியான புன்முறுவலை எப்படி இருவராலும் பூக்க முடிகிறது? சரி. அது புன்முறுவல்தானா? ஆத்மாராம் சோயித் ராம் தீர்க்கமாக யோசித்திருக்கிறான், அது புன்முறுவல் போல வும் தோன்றும். வலிப்பு போலவும் தோன்றும். ஆனால், ஒன்று நிச்சயம். அவர்கள் ஒவ்வொரு முறை கண்ணாடி அறை யைத் தாண்டிப் போகும்போதும், ஒருநாள் ஆயுள் ஜூனிய ருக்குக் குறைகிறது. தம்பிகளுக்கு வயதாகிக்கொண்டிருப்பதும் ஜூனியருக்குப் புரிவதில்லை. அவர் கல்லூரிக்குப் போகும் நாட்களில் தம்பிகள் இருவரையும் சைக்கிளின் பின்பக்கம் ஏற்றிக்கொண்டுபோய்ப் பள்ளிகளில் இறக்கிவிடுவாராம். அந்த வயதுகளில்தான் அவர்கள் இப்போதும் இருக்கிறார்கள் என்ற நினைப்பு. இதுதான் பெரிய பிரச்சினை.

சோயித்ராம் நடுநிலைமை வகித்துவிடுவது என்று நினைத் தான். நமக்கென்ன, அடித்துக்கொள்வார்கள்; பிரிந்துகொள்வார் கள். அடுத்தவனை ஏமாற்ற ஒன்றாகச் சேர்ந்துகொள்வார்கள். ஆனால், அவன் அறியாமலே அவனுக்கு ஜூனியரின் பெயரில் ஒரு மனச் சாய்வு ஏற்பட்டது. அவர் சில ஜனநாயகப் பண்புகள் கொண்டவர் என்றும், தம்பிகள் சர்வாதிகாரிகள் என்றும் அவன் மனம் சொல்லிற்று. அப்படியானால் சர்வாதிகாரத்துக்கு எதிராக ஜனநாயகத்தைத்தானே ஆதரிக்க வேண்டும். மூத்தவரின் மனைவி தம்பிகளின் மனைவியரைவிட மெத்தப் படித்தவள். ஆனால், அவள் ஒருபோதும் கடைக்கு வந்ததில்லை. இந்த குணம் சோயித்ராமுக்குப் பிடித்திருந்தது. அதோடு அவள் மெல்லிசான கலை வாசனைகள் கொண்டவள். தியேட்டர் களில் பல சமயங்களில் ஜூனியருடன் சோயித்ராம் அவளைப் பார்த்திருக்கிறான். ஏ. சி. பால்கனிகளில். அந்தப் படங்கள் அவரால் தேர்ந்தெடுக்கப்பட்டவை அல்ல என்றும் அவளால் தேர்ந்தெடுக்கப்பட்டவை என்றும் சோயித்ராமுக்குத் தோன்றும். அவளுக்காக அவர் அந்தப் படத்தைச் சகித்துக்கொண்டிருந்து விட்டு, மறுநாள் சோயித்ராமிடம், “மோசமில்லை, நன்றாகவே இருந்தது” என்பார். தன் மனைவியிடம் இருந்த ஒரு கோணங்கி, தூக்கலாக சோயித்ராமுக்கும் உண்டு என்பதும், ஜனங்களுக்குப் பிடிப்பது இருவருக்கும் பிடிக்காது என்பதும் அவருக்குத் தெரிந்திருந்தது. சோயித்ராம் ஜூனியர் பக்கம் நெருங்குகிறான் என்று உணர்ந்ததும் தம்பிகள் அவனை அசட்டைசெய்ய ஆரம்பித்தார்கள். தம்பிகளின் அசட்டைப்பற்றித் தெரிந்ததும் ஜூனியர் மேலும் சற்று அவனை அணைத்துக்கொண்டார்.

கலையரங்குகளில் ஜுனியரின் மனைவி இப்போது அவனைப் பார்த்துக் கையசைத்துச் சிரிக்கும்போது ஒரு அதிகப்படியான அன்பையும் அவன் உணர்ந்தான்.

காலை மணி பத்து இருக்கும். ஜுனியர் முன்னால் அமர்ந்து சோயித்ராம் பேசிக்கொண்டிருந்தான். மலபார் போய்க் கொண் டிருந்த கௌதம் பிசானிக்கு மஞ்சள் காமாலை கண்டிருந்தது. அதனால் அவனுக்குப் பதிலாக இவன் போய்விட்டு வந்திருந் தான். இவனுக்குப் பழக்கம் இல்லாத தடம் என்பதால் பெரும் திணறல் இருந்தது. ஆர்டர் தரும் வியாபாரிகளுக்குக் கசங்கல் இருக்கக் கூடாது என்பதற்கு அவன் எவ்வளவோ கவனம் எடுத்துக்கொண்டான். ஜுனியரும் மலபார் வியாபாரிகளைப் பற்றித் தனித்தனியாகச் சொல்லியிருந்தார். கௌதம் பிசானி மலையாளம் மாதிரி ஒன்றை முனகுவான். அந்த முனகல் சோயித்ராமுக்கு வரவில்லை. ஒரு சுருட்டுப்பெட்டி நிறைய வார்த்தைகள் இருந்தால் போதும்; யாருடனும் பேசி எந்தக் காரியத்தையும் சமாளிக்கலாம் என்று கிடங்குத் தெரு பிரதிநிதி கள் சொல்வார்கள். அதுகூட அவனுக்கு இல்லாமற் போயிற்று.

“எனக்கு திருப்தி இல்லை” என்று சற்று வருத்தத்துடன் சொன்னான் சோயித்ராம். ஜுனியர், “அது சரிதான். ஆர்டர்கள் போதாது. பிசானி அள்ளிக் கொண்டு வருவான். ஆனால் கலெக்ஷன் செக்குகள் மோசமில்லை; அவனுக்கு முக்கால் கொண்டு வந்திருக்கிறாய். நீ போகவில்லை என்றால் அவர்கள் போய் சில ஆர்டர்களைப் பிடுங்கிக்கொண்டிருப்பார்கள்” என்றார். அவர்கள் என்று ஜுனியர் சொன்னது இவர்களுடன் போட்டியிடும் ராதேஷ்யாம் பிசானி என்ற கடையை. அவர் ஜுனியரின் மூத்த மைத்துனியை மணம் முடித்திருந்தார். அவர்களுக்குள் கடுமையான போட்டி இருந்தது. பேச்சு வார்த்தை யும் முறிந்திருந்தது. கண்ணயர்ந்தால் வயிற்றில் குத்து விழும் என்று இருவரும் மிகுந்த விழிப்புடன் இருந்தார்கள். இந்த விரோதம்தான் சகோதரர்களுக்குள் – உள்ளூரக் கசப்பு மண்டிக் கொண்டிருந்தாலும் – மேலோட்டமான ஒரு ஒற்றுமையைப் பின்னிக் கொண்டிருந்தது.

தொலைபேசி மணி அடித்தது. ஜுனியர் பேசினார். முதலில் அவருக்கு ஒன்றும் சரிவரப் புரியவில்லை. தனக்கு முற்றிலும் அப்பாற்பட்ட விஷயத்தை எதிர்கொள்ளும் திணறல் ஏற்பட்டது. அதன் பின் அவர் திடீரென தன்னை சந்தோஷ மாக்கிக்கொண்டு உற்சாகமாகப் பேசினார். அப்போது அவர் அடிக்கடி சோயித்ராமைப் பார்த்துக்கொண்டே பேசினார்.

இமைகளை உயர்த்தி சோயித்ராமையும் இமைகளைத் தாழ்த்தி மோதிரவிரல் புஷ்பராகத்தையும் மாறி மாறிப் பார்த்துக் கொண்டே பேசினார். "சோயித்ராம் இங்குதான் இருக்கிறார், பேசுகிறீர்களா?" என்று அவர் கேட்டார். முதன் முதலாக ஜுனியர் தன்னைப் பன்மையில் குறிப்பிடுவதைக் கேட்டு சோயித்ராம் கூச்சம் அடைந்தான். "என்ன? என்ன?" என்று அவன் பதறினான். ரிசீவரை மடிமேல் வைத்துக்கொண்டே ஜுனியர், "ஒரு மிகப் பெரிய மனுஷர் உன்னுடன் பேச வேண்டும் என்று சொல்லுகிறார்" என்றார். முகத்தை அகல மாக்கிக்கொண்டு இரு கைகளையும் விரித்துக் காட்டினார். சோயித்ராமுக்கு சரியாகப் பேச முடியவில்லை. விஷயம் அவனுக்கு சந்தோஷத்தைத் தந்தது என்றாலும் அவர்கள் தன் னைப் பாராட்ட வரும் நேரம் சரியில்லை என்று எண்ணினான்.

பத்து நிமிடங்களுக்குள் ஐந்தாறு கார்கள் வாசலில் நின்றன. முதியோர்கள், யுவதிகள், இளைஞர்கள், மாணவர்கள், மாணவி கள், குழந்தைகள். விதவிதமான ஆடை அலங்காரங்கள். எல் லோருமே அவர்களுடைய மிகச் சிறந்த தோற்றத்தில் வந்திருந் தார்கள் என்று தோன்றிற்று. பஞ்சகச்சம் கட்டி, லாங்கோ அணிந்து, தலையில் கறுப்பு குல்லாவும், வெள்ளி விளிம்பு கொண்ட கண்ணாடியும் வைத்துக்கொண்டிருந்த ஒரு எண்பது வயது முதியவர் ஒரு அழகான புன்னகையை முகத்தில் நிறுத்தி வைத்துக்கொண்டே ஒரு ரோஜா மாலையை அந்தரத்தில் பிடித்தவாறு முன்னேறி வந்தார். அவருக்குப் பின்னால் கூட்டம். ஜுனியர் கண்ணாடி அறையிலிருந்து வெளியே வந்தார். தம்பிகளும் கண்ணாடி அறையிலிருந்து வெளியே வந்தார்கள். அவர்களுக்கு விஷயம் தெரியாததால் மிகுந்த பரபரப்புடன் வந்தார்கள். சற்று நேரத்துக்கு முன்னால் அங்கு வந்திருந்த அவர்களுடைய மனைவியரும் தத்தம் கணவர்களை உரசிக் கொண்டே வந்தார்கள்.

பெரியவர், ஜுனியரைப் பார்த்து "சிரேஷ்ட கவி எங்கே?" என்று கேட்டார். பம்பாயிலிருந்து வெளியாகும் *நவ கவிதா* என்ற பத்திரிகை ஒவ்வொரு வருடமும் முப்பது வயதுக்குக் குறைவான சிரேஷ்ட கவியைத் தேர்ந்தெடுத்துக் கொண்டிருந்தது. அந்த வருடம் சோயித்ராமை அது தேர்ந்தெடுத்திருக்கிறது. அன்று காலை ஹிந்தி தினசரிகளில் அவனுடைய புகைப்பட மும் வாழ்க்கைக் குறிப்பும் ஒரு விமர்சனக் கட்டுரையும் வெளியாகி இருந்தன. சிரேஷ்ட கவி சென்னையைச் சேர்ந்தவர் என்ற செய்தி அன்றைய காலை பத்திரிகையில் வெளியானதும் 'ஹிந்தி சாகித்ய சம்மேளன்' நிர்வாகிகள் சிலிர்த்துக்கொண்டு எழுந்துவிட்டார்கள்.

"இவர்தான் சோயித்ராம்" என்றார் ஜுனியர். பெரியவர் அவன் கழுத்தில் பவித்ரமாக மாலையை இறக்கித் தோளில் வைத்தார். அடிவயிற்றில் மாலையைச் சரிசெய்தார். கூட்டம் கரகோஷம் செய்தது. தொடர்ந்து எல்லோரும் அவனை மொய்த்துக்கொண்டார்கள். வயதான ஸ்திரீ ஒருத்தி அவனை அணைத்து உச்சி முகர்ந்தாள். இளைஞர்கள் கை குலுக்கினார்கள். பெண்கள் கை குலுக்கினார்கள். குழந்தைகள் அவனுக்கு ரோஜாப் பூக்களைத் தந்தன. சோயித்ராமுக்கு மிகுந்த கூச்சமாக இருந்தது. அவன் ஒரு கை விரலை மறு கை விரலோடு முறுக்கிக்கொண்டு நெஞ்சுக் குவட்டில் அதைப் பதித்துக் கொண்டிருந்தான். அவன் உடல் ரொம்பவும் கோணியிருந்தது. அசந்தர்ப்பமாக எல்லாம் நடப்பதுபோல் உணர்ந்தான். புகைப்படக்காரர்கள் எதிர்பார்த்ததற்கு மாறாக அவன் முகம் இறுகிக்கொண்டு போயிற்று. "நீங்கள் சந்தோஷமாகவே இல்லையே" என்று அவர்கள் குறைபட்டுக்கொண்டார்கள். உண்மையில், உள்ளூர அவன் சந்தோஷமாகவே இருந்தான். மாலையில் 'சாகித்ய சம்மேளன்' அலுவலகத்திற்கு வந்து எல்லோருக்கும் ஆட்டோகிராப் தருகிறேன் என்றான். அவன் உடம்பைக் குத்திக்கொண்டு சுற்றிவர டைரிகள். பிஞ்சுக் கரங்கள். பாராட்டுக் கூட்டம் ஒன்று நடத்தப் போவதாகவும், தலைமை வகிக்க கவர்னரை அழைக்கப்போவதாகவும் பெரியவர் சொன்னார். கூட்டத்தின் பின்னால் உணர்ச்சிவசப்பட்டுக் கொண்டிருந்த ஒருவர் மேற்கொண்டு தன்னைக் கட்டுப்படுத்திக் கொள்ள முடியாமல் ஆனபோது, அவனுடைய கவிதையைக் கோஷம்போல் உச்சாடனம் செய்துகொண்டே கூட்டத்தைச் சற்று முரட்டுத்தனமாக இரு கைகளாலும் விலக்கிப் பிளந்து முன்னேறி வந்து அவனை அணைத்துக்கொண்டார். கூட்டத்தின் நடுவில் இருந்து ஒருவர், "ஜகதாம்பிகா வாயில் சாரி இருக்கிறதா?" என்று கேட்டார். அவருக்கு வெளியே வர முடியவில்லை. சின்னத் தம்பி கையை உயர்த்தி, "இருக்கிறது; நீங்கள் இப்படி வந்துவிடுங்கள்" என்று கடையின் மறுபக்கத்தைக் காட்டினார். "அவரை விடுங்கள், தயவு செய்து" என்றார். கூட்டம் கலைந்தது. சோயித்ராம் தம்பிகளின் முகத்தைப் பார்த்தான். அவர்கள் முகங்கள் மிக மோசமாகச் சிவந்திருந்தன. அவர்களை உசுப்புவதுபோல் மனைவிகள் ஏதோ அவர்களிடம் பேசிக்கொண்டிருந்தார்கள். சோயித்ராமுக்கு மனம் மிகவும் சோர்ந்தது. அவன் ஒரு ஆறுதல் தேடி ஜுனியர் பக்கம் போனான். "என் பாராட்டுகள்" என்றார் அவர். அவன் அவருடைய உதடுகளைக் கவனித்தான். அந்த வார்த்தைகளைச் சொல்லும் உதடுகள் மாதிரியோ, அவற்றைச் சொல்ல அசையும் தாடைகள் மாதிரியோ அவை அவனுக்குப் படவில்லை. "நான் இன்று லீவு எடுத்துக்கொள்ளட்டுமா?" என்று கேட்டான்.

"எடுத்துக்கொள்ளேன், தம்பிகளிடம் சொல்லிவிட்டுப் போ" என்றார் அவர். பின்புறம் திரும்பி, தம்பியின் கண்ணாடி அறைகளைப் பார்த்தான் சோயித்ராம். "வேண்டாம்; ஒன்று மில்லை" என்றான். "பஜார் பார்த்துவிட்டு வருகிறேன்" என்று சொல்லிக்கொண்டே தன் சிறிய கைப் பெட்டியைத் தூக்கிக் கொண்டு வெளியே போனான்.

அன்று மதுரையில் மிகக் கடுமையான வெயில். சூட்கேசுடன் ஹோட்டல் ஏணிப்படி வழியாக சோயித்ராம் இறங்கித் தெருவுக்கு வந்ததும் சுப சூசகங்கள் எப்படி என்று ஆராய்ந்தான். வேலைக்குக் கிளம்புவதற்கு முன் இப்படி ஆராய்வதும், இரவு அதைச் சரிபார்த்துக் கொள்வதும், அவனுடைய ரகசியப் பழக்கம். வெயிலுக்கு ஒரு சூட்டுக்கோல் தன்மை இருந்தது. அது நல்ல அறிகுறி அல்ல. தெருவில் அலையும் மாடுகளின் கண்களைப் பார்த்தான். அவை வருத்தம் கொண்டிருந்தன. அதுவும் நல்ல அறிகுறி அல்ல. பக்கத்து பார்பர் ஷாப்பிலிருந்து கத்திரிகளின் சுறுசுறுப்புச் சத்தங்கள் வந்து கொண்டிருந்தன. இந்தச் சத்தம் அவனுக்கு மிகவும் பிடிக்கும். பல தலைகள் வேனிற்காலத்தை ஒப்புக்கொண்டு பவ்யம் கொள்கின்றன. இல்லையென்றால் இவ்வளவு உற்சாகம் கொள்ள வேண்டியதில்லை கத்திரிகள். இரவு அறைக்குத் திரும்பியபோது, அந்தக் கத்திரிக்கோல்களின் சத்தம் தவிர, தான் சந்தோஷம் கொள்ளும் காரியம் ஒன்றுகூட பகலில் நடக்கவில்லை என்று மனத்திற்குள் சோயித்ராம் நினைத்துக்கொண்டான். வெயில் வறுத்தெடுத்து விட்டது. இவ்வளவு கடுமையான வெயில், மாலையில் ஒரு சாரலைக் கொண்டுவந்திருக்க வேண்டும். கொண்டு வரவில்லை. போன பல கடைகளில் முதலாளிகள் இல்லை. முதலாளிகளுடன் நிகழ்ந்த அமர்வுகளும் சுகப்படவில்லை. ஒன்று, கடைகளில் அதிகக் கூட்டம். அல்லது, அவர்களை வேறு விதத்தில் பிடுங்கும் தொலைபேசி அழைப்புகள். பேங்க் மிச்சங்களும் சரி இல்லை. அது நன்றாகவே தெரிந்தது. மோசமான தினம். அதைத் திரும்பிப் பார்க்காமல் இருப்பது நல்லது என்று மனத்திற்குள் சொல்லிக்கொண்டான். உள்ளாடைகள் உடம்பிலும், மேலாடை கள் உள்ளாடைகளிலும் ஒட்டிக்கொண்டிருந்தன. அனைத்தை யும் அவிழ்த்துக் கட்டிலில் எறிந்துவிட்டு அம்மணமாக ஓடிப் போய் 'ஷவரு'க்குக் கீழே உட்கார்ந்தான். தலை சீவி, சுத்தமான ஆடைகள் அணிந்து அதிகமாகப் பவுடர் தட்டிக்கொண்டான். வெளியே வெகுதூரம் நடந்து சென்று, ஆள் அரவம் குறைந்த ஒரு இடத்தில், வித்தியாசமான சுத்தமான ஏதேனும் உணவுகள் கிடைக்குமா என்று பார்க்க வேண்டும் என்று தோன்றிற்று.

கதவை லேசாகத் தட்டும் சத்தம் கேட்டது. திறந்தான். ஒரு சூட்கேசுடன் ஒரு இளைஞன் உள்ளே வந்தான். சுருட்டைத் தலை. வாயில் சிகரெட். கிடங்குத் தெருவில் பல சமயங்களில், சந்தடிகளில் அந்த முகத்தை அவன் பார்த்திருக்கிறான். "இந்தக் கடிதம் உனக்கு" என்று அவன் ஒரு கவரை நீட்டினான். சோயித்ராம் மனத்தைப் பீதி கவ்விக்கொண்டது. அவனுடைய உள்ளுணர்வுகள் எழும்பிப் பாய்ந்து அவனிடம் எதையோ கூறத் தத்தளித்தன. கவரின் ஓரத்தை அவனால் நிதானமாகக் கிழிக்க முடியவில்லை. அவன் வேலையில் இருந்து நின்றுகொள்ள வேண்டும் என்றும், சாம்பிள் பெட்டிகளைக் கடிதம் கொண்டு வரும் அர்ஜுன் சிங்கிடம் ஒப்படைத்துவிட வேண்டும் என்றும் இருந்தது. சின்னத் தம்பியும் நடுத் தம்பியும் கையெழுத்துப் போட்டிருந்தார்கள்.

"நான் ஜுனியரால் வேலைக்குச் சேர்க்கப்பட்டவன். அவர்தான் என்னைப் போகச் சொல்லவும் வேண்டும்" என்றான் சோயித்ராம்.

"அவர் நேற்று முன்தினம் காலமாகிவிட்டார்" என்றான் அர்ஜுன் சிங். உணர்ச்சிவசப்படாமல் இதைச் சொல்ல அவன் முன்தயாரிப்பு எடுத்திருந்தான்.

"அட பாவி!" என்று கத்திக்கொண்டே நாற்காலியில் அமர்ந்தான் சோயித்ராம். "என்ன இது? என்ன இது?" என்றான். அவனுடைய கண்கள் கலங்கி முகமும் கோணிவிட்டது. அர்ஜுன் சிங் முன்னால் அழக்கூடாது என்று அவனுக்குத் தோன்றிற்று. அவன் ஆவேசத்துடன் எழுந்திருந்து சாம்பிள் பெட்டிகளைத் திறந்து சாம்பிள்களை அள்ளிக் கட்டிலின் மீது வீசிக்கொண்டே "இந்தா எடுத்துக்கொள்" என்றான். ஆர்டர் புத்தகங்களைக் கட்டிலில் வீசி எறிந்தான். பால் பாயின்ட் பேனா, கார்பன் தாள்கள், ரப்பர் ஸ்டாம்பு எல்லாவற்றையும் ஒவ்வொன்றாகக் கட்டிலை நோக்கி வீசினான். "நான் போகிறேன்" என்று சொல்லிக்கொண்டே அவன் தன் கைப்பெட்டியை எடுத்துக் கொண்டு வெளியேறினான்.

மறுநாள் காலையில் எழும்பூரில் இறங்கியதும் ஒரு ஆட்டோ அமர்த்திக்கொண்டு ஜுனியர் வீட்டை நோக்கி சோயித்ராம் விரைந்தான். அவருடைய மனைவியை அவனுக்குப் பார்க்க வேண்டும் என்றிருந்தது. எப்படி அவளை எதிர்கொள்ளப் போகிறோம் என்றும் இருந்தது.

1985

# வழி

வழி தொலைந்துவிட்டது. சந்தேகமே இல்லை. அலைக்கழிப்பின் ஏதோ ஒரு கணத்தில் எனக்குத் தெரியாமலேகூட இழந்துபோன வழி மீண்டிருக்கக்கூடும் என இனி கற்பனை செய்துகொள்ளச் சாத்தியம் இல்லை. துஷ்ட மிருகங்களின் உறைவிடமான இந்தக் காட்டில் மிக மோசமாகச் சிக்கிக்கொண்டு விட்டேன். சதை மடிந்து பிதுங்கும் இடுப்புகளும் தொடைகளும் கொண்ட அம்மண ஸ்தூலிகளான மரங்கள் பீதியைக் கிளறுகின்றன. திமிரில் பட்டைகள் வெடித்து, பூமிக்குள் வாய்வேர்கள் பரப்பி, வானத்தை முட்டப் பாயும் மரங்களின் திடகாத்திரமும் வீச்சும் என்னை அச்சுறுத்துகின்றன. அவற்றின் அடர்த்தியும் நெரிசலும் சூரிய ஒளியை நாணயங்களாக மாற்றி நெடுகிலும் விசிறியிருக்கின்றன. அவ்வளவு பெரிய வெளிச்சத்தை அந்தகாரமாக மாற்றும் அவற்றின் கூட்டாட்சி என்னைக் கதிகலங்க அடித்தது. இனி என்ன என்று சிந்திக்க முயன்றேன். குழம்பி மறிந்த மனம் யோசனையின் பாஷையை உதறித் தள்ளிவிட்டுச் சுருக்சுருக்கென்று குத்திக்கொண்டிருக்கிறது. பிணம்போல் நான் விழுந்து கிடக்க துஷ்ட மிருகங்களும் துஷ்டப் பறவைகளும் என்னைக் கொத்திக் கிழிக்கின்றன. இந்தக் காட்சி ஒன்றுதான் மீண்டும் மீண்டும் என் மனதில் வந்து போயிற்று.

அப்போதும் மிஞ்சியிருந்த ஒரே ஆசுவாசம் தூரத் தொலைவிலிருந்து கேட்டுக் கொண்டிருந்த அருவியின் ஓசைதான்.

உண்மையில் இப்போது அது வெறும் ஓசை அல்ல. புற உலகத்துக்கும் எனக்குமான ஒரே இழை. நான் தக்கவைத்துக் கொள்ளத் துடிக்கும் நம்பிக்கையின் குறியீடு.

என் உயிர் அணுக்கள் முழுவதையும் என் செவியில் குவித்து அந்த ஓசையின் திசைவாயைக் கிரகிக்க முயன்றேன். அந்தத் திசை நிச்சயப்பட்டுவிட்டால் இப்போதுகூட எனக்கு விமோசனத்துக்கு வழியுண்டு. அந்த ஓசை மீது அடி வைத்துச் சென்று நான் அருவிகளுக்கெல்லாம் அரசியான அந்தத் தலை அருவியை அடைந்துவிடலாம். காலம் காலமாகக் கொண்டிருக்கும் மனித உறவில் இணக்கமும் இசைவும் கூடியுள்ள அந்த அருவியைத் தேடி ஜீவன்கள் வரத்தான் செய்யும். ஒரு சமயம் நான் அதிக நேரம் அங்கு காத்திருக்க நேரலாம்.

அந்த அருவியின் ஓசையில் இப்போது ஒரு சுருதி மாற்றம் நிகழ்வதுபோல் உணர்ந்தேன். அருவியின் ஓசைபோலவே கேட்டுக் கொண்டிருந்த அந்த ஓசை இப்போது கொடிய மிருகங்கள் புணர்ச்சியின் பரவசத் தணிவில் எழுப்பும் உறுமல்களின் அவரோகணம் போல் தேய்ந்துகொண்டு வந்தது. விட்டு விட்டு இப்படிக் கேட்கும்படி துஷ்ட மிருகங்கள் தொடர் புணர்ச்சியில் வரிசைப்பட்டு நிற்குமா என்ன? ஓசை கேட்பது போல் தோன்றுவதுகூட பிரமையோ என்னவோ. ஒரு நூலிழை உறவேனும் புற உலகத்தோடு மிஞ்சவேண்டும் என்று அரற்றும் மனதின் கற்பனையோ என்னவோ.

' மிகப் பெரிய தவறு செய்துவிட்டேன். குளித்து முடிந்ததும் நானும் மற்றவர்களைப் போல் மலையிறங்கிச் சென்றிருக்க வேண்டும். நான் தலை துவட்டிக் கொண்டிருந்தபோது அந்த வயசாளியும் அந்த இளைஞனும் – அவன் அவருடைய பேரனாக இருக்கக்கூடும் – என்னையே பார்த்துக்கொண்டு நின்றார்கள். உண்மையில் அது பார்வையல்ல; அழைப்பு. எவ்வளவு அழகான வயசாளி! ஒடுங்கிய உடல்வாகும் சீராக நரைத்த தலையும் இடுப்புக் குறுகலும் தசை நார்களின் தொய்வான இறுக்கமும் என் மனதை ஆட்கொண்டன. அவர்களுடன் இறங்கியிருந்தால் நானும் இதற்குள் ஊர் போய்ச் சேர்ந்திருப்பேன். உண்மையில் அந்த வயசாளியுடன் ஆகர்ஷணக் கலப்புக் கொள்ள விரும்பி அவரைப் பின்தொடர நான் படபடவென்று உடலைத் துடைத்துக்கொண்டிருந்த போதுதான், துரதிர்ஷ்டம் என்று சொல்ல வேண்டும், அந்த விசித்திர உறுமல் என் காதில் விழுந்தது. தப்பட்டையின் உறுமலில் வீணையின் மேல்ஸ்தாயி மீட்டலைக் கோத்து இழுத்ததுபோல் அதன் விசித்திரம் என் மனதை ஆட்கொண்டது. கொடிய விலங்குகளின் புணர்ச்சிகள் மனதில் காட்சி ரூபம் கொள்ள என் முகம் ஆவலில் விரிந்து, அருவியின் பின்பக்கம் நான் நகர்ந்தபோது, நான் முன்பின் அறிந்திராத அந்த வயசாளி, 'வேண்டாம் ஐயா' என்றார். அந்தக் குரலும் அதில் தோய்ந்திருந்த வேண்டுதலும் அன்பும்

இப்போதும் என் மனதில் ஒலித்துக்கொண்டிருக்கின்றன. அந்தக் குரலைத் தாண்டி நான் சென்ற நிமிஷத்தில் பிசகு நிகழ்ந்தது. அதன்பின் என் அடிச்சுவடுகள் குரங்குகள் விளையாடிய நூல் கண்டு மாதிரிச் சிடுக்காகி விட்டன.

ஒரு சில எட்டுகளில் புணர்ச்சியின் காட்சி சொரூபம் கிடைத்து விடும் என்ற கிளுகிளுப்பின் எச்சிலை மனது நக்கியது எவ்வளவு தவறு என்பது இப்போது தெரிகிறது. நெருங்க நெருங்க அழுத்தம் பெற வேண்டிய ஓசை, விதியின் என்ன விசித்திரமோ, தேய்ந்து கொண்டே போயிற்று. இதோ இதோ என்று நான் விரைந்து கொண்டிருந்தேன். எண்ணற்ற கொடிய மிருகங்களின் காம சொரூபங்களும் ஆக்ரோஷங்களும், தன்னி லிருந்து தன்னைப் போன்ற மற்றொன்றைப் பயிரேற்ற அவை கொள்ளும் ஆவேசங்களும் மனக்கண்களில் விரிய, மூச்சிரைக்க, காலோசை எழுப்பாமல் ஓடினேன். மிகப் பெரிய மரங்கள் மீது நொடியிடையில் தாவி ஏறிவிடுவதில் நான் கொண்டிருந்த சாதுரியம் மிருகங்கள் மேல் எனக்கு இருந்த பயத்தை மட்டுப் படுத்தியிருந்ததுகூட ஒரு துரதிருஷ்டம் என்றாகிவிட்டது இப்போது.

மலையின் புதர் மண்டிக் கிடந்த சரிவுகளை சூரிய ஒளி கடுமையாகத் தாக்கிக் கொண்டிருந்தது. ஒரு மரத்தில் ஏறித் தொலைநோக்கி வழியாகப் பார்த்தேன். வயசாளி அவருடைய அற்புதமான உடற்கட்டை காற்றுக்கு ஏந்தவிட்டுக் கரங்களை மட்டும் லாவண்யமாக அசைத்தபடி இறங்கிக்கொண்டிருந்தார். தலை குனிந்திருக்க வெண் சடை காதோரம் சாடிக் கிடந்தது. என்ன அற்புதமான முதுகு! புகைப்படக்கருவி கைவசம் இருந்துங் கூட படம் பிடித்துக்கொள்ளத் தவறிவிட்டேன். மிகப் பெரிய இழப்புத்தான். அதுபோன்ற மனிதப் பதிவுகள், மன அழகுகள் உடலில் பிரதிபலிக்கும் பாங்குகள் மிக அபூர்வம். இனி மீண்டும் அவரைச் சந்திக்கக்கூடும் என்று நம்புவதற்கோ எனக்கு எவ்வித நியாயமும் இல்லை.

சிறிய பள்ளத்தாக்குப் போல ஒரு பிரதேசம் எதிர்ப்பட்டது. அதன் அடி ஆழத்தில் புல்வெளிப் பரப்பு. அங்கு இருள் கரும்பாசி போல் அப்பிக் கிடந்தது. அந்தப் புல்வெளியைக் கூர்ந்து கவனித்தேன். தவித்து இடந்தேடி உடல் உரசிக் காமம் முகர்ந்து வரும் விலங்கினங்கள் வாய்ப்பாகக் கருதும் இடம் அது. தங்கள் உடலேறி விரையும் தென்றலுக்குக் கொள்ளும் இங்கித பவ்வியம் தவிர, செயற்கைக் குலைவுகள் எதுவுமே புல்வெளியில் தென்படவில்லை. அப்போது தொலைநோக்கியில் வந்த வழியை – அவ்வாறு நான் நினைத்துக் கொண்டிருந்ததை – மீண்டும் பார்த்தேன். மலைச் சரிவு தெரியவில்லை. புதரும்

ஒற்றையடிப் பாதையும் வயசாளியின் அழகிய முதுகும் சூரிய ஒளியின் பளிச்சென்ற தாக்குதலும் மறைந்துவிட்டன. புதர் கூடத் தெரியவில்லை. நான் வெகுதூரம் உள்ளே வந்துவிட்டேன் என்பதில் எவ்வித சந்தேகமும் இல்லை.

அப்போதும் அந்த ஓசை கேட்டுக்கொண்டிருந்தது.

மேட்டுப் பாங்கிலிருந்து சமவெளிக்கு வந்துவிட்டேன். கானகத்தின் யோனி நெருங்கிக்கொண்டிருந்தது. மரங்கள் மேலும் தடித்துப் பெருத்திருந்தன. எனக்கு வழி பிசகிவிட்டது. ஆனால் நிச்சயமாக அதிகப் பிசகு ஏற்பட்டுவிடவில்லை என்று அப்போதும் நம்பினேன். மிகுந்த விழிப்புக்கொண்டு விட்டால் முன்னெடுத்து வைத்த அடிச்சுவடுகளை இப்போதும் பின்னெடுத்து வைத்துவிடலாம். இப்போதேனும் விழித்துக் கொண்டது இயற்கையின் கருணை. மேலும் என் அடிச்சுவடு களை அதிகப்படுத்திக் கொண்டிருந்தால் பிசகில் முடிச்சுகள் ஏறி விமோசனம் என்பதே அற்றுப் போயிருக்கும். இப்போது மன மூட்டங்களைச் சுத்தமாகக் கலைத்து நிதானத்துக்கும் தெளிவுக்கும் வந்தாக வேண்டும். சிந்தனைகள் தெளிவடையா மல் செயல்பாடு ஒரு நாளும் தெளிவடையப் போவதில்லை. இனி மீண்டும் என் மார்க்கம் குழப்பம் அடையலாம். ஆனால் இப்போதைய என் அடிச்சுவடுகள் தெளிவாக இருக்க வேண்டும். மரத்தின் ஒரு வசதியான கிளைப் பிரிவில் கால் நீட்டிச் சாய்ந்து கொண்டேன். மறுபரிசீலனையில் ஆழ்ந்தேன்.

அன்று விடிந்த பொழுதை மனதில் பிரிக்க ஆரம்பித்தேன். ஒவ்வொரு நிகழ்வுகளையும் மனதில் சுருக்கெழுத்தில் எழுதிக் கொண்டுபோனேன். என் தயாரிப்புகளிலோ மதிப்பீடுகளிலோ சொல்லும்படி விடுதல்கள் எதுவும் இருந்ததாக எனக்குப் படவில்லை. என் ஆயத்தங்களும் சரியாகவே இருந்தன. லங்கோடு கட்டி, காக்கி அரை நிஜாரும் காக்கி அரைச் சட்டையும் அணிந்திருந்தேன். முதுகில் இணைக்கப்பட்ட பை. அதில் காமரா, தொலைநோக்கி, துண்டுகள், ரொட்டி, சிறிது நொறுக்குத் தீனி, கத்தி, வலுவான நூல் கயிறு, ஒரு ஜோடி காலணிகள் எல்லாம் இருந்தன. என் கவிதைச் சொத்தின் பைண்ட் வால்யூமை யும் நினைவாக எடுத்துவைத்துக் கொண்டிருந்தேன். கடைசி யாக விடைபெற கானகங்களில் மட்டுமே எஞ்சியிருக்கும் பேரமைதியில் பல தடவை வாய் உரக்கக் கவிதை படித்திருந்த எனக்கு அதன் ருசிகள் ரத்த நாளங்களில் ஏறியிருந்தன. அருவி யில் வெகு ஆனந்தமாகக் குளித்தேன். அதுவரையிலும் எல்லாம் சரிதான். உறுமலைப் பற்றிய என் கற்பனைகளால் ஆகர்ஷிக்கப் பட்டு உள்ளே புகுந்ததுகூட பிசகு என்று சொல்ல முடியாது. கவிதையும் இயற்கையும் தவிர வேறொன்றும் இல்லாத நான்,

சிறுவயதிலிருந்தே காடுகளையும் மிருகங்களையும் பறவைகளையும் கனவுகண்டு வரும் நான், அபூர்வமாக வாய்க்கும் கொடிய மிருகங்களின் புணர்ச்சிக்குச் சாட்சி கொள்ள வந்தது தவறு என்று சொல்ல முடியாது.

பிரதிகூலங்களுக்கு எதிராக அனுகூலங்களை யோசிக்க ஆரம்பித்தேன். இப்போதும் வந்த திசை பற்றி – ஒரு நிச்சயமின்மை ஊடுருவியிருந்தாலும் – முற்றாக மறந்துபோய்விடவில்லை என்றுதான் தோன்றிற்று. அருவியின் ஓசையைப் பிரமை என்றே வைத்துக்கொள்வோம். வந்த திசை பிரமை அல்ல. வந்த திசை பிரமை அல்ல என்றால் திரும்பும் திசையும் பிரமையாக இருக்க வேண்டும் என்பது இல்லை. இந்தக் கானகம், இந்த அம்மண மரங்கள் பிரமைகள் அல்ல. இப்போதும் கைக்கடிகாரம் ஓடிக்கொண்டிருப்பது பிரமை அல்ல. அது எக்காரணம் கொண்டேனும் முடங்கி, இடங்களோடும் திசைகளோடுமான என் உறவு பரிதவித்திருப்பதுபோல், காலத்துக்கும் எனக்குமான உறவும் பரிதவித்துவிடும் என்ற கிலியை ஏற்படுத்துகிறது என்றாலும், இப்போதும் அது ஓடிக்கொண்டிருக்கிறது என்பதோ, நான் அதற்கு அதிகாலையில் சாவிகொடுத்தேன் என்பதோ பிரமை அல்ல. இப்போதுதான் சுள் வெயில் ஆரம்பித்திருக்கிறது. இங்கேயே நான் சிறிது உணவருந்தி சிறிது ஓய்வும் எடுத்துக்கொள்ள போதிய அவசாகம் இருக்கிறது. என் பொறிகள் வெகு துல்லியமாக இயங்குகின்றன. கற்பனைக்கும் யதார்த்தத்திற்குமான வேற்றுமையைப் பகுத்துணரும் ஆற்றல் என்னிடம் இப்போதும் மிகக் கூர்மையாகத் தொழில்பட்டுக் கொண்டிருக்கிறது. அருவிகளுக்கெல்லாம் அரசியான அந்தத் தலை அருவியை நான் சென்றடைந்துவிடுவேன். மனித உறவுகளில் இணக்கப்பட்டுக் கனிந்து கிடக்கும் அந்த அருவி முகங்களை ஆகர்ஷித்துக்கொண்டுதான் இருக்கும்.

இவ்வளவு அனுகூலங்களுக்கும் எதிரான பிரதிகூலம் அந்தப் பிராந்தியங்களில் எண்ணற்ற அருவிகள் இருக்கின்றன என்பதுதான். இன்னும் இணங்க மறுக்கும் காட்டருவிகள் அவை. மனித உறவின் துவட்சி கூடாதவை அவை. ஒவ்வொரு அருவிக்கும் அதற்கான இடமும் பின்னணியும் உயரமும் பருமனும் முக லாவண்யங்களும் அவற்றுக்கே உரித்தான ஜொலிப்புகளும் மனித மனங்களை வசீகரிக்கும் தொடைகளும் இருக்கின்றன என்பது உண்மைதான். என்றாலும், ஒரே பிராந்தியத்திற்குள் அவை சதா சாடிக் குதித்துக் கொண்டிருக்கும்போது, ஒன்றின் முகவிலாசம் மற்றொன்றில் கூடிக் கலந்து அவற்றுக்கே உரித்தான அடையாளங்களை அவை இழந்துபோய் நிற்பதுபோன்ற பிரமையை அவை அளிக்கக்கூடும் என்பதுதான் வெகு பிரதிகூலமாக இருக்கிறது.

வந்த திசையில் – அதாவது வந்த திசை என்று நான் அனுமானித்துக்கொண்ட திசையில் – அரை நாழிகை சீராக ஓடினால் தலை அருவிக்குரிய பிராந்தியத்தை நான் சென் றடைந்து விடுவேன். தலை அருவியைப் போலவே மனித உறவுக்கு இணக்கம் கொள்ளும் குரங்குகள் ஒன்றிரண்டேனும் அதற்கு முன்பு தென்பட்டுவிடும். மனிதன் தங்கி இளைப்பாறி உணவு சமைத்து உண்ணும் இடங்களைச் சுற்றிக் குரங்குகள் வளைவது இயற்கைதானே? நான் எனது சகல பலங்களையும் மனதில் திரட்டிக்கொண்டேன். உடல் பலம் எனக்குக் குறை வாக இல்லை என்பதும் மனச்சோர்வினால்தான் உடல் தொய்கிறது என்பதும் எனக்கு நன்றாகத் தெரிந்தது. நம்பிக்கை யைக் கைவிட்டால் என் சகல பலங்களும் தொய்ந்து விடும். நான் சீராக ஓடத் தொடங்கினேன். சப்த ஜாலங்கள் ஏற்றப் பட்டிருந்த, எனது மனதுக்கு வெகு உவப்பான ஒரு கவிதையை அழுத்த உச்சரித்துக் கொண்டே ஓடினேன். பின்னிரவின் இருளில் நம்பிக்கைகள் முற்றாக விலகிச் சிதறிப்போகும் மனம், விடியலின் வெளிச்சத்தில் மீண்டும் திரள்வது என் நினைவுக்கு வந்தது. அப்படித்தான் நிகழ்ந்திருக்கிறது. இருளின் திட்பம் கூடும்போது அதில் ஒளி ஊடுருவி ஏறும். இருளும் ஒளியும் இருளோ ஒளியோ அல்லாத ஒன்றின் இரு பக்கங்கள்தான். மிகுந்த எக்களிப்புக் கொண்டேன். ஆத்ம நம்பிக்கையை ஒரு போதும், உடல் இரு கூறாகப் பிளந்தாலும், கைவிட மாட்டேன் என்று கத்திக்கொண்டே ஓடினேன்.

சரித்திரத்தின் உன்னதங்கள் என் நினைவுக்கு வந்தன. உன்னத ஆளுமைகள் எவ்வளவு கடுமையான சோதனைகளுக்கு ஆட்பட்டு உள்ளன. அந்த ஆளுமைகளின் ஆத்ம பலத்தை நினைக்கும்போது உடல் புல்லரித்தது. என்னென்ன சோதனை கள், என்னென்ன சாதனைகள்! ஓட்டைத் தோணியில் அவை முதுகெலும்பை உருவித் துடுப்புப் பிடித்திருக்கின்றன. நெருப்பில் செடிகளாக முளைத்து மொக்கு விட்டிருக்கின்றன. காலம் ஒரு குட்டிச் சோதனையைத் தந்து என்னைப் பரீட்சிக்கிறது. என்னைத் தோற்கடிக்க முடியாது என்று கத்தினேன். அந்தக் கத்தல் சகல அம்மண மரங்களுக்கும் கேட்டது. அந்த அம்மண ஸ்தூலிகள் எனக்கு உதவாமல் இருக்கலாம். ஆனால் காய்த்து உலுப்பும் ஆவேசத்தை நோக்கியே அவை சகல இயக்கங்களை யும் முடுக்கிக்கொண்டு போகின்றன. சக்தியின் திராவகமான அவற்றுக்கே ஒரு குறிக்கோள் இருக்கும்போது மூளையின் திட்பமான எனக்கு அதைவிட மகத்தான குறிக்கோள் இருந்து தான் ஆக வேண்டும். மிக உரக்க அந்தக் கவிதை அடிகளைக் கத்திக்கொண்டே ஓடினேன். என் உடலில் தசை நார்கள் சீராக இயங்குவது சந்தோஷத்தைத் தந்தது. மிகுந்த வலுவுடன்

இருக்கிறேன். அடிச் சுவடுகளின் இடைவெளியை எந்த நுட்ப இயந்திரம் அளந்தாலும் ஒரே சீராக அவை இருப்பதைக் குறித்துவிட்டு வியப்பில் ஸ்தம்பித்து விடும். அவ்வளவு ஒத்திசை வோடு இயங்குகிறது உடல். இரு கன்னங்கள் வழியாக ஒழுகும் வேர்வையில் காக்கிச் சட்டை பாசிப் பச்சையாகி விட்டதும் மிகுந்த சந்தோஷத்தைத் தந்தன. இன்னும் சில நொடிகளில் நான் தலை அருவியை அடைந்துவிடுவேன். மகத்தான குறிக் கோளுக்காகப் படைக்கப்பட்டிருக்கும் நான் இந்தக் கானகத் தில் விழுந்து கிடந்து துஷ்டைகளின் கொத்தலுக்கும் பிடுங்கலுக் கும் ஆளானேன் என்றால் இயற்கை தன் அவலத்தை நிரூபித்துக் கொள்கிறது என்றுதான் அர்த்தம். சகல ஜீவன்களும் சகல அணுக்களும் துகள்களும் அவை அவற்றிற்கான யோசனை கொண்டிருக்கும் போது அவற்றின் பகுதியான – தவிர்க்க முடியாத பகுதியான – எனக்கு மட்டும், என் ஜீவனுக்கு மட்டும் யோசனை என்று ஒன்று இல்லாமல் இருக்க முடியுமா? எனக்குத் தெரியாமல் என்னிடம் உறைந்து கிடக்கும் ஆற்றலின் யோசனை என்ன?

வெகு நேரம் ஓடிவிட்டேன். நான் எதிர்பார்த்த காரியங்கள் கூடி வரவில்லை. என் உடல் துவண்டுவிட்டது. ஒரு எல்லை வரையிலும் நான் என் உடல் மீது ஏற்றும் கற்பனைச் சக்தியை அது ஏற்றுக்கொள்ளும். என்னுடன் கூடி முயங்க அது துடிக்கும். என்னை நிறைவேற்ற அது பரபரக்கும். ஆனால் அதன் இயல்பை நான் கணக்கில் எடுத்துக்கொள்ளாமல் என்பாட்டுக்குக் கற்பனையை ஏற்றிக் கொண்டுபோனால் தன் துவட்சியை அது பகிரங்கப்படுத்திக் கொண்டு விடும். இப்போது நான் என் உடலைச் சமாதானப்படுத்த வேண்டியிருக்கிறது. மரக் கிளைகளில் தூங்கும் பயிற்சியைப் பெற்றிருந்த நான், ஏற்ற கிளை ஒன்றில் மிக வசதியாக ஓய்வெடுத்துக் கொள்ள முடியும். அங்கிருந்து பார்த்தபோது நாலுதிசையும் காடுகள்தாம். நான் ஓடிய திசை தலை அருவி இருந்த திசை அல்ல என்று தோன்றி விட்டது. இப்போது அருவியின் ஓசையும் முற்றாகக் கேட்க வில்லை என்பது நிச்சயமானதும் பீதி மனதைக் கவ்விற்று. வேறுபட்ட திசைகளிலோ அல்லது நேர் எதிரான திசையிலோ ஓடிக்கொண்டிருக்கிறேன் போலிருக்கிறது. இனி தலை அருவி யைச் சென்றடைவது சாத்தியம் இல்லை. அது, அதன் ஓசையுடன் என்னைக் கைவிட்டுவிட்டது. ஆனால் காடு, அது எவ்வளவு பெரிய காடு என்றாலும் சரி, ஒரு இடத்தில் முடிந்துதானே ஆகவேண்டும் என்று யோசித்தேன். அதன் அடிவயிற்றிலிருந்து அதன் பாதங்களைச் சென்றடைவது எப்படி என்பதுதான் இப்போது பிரச்சினை. எந்தத் திசையில் அதன் பாதங்களைச் சென்றடைவதற்கான இடைவெளி ஆகக் குறைவாக இருக்கும்

என்பதுதான் இப்போது பிரச்சினை. மரங்களின் திட்பத்தை யும் அடர்த்தியையும் பார்க்கும்போது வனாந்திரத்தின் கருப் பைக்குள் இருக்கிறேன் என்று தோன்றிற்றே தவிர அங்கங் களில் நகர்ந்திருக்கிறேன் என்று தோன்றவேயில்லை.

இத்தனைக்கும் இந்தக் காட்டுப் பகுதியைப் பற்றி எனக்கு நன்றாகத் தெரியும். இந்தப் பிராந்தியத்தின் இயற்கை, மரங்கள், மிருகங்கள், அருவிகள், நீரோடைகள் இவை பற்றி நிறையப் படித்திருக்கிறேன். இரவு வேட்டையாடும் கரடிகள் இங்கு அதிகம். ஆந்தைகள் அதிகம். நீரோடைகளில் வரும் காற்றின் குளிர்ச்சியை சுவாசித்துக் கொண்டு புல்வெளிகளின் இருட் பகுதிகளில் உஷ்ண மிருகங்கள் மூச்சிரைத்துக்கொண்டு கிடக்கும். இந்தக் காட்டுப் பகுதியைப் பற்றி நான் படித்தபோது இங்குள்ள மரங்கள் பற்றியும், மிருகங்கள் பற்றியும், பறவைகள் பற்றியும், மொத்த அடர்த்தி பற்றியும், பள்ளத் தாக்குகள் பற்றியும், நீரோடைகள் பற்றியும் என் மனதில் எவ்வளவோ சித்திரங்கள் எழுந்திருந்தன. இயற்கையை நேசித்து வாழும் அந்த மகோன்னத ஆசிரியர்கள் எழுதிய குறிப்புகள் சூட்சுமமானவை. நுட்பம் கூடியவை. மிகை அற்றவை. இருப்பினும் அவற்றைப் படித்த போது எனக்கு ஏற்பட்ட அனுபவத்திற்கும் இப்போது எனக்கு ஏற்பட்டுக் கொண்டிருக்கும் அனுபவத்திற்கும் எவ்வித சம்பந்த மும் இல்லை. புத்தகத்தில் ஆதாரங்களை நேரடியாக மறுக்கா மலே இவை ஒவ்வொன்றும் வேறு விதமாக இருக்கின்றன. நாற்புறமும் சுற்றிப் பார்த்தேன். மரங்கள்! மரங்கள்! மரங்கள்! இவற்றை விட்டால் பறவைகளின் மெல்லிய ஓசைகள். அந்தப் பேரமைதியோடு அவை கொள்ளும் உறவுகள் மிகுந்த எக்களிப்பை ஏற்படுத்துகின்றன. மரங்கள் விட்டெறிந்திருந்த வானத்தின் துண்டு துணுக்குகள். கொடிய மிருகங்களில் ஒன்றைக்கூட நான் இன்னும் கண்ணால் பார்க்கவில்லை. அவை வெகு அருகில் இருக்கும்போதுகூட தம் இருப்பைக் காட்டிக்கொள் ளும் தன்மை இல்லாதவை. அவை காடுகளின் இருள் சூட்சுமங் களில் கரைந்துகொண்டிருப்பவை. அவற்றின் மணங்கள் எனக்குத் தெரியும். மணங்களை இனம் பிரித்துக் குறித்துக் கொள்ளவும் எனக்குத் தெரியும். பறவைகளின் மணங்கள் தவிர மிருகங்களின் மணங்களை நான் உணர்ந்திருக்கவில்லை. நீரோடைகள் எதிர்ப் படும்போது நான் மிகக் கவனமாக இருக்க வேண்டும். துஷ்ட மிருகங்கள் அங்கு தாகம் தீர்த்துக்கொள்ள வரும். ஆனால் ஒரு நீரோடைகூட எதிர்ப்படவில்லை. எண்ணற்ற அருவிகளின் குழந்தைகளான இந்த நீரோடைகள் பாய்ந்தோடி ஊர் நோக்கி இறங்கும் சரிவுகள் வெகுதொலைவில் இருக்கின்றன என்று பட்டது.

உலகப் பரப்பில் எந்த இடத்தில் என் பாதம் ஒட்டிக் கொண்டிருக்கிறது என்பது தெரியாதது ஒரு பெரும் அவஸ்தை. இந்தக் காட்டின் பெரிய வரைபடமும் அதில் என் பாதங் களின் புள்ளிகளும் தெரிந்தால் எவ்வளவு நன்றாக இருக்கும். அப்போது கூட காட்டின் வரைபடம் மட்டும் இருந்து பயன் ஒன்றும் இல்லை. ஊரோடு சேர்ந்த வரைபடம் வேண்டும். ஊருக்கும் காட்டுக்குமான உறவு இருந்தால்தான் விமோசனத் துக்கான மார்க்கங்களை உருவ முடியும். திட்டவட்டமாக உணராமல் கற்பனை செய்துகொண்டிருப்பதில் ஒரு பயனும் இல்லை. வேரூன்றி நிற்கும்போது கற்பனையின் பூக்களும் தளிர்களும் ரம்மியமாக இருக்க, வேரற்ற நிலையில் அவையே அசிங்கங்கள் ஆகிவிடுகின்றன. தேங்காய்துருவி வைத்து என் மூளையைத் துருவுவதுபோல் ஆகிவிடுகிறது. என் யோசனை களைத் தரையிறக்க முயன்றேன். எனக்கு இப்போது வேண்டி யவை மிகக் குறைவான யோசனைகளே. நடைமுறைச் சாத்திய மான சின்ன யோசனைகளே. நான் விடுதலை அடைய வேண்டும். தவறிய வழிகள் எனக்கு மீண்டும் கைகூடி வர வேண்டும்.

வெயில் உச்சி கண்டுவிட்டது. அதன் தாட்சண்யமற்ற பயணம் சீரான போக்கின் கடுமை மிகக் கொண்ட பயணம். அதன் வழியில் அதன் வினாடியில் அது மறைந்துவிடும். மரத்தின் மீது அமர்ந்து ரொட்டியைத் தின்ன ஆரம்பித்தேன். சோர்வும் பசியும் இருந்துங்கூட ரொட்டி வாயில் அரைந்து அரைந்து வந்தது. உணவைக் காலி செய்யலாமா என்ற கேள்வி எழுந்ததும் பின் மண்டையில் அடித்தது போல் இருந்தது. நான் இங்கு மாட்டிக்கொண்டு விட்டேன் என்றால் இந்த உணவை வைத்துத்தான் நான் சமாளிக்க வேண்டும். புட்டி யிலிருந்து நீரைக் குடித்தேன். தண்ணீர் தீர்ந்தாலும் ஓடைகள் நிச்சயம் எதிர்ப்படும். அந்த நீர் பருக ஏற்றதல்ல என்றும் அவை ஊரை அடைந்ததும் பருக ஏற்றதாகி விடுகின்றன என்றும் படித்த ஞாபகம். இதுபோன்ற சிறு விஷயங்களுக்காக இப்போது அலட்டிக்கொண்டிருக்க முடியாது. சரியான வழியில் முன்னேறுவதற்கான உபாயங்களை நான் இப்போது கண்டுபிடித்தாக வேண்டும். அம்புபோல் வானத்தை நோக்கிப் பாய்ந்து கொண்டிருந்த ஒரு மரத்தில் ஏறினேன். சூரியன் உச்சியில் நின்றதால் அதன் திசையை அனுமானிக்க முடிய வில்லை. ஆனால் காலத்தைக் கைநழுவவிட எனக்கு அவகாசம் இல்லை. சூரியன் மிகுந்த வேகத்துடன் பாய்ந்துகொண்டிருக் கிறது. அதன் சீரான ஓட்டம் ஈவிரக்கம் அற்றது.

தொலைநோக்கி வழியாகக் கூர்ந்து கவனித்துக்கொண் டிருந்தேன். அடிவானத்தை முழுசாக ஒரு சுற்று என் பார்வையால்

அவதானித்தேன். தூரத் தொலைவில் புல்வெளி தெரிவதுபோல் இருந்தது. அந்தப் புல்வெளியைச் சென்றடைந்து விட்டேன் என்றால் நம்பிக்கை தரும் இடத்திற்குப் போய்விட்டேன் என்று அர்த்தம். அப்போது இருள் படர்ந்தாலும் அதிக ஆபத் தின்றி அங்கு இருக்க முடியும். அந்தப் புல்வெளியின் மறுபக்கம் என்ன என்று அனுமானிக்க முடியவில்லை. அநேகமாக அங்கு ஓர் ஊர் இருக்கச்கூடும். அந்தப் புல்வெளியைச் சென்றடைந்து, மேயும் கன்றுகாலிகளைப் பார்த்து விட்டால் போதும். வயிற்றில் பால்வார்த்தது போல் ஆகிவிடும். கன்று காலிகளின் வாலோரத் தில் எப்போதும் மனித முகங்கள் தட்டுப்படும். அந்தப் புல் வெளியைக் கூர்ந்து கவனித்தபோது, அதன் செழிப்பும் உயரமும் அடர்த்தியும் பச்சைப்பசேல் என்ற அதன் புத்துணர்வும், மனித உறவில் கூடும் கசங்கல் அற்ற தன்மையும், வாகனத்தின் தரிசனத்துக்கு மட்டுமே அவை தங்களை அர்ப்பணித்துக் கொண்டிருப்பவைபோல் பட்டது. அந்தப் புல்வெளியின் மறுபக்கம் மிக மோசமான சரிவாகக்கூட இருக்கலாம். மாடு களை அங்கு அழைத்து வர முடியாமல் இருக்கலாம். அப்போது கூட ஆடுகள் வரச் சாத்தியம் இருக்கிறது. காடுகளின் மிக மோசமான பகுதிகளில் – அல்லது அவ்வாறு நான் நினைத்துக் கொண்டிருந்தவற்றில் – ஆடு மேய்த்துக்கொண்டிருக்கும் சிறுமிகளைச் சந்தித்திருக்கிறேன். சற்றும் எதிர்பாராத நிமிஷத் தில் கூடிய அந்த முகங்கள், மீண்டும் கூடிவிட்டால் போதும். தப்பித்துக்கொண்டு விடுவேன்.

நொடிகளுக்குள் மிக மோசமாக மனம் தளர்ந்துபோனேன். அந்த மரத்தின் உச்சாணிக் கிளையில் நின்றுகொண்டு வனாந் திரம் முழுக்கக் கேட்கும்படி என் முழுச்சக்தியையும் தொண்டை யில் திரட்டி, “யாராவது என்னைக் காப்பாத்துங்க ஐயா” என்று கத்தினேன். ‘தெரியாத்தனமா வந்து மாட்டிக்கிட்டேன் ஐயா’ என்று எனக்கு நானே புலம்ப ஆரம்பித்தேன். என் அலறல்கள் எதிரொலித்தபோது அவற்றின் சுருதி குலைந்து கீழ் ஸ்தாயியில் கேலி கலப்பதுபோல் பட்டது. யாரோ என் அவஸ்தையைக் கேலி செய்வதுபோல் இருந்தது. மீண்டும் “யாராவது வந்து காப்பாத்துங்க ஐயா” என்று முன்னை விடவும் உரக்கக் கத்தினேன். ‘யாராவது, யாராவது’ என்று எனக்கு நானே முணுமுணுத்துக் கொண்டேன். யாரும் அங்கு வந்து சேருவதற்கான சாத்தியமே இருப்பதுபோல் படவில்லை. எனக்குச் சாதகமாக நான் கற்பனை செய்து கொள்வதுபோலவே இருந்தது. அதை விடவும் அருவருக்கத் தகுந்த சீக்கு மற்றொன் றில்லை. கற்பனைகளால் பிரத்தியட்சத்தை மாற்ற முடியுமா? பிரத்தியட்சம் எனக்குப் பாதகமாகவும் இல்லை; சாதகமாக வும் இல்லை. ஒரு உறவை ஏற்படுத்திக்கொள்ளும் வகையில்

நான் அதை எனக்குச் சாதகமாகத் திருப்பிக்கொள்கிறேன். இப்போது மோசமான உறவு ஒன்றை யதார்த்தத்துடன் ஏற்படுத்திக் கொண்டுவிட்டேன். மிக மோசமாக. இப்போது நான் கற்பனையில் தப்பித்து என்ன பயன்? நான் கற்பனையில் தப்பித்துக் கொண்டிருந்தாலும் சூரியன் அடங்கத்தான் அடங்கும். சூரியன் அடங்கிய பின் அந்தகாரத்தை அழைக்க வேண்டியிருக்குமா? இருளில் வேட்டையாடும் ஜீவராசிகள் அதன்பின் ஓய்ந்திருக்குமா? அவற்றின் பார்வையும் இதர பொறிகளும், அவற்றின் சக்திகளும் தந்திரங்களும், அவற்றின் உடல் வலுக்களும் அந்தகாரத்தின் சக்தியை உறிஞ்சத் திடம் பெற்றவை. எந்த இருள் என்னை முடக்குகிறதோ அதே இருள் அவற்றின் பொறிகளில் ஜீவ சக்தியைப் பெய்கிறது. என்ன விந்தை! அவை என்னைக் குதறும். உணவுக்காக வாழ்பவை அவை. எனக்குச் சாதகமான கற்பனைகள் என்னை ஒரு நாளும் காப்பாற்றப் போவதில்லை. பிரத்தியட்சத்தைத் தெரிந்துகொண்டு நான் இயங்க வேண்டும். நான் மிக பயங்கரமான ஆவேசத்தை என் உடலில் ஏற்றிக் கொண்டேன். எனக்கு இப்போது வழியும் தெரியவில்லை; திசையும் தெரியவில்லை. யோசிக்கவும் கணக்குப் போடவும் அவசியமான தகவல்கள் எனக்குக் கைநழுவி விட்டன. ஆதார ஞானங்களைக்கூட என் பொறிகளுக்கு அளிக்க முடியாத நிலையில் என் மூளை என்ன செய்ய முடியும்? மூளையால், மூளையை இயங்க வைக்கும் ஒரு சொட்டு எண்ணெயைக்கூட உருவாக்க முடியாது.

நாற்புறமும் மரங்கள் சூழ்ந்ததில், அந்த அம்மண ஸ்தூலிகள் உருவாக்கிய அந்தகாரத்தில், என் சகல அறிவுகளும் பொய்த்து விட்டன. நான் இதுகாறும் கற்றவற்றுக்கும் அறிந்தவற்றுக்கும் ஆராய்ந்தவற்றுக்கும் பகுத்துண்டு வாழ்ந்த அனுபவங்களுக்கும் எந்தப் பொருளும் இல்லாமல் ஆகிவிட்டது. சகல அறிவுகளும் சதி செய்துவிட்டன. நான் மரத்திலிருந்து உடல் சிராய்த்துக் கொள்ளும் அவசரத்தில் இறங்கித் தலை தெறிக்க ஓட ஆரம்பித்தேன். உணர்வின் உன்னதத்தை நோக்கித்தான் இனி என்னால் செல்ல முடியும். அந்த உணர்வு உன்னதம் கொள்ள மறுத்தால், ஊருக்கு அழைத்துச் செல்வதற்குப் பதில் அது என்னை காட்டின் கருப்பப் பைக்குள் அழைத்துச் சென்றால், மரங்களுக்குப் பின் புல்லும் சருகும் கூடிக்கிடக்கும் இடத்தில் இருளின் செறிவில் துஷ்ட மிருகங்களின் வாயில் சென்று நான் விழ நேரலாம். "எப்படி வேண்டுமென்றாலும் முடியட்டும்" என்று நான் கத்திக்கொண்டே ஓடினேன். இனிமேல் என்னால் யோசிக்க முடியாது. யோசித்து யோசித்து என் மூளை நரம்புகள் புண்ணாகி விட்டன. இப்போது எனக்கு வழி தெரியாமல்

போனாலும் போகட்டும்; யோசிக்கும் அவஸ்தையிலிருந்து விடுதலை கிடைத்தாலே போதும்.

நான் அழிவை நோக்கித்தான் ஓடிக்கொண்டிருக்கிறேன். கட்டிக் காத்து, பூ வேலைகள் செய்து தங்க ரேக்குகளும் இழைத்த என் வாழ்க்கைத் திட்டங்கள் இன்றோடு அழியப் போகின்றன. என் நட்பையும் சுற்றத்தையும் ஏமாற்றிவிட்டு, ஒரு எச்சரிக்கைகூட அவர்களுக்குத் தராமல், நான் மரணத்தை நோக்கி ஓடிக்கொண்டிருக்கிறேன். பெரும் அபத்தத்தை நோக்கி ஓடுகிறேன். மரணம்கூடப் பெரிதல்ல. இந்த அபத்தச் சாவுதான் அசிங்கமானது. மரணம் அழகானது. வரும் நிச்சயமும் எப்போது எனத் தெரியாத அழகும் கொண்டது. உண்மையில் மரணத்துடன் இன்முகம் கொள்ள அர்த்த பூர்வமான ஆயத்தங்களைத் தான் நான் உருவாக்கிக்கொண்டுவந்தேன். அந்த ஆயத்தங்களில் அர்த்தம் கூடிவிட்டது என்றால் – அர்த்தம் கூடிவிட்டதான மனநிறைவு எனக்கு ஏற்பட்டுவிட்டதென்றால் – அப்போது மரணம் மரணம் அல்ல; விடைபெறுதல்தான். பணி முடிந்து சகஜீவனுக்கு இடம் தந்து விடைபெறும் இங்கிதம் அது. இப்போது நான் விடைபெற்றுக் கொள்ளப்போவதில்லை. செத்து சவமாகிக் கொடிய மிருகங்கள் கடித்துக் கிழிக்க, இங்கு விழுந்துகிடக்கப் போகிறேன். மரணத்தைக் கொல்ல முற்பட்ட நான் இப்போது சாவால் அழிக்கப்படப் போகிறேன்.

உடலில் தசைநார்கள் தாறுமாறாக இழுத்துக்கொள்ள ஆரம்பித்தன. நான் துவள ஆரம்பித்தேன். கவலையும் குழப்பமும் பயமும் என் சக்தியை உறிஞ்சுகின்றன. கால் குதிரைச் சதைகள் ஓய்வுக்காகக் கெஞ்சின. என் பாதங்களுக்கும் பூமிக்குமான உறவு புகை மூட்டமாகி விட்டது. களைப்புற்ற உடலைத் தாங்கத் தெரியாமல் நான் எந்த நிமிஷத்திலும் சரியலாம். அப்படிச் சரிந்து விட்டால் மீண்டும் நிலை கொள்வதற்கு அவசியமான சக்தியை என் உடலிலிருந்து திரட்ட முடியாது. என் நடை தள்ளாட்டமாகி விட்டது.

திடுக்கிட்டு நின்றேன். கண் முன் பூமி இரண்டாகப் பிளர்ந்து கிடக்கிறது. ஒரு ராக்ஷஸ மாதுளையைப் பிளந்து வைத்தது போலிருக்கிறது. அந்தப் பிளப்பின் உள் நாக்கும் தொண்டையும் செக்கச் செவேல் என்று சிவந்திருந்தன.

மூர்ச்சை தெளிந்தபோது கண்முன் காட்சிகள் கறுப்புச் சல்லா வால் போர்த்தப்பட்டிருந்ததுபோல் இருந்தது. வலியைப் பொறுத்துக்கொள்ள முடியவில்லை. குரலெடுத்துக் கத்த ஆரம்பித் தேன். எந்தக் கட்டுப்பாடும் இல்லாமல் அழ ஆரம்பித்தேன்.

அலங்கோலமாக இந்தக் குழிக்குள் விழுந்து கிடக்கிறேன். உடல் முழுவதும் மிக மோசமான காயங்கள். சட்டையும் நிஜாரும் முற்றாகக் கிழிந்துவிட்டன. தோள்பை எங்கு தெறித்தது என்பதே தெரியவில்லை. கன்னங்களிலிருந்து ரத்தம் வழிந்து கொண்டிருந்தது. கால்களிலும் தொடைகளிலும் தெரிந்த மோச மான சிராய்ப்புகளைப் பார்க்கச் சகிக்கவில்லை. உடல் பூராவும் செம்மண் அப்பிக்கொண்டிருந்தது. கிழிந்த சட்டையையும் நிஜாரையும் அவிழ்த்து உடல் மண்ணைத் தட்டிக் கொண்டேன். குழியின் ஊடே மண் சுவரைப் பற்றிக்கொண்டே சிறிது தூரம் செல்ல, பிளப்பின் வாய் நெருங்கி பெரிய கற்களின் குவியல் அங்கு தென்பட்டது. அவற்றின் மேல் ஊர்ந்து வெளியே வந்தேன்.

என் கண்கள் என்னை ஏமாற்றிவிட்டன. இப்போது பிளப்பின் வாயகலம் தெரிவதுபோல் அப்போது தெரியாமல் போய்விட்டது. ஓடி வந்து தாண்டி விடலாம் என்று நினைத்தது பைத்தியக்காரத்தனமாகப் போய்விட்டது. உண்மையில் நான் இதற்குள் இறந்து போயிருக்கலாம். இந்த மட்டோடு பிழைத்தது, பெரும் அதிருஷ்டம் என்றுதான் சொல்ல வேண்டும். ஜோடுகள் இல்லாமல் என்னால் அடியெடுத்து வைக்க முடியவில்லை.

அதலபாதாளத்தில் ஆழ்ந்துபோகும்போது எப்போதும் கூடும் அந்தத் தெளிவு, இழப்பதற்கு இனி ஒன்றும் இல்லை என்றாகும்போது மனம் கொள்ளும் விழிப்பு, என்னிடம் கூடுவதை உணர்ந்தேன். இவ்வளவு மோசமான நிலையிலும் காலம் என் கையில் ஒட்டிக் கொண்டிருக்கிறது. கழுத்தில் தொங்கிக்கொண்டிருந்த தொலை நோக்கியை நான் இழந்து விடவில்லை. இதைவிட மோசமான பள்ளங்களை நான் லகு வாகத் தாண்டியிருப்பவன்தான். அப்போதெல்லாம் அந்தப் பள்ளங்களை என்னால் நிதானிக்க முடிந்தது. இப்போது என் கண்களில் புகுந்திருந்த இருள், அந்தப் பள்ளத்தின் வாயகலத் தைக் காட்டுவதுபோல் காட்டி உண்மையில் காட்டாமல் ஏமாற்றிவிட்டது. இப்போது மிகக் கொடுமையான வலியிலும் ஆக இழிவிலும் ஒரு தெளிவு கூடி வருகிறது. மரணத்தை நெருங்கிவிட்டேன் என்ற தெளிவுதான் அது. இனி தப்பித்தலுக் கான அவஸ்தை அவசியம் இல்லை. இனி மரணத்தை தவிர்க்க முடியாத இயற்கையாக, கற்பாந்த காலமாய் உறுதிப்படுத்தி யிருக்கும் அதன் மகத்தான வருகையை ஏற்றுக்கொண்டுவிடுவது தான் விவேகம். கூரான கற்கள் என் பாதங்களைப் பதம்பார்த்து அக்காயங்களில் ரத்தம் கசிகிறது. ஒவ்வொரு அசைவிலும் மரணவலி. அப்போதும் மரண சாந்நித்தியத்தைக் கருதி நிதான மாகவே போய்க்கொண்டிருந்தேன். அடிச் சுவடுகளின் இடை வெளி மிகக் குறைந்துவிட்டது. மரணத்தின் மெல்லிய மின்சாரம்,

புணர்ச்சியின் உச்சம் போன்ற அந்த மின்சாரம், நரம்புகளில் பரவுவதுபோல் இருந்தது. ஒரு சந்தோஷ அரற்றல் வாயில் வெளிப்பட ஆரம்பித்தது. சிறிதும் கூச்சமோ வெட்கமோ இன்றி, உள் வருத்தத்தின் பூக்கள் வார்த்தையாக வாயில் மலர்ந்தன. குளிர்ந்த நீர் கிடைத்தால் நாவறட்சியை தீர்த்துக் கொள்ள லாம். தலைசுற்றிக்கொண்டுவர, ஒரு மரத்தில் சாய்ந்தேன். இனி நடப்பது சாத்தியம் இல்லை. இதுதான் கடைசி இளைப் பாறல். இங்குவந்து முடியும் என்பது இன்று காலைகூட தெரிந் திருக்கவில்லை. இனி கத்துவதோ பேசுவதோ அழுவதோ ஒன்றும் சாத்தியமில்லை. சகல பொறிகளிலும் பேரமைதி கூடுகிறது.

திடீரென்று நாய் குரைக்கும் சத்தம் கனவில் கேட்பதுபோல் தோன்றிற்று. என்னை அறியாமல் மரக்கிளையைப் பற்றிக் கொண்டு எழுந்தேன். கூர்ந்து கவனித்தேன். ஆழக் கிணற்றுக் குள்ளிலிருந்து நாய் குரைப்பதுபோல் கேட்கிறது. உடலில் ஒரு பெரும் ஆவேசம் புகுந்துகொள்ள மரக்கிளையில் பற்றி ஏறினேன். அவ்வளவு நிர்க்கதியான நிலையிலும் எப்படி உச்சி வரையிலும் தொற்றி ஏறினேன் என்பது தெரியவில்லை. நம்பிக்கையின் ஆவிபோல் சக்திவாய்ந்தது எதுவும் இல்லை. சற்று இளைப்பாறினால் மீண்டும் நடந்துபோக முடியும் என்று தோன்றிற்று. ஒரு மரத்தின் மீது ஓய்வெடுத்துக் கொள்ளலாம். இதற்கு முன் பலரும் இது போன்ற இக்கட்டுகளில் மாட்டிக் கொண்டிருக்கிறார்கள். அவர்களுடைய விதவிதமான அனுபவங் களை நான் படித்திருக்கிறேன். அந்த இக்கட்டிலிருந்து அனேகர் வெளியே வந்திருக்கிறார்கள். மிக மோசமான ஆபத்து அருகணை யும்போது, ஆபத்தின் கோரத்தில், கூடவே ஒரு புன்னகையும் நெளியும். காடு அந்தகாரத்தின் அடர்த்தி கொண்டிருந்தாலும் ஆபத்துகளின் களி நிலம் என்றாலும், ஊர்களைவிட அவை மோசமானவை என்று சொல்ல முடியாது. அறிய அறிய மிருகங்களும் பறவைகளும் நியதிகளும் ஒழுக்கங்களும் நேர்மை யும் கொண்டவையாக மாறும்போது, அறிய அறிய மனிதர் கள் அறிய முடியாத சிக்கல்களைக் கொண்டிருக்கிறார்கள் என்றுதான் படுகிறது. மிருகங்களுக்கு வழிவிட்டு மனிதன் காடுகளிலும் வாழத் தெரிந்துகொள்ளும்போதுகூட, மனிதர் களுக்கு வழிவிட்டு ஊர்களில் எப்படி வாழ்வது என்பது மனிதனுக்குத் தெரியவில்லை. இனி முக்கியமான விஷயம் நான் மூர்ச்சையாகிவிடக்கூடாது என்பதுதான். மூர்ச்சையாகி விட்டால் உயிர் இருக்கும்போதே அபோதம் இறங்கிவிடுகிறது. அப்போது காப்பாற்றிக்கொள்ளவோ, கற்றுக்கொள்ளவோ, கவனங்கள் கொள்ளவோ, யாத்திரையைத் தொடரவோ சாத்தியம்

இல்லாமல் போய்விடும். சிராய்ப்புகளில் வழிந்த வியர்வையின் எரிச்சல்கூட என் விழிப்புகளை ஊக்குவித்தது. சகல கஷ்டங்களையும் நான் போஷாக்காக மாற்றிக்கொள்ள ஆரம்பித்தேன். என் உள் மனதில் எரிந்துகொண்டிருக்கும் ஜ்வாலை அணையாமல் இருந்தால் உணவற்ற நிலையிலும் உடல் வலியிலும் ரணங்களிலும் நான் நடந்துகொண்டு தான் இருப்பேன். மீண்டும் நாய்க் குரைப்பு கேட்டது. நான் வாழ்ந்தாக வேண்டும். நான் என் வாழ்க்கையை யாருக்காகவும் இழக்க முடியாது.

மரத்தின் உச்சியிலிருந்து தொலைநோக்கியால் பார்த்துக் கொண்டே இருந்தேன். செக்கச் சிவந்த சூரியன் அடிவானத்துக்கு வந்துவிட்டது. அவற்றிலிருந்து கிரணங்கள் நேர்க்கோடாய் என்னை நோக்கி வந்துகொண்டிருக்கின்றன. அந்த ஒளியினூடே எனக்கு நகரத் தெம்பிருந்தால் வெகு தொலைவுக்கு அந்தக் கிரணங்கள் என்னை எடுத்துச் செல்லும். காட்டின் புறத்தோற்றம் கட்டுக் குலைந்ததுபோல் இருந்தது. மரங்கள் சகஜம் கொண்டிருந்தன. தொலைநோக்கியின் ஊடே அடிவானத்தின் ஒரு புள்ளியிலிருந்து ஒரு நூலிழை விடாமல் சுற்றிவரப் பார்த்துக் கொண்டே வந்தேன். கோபுரத்தின் உச்சி என்று சந்தேகப்படத் தக்க ஒரு கரும்புள்ளி அடிவானத்தில் தெரிந்தது. ஒளியை ஊடுருவி அங்கு படர்ந்து கொண்டிருந்த புழுதியில், காட்சி தெளிவுபடவில்லை. அந்தத் திசையில் நான் சென்றால் நம்பிக்கைக்குரிய அறிகுறிகள் மேலும் புலப்படும் என்று நிச்சயமாகத் தோன்றிற்று. மெல்லிய மின்சாரம் உடல் முழுவதும் ஒரு ஆவேசம்போல் பரவியது. மீண்டும் விரைந்து நடக்கத் தொடங்கினேன். சீராக நடந்தேன். எனது காயங்களும் எனது சிராய்ப்புகளும் உடல் உபாதைகளும் வலிகளும் என்னை ஹிம்சைப்படுத்தினாலும் என் ஆதார சுருதியைச் சார்ந்தவை அல்ல அவை என்று கற்பனை செய்துகொண்டு அவற்றால் முடங்கிவிட மறந்து விரைந்துகொண்டிருந்தேன். ஒரு சிறு குன்று எதிர்ப்பட்டது. அந்தக் குன்றைத் தாண்டி இறங்கும் போது கோபுரத்தின் கலசமும் அந்தக் கலசத்தின் பின் சில கோடுகளும் தென்படுவது போல் தோன்றின. நாய்க் குரைப்பு சற்று வலுப்பதுபோல் தோன்றிற்று. மிகுந்த ஆவேசத்துடன் ஓடினால் இன்னும் அரை நாழிகை நேரத்தில் நான் ஊர் வாயிலை அடைந்துவிடலாம். அவ்வளவு மோசமான நிலையிலும் பலம் எங்கிருந்துதான் ஊற்றெடுத்து வருகிறது என்பது தெரியவில்லை. வேகமாக ஓடத் தொடங்கினேன். "நான் தோற்க மாட்டேன்" என்று கத்திக்கொண்டே ஓடினேன். சமவெளியிலிருந்து சரிந்த சரிவுக்கு வந்துவிட்டேன் என்று தோன்றிற்று. கற்கள் பதம் பார்த்ததில் அடிப்பாதங்கள் பல இடங்களில்

மோசமாகக் கிழிந்து அவற்றில் மண் புதைந்தது. எவற்றையும் பொருட்படுத்தாமல் நான் ஓடிக்கொண்டிருந்தேன். காட்டின் சரிவுகள் தோன்றிவிட்டன. மீண்டும் தொலைநோக்கியால் பார்த்தேன். மங்கி வரும் ஒளியில் இரு கரிய உருவங்கள் தெரிந்தன. பச்சைச்சேலை கட்டியபடி ஒரு பெண் போய்க்கொண் டிருந்தாள். அவள் தலைமீது ஒரு பித்தளைப் பாத்திரம். பளபள வென்று அதில் சூரிய ரச்மிகள் பட்டுத் தெறித்தன. அவள் பின்னால் ஒரு ஆண். அவனுடைய தோள்களில், கழுத்தின் இருபுறமும் கால்களைப் போட்டபடி, அவன் தலையைப் பிடித்துக்கொண்டு, ஒரு குழந்தை சவாரி செய்கிறது. கண்களி லிருந்து தொலைநோக்கியை எடுக்காமல், "ஐயா என்னைக் காப்பாத்துங்க ஐயா" என்று மிகப் பயங்கரமாகக் கத்தினேன். என் சத்தம் அவர்களைச் சென்றடையவில்லை. தொலைநோக் கியை எடுத்தபோது அவர்களை எந்த வட்டத்தில் பார்த்தேன் என்பதைக் கூட என்னால் அனுமானிக்க முடியாதபடி புகை மூட்டமாய் இருந்தது. காட்சிக்குள் விழுந்த வானவெளியின் பரப்பு அவ்வளவு அதிகமாக இருந்தது. ஆனால் அவர்கள் சென்று கொண்டிருந்த திசை எனக்குத் தெரிந்துவிட்டது. அந்தத் திசையில் சாய்வாகக் கோணமெடுத்து ஓட ஆரம்பித்தேன். நான் ஓடி இறங்குவதற்கும் அந்த இடத்தில் அவர்கள் வந்து சேருவதற்கும் சரியாக இருக்கும் என்று நம்பினேன்.

கொல்லிப்பாவை, 1986

# கோலம்

ஜன்னல் என்று அதைச் சொல்ல முடியாது. இரண்டடிக்கு ஒரு அடிச் சவுக்கத்தில் ஒரு காற்றுப்போக்கி அது. சட்டம்கூட இல்லாமல் கம்பிகளைச் சுவரில் குத்தி யிருப்பது தரித்திரமாக இருக்கிறது. மேலே கீல்களும் கழி நாட்டித் தூக்கிவைத்துக்கொள்ளும்படி ஒற்றைக் கதவும். கம்பிகளின் ஓரங்கள் துருப்பிடித்து சிலந்திக் கால்கள்போல் எழும்பிக்கொண்டிருக்கின்றன, இலேசாகத் தட்டினால் தெறித்துவிடும்படி. கிழவர் நல்ல உயரம். கண் மட்டத்திற்கும் மேலே இந்தக் காற்றுப்போக்கி தோண்டப்பட்டுவிட்டது சிறு பிராயத்தில் அவருக்கு மூச்சுமுட்டலாக இருந்திருக்கக்கூடும். இந்த எண்பது வருடங்களில் அந்தக் காற்றுப்போக்கியுடன் அவருக்கு அபார இணக்கம் கூடிவிட்டது. ஒவ்வொன்றாகச் சகல பொருட்களும் அவரைவிட்டு ஒழுகிப்போன பின்பும் முன் ஜென்ம ஞாபகங்கள் போல் ஒரு சில அவரிடம் மிஞ்சி விட்டிருந்தன. இளமை நாட்களில் வென்னீர்க் குளிக்கு உதவிய இந்தச் செம்பு அண்டா அதில் ஒன்று. கரி படிந்த பழங்காலத் திடம் கொண்டது. கவிழ்த்துப் போட்டு அதில் நின்று கிழவர் பார்க்க ஆரம்பித்த நாட்களில் தென்னந்தோப்பும் இருக்கவில்லை; மாந் தோப்பும் இருக்கவில்லை. அதற்குப்பின் மூன்று தலை முறைகள் வந்துவிட்டன.

இருள் படிந்த தோப்பின் விளிம்புகளில் ஒன்று இரண்டு என்று பள்ளிப்பிள்ளைகள் முளைக்கத் தொடங்கி விட்டார்கள். வெள்ளைச் சட்டைகள். காக்கி நிக்கர்கள். பைகளை முதுகிலேந்தி உச்சந்தலையில் மாட்டிய வார் களுடன் முன் தணிந்து கை துழாவிப் போவார்கள். சிறிது ஜாக்கிரதையாக இருக்க வேண்டிய நேரம் கிழவருக்கு இது. அவருடைய விசித்திரமான முகத்தைப் பார்த்து

யாரேனும் ஒரு பையன் கத்த ஆரம்பித்துவிட்டால் கணப்பொழு தில் பல பையன்கள் சேர்ந்து கொண்டுவிடுவார்கள். கேலிப் பேச்சுக்களிலும் சில சமயம் வெடிக்கும் கெட்ட வார்த்தைகளிலும் என்ன கற்பனை வளம்! அப்போது காய்ந்த இளவங்காயில் எண்ணெய் தேய்த்தது போன்ற தலையைத் தாழ்த்தி அண்டாவில் உட்கார்ந்து கொண்டுவிட வேண்டும். அவர் முன்னால் மண் தரையில் சிறு கற்கள் வந்து விழும். கட்டிதட்டிய மண் உருண்டை களும் காய்ந்த சாணிப் பொருக்குகளும் வந்து விழும். அன்று சிறுவனாக நிக்கரைத் தூக்கிக் காட்டியவன் இப்போது சீட்டில் பிருஷ்டம் பிதுங்க வழுக்கைத் தலையுடன் தோப்பின் ஒற்றை யடிப் பாதையில் மெது அசைவுச் சைக்கிள் போட்டிக்காரன் மாதிரி நகர்ந்துகொண்டிருக்கிறான். அவனுக்கு மறந்துபோயிருக்க லாம். அவன் அன்று காட்டிய கரிய மொக்கின் அழகு இப் போதுகூட கிழவருக்குத் துல்லியமாக நினைவிருக்கிறது.

காலை ரயில் போய்விட்டது. அவுட்டரிலேயே பையன்கள் தொற்றிக் கொண்டுவிட்டார்கள். விடிந்ததும் குதிர்க்க ஆரம் பித்துக் கணந்தோறும் பரவும் பரபரப்பையும் அந்தக் காலை ரயில் ஏற்றிக்கொண்டு போய்விடும். இனி இயற்கையின் முற்பகல் தூக்கம்தான். கரிச்சானும் மைனாவும் தோப்புக்குள் அம்மணக் கொட்டமடிக்க ஆரம்பித்து விடும். குடிசைப் பகுதிகளிலிருந்து எழும் ஐஸ் பெட்டிகளின் ‘டப் டப்’ என்ற சத்தம் தோப்புக்குள் ஊடுருவி வரும். ஆனால் அது நிசப்தத்தை அளக்க மட்டுமே வரும் குறுக்கீடு போலதான் இருக்கும். வெளிச்சம் வெயிலாக உக்கிரம் பெறுவதை மனஸ்பரிசம் கொண்டபடி லயித்துப் போய் இருப்பார் கிழவர். வெகு தொலைவில் ஆகாசமும் அதன் கீழ் விளிம்புகளில் மலைத் தொடர்களும் நோயுற்ற ரயில்களின் நீண்ட கிடங்கும் தெரியும். கிடங்கின் தகரக்கூரையை வெளிச்சத்தை எரித்து சூரியன் தாக்கிக்கொண்டிருக்கிறது. எப்படியும் சூரியனின் கிரணங்கள் ரயிலடி தாண்டித்தான் வரவேண்டும். ஜங்ஷன் தாண்டி, ரயில்வே குடியிருப்புகள் தாண்டி, வயல்கள் தாண்டி வர வேண்டும். அதன் பின் பல மேடு பள்ளங்கள், ஏக்கரா ஏக்கராவாக வெட்ட வெளிக் கழிப்பிடங்கள். மலக்காடுகளின் பிரளயம். சூரியனே அசுத்தப் பட்டுப்போகும். வாய்க்கால் தாண்டிவிட்டால் ஏதோ கொஞ்சம் ஒழுங்கும் நியதியும் கூடிவருவதுபோல் இருக்கும். அதன்பின் மாந்தோப்புக்கள். தென்னந்தோப்பைப் பார்க்க வளைந்தோடும் செம்மண் பாதை, கட்டி தட்டிப்போன மேடு பள்ளங்களுடன். மாந்தோப்புக்கு மேற்கே பாதை ஓரங்களில் பொதுக் கழிப்பிடங் கள். அதன்பின் குடிசைகளின் ஆரம்பம். காய்கறித் தோட்டங்கள்.

அந்தப் பாதை நேராகப் போய்ப் பள்ளத்தில் வழிந்து தண்ட வாளத்தில் முட்டுகிறது. அல்லது அதற்குமுன் இடது பக்கச் சந்தில் திரும்பினால் குடியிருப்புகளின் நெரிசலின் ஊடே கனகமூலம் சந்தையின் விளிம்புக்குப் போய்ச் சேரலாம்.

முகம் பார்க்கும் கண்ணாடியின் மூலையைத் தட்டியது போல் ஒரு வெளிச்சத்துண்டு காற்றுப்போக்கி வழியாக சாணி மெழுகிய தரையில் வந்து விழும். வெறும் மங்கல் கண்ணாடி யாக விழுந்து விரைவில் ரசம் ஏற்றிக்கொள்வதில் விளிம்புகள் துல்லியப்படும்போது பதினோரு மணி ரயில் புறப்பட்டுப்போகும். இடது கை அண்டாவின் மேலிருக்க கால் நீட்டிச் சுவரில் சாய்ந்தபடி கண்ணாடித்துண்டின் நகரலைக் கவனிக்க ஆரம்பிப் பார் கிழவர். இயற்கையின் மிகச்சிறிய வித்தையில்கூட அழகின் புதிர் எப்படிக் கூடிவிடுகிறது! இன்னும் சிறிது நேரத்தில் அது மடிந்து படியிறங்க ஆரம்பித்துவிடும்.

அந்த நொண்டிக் காகம் தோப்புக்கு வந்துவிட்டது. கிழவரின் கணக்குப்படி அன்று கொஞ்சம் பிந்தித்தான் வந்தது. வழியில் ஏதாவது தடங்கல் இருந்ததோ என்னவோ. துண்டு வெளிச்சம் நாலு கட்டின் முதல் படியில் இருக்கும்போதே அது வந்துவிடும். அதே மாமரத்தில் அதே கிளையில் வந்து உட்காரும். வலது காலில் அதற்கு ஒரு இழுப்பு. தப்பித்ததே மறுபிழைப்பு என்று சொல்லும்படி மோசமான விபத்தில் சிக்கிக் கொண்டதில் இடுப்பு ஒடிந்து போய் விட்டது. இல்லை யென்றால் அதன் வால் இப்படிக் கோண வேண்டியதில்லை. அதன்பின் மற்ற காகங்கள் அதைச் சேர்த்துக்கொள்வதில்லை. அல்லது இது சேர்ந்து கொள்ளவில்லையோ என்னவோ. தனிமையைப் பரம சந்தோஷத்துடன் அளைய ஆரம்பித்து விட்டது. சிறகுகள் இருக்கும்போது அதற்கு என்ன குறை? அலகும் வலு. எக்கி எச்சம் விடுவதைக் கவனித்தால் ஜீரண உறுப்புகளின் சுக இயக்கம் தெரியும். அதன் பின் என்ன?

அந்த இட்லிக் கடையை நம்பித்தான் அது உயிர் வாழ்ந்து கொண்டிருக்கிறது. கடையின் கொல்லையில் அந்த ராட்சசப் பலா மரத்தடியில் சிமிண்டுத் தொட்டி. மாம்பலகையில் ஏறி நின்று கொண்டு கை கழுவிக்கொள்ள வேண்டும். தாழ்ந்த ஓட்டுக் கூரையில் அடி வழியாகக் குனிந்து வரும் முண்டாசுத் தலைகள் மேலே உயர்ந்தபடி இருக்கும். சென்ற நூற்றாண்டைச் சேர்ந்த முண்டாசுகள், எச்சில் கைகளுடன் சாவகாசமாகப் புறவெளியை ஆராயத் தொடங்கும். வெகுநேரம் ஆராயும். மாந்தோப்பின் காய்ப்பைத் துழாவும். வெகுநேரம் துழாவும். பலா மரத்தை அண்ணாந்து பார்க்கும். பலா மரத்தின் ராட்சச

உடலைத் தடவிக் கொடுக்கும். முண்டாசுகள் வெளிப்படாமல் போகும் இடைவெளி ஒன்று வரும். அந்த இடை வெளி நீடிக்கும் என்று தோன்றும்போது கிழவர் காகத்திடம், "சரி. இனி நீ போகலாமே" என்பார். காகம் நேராகக் காய்ந்த முட்களை குத்திக்கொண்டிருக்கும் மண் சுவர்களுக்கு மேலாகப் பறந்து மாம்பலகையின் ஈரத்தில் போய் இறங்கும். முண்டாசுத் தலைகளிடம் ஒன்றும் அதற்குப் பயம் கிடையாது. விலகி இருப்பது ஒரு நாகரிகம் கருதித்தான். மேலும் அது ஒரு பெண் ஜென்மமாக இருக்கக்கூடும் என்பது கிழவரின் அனுமானம்.

சமையல், சாப்பாடு என்றெல்லாம் சொல்வதற்கு ஒன்றும் இல்லை. ஒரு சிறு வெள்ளரித் துண்டு இருந்தது. அதைத் தொலி சீவி நறுக்கி வைத்தாயிற்று. இரண்டு பிடி அரிசி இருந்தது. அதில் கஞ்சி. இந்த வேலைகள் விடியற்காலை நான்கு மணிக்கு முன்னே முடிந்துவிட்டன. பின் அவர்கள் இருவரும் நாலுகட்டிற்குள் இறங்கிச் சுத்தம் செய்ய ஆரம்பித்தார்கள். ஓட்டு குத்துவிளக்கு கைப்பிடிச்சுவரில் இருந்தது. எல்லா இடங்களுமே வெகு சுத்தமாக இருந்தன. சுத்தத்தையே சுத்தம் செய்வதில் என்ன வெறி! பித்தளை லோட்டாவால் கிழவி தண்ணீரைப் பளிச் பளிச்சென்று சிக்கனமாக விசிறினாள். கையால்தான் தேய்க்க வேண்டியிருந்தது. துணி தரித்திரம் வதைத்துக் கொண்டிருந்தது. வலது காலைக் கிழவர் வாகாக படிமேல் தூக்கி வைத்துக் கொண்டிருந்தார். பாதத்தின் மேல் ஒரு சிலந்திப் புண். காலங்காலமாக ஆறாமல் இருக்கும் புண். அதன் துணிக் கட்டு நனைந்து விடக்கூடாது! குத்துவிளக்கின் வெளிச்சம் சீராக விழாமல் காற்றில் பதறித் துடித்துக் கொண்டிருந்தது. ஒரு கட்டில் அளவுதான் முற்றம். அதை மாறி மாறி எவ்வளவு நேரம்தான் சுத்தம் செய்ய முடியும்? இரு பக்கமாக சுத்தம் செய்துகொண்டு வந்ததில் இடம் முடிந்து இருவர் கைகளும் மடைக்கு வந்துவிட்டன. சாகித்யத்தில் நிரவலுக்கான இடம் மாதிரி அந்த மடைவாய். சுத்தம் செய்ய சின்ன அழுக்குத் தோதுகள் அங்கு கிடைக்கும். அவசரமாக அதை இருவரும் பங்கிட்டுக் கொள்வார்கள். வழக்கம் போல் எல்லா பந்தாக்களும் நடந்தன. ஆனால் அன்றுதான் கவனிக்கக் கிடைத்தது. மடைவாயிலில் கிழவரின் புறங்கையில் ஒரு குளிர்காற்று வாயால் ஊதியதுபோல் வந்து அடிக்கிறது. என்ன இதம்! இது வரையிலும் கவனிக்கவே இல்லையே. வெட்கமாகப் போய் விட்டது. அந்தக் காற்றின் ஸ்பரிசத்தை விதவிதமாக அனுபவித்தார் கிழவர். கிழவியின் கையை இழுத்துப் பிடித்துக் கண்களால் அந்த ஆச்சரியத்தை அவளுக்கு உணர்த்த முயன்றார். எழுபது

வருடங்களாக அவருடன் முயங்கும் ஜென்மம் ஆயிற்றே. அவளுக்குத் தெரியாதா அவருடைய பாஷை. அவள் கண்கள் பிரகாசம் அடைந்தன. கிழவர் கிழவியை அணைத்துக்கொண் டார். தன் கழுத்தோடு அவள் முகத்தை இறுக்கிக் கொண்டார். அதன் பின் மடி மீது அவளைச் சாய்த்துக்கொண்டார். கிழவருக்கு கௌபீனமும் கிழவிக்கு இடுப்பில் ஒரு சிறு துண்டும் தான் இருந்தன. கால் புண்ணுக்கே துணி இல்லை. உடம்புக்கு ஏது? குத்துவிளக்கின் பிரகாசம் கிழவியின் முகத்தை மிகக் கோர மாகக் காட்டிக்கொண்டிருந்தது. காகிதத்தை அனலில் நன்றாக வாட்டி முகம் நெடுக ஒட்டியது மாதிரி. அங்கங்கே அசட்டுச் சிவப்பு நிறச் சதையை இழுத்துத் தைத்ததுபோல் இருந்தது. நாடியின் நுனியிலிருந்து குரல்வளைக்கு நரம்பும் தோலுமாக ஒரு இழுத்துக் கட்டடல். பாவம், ஐம்பது வருடங்களுக்கு மேலாக இந்த முகத்தை மறைத்துக் கொண்டிருக்க வேண்டியிருக்கிறது. அப்படியிருந்தும் அதன் கோரம் பலரையும் எட்டிவிட்டது. பள்ளிச் சிறுவர்களுக்குக் கூடத் தெரிந்துவிட்டது. அவர்களுடைய கேலிப் பேச்சில் அந்த கோரத்தின் வர்ணனை தப்பாமல் இடம் பெறும். கிழவரும் கிழவியும் நாலு கட்டின் சுவரிலேயே சாய்ந்துகொண்டிருந்தார்கள். இன்னும் விடிய வெகுநேரம் இருக்கிறது.

சூரியோதயம் காற்றுப்போக்கியில் தெரியும் நாட்கள் முடிந்து விட்டன. அது நோயுற்ற ரயில் கிடங்குக்குத் தெற்கே நகர்ந்து விட்டது. இப்போது வெளிச்சம் பரவுவதைத்தான் பார்க்க முடிகிறது. நாலு கட்டுக் கைப்பிடிச்சுவரில் காயப்போட்டிருந்த கௌபீனத்தையும் இடுப்புத் துண்டையும் புறங்கையால் தொட்டுப் பார்த்தார் கிழவர். முக்கால் காய்வில் ஈரப்பசை யோடு உடுத்திக் கொள்வது அவருக்குப் பிடிக்கும். தென்றலின் கொஞ்சல்கள் முடிந்து காற்றின் ஆவேசம் ஆரம்பமாகிவிட்ட நாட்கள். அம்மணமாக ஒரு பெண் குழந்தை நாலு கட்டைச் சுற்றி ஓடுவதுபோல் காற்று வீசிக்கொண்டிருந்தது. அதற்குத் துணை போகும் ஏற்பாடுகள் ஒன்றும் அங்கு இல்லை. இருந்தும் காற்றின் ஆவேசம் சதா. தோப்புக்கும் கூரைக்குமான இடை வெளியில் இரு கரை பிடுங்கி ஓடும் ஆறுபோல் ஒளி வெள்ளம் பாய ஆரம்பித்துவிட்டது. உக்கிரமான ஒளி வெள்ளம். அன்று எப்படியும் அவர்கள் வெளியே போய் ஆக வேண்டும். இயற்கை யின் சகல உன்னதங்களும் கூடித் திரண்டது போன்ற அந்தச் சிறுமியை அதற்கு மேலும் அவர்களால் பார்க்காமல் இருக்க முடியாது. ஆசை மனதின் சுவரை முட்டி மோதிய வண்ணம் இருக்கிறது.

கிழவி தன் சாய்ப்பில் நின்று அவளுடைய கிழிந்த வெள்ளைச் சேலையை, அதன் கிழிசல்களைப் பிரித்துப் பிரித்து வெயிலுக்குக் காட்டிக்கொண்டிருந்தாள். சிலந்திப்புண் கட்டுக்கான துணி நொடியில் காய்ந்துவிட்டது. கௌபீனமும் காய்ந்துவிட்டது. இடுப்புத் துண்டு இன்னும் அவருடைய பதத்துக்கு வரவில்லை. சூரியனின் மனோபாவங்கள் அன்று எப்படியோ? காற்று எப்படியோ? இயற்கையின் பெரும் வீச்சுக்கள் பரஸ்பரம் எப்படி அன்று உறவு கொள்ளப் போகின்றன என்பதும் தெரியவில்லை. வெளிப்படையான நாளா? மூடி மறைவான நாளா? நிதானிக்க முடிந்துவிட்டால் அதைச் சார்ந்த பல குணங்களையும் கிழவரால் அனுமானித்துக் கொண்டு போக முடியும். புன்னகை, சலசலப்பு, வருத்தம் தோய்ந்த தலை குனிவு. கண்ணில் துளிர்க்கும் நீரை இடது கைச் சிறு விரலால் சுண்டும் ஒரு பெண்ணின் வருத்தம் எல்லவாற்றையும் இயற்கையின் முகத்தில் பார்த்திருக்கிறார். அன்று ஒரு வருத்தம் தோய்ந்த நாள் என்றுதான் தோன்றிற்று. வெறுந்தரையில் கவிழ்ந்து கிடந்து தன் வைதவ்யத்தில் வேகும் பெண்ணின் புலம்பலைப் போன்ற ஒரு நாள்.

பளீரென்று மூக்கையும் சேர்த்து முகத்தில் அந்த அடி விழுந்தது. வழக்கமானதுதான் என்றாலும் அன்று கிழவர் எதிர்பார்க்கவில்லை. அதற்கு முன் தினம் விழுந்திருந்தால் இரண்டொரு நாட்கள் ஆசுவாசம் கிடைக்கும் என்ற நப்பாசை இருந்தது. அன்று அவருடைய ஈனஸ்வரமே வேறு மாதிரி இருந்தது. அடி மிகக் கடுமை என்பது கிழவிக்குத் தெரிந்துவிட்டது. கை முட்டைக் கால் முட்டில் குத்தி விரல்களால் நெற்றியை ஏந்தியபடி கிழவர் அண்டாவின்மேல் சுருண்டுவிட்டார். மூக்கிலிருந்து ஒரு சொட்டு ரத்தம் உதடு வழியாகத் தரையில் சொட்டிற்று. கிழவி "அடடா" என்றாள். கௌபீனத்தின் கீழ் விளிம்பைக் கிழித்துக்கொண்டு வந்தாள். மூக்கைத் துடைத்தாள். உதட்டையும் பற்களையும் மாறி மாறித் துடைத்தாள். தரையில் அமர்ந்து கிழவரை இழுத்து தன் மடிமீது சாய்த்துக்கொண்டாள்.

"ஆண்டவரே, இந்தக் கொடுமைக்கு முடிவில்லையா?" என்று வாய்விட்டு அங்கலாய்த்தாள் கிழவி.

அவருடைய கண்கள் மூடி இருந்தன. அடக்க முடியாத விசும்பல் அவர் நெஞ்சை அடைத்தது. கண்ணுக்குத் தெரியாத அந்தக் கைகளின் உக்கிரம் கூடிக்கொண்டே வருகிறது. இனி கிழவரால் மௌனமாகப் பொறுத்துக்கொள்ள முடியாது. காலங்காலமாக அவர் பொறுத்துக்கொண்டு வந்திருக்கிறார்.

கிழவரின் கைகள் கிழவியின் முதுகைத் தடவின. சவுரி போன்ற அவளுடைய தலை மயிரைத் தடவின. கிழவர் தேம்ப ஆரம்பித்து விட்டார். பாறாங்கல்போல் இருந்த அவருடைய முகத்தில் கண்கள் நிறைந்து வழிந்தன.

அதற்கு மேல் கிழவியாலும் தாங்க முடியவில்லை. வாய் விட்டு அரற்ற ஆரம்பித்து விட்டாள்.

வாசல் கதவைச் சாத்தினார் கிழவர். கிழவி சிறு பூட்டால் பூட்டினாள். கைப்பைக்குள் சாவியைப் போடும்போது பையை முகத்தருகே தூக்கி சாமான்கள் சரியாக இருக்கிறதா என்று பார்த்தார். உர மூடையின் ஒரு துண்டை வெட்டித் தைத்த பை அது. அசட்டு வெண்மை. அசட்டுப் பளபளப்பு. அவ்வளவு கிழிசலான சேலையைக் கிழவி பொத்தல் தெரியாமல் கட்டிக் கொண்டுவிட்டது பெரிய வித்தைதான். ஐம்பது அறுபது வருடத் தேர்ச்சி. இப்போது இந்த ஒன்றுதான் மிஞ்சி இருக்கிறது. உள்ளாடை என்பது ஒரு துண்டத்தைத் தார்பாய்ச்சிக் கட்டிக்கொள்வதுதான். சேலையின் ரோஸ் பார்டர் சாயம் போனதில் அது ஒரு மோஸ்தர் கலர் மாதிரி ஆகிவிட்டது. சேலைக்கு நீளம் பற்றாததால் முந்தானை வரவில்லை. முன் பக்கம் விழாதபடி இடது தோள்பட்டையில் ஒரு பெரிய ஊக்குப் போட்டுக் குத்தியிருந்தாள். தோலுறை போட்டுக்கொண்டிருந்ததில் கண்களும் நாசித் துவாரமும் வாயும் மட்டுமே வெளியே தெரிந்தன. காலப் பழக்கத்தால் அந்த உறையின் விளிம்புகள் கிழிந்து எண்ணெய்ப் பிசுக்கு ஒட்டிக்கொண்டிருந்தது. சுத்தம் செய்தால் பிய்ந்து கையோடு வந்துவிடும். தோலுறைக்கு மேல் அழகான பச்சைத் துணியைச் சுற்றிக் கொண்டிருந்தாள். ஏதோ ஒன்றிரண்டு சின்ன கிழிசல்கள்தான். இன்னும் வெகு நாளைக்கு வரும்.

தென்னந்தோப்பின் ஒற்றையடிப் பாதை வழியாகப் போனார்கள் அவர்கள். மூன்று வித்தியாசமான ஒற்றையடிப் பாதைகள் இணைந்தும் வேறுபட்டும் போய்க் கொண்டிருந்தன. விடுமுறை நாட்களில் ஒற்றையடிப் பாதைகள் புல் முளைப்பில் சோபை இழந்து பள்ளிக்கூடங்கள் திறந்ததும் மீண்டும் துலங்கத் தொடங்கும். கிழவி குள்ளம். அதிலும், கிழவர் பின்னால் போகும்போது ரொம்பக் குள்ளமாகி அவருடைய மார்புக்கூண்டுக்குத்தான் வந்தாள். வற்றிப்போன அவர் உடம்பின் ஏணிக்கால் அசைவை, அவருடைய முதுகுச் சுருக்கங்களில் கண்வைத்தபடி எவ்வளவு காலமாக அவள் நடந்து செல்கிறாள்! எவ்வளவு தூரம் நடந்து சென்றாயிற்று!

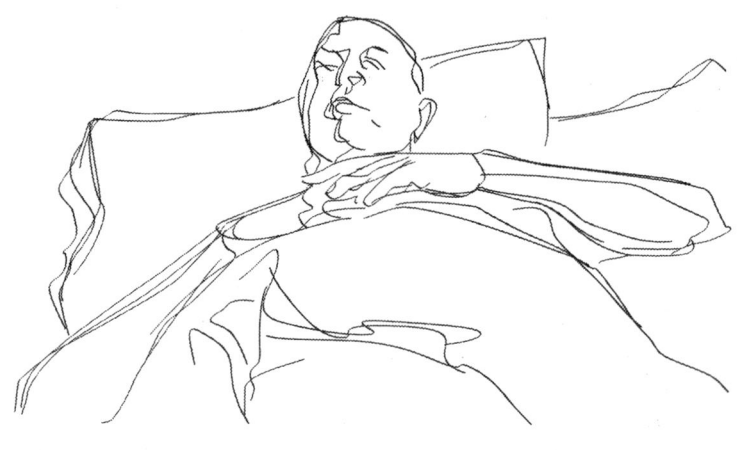

அவரைப் பின்தொடர்ந்து செல்வது அவளுக்கு இன்னும் அலுக்கவில்லை.

வாய்க்காலில் தண்ணீர் ஓடிக்கொண்டிருந்தது. ஸ்படிகத் தெளிவு. அடியில் அரிசியையும் உளுந்தையும் வாரி வீசியது போல் பொடி மணல். பளபளக்கும் கறுப்புக் கற்கள். கூழாங் கற்கள். வெயில் தண்ணீருக்குள் பளிச்சென்று விழுந்து கொண் டிருந்தது. கண்ணுக்குப் புலப்படாத ஏதோ ஒன்று உதிர்வதில் தண்ணீர் அவ்வப்போது சிலிர்ப்புக் கொள்கிறது. கிழவரின் கண்கள் காட்சியின் முழு விரிவையும் நுட்பமாகப் பருகின. காலமும் உடலும் கழன்றுபோகவைக்கும் கற்பனைகள் அவருக் குள் மண்டத் தொடங்கிவிட்டன. அவருக்கு நினைவு தெரிந்து எவ்வளவோ வருஷங்களாகப் பார்த்துக்கொண்டிருக்கும் இடங் கள். ஆனால் அவற்றின் முக விலாசமோ கணத்துக்குக் கணம் மாறிக்கொண்டே வருகிறது. கடைசிப் பதிவை மனதில் அழித்துப் புதுப் பதிவுகள் கொள்ளும் இந்த மாற்றங்களின் நாடகத்தில் இன்று வரையிலும் ஒரு கணம்கூட அவருக்கு அலுக்கவில்லை. ஊடுருவிப் பரவும் பழுப்பின் திட்பம் கள்ளிச் செடிக்கு நேற்றுப் போல் இன்று இல்லை. ஒளியின் ஒப்பனைகள் கணத்துக்கு கணம் மாறிவிடுகின்றன. வாய்க்காலின் மட்டத்தை அளக்கும் அவருடைய ரகசிய அடையாளங்கள் நீருக்குள் அமிழ்ந்து விட்டன.

இருவரும் கைகோர்த்தபடி வாய்க்காலுக்குள் இறங்கினார் கள். அது ஒரு மோசமான சரிவு. ஆனால் ஒருவரையொருவர் பிடித்துக் கொள்ளும்போது சரிவின் துஷ்டத்தனம் குறைந்து

விடுகிறது. கிழவர் இரு கைகளாலும் நீரை முகத்தில் அள்ளி விட்டுக் கொண்டார். ஆசை தீர்ந்து அந்தக் காரியத்தை அவருக்கு நிறுத்த முடியாது. தோள் பட்டை கடுக்கும்போது நிறுத்திக்கொள்ள வேண்டும். ஈரக் கைகளால் வெற்றுடம்பைத் துடைத்துக்கொண்டார். முதுகில் நீரைத் தெளித்துக்கொண்டார். சுற்றுமுற்றும் மனித இயக்கம் என்பதே இல்லை. கிழவியின் கண்களை அர்த்தத்தோடு பார்த்தார். கிழவியும் சுற்று முற்றும் பார்த்துவிட்டு தோலுறையை மேலே தூக்கினாள். கிழவர் அதை வாங்கிப் பையில் வைத்துக்கொண்டார். கிழவிக்கு நிம்மதி இல்லை. அந்த உறை கழற்றப்பட்டுவிட்டால் பின் அவளுக்குப் பதட்டம் தான். கிழக்கு வெயில் கிழவியின் முகத்தில் பளிச்சென்று அடிக்கிறது. என்ன கொடுமை! எந்தக் காலத்திலோ ஏற்பட்ட தீக்காயம். நேற்றுதான் ஆஸ்பத்திரியிலிருந்து வெளிவந்ததுபோல் இருக்கிறது. வாயைக் கொப்பளித்துவிட்டு தலை உறையைக் கவிழ்த்துக்கொண்டு பச்சைத் துணியையும் சுற்றிக்கொண்டாள்.

வாய்க்காலின் மறுபக்கம் வந்துவிட்டார்கள். இங்கு திடீ ரென்று காட்சிப் பரப்பு ஒரு ஜால வித்தைபோல் விரிகிறது. உடலை அணைத்துக் கொஞ்சும் காற்று. தலை அசைக்க புல்லுக்கு உயரம் கூடவில்லை என்றாலும் இளம் பச்சை உதிர்த்துக் கனத்துக்கொண்டிருக்கிறது. பனித் துளிகளுக்குப் போதுமான சௌகரியம் கிடைத்து விட்டது. புல் உரச, பனித் துளிகள் பாதங்களில் சில்லிட அவற்றின் மீது நடந்து போகும் சுகத்தைக் கற்பனை செய்துகொண்டிருந்தார். வெகு தொலைவில் மாடு களும் எருமைகளும் மேய்ந்து கொண்டிருந்தன. அவற்றின் முகச்சாடைகள் அவருக்கு அத்துப்படி. எல்லாம் அன்று ஆஜராகி இருக்கின்றனவா என்று ஆராய்ந்தார். எல்லாம் அவசரச் சுறுசுறுப்புடன் மேய்ந்து கொண்டிருந்தன. வெயிலினூடே ஒரு குளிர்ச்சியும் இருந்தது. மேய்ச்சல் மாடுகளுக்குப் பூச்சி களின் தொல்லையில்லாத காலம். இப்போது அவை வால்களை மோஸ்தருக்குத்தான் அசைத்துக் கொண்டிருந்தன. உடல்களைப் பிரித்து, வழக்கம்போல் வால்களின் அசைவுகளை மட்டும் பார்க்க ஆரம்பித்தார். அது குழந்தைகளின் கூட்டு நடனம் போலிருக்கும். ஒன்றிலிருந்து மற்றொன்று மௌன சமிக்ஞை பெற்று ஆடும் நடனம்போல். கிழவர் கிழவியின் கண்களைப் பார்த்தார். அவளும் அப்போது அந்தக் கற்பனையைப் பிடித்து விட்டிருந்தாள். அவர் இதைப் பற்றிச் சொல்லியிருந்தது அவளுக்கு இப்போது நினைவுக்கு வந்துவிட்டது. தோலுறையின் விளிம்பில் கிழவியின் உதடுகள் நெளிந்தன. அவ்வளவு புன்னகை தான் அவளுக்குச் சாத்தியம். இருவரும் ஒரே அலையில் இணைந்தது கிழவருக்குப் பெரும் ஆனந்தத்தைத் தந்தது. பள்ளித் தோழனை அணைத்துக்கொள்வது போல் அவளை அணைத்துக் கொண்டார்.

மாந்தோப்புகள் வர ஆரம்பித்துவிட்டன. முன்னெல்லாம் தோப்பு வழியாகப் போகமுடியும். அது ஒரு அற்புத அனுபவம். தாழ்ந்து தொங்கும் காய்கள் தலையில் இடிக்கும். அபாரக் காய்ப்பு. சல்லிக் கிளைகள் பாரம் தாங்காமல் தாழ்ந்து கிடக்கும். சிவந்த காம்புகளில் மா பூசிக்கொண்டு ஒன்றையொன்று இடித்த படி தொங்கும் கொத்துகள். இப்போது மண் சுவர் வைத்து வளைத்து விட்டார்கள். சுற்றித்தான் போக வேண்டும். ஆனால் இப்போதும் பேய்க் காற்றில் மரங்கள் போடும் ஆட்டங்களையும் காய்களின் துள்ளல்களையும் பார்த்துக்கொண்டு போக முடிகிறது. ஒற்றையடிப் பாதை முடியும்போது பொதுக் கழிப் பிடங்கள் ஆரம்பமாகின்றன. அங்கிருந்து வெகுதூரம் படபட வென்று போய்விட வேண்டும். காற்று மலத்தையே ஏந்தி மூக்கின் மீது வாரித் தட்டுவதுபோல் இருக்கும். அதன்பின் வரிசையாகக் குடிசைகள். குழந்தைகள் எல்லோரும் ஸ்கூலுக்குப் போய்விட்டார்கள். இல்லையென்றால் இதற்குள் அவர்கள் இருவரையும் சூழ்ந்து கொண்டு கத்த ஆரம்பித்து விடுவார்கள். அவுட்டரில் ரயில் போன பின்பு கிளம்பினால் அதிகத் தொந்தரவு இல்லை. அதே மாதிரி மாலையில் பள்ளிக்கூடம் விடும் நேரத்தில் மேம்பாலத்தில் இருந்தாலும் சொல்லும்படி தொந்தரவு இல்லை.

குடிசைகளில் வியாபாரம் ஒரு தினுசாகச் சூடுபிடித்துக் கொண்டிருந்தது. கஞ்சாவும் அபினும் கைமாறிக் கொண்டிருக் கின்றன. அந்த அழகான குடிசை வந்துவிட்டது. என்ன சுத்தம். பக்கவாட்டில் இளஞ்செடிகள் விற்பனைத் தோட்டம். ஒரு பருமனான ஸ்திரீ ரோஜாப் பதியன்களைப் பொறுக்கி வைத்துக் கொண்டிருக்கிறார். அவர் யாரென்று கிழவருக்குத் தெரியும். கிழவரும் கிழவியும், வேலியோரத்தில் நின்றார்கள். அவர் வேலை செய்யும் பள்ளியும், அமர்ந்திருக்கும் அறையும், ஜன்னல் வழித் தெரியும் அந்தக் கை வைத்த நாற்காலியும், நாற்காலியின் முதுகில் பள்ளியின் பெயரின் முதலெழுத்துக்கள் ஆங்கிலத்தில் வெள்ளைச் சாயத்தில் எழுதப்பட்டிருப்பதும் தெரியும். அந்தச் சிறுபெண் மிகுந்த பக்தி சிரத்தையுடன் பதியன்களை எடுத்துத் தன் தலைமையாசிரியைக்குக் கொடுத்துக் கொண்டிருந்தாள். அந்தப் பெண்ணின் அம்மாவும் தலைமையாசிரியையின் மனம் குளிரும்படி முகத்தில் மறையாத சிரிப்போடு பவ்வியமும் குழைதலுமாக நெகிழ்ந்துகொண்டிருந்தாள். பெண் அம்மா வின் முகத்தையும் தலைமையாசிரியையின் முகத்தையும் மாறி மாறிப் பார்த்துக்கொண்டே இருந்தது. அதை அவள் அம்மா உணர உணர அவளுக்குப் பதட்டம் கூடிக்கொண்டே வந்தது. தலைமையாசிரியையைத் திருப்திப்படுத்துவதில் அம்மாவின் பங்கு அவளுக்குப் பிடிக்கவேயில்லை. "விலையே வேண்டாமுங்க" என்றாள் அம்மா. "அப்படிச் சொல்வது சரியில்லை" என்றார்

தலைமையாசிரியை சிறிது கண்டிப்புடன். "உங்க விருப்பம் போல் தாங்க" என்றுதான் அம்மா சொல்லியிருக்க வேண்டும் என்று அந்தப் பெண் நினைத்தாள். மொத்தத்தில் ஒன்றும் சரியாக வரவில்லை. தலைமையாசிரியையும் அவளுடனிருந்த குழந்தைகளும் ஆளுக்கொரு பதியன்களைத் தூக்கிக் கொண்டு விரைந்தார்கள். கொழுத்த வாத்து ஒன்று தன் குஞ்சுகளுடன் போவது மாதிரி இருந்தது. பதியன்களை வாங்கி முடிக்க அவர் நினைத்திருந்ததைவிட அதிக நேரமாகிவிட்டது.

முதல் மணி அடித்துவிட்டது. குழந்தைகள் பார்க்க அந்த நேரத்தில் தெருவில் நடந்து போவது தலைமையாசிரியைக்குச் சங்கடமானது தான். தலைமையாசிரியையின் தலை மறைந்ததும் அம்மாவுக்கும் பெண்ணுக்கும் தோட்டத்தில் சண்டை மூண்டது. இது கிழவர் எதிர்பார்த்ததுதான். மிக மோசமான சண்டை. இவ்வளவு நல்லபடியாக நடந்துகொண்ட பின்பும் தன் மீது குற்றம் காணத் தன் பெண்ணால் எப்படி முடிகிறது என்பதை அம்மாவால் புரிந்துகொள்ளவே முடியவில்லை. இரண்டாவது மணியும் அடித்துவிட்டது. அந்தப்பெண் அவர்கள் விட்டுப் போயிருந்த ஒரே ஒரு பதியனை எடுத்துக் கொண்டு பாவாடை விளிம்பால் கண்ணீரைத் துடைத்தபடி ஓடிற்று. பள்ளிக்கூடத்தை தலைமையாசிரியை போய் எட்டுவதற்கு முன்னால் அந்தப்பெண் அவர்களுடன் இணைந்து கொண்டுவிட வேண்டுமே என்றிருந்தது கிழவருக்கு. அது சாத்தியமா? சாத்தியமென்றால் எந்த இடத்தில் அவள் அவர்களுடன் இணைந்து கொள்வாள்? அந்தக் குடிசையிலிருந்து பள்ளிக்கூடம் வரையிலான இடத்தை அவர் மனதிற்குள் ஓட்டியபோது கழுதைச் சந்தை தாண்டியதும் அந்தப் பெண் அவர்களைப் பிடித்துவிடுவாள் என்று தோன்றிற்று. அப்படிச் சேர்ந்துகொள்ள முடியாமல் போனால் அவள் மனம் மிகவும் சோர்ந்துவிடும். தலைமையாசிரியை பிள்ளைமார்தெரு தாண்டியதும் ஊத்தாங்கரை வழி குறுக்குப் பாதையில் இறங்கிவிட்டால், இவளால் அவர்களை எட்ட முடியாமலே போய்விடலாம்.

ஆற்றின் கரையோரம் வந்துவிட்டது. கிழவர் நின்று நின்று நடந்துகொண்டிருந்தார். நடப்பதைவிட நிற்கும் நேரம் தான் அதிகமாயிருந்தது. ஆகாயத்தின் வெளிர் நீலம் வெகு சீராக இருந்தது. மங்கிய வெள்ளை நிற மேகங்களின் பிசிர் கூட இல்லை. இப்போதெல்லாம் வெகு நேரம் பார்த்த பின்பு தான் அவருக்குக் கரும்புள்ளிகளின் பரப்பு தெரிகிறது. அவை தாழ்ந்து வந்து கீற்றுகளாகின்றன. பறந்து பறந்து தூங்கியபடியே பறக்கக் கற்றுக்கொண்டு விட்டன பறவைகள். காலத்தின் நீட்சியில் வானவெளிக்கும் அவற்றுக்கும் சொல்ல முடியாத

ரகசிய உறவுகள் ஏற்பட்டுவிட்டன. இல்லையென்றால் இந்த லயம் ஒருநாளும் கூடமுடியாது. மண்டிக்கிடக்கும் மணத் தக்காளிக் காட்டுக்குள் நுழைந்தார் கிழவர். இப்போது ஆறு தெரியாமல் அவை வளர்ந்துவிட்டன. மணத்தக்காளியை சாவகாசமாகப் பறிக்க ஆரம்பித்தார். அவர் பறிப்பதைத் தோப்பில் உட்கார்ந்தபடியே பார்த்துக்கொண்டிருந்தாள் கிழவி. நெசவாலைக்கு அன்று அவர் போகப்போகிறார் என்பது ஊர்ஜிதமாகிவிட்டது. மூன்று நாட்கள் ஆகிவிட்டன. கிழவிக் கும் முட்டிக்கொண்டுதான் இருந்தது.

தண்டவாளத்தின் ஓரம் வழியாக சீராக ஒற்றையடிப் பாதை போய்க்கொண்டிருந்தது. குளிக்கப் போகிறவர்கள் உருவாக்கிய ஒற்றையடிப்பாதை அது. இவ்வளவு கால வெளிச் சுற்றல்களில் விதவிதமாக எவ்வளவோ பாணிகளை அவர் உருவாக்கியிருந்தும் ஓரளவு இப்போது கிழவிக்கும் அவருடைய தினுசுகள் புரியத் தொடங்கியிருந்தன. மொட்டைப்பாலம் வந்தது. ரயில் வந்து புதிய பாலம் கட்டியதில் மையத்திலிருந்து பாலம் ஓரத்தில் நகர்ந்து பிரயோஜனம் இல்லாமலே போய் விட்டது. ஆறும் தோப்பும் நிழல்களும் அந்த மொட்டைப் பாலத்துக்கு ஒரு ரகசிய அழகைக் கொடுத்திருந்தன. இப்போது அது சூதாடிகளின் கூடாரம். புதிய பாலம் வழி மெயின் ரஸ்தாவுக்கு வந்து சுக்குநீர் ஓட்டலின் முன்னால் நின்று பாலத்தின் அடியில் பார்த்தார் கிழவர். அந்தக் கோணத்தில் தான் பாலத்தின் கீழ்பகுதி சுத்தமாகத் தெரியும். கொப்புளான், தங்கராஜ், தாவீது எல்லோரும் வந்திருந்தார்கள். கொச்சுகிருஷ்ண னைக் காணவில்லை. ஆட்டம் வெகு சுறுசுறுப்பாக இருக்கிறது. தோப்புக்குள் அவன் சாராய போதையில் விழுந்து கிடக்கிறானோ என்னவோ. இனிமேல் எப்படிப் போகப் போகிறார் கிழவர் என்பது ஒரு கேள்வி. அந்த மணத்தக்காளியை சேர்க்க வேண்டிய இடத்தில் சேர்த்துத்தான் ஆகவேண்டும். ஆனால் அதற்குக் கூட பல வழிகளில் போகலாம். ரஸ்தாவிலிருந்து தாழ்ந்த பள்ளம் வழியாகச் சந்தில் இறங்கினார். சுற்றிவர அலை அலையாக நெசவாளிகளின் குடியிருப்புகள். அகலம் குறைந்த சந்தில் வாசல்படிகள் இடித்துக்கொள்வது போலிருக்கின்றன. சைக்கிளைத் தூக்கி இறக்கிக்கொண்டு போக வேண்டியிருக் கிறது. தறிகள் சீரான சத்தத்துடன் இயங்கிக் கொண்டிருக்கின்றன.

மெயின் ரஸ்தாவுக்குப் போகாமலே சந்து பொந்துகள் வழியாக – ஒரே ஒரு இடத்தில் மட்டும் குறுக்காக ரஸ்தாவைத் தாண்டி – சிங்க ராஜா தெருவின் கடைசி வீட்டை நெருங்கி விட்டார்கள். அந்தத் தெருவிலேயே பெரிய வீடு அதுதான். முன்னால் கொட்டாரமாக இருந்தது இப்போது நெசவாலை

யாகி விட்டது. அழகான கட்டிட அமைப்பு. கூரையிலும் முன் விதானங்களிலும் பழமை வழிந்து கொண்டிருந்தது. முன் பக்கம் இரண்டு அழகான வேப்ப மரங்கள். நீண்ட வராந்தாவில் கம்பி அழி பாய்ச்சியிருந்தது. வேப்ப மரத்தடியில் இரண்டு பேரும் சற்று மறைவாக நின்றுகொண்டார்கள். தறிகளின் சத்தம் ஆக்ரோஷமாக இருந்தது. அந்தக் கட்டிடத்தின் பின்பக்கம் கிணற்றடியிலேயே இருவருடைய கண்களும் பதிந்திருந்தன. ஒரு தெரிந்த முகம் வராமல் போகாது. இசகு பிசகாக மானேஜர் முன்னால் போய் விழுந்தால் கண்டபடி கத்திவிடுவார். வயோதிகம் கூட அவர் கண்ணுக்குத் தெரியாமல் போய்விடுகிறது. கிணற்றடிக்குப் பின்னால் ஒரு பெண் தென்பட்டாள். நல்ல வேளை அவள் திரும்பிப் பார்த்தாள். அவளை ஜாடை காட்டி அழைத்தாள் கிழவி. "அவர் இல்லை; வரலாம்" என்று கத்திச் சொல்கிற முகச் சுழிப்போடு மௌனமாக கைகாட்டி பின்னால் அழைத்தாள் அந்தப்பெண்.

கிழவரும் கிழவியும் பின்னால் நகர்ந்தார்கள். கொல்லையும் கிணற்றடியும் வெகு சுத்தமாக இருந்தன. கிணற்றைச் சுற்றி அரை அடி உயரத்தில் தரை எழுப்பிக் கட்டியிருந்தார்கள். தேய்த்துக் கழுவப்பட்டுச் சுத்தமாகக் காய்ந்திருந்த அந்த இடம் மிகுந்த புத்துணர்வை ஏற்படுத்திற்று. கிணற்றின் கைப்பிடிச் சுவரின் நிழல் மேற்கே ஒரு நீளப் பீப்பாய்போல் விழுந்து கிடந்தது. துவைக்கும் கல்லும் வெகு சுத்தமாக இருந்தது. கிணற்றடியில் இரண்டொரு முருங்கை மரங்கள். அதன்பின் வாழைத் தோட்டம். வலது மூலையில் காரைச் சுவரில் பாசி படிந்திருந்த கழிப்பறை தெரிந்தது. வாழைத் தோட்டத்திலிருந்து கழிப்பறைக்கு ஒற்றையடிப் பாதை போய்க்கொண்டிருந்தது. வாழைகளைச் சுற்றிச் சுற்றி கைப்பிடிச் சுவரின் நிழலில் அவர்கள் உட்கார்ந்து கொண்டார்கள்.

ஜன்னல் வழியாக ஒரு பெண் கிழவரையும் கிழவியையும் பார்த்து விட்டு "சுபத்ரா" என்று கத்தினாள். அதன்பின் தன் கத்தல் உரிய இடத்துக்குப் போய்ச் சேரவில்லை என்ற எண்ணத்தில் உள்ளே பார்க்க ஓடினாள். கிழவரும் கிழவியும் கொல்லை வாசலையே பார்த்துக் கொண்டிருந்தார்கள். கிழவிக்கு மனசு பொங்கிப் பொங்கி வந்தது. வினோதமாக அவள் தலை அசைந்து கொண்டிருந்தது. சுபத்ராவின் முகம் அன்று எப்படி இருக்கும்? காலைக்குளி முடித்து ஈரத் தலையில் நுனி முடிச்சா? இல்லை ஒற்றைப் பின்னலா? தாவணியும் பாவாடையும் என்ன நிறமோ?

பின்வாசல் வழியாக ஒரு பெண் வெளியே குதித்தது. பதினைந்து பதினாறு வயது இருக்கும். ஒல்லிக்குச்சி. கழுத்துக்குக்

கீழ் எலும்பு முடிச்சுக்கள் புடைத்துக்கொண்டிருந்தன. கோண வகிடு எடுத்திருந்தது. பிஸ்கட் கலரில் பாவாடையும் பிளவுசும். வெள்ளை வெளேர் என்று தாவணி. ஓடிவந்து கிழவியைக் கட்டிக்கொண்டது. கிழவரின் இரண்டு கைகளையும் பிடித்துத் தன் தோள் மீது வைத்துக்கொண்டது. மூன்றுபேருடைய முகங்களிலும் சந்தோஷம் வழிய ஆரம்பித்துவிட்டது. கிழவர் இடது கையால் அந்தப் பெண்ணின் தலையைத் தடவினார். கிழவி அந்தப் பெண்ணைத் தன் பக்கம் இழுத்துக் கொண்டாள்.

"ஏன் தாத்தா முகம் ஒரு மாதிரியா இருக்கு? இண்ணைக் குமா..?" என்று கேட்டாள் அந்தப் பெண்.

"இண்ணைக்கு மோசமா விழுந்திருச்சு சுபத்ரா, ரத்தம் கொட்டிருச்சு" என்றாள் கிழவி.

அந்தப் பெண்ணின் முகம் பட்டென்று சுருங்கிற்று. அவள் தாத்தாவின் முகத்தை தன் இரு கைகளிலும் ஏந்தினாள்.

"கடவுளே, இந்த அக்கிரமத்துக்கு முடிவில்லையா?" என்றாள்.

"தப்பிச்சுக்க முடியலையே சுபத்ரா. இண்ணை வரைக்கும் என்ன ஏதுன்னும் தெரியலையே. யார் கைன்னும் தெரியலையே" என்றாள் கிழவி.

"கண்டு சொல்ல ஒரு ஆள் இல்லாமப் போச்சே பாட்டி, இவ்வளவு பெரிய லோகத்திலே" என்றது அந்தப் பெண்.

கிழவரின் முகம் வாடிற்று. அவர் எழுந்திருந்து துவைக்கும் கல்லின் மேல் வாழைத் தோட்டத்தைப் பார்க்க உட்கார்ந்து கொண்டார்.

கிழவியின் மடியில் கவிழ்ந்து படுத்துக்கொண்டாள் அந்தப் பெண். அவள் முதுகு அதிர்ந்தது. அவள் பொருமலைக் கூட்டி விழுங்குகிறாள். கிழவி அவள் முதுகைத் தடவினாள்.

அவள் தலையைத் தூக்கி கலங்கிய கண்களுடன், "நானும் உங்களோட வந்துடறேன் பாட்டி" என்றாள்.

"அப்படிச் சொல்லாதே தாயே. நீ குடும்பத்தில நிக்கற பொண்ணு. ஒத்தைக்கொரு மக. கண்ணுக்குள்ள வச்சுப் பாக் குறாங்க உன் தாயும் தகப்பனும். நீ நல்ல இடம் போய்ச் சேரணும். ராப்பகல் அதே நினைப்புத்தான் எனக்கு" என்றாள் கிழவி.

ஜன்னல் வழியாக, "சுபத்ரா, மானேஜர் வாறாரு" என்ற கத்தல் வந்தது.

சுபத்ரா தலையைத் தூக்கியபடி, "வந்தா வரட்டும் சுமதி. இந்த வேலை தொலையட்டும்னுதான் நான் இருக்கேன்" என்றாள்.

"வேண்டாம் தாயே. அப்படிச் சொல்லாதே. போயிரும்மா. நாங்க மனசால எப்பவும் உன்னோடதானே இருக்கோம்" என்றாள் கிழவி.

கைப்பையிலிருந்து டப்பாவையும் மணத்தக்காளிப் பொதியையும் எடுத்து அந்தப் பெண்ணிடம் கொடுத்தார் கிழவர். அந்தப் பெண் டப்பாவைத் திறந்து பார்த்தது. மஞ்சாடிகள், குன்றுமணிகள், சோழிகள், ஒரு புரூச், சாவிச் சங்கிலி, ஒரு இமிட்டேஷன் ஒற்றைக் கல் மூக்குத்தி, துண்டுப் பென்சில்கள், சாக்பீஸ், குச்சிலிப் பொட்டு, கண்ணாடிக் கோலிகள். டப்பாவை ஒருதடவை குலுக்கிற்று. கீழே இருந்த பொருட்கள் மேலே வந்தன. சிலேட் குச்சி, ஒரு சிறு மணி பர்ஸு, ஒரு ரோல்டு கோல்டு செயின், இரண்டொரு கண்ணாடி வளையல்கள், சிறு வாசனைத் திரவியப் புட்டிகள்.

"இவ்வளவும் எனக்கா?" என்றாள் அந்தப் பெண்.

"உனக்கே உனக்கு. கீழே இருந்து கிடச்சது எல்லாம். ஐம்பது அறுபது வருஷத்தில சேத்தது."

கிழவி சுபத்ராவைப் பின் வாசல் பக்கமாக நகர்த்தினாள்.

நெசவாலையின் பின்பக்கம் பள்ளங்களில் வேறு தெருக்கள் ஆரம்பமாகின்றன. தீப்பெட்டிகள் தாறுமாறாகக் கொட்டப் பட்ட மாதிரி. வீடுகளில் தறிகளின் முடுக்கம் உச்ச கட்டத்தை எட்டிக் கொண்டிருக்கிறது. உழைப்பின் உன்னதமான சப்தங் களுடன் அதன் சீரும் லயமும் காதை நிறைக்கின்றன. கிழவர் போகும் வழி மிஷன் ஆஸ்பத்திரிக்குப் பின்பக்கம் கொண்டு விடும் என்று கிழவி அனுமானித்தாள். வெகுநாட்களுக்கு முன், பல தடவை கிழவர் அப்படிப் போயிருக்கிறார். மிஷன் ஆஸ்பத்திரியில் கிணற்றின் அரைச்சுவர் போன்ற பின் கேட் வழியாக உள்ளே நுழைந்து வெள்ளைக்கார டாக்டர்களையும் வெள்ளைப் புறாக்கள் போன்ற நர்ஸிங் மாணவிகளையும் பார்த்துக்கொண்டே மறுபக்கம் ரஸ்தாவில் இறங்குவார்கள். மிஷன் ஆஸ்பத்திரிக்குப் போகிற வழியில் வரும் பாசிக்குளத் துக்கு வந்தார்கள். பக்கத்தில் ஒரு பாழடைந்த மண்டபம். கிழவருக்கு மிகவும் பிரியமான இடம் அது. இடிந்த படிக் கட்டுக்கள். இருள் கவிந்து ஆள் அரவம் இல்லாத இடம். காட்டுச் செடிகளும் புதர்களும் மண்டிக் கிடக்கும் அந்தப்

பிராந்தியம் ஏன் மலக்காடாக மாறவில்லை என்பது புதிர். பிருஷ்டங்களை பாம்புகள் பிடுங்கும் என்ற கற்பனைப் பயமாக இருக்கலாம். இயற்கையின் கழிவுகளான சுள்ளிகளும் சருகும் முட்களும் எவ்வளவுதான் மண்டிக்கிடந்தாலும் சுத்தத்துக்குக் குறைவில்லை. அழகுக்குக் குறைவில்லை. ஒரு மனிதனின் கழிவு இறங்கிவிட்டால் அந்தப் பிராந்தியத்தையே அருவருக்கும் படி ஆக்கி விடுகிறது. கிழவர் இடது பக்கம் திரும்பவில்லை. மிஷன் ஆஸ்பத்திரிக்குப் போகும் யோசனை அவருக்கு இல்லை போலும். அவர் நடை தளர்ந்துவிட்டது. பசியும் சோர்வும் அவரை ஆட் கொண்டுவிட்டன. கிழவிக்கும் கால் குழைந்து கொண்டு வந்தது. நின்று அவள் வந்து சேர்ந்த பின் மீண்டும் நடக்க வேண்டியிருந்தது கிழவருக்கு. தூரம்கூட கிழவிக்குப் பொருட்டில்லை. வெயில் ஒத்து வருவதே இல்லை. பல சமயம் கிழவரின் இடது கைச் சுண்டு விரலைக் கிழவி குழந்தை மாதிரி பிடித்து இழுப்பாள். கிழவர் ஒரு முனகலோடு ஆமோதிப் பார் என்றாலும் கிடைத்த இடத்தில் அவரால் உட்கார்ந்து விட முடியாது. பார்த்துப் பார்த்துக் கழித்தபடி தேடிக்கொண்டு போவார் அவர். அவருக்கு இடம் சுலபமாக அமைவதே இல்லை.

மீண்டும் ரயில்வே தண்டவாளங்கள் வந்துவிட்டன. தண்ட வாளங்களைத் தாண்டி கிழக்கே சென்றார்கள். திரும்பி வயல் ஓரங்கள் வழியாகத் தெற்கே நடக்க ஆரம்பித்தார்கள். அவர் களுடைய நிழல்கள் கள்ளிகளிலும் பள்ளங்களிலும் மனித மலங்களிலும் விழுந்து நகர்கின்றன. இப்போது அவர் எங்கே போவார் என்பது கிழவிக்குத் துல்லியமாகத் தெரியும்.

தூரத் தொலைவிலேயே ரயில் கூடம் வெறிச்சென்று தெரிந்தது. பயணிகளே இல்லை. காக்கி ரயில்வே ஊழியர்கள் பெஞ்சுகளில் நலுங்கிய கோலத்துடன் சளசளத்துக் கொண்டிருந் தார்கள். பெட்டிக் கடையும், இரண்டாவது வகுப்புப் பெண்கள் ஓய்வு அறையும் சாத்திக் கிடந்தன. ஓய்வு அறை வாசலில் ஒரு பரட்டை நரை மயிர்க் கிழவி விபூதிப்பை போல் இடது மார்பு வெளியே தெரிய தூங்கிக்கொண்டிருந்தாள். அங்குதான் குளிர்நீர்ப் பெட்டி. முன்னால் ஒரு ஒல்லி பெஞ்சு. வரிசையி லிருந்து பின்னகர்ந்து கம்பி வலைக்குள் கையை விட்டு அலுமினிய தம்ளரில் தண்ணீர் பிடித்தார் கிழவர். இணைப்புச் சங்கிலி பற்றாமல் இருந்ததால் காலை நகர்த்தி முட்டை மடக்கிக் கொண்ட போதும் வாயோரம் சங்கிலி இழுப்பில் தம்ளர் தடுமாறிற்று. அவருடைய பசி ஆறும்படி ஏதும் வாங்கித் தரவேண்டும். இல்லையென்றால் அது பெரிய கொடுமை.

சிறு உணவில் வெகு நேரம் துள்ளும் சுடர் அவருடையது. அதற்குக்கூட எண்ணெய் விட முடியவில்லை. கிழவரும் கிழவியும் மேம்பாலத்தில் ஏறி உட்கார்ந்து கொண்டார்கள். அவர்களுடைய தலைகள் பதிந்து கிராதியில் எண்ணெய்ப் பிசின் படிந்துவிட்ட இடம் அது. என்ன காற்று! மலையிலிருந்து ஓடி வந்து மனித உடலை முதல் தடவையாக முத்தமிடும் காற்று. உலக்கை அருவி வரையிலும் தெரிகிறது. அதற்கு மேல் வானமும் பூமியும் பெரிய பரப்பாகத் தெரிகின்றன. மலைத் தொடர்கள் முழுக்கத் தெரிகின்றன. இயற்கையின் முக விலாசம் இவ்வளவு நளினமாகத் தெரியும் கோணம் அந்த ஊரிலேயே வேறு இருக்கமுடியாது என்றுதான் தோன்றுகிறது.

மாலை ரயில் வரும் வரையில் அந்தப் பிராந்தியம் தூக்கத் தில் ஆழ்ந்து கிடக்கும். தாண்டிப் போகிறவர்களின் கண்களைச் சந்திக்காமல் இருக்க அவர்கள் பழகி விட்டார்கள். இல்லை யென்றால் பார்வை வழி பேச்சுத் தொடர்ந்து குறுகுறுப்புகளுக் கெல்லாம் தீனி போடும்படி ஆகிவிடுகிறது. சில சமயம் காசு விழும். அது அங்கேயே கிடக்கும். சுடர் படர்ந்து திரி எரிவது போல் பசி குடலைக் கருக்கும்போது கூட காசு அங்கே கிடக்கும். சபலத்தை அடி ஆழத்தில் வைத்து மனுஷத்துவம் காட்டிப் பேச வருவார்கள். ஒன்றிலிருந்து மற்றொன்று குதித்து கடைசியில் ஒரு பெண் உறவு குதித்து விடும் என்ற கனவு. மனித மனங்களின் ஓரங்கள் கூட தன் கைப்பிடியில் இன்னும் சிக்கவில்லை என்றுதான் கிழவருக்குத் தோன்றிற்று.

எதேச்சையாகக் கிழவி பைக்குள் கையை விட்டாள். என்ன இது? வெளியே இழுத்துப் பார்த்தாள். பழந்துணி. பிரித்துப் பார்த்தாள். நைந்துபோன ஒரு உள் பாவாடை. ஒரு துணித்துண்டு இல்லாமல் தவித்திருக்கும் தவிப்பு கட வுளுக்குத்தான் வெளிச்சம். கிழவரிடம் தூக்கிக் காட்டினாள். "சுபத்ராதான் வச்சிருக்கு. அழுக்குப் போல. என் செல்லம், என் கண்ணு" என்றாள். கிழவரும் துணியைப் பிரித்துப் பார்த் தார். துணியால் முகத்தையும் மார்பையும் துடைத்துக் கொண்டு விட்டு மடித்துப் பைக்குள் வைத்துக்கொண்டார். அவரது இடது பாதத்தைத் தன் பக்கம் நகர்த்தித் துணியை அவிழ்த்துச் சிலந்திப் புண்ணை முகம் தாழ்த்திக் கூர்ந்து பார்த்தாள் கிழவி. ஒரு நாளைக்கு மூன்று தடவையேனும் இப்படிப் பார்த்தால்தான் கிழவிக்குத் திருப்தி. புண்ணின் வாய் அநேக மாக மூடி விட்டது. ஒரு ரூபாய் வட்டம் இருந்தது புண்.

வானம் இருண்டுகொண்டுவந்தது. மலைத் தொடர்களின் உச்சிகளில் கரிய மேகங்கள் படர்கின்றன. கணத்துக்குக் கணம்

வானத்தின் முகவிலாசம் மாறிக்கொண்டு வந்தது. பெரும் மழையின் வருகையை எண்ணிக் காடுகளும் தோப்புத் துரவுகளும், புதரும், மணத்தக்காளிகளும், கள்ளிகளும் குதூகலம் கொள்வதுபோல் தோன்றிற்று. ரயிலடி உலோகங்களுக்கு இந்தக் குதூகலத்தில் பங்குகொள்ளத் தெரியவில்லை. வர இருக்கும் மழை பற்றிய பிரக்ஞையே அவற்றுக்கு இல்லை. நன்றாக இருண்டுவிட்டது. முதல் துளிகளின் வெளிப்பாட்டைத் துல்லியமாகப் பிடிக்கக் கிழவர் விழிப்புடன் இருந்தார். எண்ணற்ற மழைகளின் முதல் தோற்றங்கள் அவர் மனப் பதிவில் இருந்தன. ஆனால் ஒவ்வொரு தடவையும் பழைய மழையைப் போலி செய்யும் யோசனை சிறிதும் இன்றிப் புது மாதிரியாக வந்திருக்கிறது மழை. மங்கிய வெளிச்சத்தில் வீணைக் கம்பிகளின் தெறிப்புகள் கீழ்நோக்கி வருகின்றனவா என்று பார்த்தார். அந்த தெறிப்புகள் தோன்றுவதற்கு முன்னேயே தோன்றிவிட்டதான பிரமையை இல்லாத அவை எப்படி ஏற்படுத்துகின்றன! ஆனால் இப்போது பிரமை அல்ல. ஜாலம் அல்ல. துண்டுகள் இணைந்து சன்னக் கம்பியாக இறங்க ஆரம்பித்துவிட்டன. கூட்ஸ் வண்டித் தொடர்களின் ஓரங்களில் ஈரம் படிந்துகொண்டிருக்கிறது. வயலில் வேலை செய்து கொண்டிருந்த பெண்கள் சிரித்துக்கொண்டே ரயில் கொட்டடியில் வந்து ஏறினார்கள். இந்த தூற்றல் வலுக்கப்போகும் விதம் அவர்களுக்குத் தெரியும். மழையை நனைந்து தெரிந்து கொண்டிருப்பவர்கள் அவர்கள்.

பள்ளிக்கூடங்கள் விடும் நேரம் நெருங்கிவிட்டதாகக் கிழவருக்குத் தோன்றிற்று. அந்த நேரம் நெருங்கும்போது வெட்ட வெளியில் ஒரு விம்மல் கூடும். மாலை நேரங்களில், அநேக சந்தர்ப்பங்களில் பள்ளிக் குழந்தைகளைப் பார்ப்பதற்கே மழை வருகிறது. அவ்வளவு சந்தோஷம் தன்னால் ஏற்படுத்த முடியும் என்பதை மழை தெரிந்து கொண்ட தருணங்கள் இவை. புல்வெளிகளில் மேய்ந்துகொண்டிருந்த எருமைகளுக்குக் கருமை கூடி வந்தது. அவற்றைச் சுத்தப்படுத்தும் பெரிய சவாலையும் மழை ஏற்றுக்கொண்டுவிட்டது. மேம்பாலத்துக்குள் இரு பக்கமுமாக மழை நுழைந்தது. இருபுறமும் ஈரம் பண்ணி நடுவில் நடைபாதை ஒன்றை உருவாக்கி அந்த அகலத்தையும் இப்போது குறைத்துக் கொண்டிருக்கிறது. இன்னும் சிறிது நேரத்தில் அதை அழித்துப் பார்க்கும்.

கிழவரும் கிழவியும் ஏணியின் கீழ்ப்படிக்கு நகர்ந்தார்கள். உள்பாவாடையால் போர்த்திக்கொண்டு ஒருவருக்கொருவர் நெருக்கமாக உட்கார்ந்து கொண்டார்கள். குழந்தைகள் மிக மோசமாக நனைந்துவிட்டன. புத்தகத்தை அடி வயிற்றில்

வைத்துக்கொண்டு ரயில் கொட்டடியில் வந்து ஏறுகிறார்கள். ஒரே நிமிஷத்தில் ஏக களேபரமாகிவிட்டது. ஈரத் தலைகளுடன், ஈர முகங்களுடன், ஈரச் சட்டைகளுடன், கூச்சலிலும் கத்தலிலு மாகக் குதிக்கிறார்கள். ரயில் உள்ளே நுழைந்தது. கிழவர் எழுந்திருந்தார். இப்படி மழை கொட்டிக்கொண்டிருக்கும் போது எங்கே புறப்பட்டிருக்கிறார் இவர்? என்ன புதிர்? கிழவி வலது கையால் முட்டாக்கை அகற்றிக் கிழவரின் கண் களைப் பார்த்தாள். 'வா' என்று சமிக்ஞை காட்டி விட்டுக் கிழவர் நகர்ந்தார். பெண்கள் பெட்டிக்கு அடுத்த பெட்டியில் ஏறி உட்கார்ந்துகொண்டார் அவர். அப்படிக் காலிப்பெட்டி யில் ஏறி உட்கார்ந்து கொண்டிருந்துவிட்டு ரயில் புறப்படும் நேரத்தில் இறங்கியிருக்கிறார். அப்படித்தானா இன்றும்? கிழவிக்கு வலுத்த சந்தேகம் வந்துவிட்டது. இது, புறப்படும்போது இறங்கு வதற்காக ஏறியது அல்ல என்று தோன்றிற்று. கிழவர் இருக்கை யில் சாய்ந்து கால்களைப் பெஞ்சின் மீது மடித்து வைத்துக் கொண்டார். இரு கைகளையும் தூக்கிப் பெட்டி வைக்கும் பலகையைப் பிடித்துக் கொண்டார். வெளியே நின்றபடி ஜன்னல் வழி அவரை இமைக்காமல் பார்த்துக்கொண்டிருந் தாள் கிழவி. அவளுக்குப் பிடிபடவில்லை. ஏகமாகப் பெட்டியில் பிள்ளைகள் ஏறின. ஆண் குழந்தைகளும் பெண் குழந்தைகளும் முண்டியடித்துக் கொண்டு ஏறின. ஒரு நிமிஷத்தில் நடைபாதை, பெஞ்சுகள், தரை எல்லாம் – பெட்டி முழுக்க – ஒரே ஈரக்கசம். கிழவி ஏறி வந்தாள். சில குழந்தைகளை நகர்த்திக்கொண்டு தான் கிழவி தன்னைச் சொருகிக்கொள்ள வேண்டியிருந்தது. குழந்தைகள் சட்டைகளை அவிழ்த்துப் பிழிந்துகொண்டிருந்தன. பெண் குழந்தைகளும் ஜம்பரை அவிழ்த்துப் பிழிந்துகொண் டிருந்தன. ஒன்று மற்றொன்றைப் பார்த்துக் காப்பியடித்துச் செய்தன. பாதங்களில் பிழிந்துகொண்டன. காலை மடக்கி வெண்மையான பாதங்களைப் பார்த்துச் சந்தோஷப்பட்டுக் கொண்டன. இவ்வளவு சுத்தமாக அவர்களுடைய பாதங்களை அவர்கள் பார்த்ததே இல்லை. அதிகமும் கண் தெரியாதோர் பள்ளியிலிருந்தும், செவிட்டூமைப் பள்ளியிலிருந்தும் வீடு திரும்பும் குழந்தைகள். ஒருவரையொருவர் பிடித்துத் தள்ளி மூர்க்கத்தனமாக விளையாட ஆரம்பித்து விட்டார்கள். "வேண் டாய்யா, கையக் காலை ஒடிச்சிக்கிடுவீங்க" என்றாள் கிழவி. கிழவி சொன்னது ஒருவர் காதில்கூட விழவில்லை.

ரயில் நகரத் தொடங்கிற்று. குழந்தைகள் ஆட்டம் போட்டு ஓய்ந்துவிட்டன. பக்கத்திலிருந்த சிறுவனைத் தூக்கி மடியில் வைத்துக் கொண்டார் கிழவர். அவன் முகத்தைத் தூக்கிப் பார்த்தார். பார்வை இல்லாத பையன். அவன் நண்பர்களுடைய

சத்தங்கள் காதில் விழ, சிரித்துக்கொண்டே இருந்தான். தொந்தி தொப்பையுடன் குண்டாக இருந்தான். கிழவர் அவனை இதமாக அணைத்துக்கொண்டிருந்தார். எதிர்ச்சாரியிலிருந்து கிழவரை யும் அந்தப் பையனையும் பார்த்துக் கொண்டிருந்த ஒரு பெண், கிழவருக்கும் கிழவிக்கும் நடுவில் வந்து தன்னைச் சொருகிக் கொண்டது. கிழவர் இடது கையால் அவளையும் சேர்த்துக்கொண்டார். ரயில் ஆசிராமம் தாண்டிப் போகும் போது ரஸ்தாவில் ஒரு யானை வந்துகொண்டிருந்தது. "ஆனை, ஆனை" என்று சில குழந்தைகள் கத்தினார்கள். கிழவர் மடியிலிருந்த பையனும் "ஆனை, ஆனை" என்று குதிக்க ஆரம்பித்தான். யாரோ ஒரு பையன் "தும்பிக்கையெத் தூக்குது" என்றதும் இந்தப் பையனும் "தும்பிக் கையெத் தூக்குது" என்றான். முகம் கோண கிழவர் தன் முகத்தைத் துடைக்கும் பாவனையில் மூடிக்கொண்டார். "என்ன, என்ன?" என்று கேட்டாள் கிழவி. கிழவரால் பதில் சொல்ல முடியவில்லை.

கிழவரும் கிழவியும் கடற்கரையின் மேற்கே பார்க்க நடந்து கொண்டிருந்தார்கள். நன்றாக இருட்டிவிட்டது. முன்னால் மணல் குன்று இருந்த இடத்தைத் தாண்டிப் போய்க்கொண் டிருந்தார்கள். ஒரு பனை உயரம் இருந்த குன்று அது. இப்போது தரை மட்டம் ஆகிவிட்டது. வெட்டாந்தரையாக இருந்து அவர் காணக் காண வளர்ந்த குன்று. அதை வளர்த்த காற்று மாறி வீசி அதைக் கரைத்தது. நாலு வயதில் அவருடைய தாயாரின் இடுப்பிலிருந்து அந்த கடற் கரையைப் பார்த்தது இப்போதும் அவருக்கு நினைவிருக்கிறது. காலத்திற்கும் காட்சிக் கும் என்ன பொருள் என்றே தெரியவில்லை. அவருடைய சிறு பிராயத்தில் அந்தக் கடற்கரையில் மனித காரியம் என்று எதுவும் இல்லை. காலமும் இயற்கையும்தான் அங்கு புணர்ந்து கிடந்தன. அதைப் பார்க்கக்கூட எவரும் இல்லை. வானமும், கடலும், பாறைகளும், மணற் காடும், ஓய்வொழிவில்லாமல் அடித்துக்கொண்டிருந்த காற்றும், எப்போதேனும் யாரேனும் வந்து தம் காலடிச் சுவடுகளை அங்கு பதிப்பார்கள். அவர்கள் நகர்ந்ததும் அவர்களுடைய அடிச்சுவடும் அழிக்கப்பட்டுவிடும். இப்போது கட்டிடங்கள், நொறுங்கிக் கிடக்கும் விமானங்கள் மாதிரி. கற்சுவர். கடலுக்கும் கரைக்கும் நடுவே. அந்தப் பிரிவின் கொடுமையைத் தாங்க முடியாமல் அவர் அந்தப் பக்கம் பார்க்காமலே நடந்தார். கற்சுவர் தாண்டி அவர்கள் வெகு தூரம் போனார்கள்.

அன்று பௌர்ணமிக்கு மறுநாள். கடல் ஆக்ரோஷமாக இருந்தது. மஞ்சள் பூச்சொன்று சல்லாத் திரையாக எங்கும் வியாபிப்பதுபோல் இருந்தது. மிகுந்த எக்களிப்புடன் இருந்தது கடல். சுற்றிவர அமைதியின் இருள். தொலைவில் நீரின் சமமான பரப்பில் உருண்டோடி வருவதில் கொழுக்கும் அலைகள் கரைமோதிச் சிதறுகின்றன.

கிழவர் கிழவியை அணைத்துக் கொண்டார். அவர் முகம் பரவசத்தில் ஆழ்வதுபோல் அவளுக்குத் தோன்றிற்று. "என்ன, என்ன?" என்று மீண்டும் கேட்டாள் கிழவி.

கிழவர் ஏதோ பேச முயன்றார். தழுதழுப்பில் பேச முடியவில்லை. அவர் காட்டிய சமிக்ஞையும் கிழவிக்குப் புரியவில்லை.

கிழவர் கடலில் இறங்கினார். அலைகளில் தடுமாறியபடி முன்னால் போய்க்கொண்டே இருந்தார். "நானும்" என்று சொல்லிக் கொண்டே கிழவியும் அவர் அருகில் விரைந்தாள். கிழவியின் கையைப் பிடித்துக்கொண்டார் அவர். இருவரும் உள்ளே இறங்கிச் சென்றுகொண்டிருந்தார்கள்.

கொல்லிப்பாவை, 1987

# பக்கத்தில் வந்த அப்பா

ராஜூ பெரியப்பா என் அப்பாவுக்கு ஒன்றுவிட்ட அண்ணாதான். ஆனால் உடன்பிறந்த சகோதரர்களை விட இருவரும் மிக நெருக்கம். எங்கள் அப்பாவின் குடும்பம் நொடித்து இளம் மனைவியாக இருந்த என் அம்மாவுடன் எங்கள் அப்பா வாழ வழி தெரியாமல் நிர்க்கதியாக நின்றபோது, ராஜூ பெரியப்பாதான் கை கொடுத்தாராம். தன் பெயரில் இருந்த, நல்ல வருமானம் வந்துகொண்டிருந்த, ஒரு ஏஜென்சியை அப்பா பெயருக்கு மாற்றித் தந்தாராம். அதிலிருந்து தான் முன்னுக்கு வரவும், நாலு காசு சம்பாதிக்கவும் மனிதன் மாதிரி தலைதூக்கி நடமாடவும் முடிந்தது என்பது என் அப்பாவின் எண்ணம். இந்த நன்றிக் கடனை அப்பா தன் நடுநெஞ்சில் வைத்துக் கொண்டிருந்தார். அம்மாவும் முழுமையாக இதை ஏற்றுக் கொண்டிருந்தாள். ராஜூ பெரியப்பாவைப் பற்றிப் பேசும்போது இருவரும் நெகிழ்ந்து போவார்கள். அம்மா பல தடவை இந்த விஷயங்களை எல்லாம் எங்களிடம் சொல்லியிருந்ததால் ராஜூ பெரியப்பாவை நானும் ரமணியும் தெய்வம்போல நினைக்க ஆரம்பித்தோம்.

ராஜூ பெரியப்பா அநேகமாக வருடத்திற்கு ஒரு முறைதான் எங்கள் வீட்டுக்கு வருவார். அவர் வரப் போகும் கடிதம் வந்ததுமே வீடே மாறிப்போய்விடும். நார்க்கட்டிலில்தான் பெரியப்பா படுத்துக் கொள்வார். கொல்லையில் அதைத் தூக்கிப்போட்டுக் கொதிக்கக் கொதிக்க வென்னீர் ஊற்றி மூட்டையை ஒழிக்கும் காரியம் நடக்கும். பெரியப்பாவுக்கு மிகவும் பிடிக்கும் சுண்டைக்காய் வற்றல், மணத்தக்காளி வற்றல் தயார் செய்து அவருக்குப் பிடித்தமான ஊறுகாய்களும் போட்டு

வைப்பாள் அம்மா. அப்பா ஜிகினா வைத்த புதிய விசிறிகள் வாங்கிப் போடுவார். மத்தியானம் நன்றாகச் சாப்பிட்டுவிட்டு நார்க்கட்டிலில் அவர் படுத்துக்கொண்டதும் நானும் ரமணியும் ஆளுக்கு ஒரு பக்கமாக நின்று வீசுவோம். கால் பக்கம்தான் ரமணி எனக்குத் தருவாள். முகத்தில் படாமல் எனக்கு வீசத் தெரியாதாம்! நடுவில் ரமணியை அம்மா கூப்பிடும்போது நான் பெரியப்பா முகத்துக்கு ஏகமாக வீசுவேன். இந்த யுக்தி பெரியப்பாவுக்குத் தெரியும் என்பதால் அவர் கண்களை மூடிய படியே புன்னகை பூப்பார். அந்தப் புன்னகையின் வெற்றிலைச் சிவப்பு ரொம்பவும் அழகாக இருக்கும். வடசேரி தாணுமாலயன் என்ற தறிக்காரரின் வேஷ்டிகள்தான் நீளம் அகலம் சுமாராக ஒத்துவருகிறது என்பார் பெரியப்பா. கறுப்புக் குண்டஞ்சிக் கரை நூறாம் நம்பர் வேஷ்டிகளுக்கு ஆர்டர் தந்து வைப்பார் அப்பா. பின்பக்கம் வாழைகளில் எந்தெந்த நுனி இலைகளை வெட்டலாம் என்று அம்மாவும் ஆனந்த மாமியும் போய்ப் பார்ப்பார்கள். பசு கன்று போட்டிருக்கும் காலங்களில்தான் எப்படியோ சொல்லிவைத்தது போல் பெரியப்பா வருவார். "அவனுடைய பால் யோகத்தை நம்மால் பிடிக்க முடியுமா?" என்று அப்பா பெருமையுடனும் சந்தோஷத்துடனும் சொல்வார்.

ராஜு பெரியப்பாவின் குடும்பம் கொஞ்சம் பெரியதுதான். 'ஒண்ணேகால் டஜன்' என்பார் பெரியப்பா. அது உயர்வு நவிற்சி. உண்மையில் பதினாலு குழந்தைகள்தான். பெரியப்பா வுக்கு சுமார் முப்பது பேரன் பேத்திகள் இருந்தார்கள். ஒரே அடுக்களை, ஒரே சமையல். இந்தப் பின்னணியில் இருக்கும் பெரியப்பாவுக்கு எங்கள் வீட்டுத் தங்கல் மிகுந்த ஆசுவாசமாக இருக்கும் என்பதில் அப்பாவுக் கும் அம்மாவுக்கும் சிறிதும் சந்தேகமில்லை. பெரியப்பா கிளம்பினால், "போகலாம், என்ன அவசரம்" என்று அப்பா சொல்லித் தங்க வைத்துவிடுவார். இருவரும் பால்யகால நினைவுகளைப் பேச ஆரம்பித்து, "இப்போ காலம் கெட்டுக் குட்டிச் சுவராகப் போச்சு" என்று முடிப்பார் கள். இரவில் வெகு நேரம் கண்விழித்துப் பேசுவார்கள். திரும்பவும் அதிகாலை எழுந்து பேச ஆரம்பிப்பார்கள். தன் முழு நேரத்தை யும் ராஜு பெரியப்பாவுடன் செலவிட முடியாதபடி பிழைப்புப் பிடுங்குகிறதே என்று வருத்தப்பட்டுவிட்டுத்தான் அப்பா கடைக் குப் போவார்.

தொலைபேசிகள் பிரபலமாகாத காலம். ஒருநாள் விடியற் காலை தொலைபேசி நிலையத்திலிருந்து எங்கள் வீட்டுக்கு ஒரு சேவகன் வந்தான். கொச்சியில் இருந்து எங்கள் அப்பாவுக்கு ஒரு அழைப்பு வந்திருக்கிறதாம். நிலைகுலைந்து போய்விட்டார் கள் அப்பாவும் அம்மாவும். ராஜு பெரியப்பா கொச்சியில்

தான் குடியிருந்தார். எனக்கு அப்பாவின் முகத்தைப் பார்க்க வேண்டும்போல் இருந்தது. நேரில் போய் அவர் முன்னால் நிற்க முடியாது, அவர் ஒரு பெரிய ஜ்வாலை. எண்ணற்ற நாக்குகளாகப் பிரிந்து கூரையை நக்க எழும்பிப் பாய்ந்து கொண்டிருக்கும் ஜ்வாலை. இந்த மாதிரி சந்தர்ப்பங்களில் நான் எப்போதும் செய்வதுபோல் பக்கவாட்டு அறைக்கு வெளியே பச்சைப்பசேல் என்று காம்பவுண்ட் சுவரையொட்டி நின்று கொண்டிருந்த வேப்பமரத்தில் ஏறி உட்கார்ந்துகொண் டேன். பக்கவாட்டு அறையின் ஜன்னல் படுதாவை காற்று விசிறி அடிக்கும்போது வராந்தாவில் கை வைத்த நாற்காலியில் ஜ்வாலை மாதிரி அப்பா முகம் தெரியும். இப்படி விட்டுவிட்டு அவர் முகத்தைப் பார்த்து அவர் மன நிலையை ஆராய்ச்சி செய்துகொண்டிருந்தேன். ரமணிக்கு இந்தச் சங்கடம் எதுவும் கிடையாது. அவள் நினைத்தால் நேராக வாசலுக்குப் போய் விடுவாள். அப்பாவின் காலடியில் போய்க்கூட நிற்பாள். சில சமயம் அவர் அங்குமிங்கும் பார்த்துவிட்டு, யாரும் இல்லை என்பதை நிதானித்துக் கொண்டு அவளை இழுத்து அணைத்தபடி முன் தலையைத் தடவிவிடுவார். வேப்பமரத்தில் இருந்தபடி நான் எத்தனையோ தடவை இந்தக் காட்சியைப் பார்த்திருக்கிறேன். நான் அங்கு உட்கார்ந்து கொண்டிருப்பேன் என்பது ரமணிக்குத் தெரியும் என்பதால் என்னை ஒரு தினுசாகப் பார்த்து முகச்சேஷ்டை காட்டுவாள். அப்பா அவளிடம் கொஞ்சுகிறாராம். என்ன பவிஷு! நான் நன்றாக முகத்தை வலிப்பேன். காற்று சரிவரப் படுதாவைத் தூக்கவில்லை என்றால் என்னுடைய ஒரு வலிப்பை அவள் பார்ப்பதற்கு நான் பத்துப் பன்னிரண்டு தடவைகள் வலிக்க வேண்டியிருக்கும்.

அப்பாவின் முகத்தை நான் கூர்ந்து கவனித்துக்கொண்டே இருந்தேன். அவர் முகம் சிவந்துவிட்டது. அவருக்குக் கவலையும் மனக்கஷ்டமும் ஏற்படும்போது அவருடைய இடது கை விரல் கள் அடி உதட்டுக்குக் கீழே அழுந்திக் கன்னத்துச் சதைகளை அழுத்தி மேலே தூக்கிக்கொண்டிருக்கும். ஒரு புள்ளியில் பார்வை நிலைகுத்தி விடும். சில சமயம் கண்களை மூடிக் கொண்டு நீண்ட மூச்சுவிடுவார். கவலையைக் காற்றாக மாற்றி வெளியேற்றுவது போலிருக்கும். ஆனால் இவ்வளவு மனக்கஷ்டம் அவர் முகத்தில் இதற்குமுன் நான் பார்த்ததில்லை. கடுமையான நெஞ்சு வலியை மவுனமாகச் சகித்துக்கொள்வது போல். நான் இறங்கி வாசல் பக்கம் வந்தேன். திண்ணையில் ஏறித் தூணில் சாய்ந்துகொண்டு நின்றேன். அப்பா என்னை ஒன்றுமே சொல்லவில்லை. வழக்கம்போல் அவர் சீறி விழமாட் டார் என்பது எனக்கு நிச்சயமாகத் தெரிந்தது. இன்னும்

பக்கத்தில்கூட நான் போய் நிற்கலாம். ஒன்றும் ஆகப்போவ தில்லை. "அம்மாவைக் கூப்பிடு" என்றார் அப்பா. இவ்வளவு மிருதுவாக அவர் சொன்னதே இல்லை. நான் படியிறங்கி சமிட்டியில் காலைத் துடைத்தேன். எவ்வளவு விவரமான பிள்ளை என்று அப்பா என்னைக் கண்டிப்பாக நினைத்துக் கொள்வார். சிறிது இடம் தந்தால்தானே நானும் என் சமர்த்தைக் காட்ட முடியும்? ரமணிக்குத்தான் மூளையிருக்கிறது என்று இல்லை. பல சமயம் என் மூளையும் அருமையாக வேலை செய்கிறது. ஆனால் அதைக் காட்ட இடம்தர மாட்டேன் என்கிறார்கள். நான் உள்ளே ஓடினேன். அம்மா வந்து வாசல் திண்ணையைப் பார்க்க இருந்த ஜன்னலின் பின்னால் நின்ற படி தொண்டையைக் கனைத்தாள். அதுதான் அவளுடைய ஸ்தானம். அவள் வந்துவிட்டாள் என்பதற்கு அந்தக் கனைப்பு. இனிமேல் அப்பா தெருவையும், செடி கொடிகளையும், தென்னை மரங்களையும், பட்சி ஜாலங்களையும் பார்த்துப் பல கேள்வி களைக் கேட்க, அப்பாவின் பின் மண்டையைப் பார்த்தபடி அம்மா பதில் சொல்வாள். அவர் ஏடாகூடாமாகச் சில கேள்விகள் கேட்கும்போது எங்களுக்காக முகத்தில் சில நொடிப்புகள், பாவனைகள் காட்டிவிட்டு மிகச் சாதுவான குரலில் பதில் சொல்வாள்.

"யாருமே இல்லையே இப்போ. நான்தானே போகவேண்டி யிருக்கு" என்று சற்றுப் பெரிதாகக் கத்தினார் அப்பா. நானும் ரமணியும் அம்மா பக்கத்தில் மெதுவாக நகர்ந்து கொண்டோம். ஜன்னல் படுதாவின் இடுக்கு வழியாக அப்பாவின் முதுகில் தெரிந்த கரும்புள்ளிகளையும் மச்சங்களையும் எண்ண ஆரம் பித்தேன். ஒருவிதத்தில் அப்பாவின் கத்தல் நியாயமானது தான். அவர் எங்கும் போனவர் இல்லை. அவருடைய காரியங் களுக்காகவும் எங்களுடைய காரியங்களுக்காகவும் சீனு மாமா அல்லது நடராஜ மாமாதான் போவார்கள். விறகை இழுத்து அணைத்துவிட்டு அடுக்களைக் காரியத்தைப் பாதியில் போட்ட படி ஆனந்த மாமி போயிருக்கிறாள். ஒரு தபால் நிலையத் துக்கோ, ஒரு மின்சார ஆபீஸுக்கோ, இல்லை ஒரு பலசரக்குக் கடைக்கோ, குழந்தைகள் காரியமாகப் பள்ளிக்கூடங்களுக்கோ, ஆஸ்பத்திரிக்கோ போனவர் இல்லைதான் அப்பா. வெற்றிலைப் பாக்குக் கடைக்குக்கூட அவர் போனது இல்லை. "யாராவது வருகிறாளா பார்ப்போம்" என்றாள் அம்மா. "ஒரு அவசரத் துக்கு இதுவரையிலும் யாராவது வந்திருக்கிறாளா? ஒவ்வொன் றுக்கும் நான்தானே போக வேண்டியிருக்கு" என்று பெரிதாகக் கத்தினார் அப்பா. அந்த நேரத்தில்கூட அம்மாவுக்குச் சிரிப்பு பொத்துக்கொண்டு வந்தது. அவள் கையால் வாயைப் பொத்திக்

கொள்ள, அம்மாவைப் போல் ரமணியும் கையால் வாயைப் பொத்திக்கொண்டாள். ரமணியைவிட அதிகச் சிரிப்பு வருபவ னாகக் காட்டிக்கொண்டு நான் இரு கைகளாலும் வாயை இறுக்கப் பொத்திக் கொண்டேன். இல்லை என்றால் ரமணி எனக்கு சூட்சுமம் புரியவில்லை என்று நினைத்துக் கொண்டு விடுவாள். தக்க நேரத்தில் சொல்லியும் காட்டுவாள். இப்படிக் கிடைத்த போதெல்லாம் என்னை மட்டம் தட்டாவிட்டால் அவளுக்குத் தூக்கம் வராது. "எங்கிருந்து போன்?" என்று மூன்றாவது தடவையாக அம்மா கேட்டாள். அவளுக்குத் தெரியும் என்றாலும் பதட்டத்துக்கு ஒரு நிவாரணம் ஏற்படட் டும் என்று இந்தக் கேள்வியைக் கேட்டாள். அப்பா அதற்குப் பதில் சொல்லவில்லை. இதற்கு அர்த்தம் புத்தி கெட்ட ஜென்மங் களுடன் பேச முடியாது என்பதுதான்.

திடீரென்று ஆவேசம் வந்ததுபோல் செருப்பை மாட்டிக் கொண்டு படியிறங்கி விரைந்தார் அப்பா. அம்மா பதறிப் போய்விட்டாள். "நீயும் கூடப் போடா" என்று என்னைப் பார்த்துக் கத்தினாள். ஒரு காசுக்குப் பிரயோஜனமில்லை என்று அப்பாவாலும் அம்மாவாலும் சொல்லப்படுகிற என்னை, அம்மாவே இப்போது அப்பாவுடன் போகச் சொன்னது மிகுந்த ஆச்சரியத்தைத் தந்தது. இதற்குள் 'கேட்' வரையிலும் போய்விட்ட அப்பா, திரும்பி அம்மாவைப் பார்த்து, "எதுக்குடீ அவன்?" என்று கத்தினார். "குடையைத் தூக்கிண்டு வருவன்" என்றாள் அம்மா. அம்மாவின் சமயோசித புத்திக்கு ஈடு இணை இல்லை. ஒரு முக்கியத்துவம் இல்லாத விஷயத்துக்கு நான் உதவியாக இருப்பேன் என்று சொன்னால்தான் அப்பா என்னை வரவிடுவார் என்பது எப்படித்தான் இந்த அம்மா வுக்குத் தெரிகிறதோ! நான் அப்பாவின் அறைக்குள் ஓடி அவர் குடையை எடுத்து நெஞ்சில் இறுக்கிக்கொண்டேன். இதுவரையிலும் யாருடைய கையாலும் தொடப்பட்டிராத குடை அது. அப்பா வெகுதூரம் போயிருந்தார். நான் அவருடன் சென்று சேர முடியாதபடி விரைந்து கொண்டிருந்தார். என் னிடமா நடக்கும்! காற்றுபோல் பறந்தேன். பெரிய பள்ளிக் கூடத்தின் காம்பௌண்டிற்குக்கூட அவர் இன்னும் போய்ச் சேர்ந்திருக்கவில்லை. கஷ்டப்பட்டு எனக்குப் பிரேக் போட்டுக் கொண்டதில்தான் அவர் மேல் மோதாமல் அந்த மட்டோடு நிற்க முடிந்தது என்ற பாவனையில் தள்ளாட்டம் காட்டி நின்றேன். என்னைப் பார்த்ததும், "சட்டையைப் போட்டுக் கொள்வதற்கு என்னடா மண்டு" என்று அவர் கேட்டார். அது அவர் வழக்கமாகச் சொல்லும் 'மண்டு' அல்ல. அன்பில் தோய்ந்தெடுத்த 'மண்டு.' "இதோ போட்டுண்டு வரேன்" என்று சொல்லிவிட்டுப் பின் திரும்பிப் பாய ஆயத்தமானேன். "சரி,

சரி, வேண்டாம். சின்னப் பயல்தானே நீ" என்றார். "சின்னப் பயல்" என்று அவர் என்னைச் சொன்னது ரொம்ப சந்தோஷ மாக இருந்தது. பற்றி எரிந்துகொண்டிருந்த ஒரு ஜுவாலை பனிக்கட்டியாக மாறுவது போலவும், அந்தப் பனிக்கட்டி என்னை அழுத்தி அணைத்துக் கொள்ளுவது போலவும் இருந்தது. அது வெறும் கற்பனை ஒன்றும் அல்ல. நிஜமாகவே அப்பா என் கைகளைப் பற்றிக்கொண்டார். என்ன நெகிழ்ச்சி, என்ன இதம்! அந்தப் பனிக்கட்டிக்குள் மேலும் விழுந்து புரள வேண்டும் போல் இருந்தது. அவருடைய ஸ்பரிசம் ஒரு மெல்லிய மின்சார உணர்வை எனக்கு ஏற்படுத்திக் கொண்டிருந்தது. அவர் வேகத் துக்கு ஈடு கொடுத்து இடைவெளியில்லாமல் அவருடன் விரைந்து கொண்டிருந்தேன். குடையும் என் கையில்தான் இருந்தது.

பெரிய பள்ளிக்கூடத்திற்கு அடுத்தாற்போல் இருந்தது தொலைபேசி நிலையம். உள்ளே நுழைந்ததும் சற்றே அகலமான வராந்தா. வலதுபுறம் ஒரு நீள பெஞ்ச். இடதுபுறம் தொலை பேசியை உள்ளே வைத்துக்கொண்டிருந்த கண்ணாடிக் கூண்டு. அதற்குள் நின்றுதான் அப்பா பேச வேண்டியிருக்கும். நான் எல்லாவற்றையும் சூட்சுமமாகக் கவனிக்க ஆரம்பித்தேன். அப்பாவுக்கு ரொம்பவும் உதவியாக இருந்து, என்னை மெச்சி சில வார்த்தைகள் அவர் அம்மாவிடம் சொல்லும்படி என்னால் செய்துவிட முடியும். அப்பா மிகுந்த ஆயாசத்துடன் பெஞ்சில் உட்கார்ந்து கொண்டார். அவர் முகம் மேலும் சோர்ந்துவிட் டது. கழுத்தில் வியர்வை வழிந்துகொண்டிருந்தது. குடையை விரித்துப் பிடித்துக்கொள்ளும்படி அவரிடம் சொல்ல இருந்த சந்தர்ப்பத்தை இழந்துவிட்டேனே என்று மனதுக்குள் வெட்க மாக இருந்தது. 'மண்டு' என்று சொல்வதற்கு ஏற்றாற்போல் ஆகிவிட்டது. ஆனால் அதைச் சரிக்கட்டிவிடலாம். இதமான வார்த்தைகள் சொல்லி அப்பாவைத் தேற்ற வேண்டும்போல் இருந்தது. இந்த மாதிரி சந்தர்ப்பங்களில் அம்மா என்ன வார்த்தை சொல்வாள் என்று யோசிக்க ஆரம்பித்தேன். கொச்சியிலிருந்து வந்திருந்த அழைப்பு அப்பாவுக்கு இல்லையென்று ஆகிவிட் டால் எவ்வளவு நன்றாக இருக்கும்!

தொலைபேசி நிலையத்துக்குள் எட்டிப்பார்த்தேன். முதல் ஸீட்டில் இரட்டைப் பின்னலுடன் ஒரு பெண் உட்கார்ந்திருந் தாள். யார் யாரை அக்கா என்று கூப்பிட வேண்டும் யார் யாரை மாமி என்று கூப்பிட வேண்டும் என்பதை அம்மா எனக்குச் சொல்லித் தந்திருந்தாள். அம்மாவின் போதனைப் படி பார்த்தபோது அந்தப் பெண் அக்காவுக்கு மேலே மாமிக்குக் கீழே இருப்பதுபோல் பட்டது. காதோரம் விமானிபோல் ஒரு கருவியை இணைத்துக் கொண்டு தன் முன்னால் இருந்த

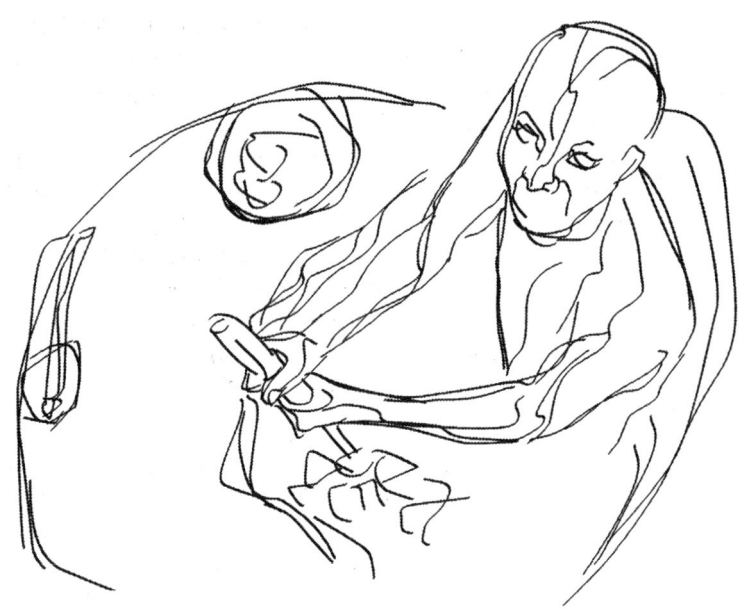

போர்டுகளின் துவாரங்களில் பித்தான்களைப் பிடுங்கி மாறி மாறிச் சொருகிக் கொண்டிருந்தாள். நான், "அக்கா" என்று கூப்பிட்டேன். என் அப்பா பெயரைச் சொன்னேன். காத்துக் கொண்டிருக்கும்படி வாயைத் திறக்காமல் இடதுகையால் சமிக்ஞை காட்டினாள் அக்கா. நான் அப்பா பக்கத்தில் போய் உட்கார்ந்து கொண்டேன். ஒவ்வொரு விநாடியும் ஒரு மணி நேரமாக நகர்ந்து கொண்டிருந்தது.

என் அப்பா பெயரைச் சொல்லிக் கத்தி, "பேசுங்க ஸார்" என்றாள் அந்தப் பெண். அப்பா மிகுந்த கலவரத்துடன் சாடி எழுந்து கண்ணாடிக் கதவைத் திறந்து மிகுந்த பதட்டத்துடன் ரிஸீவரை காதில் எடுத்து வைத்துக்கொண்டு, "நான்தான், நான்தான்" என்று மிக உரக்கக் கத்தினார். "ஐயோ கத்தாதீங்க ஸார். ஒரு செகண்ட் வெயிட் பண்ணுங்க. லைன் வந்துக்கிட்டு இருக்கு" என்று அந்தப் பெண்மணி சொன்னாள்.

கண்ணாடிக் கதவைத் திறந்து நான் தலையை உள்ளே விட்டுக் கொண்டிருந்ததால் அப்பாவின் கத்தல் உரக்கவே எல்லோருக்கும் கேட்டது. வராந்தாவில் நின்று கொண்டிருந்த வர்கள் சிரிப்பதுபோல் எனக்குப்பட்டது. தூணில் சாய்ந்து சிகரெட் பிடித்தவாறு தன் நண்பனிடம் பேசிக் கொண்டிருந்த ஒரு இளைஞன் "நான்தான், நான்தான்னா என்னப்பா அர்த்தம்?

வாசனை

பெயரில்லே சொல்லணும்" என்றான். எனக்கு அழகாகப் புரிந்துவிட்டது. "அப்பா, பெயரைச் சொல்லுங்கோ" என்றேன். அப்பா ஏழெட்டுத் தடவை "நான்தான் சங்கரன்" என்று கத்தினார். அப்பா என்னைப் பார்த்து, "ஒண்ணும் கேட்கலை யேடா பாலு" என்று மிகுந்த வருத்தத்துடனும் கசப்புடனும் சொன்னார். தன்னுடைய சங்கடத்தை அவர் என்னிடம் வெளிப் படுத்தியது எனக்கு மிகுந்த சந்தோஷத்தைத் தந்தது. "நான் பேசட்டுமா அப்பா?" என்று கேட்டேன். என்ன துணிச்சல் எனக்கு! அவர் குழந்தை மாதிரி, "பேசு, பேசு" என்று ரிஸீவரை என் கையில் தந்தார். நான், "ஹலோ, ஹலோ" என்று சொன் னேன். 'ஹலோ' என்ற வார்த்தையையே அப்பா உபயோகப் படுத்தவில்லை என்பதும், எடுத்த எடுப்பில் நான் அதை உப யோகப்படுத்துவதும் அவருக்குப் பெரும் ஆச்சரியம் அளித் திருக்கும் என்று நினைத்துக்கொண்டேன். "ஜோராகக் கேக்கிறதே அப்பா. சீனு அண்ணா பேசறான்" என்றேன். "பேசு, பேசு" என்று அப்பா என்னை உற்சாகப்படுத்தினார். அவரது வலது கையை என் முதுகின்மேல் இதமாக வைத்துக்கொண்டார். "பெரியப்பா செத்துப் போயிட்டாராம். அண்ணா அழறான்" என்றேன். அப்பா பதறியடித்துக்கொண்டு ரிஸீவரை என் கையிலிருந்து பிடுங்கி "ராஜு அண்ணா போயிட்டானா?" என்று பெரிதாகக் கத்தினார். "மூணு நிமிஷம் முடிந்தது ஸார்" என்று அறையிலிருந்து அக்காவின் குரல் வந்தது.

பெரிய பள்ளிக்கூடக் கட்டிடத்தைத் தாண்டும்போது அப்பா வராந்தாவில் சோர்ந்துபோய் உட்கார்ந்துவிட்டார். அவரால் நடக்க முடியவில்லை. கண்கள் நிறைந்து கன்னத்தில் வழிய ஆரம்பித்தது. மூக்குக் கண்ணாடியை மடித்து ஜேபியில் தள்ளிவிட்டுத் துண்டால் முகத்தை மூடிக் கொண்டார். ஒரு கையால் என்னை இழுத்து அணைத்துக்கொண்டார். எனக்கு வருத்தமும் அப்பாமேல் பிரியமும் ஏற்பட்டது. பெரிய காரியம் ஒன்று செய்ய வேண்டும்போல் இருந்தது. ஆனால் அது என்ன என்று எனக்குத் தெரியவில்லை. சுசீந்திரம் கோவிலில் இருக்கும் ஹனுமார் போல் நான் வளர்ந்து அப்பாவை அப்படியே தோள்மேல் தூக்கிப் போட்டுக்கொண்டு வானத்தில் பறந்து சென்று எங்கள் வீட்டு மொட்டை மாடியில் இறங்க வேண்டும் போலிருந்தது. அவர் கையைப் பிடித்து இழுத்தேன். மந்திரத் துக்குக் கட்டுப்பட்டவர்போல் எழுந்து அவர் நடக்க ஆரம்பித் தார்.

வீட்டின் பக்கவாட்டின் வழியாகப் பின்னால் சென்று அப்பா கிணற்றடியில் குளித்தார். என் தலையிலும் தண்ணீர் விட்டார். கொஞ்சம் கொஞ்சமாகத் தன்னை அறியாமல்

சுந்தர ராமசாமி

என்னைக் குளிப்பாட்டிவிட ஆரம்பித்துவிட்டார். எனக்கு ரொம்பக் கூச்சமாக இருந்தது. ரமணி பின் திண்ணையில் உட்கார்ந்து பார்த்துக்கொண்டே இருந்தாள். சுயஞாபகம் இல்லாமல் ஆவேசமாக அவர் குளித்துக் கொண்டே இருந்தார். குளிப்பதை நிறுத்த வேண்டிய நேரம் தாண்டி ரொம்ப நேரம் ஆகிவிட்டிருந்தது.

அம்மா எவ்வளவோ வற்புறுத்தியும் கேட்காமல் சாப்பிடாம லேயே படுத்துக்கொண்டார் அப்பா. “வேளா வேளைக்குக் கொட்டிக் கொண்டு என்னத்தைக் கண்டோம்” என்றார். வழக்கத்துக்கு மாறாக, தரையிலேயே பாயை விரித்துப் படுத்துக் கொண்டார். நான் அவருக்கு விசிறியால் வீசினேன். வெகு இதமாக வீசினேன். ரமணி என்னையே பார்த்துக் கொண்டிருப் பதை என்னால் உணர முடிந்தது. நான் அவளைக் கவனிக்கவே இல்லை. இனி அவளைக் கவனிக்க வேண்டிய அவசியமும் இல்லை. அவளுக்கு அப்பா என்றால் எனக்கும்தான் அப்பா.

அப்பா எழுந்திருந்ததும், “சாப்பிடுகிறீர்களா?” என்று அம்மா கேட்கவே இல்லை. இலையைப் போட்டுப் பரிமாற ஆரம்பித்து விட்டாள். சாதத்தைப் போட்டுக்கொண்டிருந்தபோது அப்பா வந்து இலைமுன் உட்கார்ந்தார். அவர் சாப்பிடுவதை நான் பார்த்துக் கொண்டே இருந்தேன். அவர் ஒன்றுமே பேசவில்லை. வழக்கம்போல் நன்றாக அனுபவித்துச் சாப்பிடுவது மாதிரிதான் தெரிந்தது. அப்பா திண்ணையில் போய் உட்கார்ந்து கொண்டதும் அம்மாவும் ஜன்னலின் பின்னால் வந்து நின்றாள். “பள்ளிக் கூடத்துக்குப் பக்கத்தில் தானே இருக்கு டெலிபோன் ஆபீஸ்?” என்று கேட்டாள். இப்படிக் கேட்டால் முதலிலிருந்து எல்லா வற்றையும் சொல்லுங்கள் என்று அர்த்தம். அப்பா ஒரு பெரு மூச்சு விட்டுவிட்டுச் சொல்ல ஆரம்பித்தார். நான் திண்ணை யிலிருந்து முற்றத்தில் இறங்கி வீட்டைச் சுற்றி வந்து அப்பா வுக்குத் தெரியாமல் அம்மா காலடியில் உட்கார்ந்து கொண டேன். என்னுடைய சாகசங்களை அவரே அம்மாவிடம் சொல்லப் போகிறார்!

அவர் சொல்லச் சொல்ல, பேச்சு முற்றிலும் வேறு தினுசில் போய்க்கொண்டிருந்தது. டெலிபோனில் நான் பேசியதை அவர் சொல்லவில்லை என்பது மட்டுமல்ல, எல்லாவற்றை யுமே ரொம்பவும் திறமையாக அவரே சமாளித்தது மாதிரி சொல்ல ஆரம்பித்துவிட்டார். நானோ என்னுடைய சாமர்த்தியங் களைப் பற்றியெல்லாம் அம்மாவிடமும் ரமணியிடமும் பெரி தாகச் சொல்லியிருந்தேன். நான் அம்மாவின் காலைக் கிள்ளி னேன். “பாலு குடையைத் தூக்கிண்டு வந்தானா?” என்று அம்மா கேட்டாள். “அவன் எதுக்கு? என்னால் தூக்கிக்கொள்ள

முடியாதா? அவனுக்கு என்னடீ தெரியும்? குழந்தை. டெலி போனைக் கண்டானா? கவர்மெண்ட் ஆபீசைக் கண்டானா? பின்னாலே ஓடிவந்தது பாவம்" என்றார்.

அன்று மாலை நடராஜ மாமாவும் சீனு மாமாவும் வந்தபோது அவர்களிடம் மீண்டும் பெரியப்பா இறந்துபோன செய்தி வந்த விஷயத்தை விஸ்தாரமாகச் சொல்ல ஆரம்பித் தார் அப்பா. "சாவு வந்துதான் தீரும். அதுக்காக வருத்தப்பட்டுப் பிரயோஜனமில்லை" என்றார். நான் வராந்தாவில் நிற்பதுகூட அவருக்கு தர்ம சங்கடமாக இருந்ததுபோல் பட்டது. "போடா உள்ளே. புஸ்தகத்தை எடுத்துப்படி" என்று ஒரு கத்துக் கத்தினார். அந்தப் பழைய அப்பா. மீண்டும் அந்தப் பழைய கத்தல்.

நான் பின்பக்கம் வழியாகச் சென்று வேப்பமரத்தில் ஏறி உட்கார்ந்து கொண்டேன். ரமணி அங்கு வந்தாள். வழக்கம் போல் மேல் கிளையைப் பிடித்துக்கொண்டு ஒரு காலைக் கீழே தொங்கவிட்டேன். அந்தக் காலைப் பிடித்துக்கொண்டு ரமணி மேலே வந்தாள். பாவாடையைச் சரிசெய்து கொண்டே, "புளுகு மூட்டை எல்லாம் அவிழ்த்துவிட்டால் ரொம்ப நேரத் துக்கு நிக்காது" என்றாள்.

"ஹனுமார் சத்தியமாச் சொல்றேன். நான் டெலிபோனில் பேசினேன். அப்பா என்னை அணைச்சுண்டார்" என்று கத்தினேன்.

"உன்னுடைய லொட்டு லொடீசுக்கெல்லாம் ஹனுமாரை இழுக்காதே" என்றாள் ரமணி. ரொம்ப ஏளனமாக உதட்டைச் சுழித்துக் கொண்டாள்.

சற்று நேரம் பேசாமல் இருந்தேன். எனக்கு மனதுக்குள் பொங்கிப் பொங்கி வந்தது.

"இன்னொரு பெரியப்பா வருவாரே ரமணி, அவர் ராஜு பெரியப்பாவைவிடச் சின்னவரா பெரியவரா?" என்று கேட் டேன்.

"ரொம்பப் பெரியவர்" என்றாள் ரமணி.

"அவர் செத்துப்போகும்போதும் போன் வரும். அப்பவும் நான் அப்பாக்கூடப் போவேன். வந்து பாரு, அப்பத் தெரியும் உனக்கு" என்று நான் கத்தினேன்.

"முட்டாள், உளறாதே" என்றாள் ரமணி.

*புதுயுகம்*, 1987

## விகாசம்

அம்மா கட்டிலில் படுத்துக்கொண்டிருந்தாள். நான் கட்டிலை ஒட்டிக் கீழே படுத்துக்கொண்டிருந்தேன். பிந்தி எழுந்திருப்பதை நானும் அம்மாவும் வழக்கமாக்கிக் கொண்டிருந்தோம். நாங்கள் சிறிது போராடிப் பெற்றிருந்த உரிமை இது. சூரியோதயத்திற்கு முன் குளியலை முடித்து விடும் தர்மத்தை யுகாத்திரங்களாகக் காப்பாற்றி வரும் குடும்பம். நாங்களோ நோயாளிகள். அம்மாவுக்கு ஆஸ்துமா. எனக்கு மூட்டுவலி. இரண்டுமே காலை உபாதைகள் கொண்டவை.

குதிரை பிடரியை உதறும் மணிச்சத்தம் கேட்டது. வண்டியைப் பூட்டியாயிற்று. அப்படி என்றால் அப்பா கடைச் சாவிக்கொத்தை எடுத்துக்கொண்டுவிட்டார் என்று அர்த்தம். கடிகாரம் எட்டரையை நெருங்கிவிட்டது என்றும் அர்த்தம். இனி செருப்பு அணிதல். கிரீச் கிரீச். படி இறங்கியதும் குடையைப் படக்கென்று ஒரு தடவை திறந்து மூடல். குடையின் அன்றாட ஆரோக்கிய சோதனை அது.

கதவு லேசாகத் திறந்தது. இடைவெளியில் பாய்ந்த சூரிய ஒளி கண்ணாடிக்குழாய் போல் உருப்பெற்று உயர்ந்தது. ஒளித்தூணில் தூசி சுழல்கிறது. அப்பா! கண்ணாடி, ஒரு கண், பாதி விபூதிப் பூச்சு, சந்தனப் பொட்டு, அதற்குமேல் குங்குமப்பொட்டு.

“டேய் அம்பி, எழுந்திரு” என்றார் அப்பா.

நான் கண்களை மூடிக்கொண்டேன். ஆழ்ந்த நித்திரைக்கு வசப்பட்டுவிட்டதுபோல் அசையாமல் கிடந்தேன்.

“டேய் எழுந்திருடா தடியா. அப்பா கூப்பிடறார்” என்றாள் அம்மா.

ஓரக்கண்ணால் அப்பா முகத்தைப் பார்த்தேன். அது அன்பாக இருந்தது. மிருதுவாக இருந்தது. கடுமையான தூக்கத்தைத் தகர்த்துக்கொண்டு வெளிப்படும் பாவனையில் கண்களைத் திறந்தேன்.

“டேய், குளிச்சு சாப்பிட்டுட்டு ஆனைப்பாலம் போ” என்றார் அப்பா. “போய் ராவுத்தரைக் கையோட கடைக்குக் கூட்டிக்கொண்டு வந்துடு. நான் போய் வண்டி அனுப்பறேன்” என்றார்.

நான் அப்பா முகத்தையும் அம்மா முகத்தையும் மாறி மாறிப் பார்த்தேன். கடையில் முன் தினம் ராவுத்தருக்கும் அப்பாவுக்கும் நடந்த மோதலைப்பற்றி அம்மாவிடம் சொல்லியிருந்தேன். “அவர் இல்லாம உங்களுக்கு முடியுமா முடியாதா?” என்று கேட்டாள் அம்மா. “எத்தனை வருஷமாச்சு இந்தக் கூத்து” என்றாள். “விலகறதும் சேத்துக்கறதும்” என்றாள்.

அப்பாவின் முகம் சிவந்தது. மேலும் சிவந்தால் மூக்கு நுனியில் ரத்தம் கசிந்துவிடும் என்று தோன்றிற்று.

“ஓணம் வர்றது . . . நீ கடைக்கு வந்து பில்போடு” என்றார் அப்பா. கோபத்தின் உக்கிரத்தில் உதடுகள் கோணி வலித்துக் காட்டுவதுபோல் வார்த்தைகள் தேய்ந்தன.

“இந்த லோகத்திலே ராவுத்தர் ஒருத்தர்தான் பில்போடத் தெரிஞ்சவரா?” என்றாள் அம்மா.

“வாயை மூடு” என்று கத்தினார் அப்பா. சடேரென்று என்னைப் பார்க்கத் திரும்பிக்கொண்டே, “எழுந்திருடா” என்று ஒரு அதட்டல் போட்டார். நான் படக்கென்று எழுந்திருந்து வில் மாதிரி நின்றேன். “போ, நான் சொன்ன மாதிரி செய்” என்றார். என் காலில் கட்டியிருக்கும் சக்கரத்தை யாரோ இழுத்ததுபோல் வேகமாக வெளியே நகர்ந்தேன்.

குதிரைவண்டி கிளம்பும் சத்தம் வாசலில் கேட்டது.

காலைக் காரியங்களைப் பம்பரமாகச் செய்து முடித்தேன். என்ன சுறுசுறுப்பு! வழக்கத்திற்கு மாறாக அரை நிஜாருக்கு மேல் வேட்டியைக் கட்டி, முழுக்கைச் சட்டையும் அணிந்து கொண்டேன். இரண்டும் சேர்ந்து சற்றுத் தெம்பாக என்னைப்

பேசவைக்கும் என்று ஒரு நம்பிக்கை. அப்பாமீது வழக்கமாக வரும் கோபம் அன்று வரவில்லை. வருத்தமும் இல்லை. கொஞ்சம் பிரியம்கூட கசிவது போல் இருந்தது. பாவம், ஒரு இக்கட்டில் மாட்டிக்கொண்டுவிட்டார். முன்கோபத்தில் முறித்துப் பேசிவிட்டார் ராவுத்தரிடம். சிறிது சாந்தம் கொண்டிருக்கலாமே என்று சொல்லலாம். அவர் ஒரு முன்கோபி என்றால் சிறிது சாந்தம் கொண்டிருக்கலாம். முன்கோபமே அவர் என்றால் எப்படி சாந்தம் கொள்ள முடியும்? இந்த மனப் பின்னல் தந்த குதூகலத்தில், அம்மா முன் சென்று அவள் முகத்தைப் பார்த்து "முன் கோபமே அவர் என்றால் எப்படி சாந்தம் கொள்ள முடியும்?" என்று கேட்டேன். அம்மா சிரித்தாள். மறுகணம் சடக் கென்று முகத்தைக் கடுமையாக்கிக் கொண்டு, "ரொம்ப இலட்சணம்தான். புத்தியுள்ள பிள்ளை என்றால் ராவுத்தரைக் கூட்டிக் கொண்டு கடைக்குப் போ" என்றாள். தன்நெஞ்சின் மீது வலது கையை வைத்துக்கொண்டு "அவர் என்ன பேசியிருந்தாலும் அதற்காக நான் வருத்தப் படறேன்னு சொல்லு" என்றாள்.

நான் போய்க் குதிரைவண்டியில் ஏறிக்கொண்டேன்.

ஓணம் விற்பனையை ராவுத்தர் இல்லாமல் சமாளிக்க முடியாது என்றுதான் எனக்கும் தோன்றிற்று. அவர் மாதிரி யாரால் கணக்குப் போடமுடியும்? மனக்கணக்கில் ஒரு மின்னல் பொறி அவர். அவரும் சரி, வரிசையாக ஐந்து பேர் உட்கார்ந்து காகிதத்தில் கூட்டிக் கழிப்பதும் சரி. மனித மூளையா அது! அமானுஷ்யம். பில்போடும் பகுதியில் கூடிநிற்கும் வாடிக்கை யாளர்கள் பார்த்து வியக்கும் அமானுஷ்யம். ஆச்சரியத்தில் விக்கித்துப் போய் "மனுஷ ஜென்மம்தானா இது!" என்று பலர் வாய்விட்டு கேட்டிருக்கிறார்கள். "காதாலே கேட்டே இப்படி போடுறாரே மனுஷன்; கண்ணால் பார்க்க முடிஞ்சா எப்படிப் போடுவாரோ?" என்று கேட்டிருக்கிறார்கள். இத்தனைக் கும் ஸ்கூல் படிப்பு மூணாம் க்ளாஸ். கடையைப் பெருக்கிப் பாய் விரித்து தண்ணீர் பிடித்து வைக்கும் கோமதியைவிட இரண்டு வருஷம் படிப்புக் குறைவு.

அன்று இதமாகத்தான் பேச்சுத் தொடங்கிற்று. "கடனை இப்படி மேலே ஏத்திண்டே போனா எப்படி ராவுத்தர்? தொகை ஏகமா ஏறிப்போச்சே" என்றார் அப்பா. தனக்கு வேண்டிய துணிகளையெல்லாம் பொறுக்கித் தன்பக்கத்தில் குவித்து வைத்துக்கொண்டுவிட்டு அதன்பின் கடன் கேட்டது அப்பா வுக்குப் பிடிக்கவில்லை என்று தோன்றிற்று. "என்ன செய்யச் சொல்றீங்க ஐயா? வீடு முழுக்க பொட்டைக. மகன்க கூறில்லே.

மாப்பிள்ளைக கூறில்லே. மக நாலு. மருமக நாலு. பேத்திக எட்டு. பேரன்க எட்டு. எத்தனை ஆச்சு? ஆளுக்கொண்ணு எடுத்தாலும் தொகை ஏறிப் போகுதே" என்றார் ராவுத்தர். ராவுத்தரின் முகத்தை அப்பா கூர்ந்து பார்த்துக் கொண்டிருந்தார். 'இளக்காரம் கொஞ்சம் கூடிப்போச்சு. அத மட்டுப்படுத்திக் காட்டறேன் இப்போ' என்று அவர் தனக்குள் கறுவிக்கொள்வது போல் இருந்தது. "கோலப்பா, துணிக்கு பில் போட்டுக் கட்டித் தந்துரு" என்றார் ராவுத்தர். தான் சம்மதம் தருவதற்குமுன் அவரே எடுத்துக் கொண்டு விடுவதா? அப்பாவின் முகம் சிவந்தது. "இந்தத் தவா கடன் தர சந்தர்ப்பம் இல்லை" என்றார் அப்பா. குரலில் கடுமை ஏறி இருந்தது. "அப்படீன்னா நம்ம உறவு வேண்டாம்னுதானே ஐயா சொல்றீங்க? குட்டீ, என்னெ ஊட்ல கொண்டுபோய் சேர்த்துடு" என்று சொல்லிக்கொண்டே எழுந்திருந்தார் ராவுத்தர். கோமதி, ராவுத்தரின் வலது கையைத் தனது இடது தோளில் தூக்கி வைத்துக்கொண்டது. படி இறங்கிற்று. ராவுத்தரும் படியிறங்கினார். கடை சாத்தும்போது ஒவ்வொரு நாளும் 'வரேன் ஐயா' என்று அப்பா இருக்கும் திசையைப் பார்த்து ராவுத்தர் கும்பிடுவது வழக்கம். அன்று அவர் விடை பெற்றுக் கொள்ளவில்லை. அதாவது விடைபெற்றுக் கொண்டுவிட்டார்.

கோமதியைக் கூட்டிக்கொண்டு ராவுத்தர் வீட்டுக்குப் போகலாம் என்று நான் யோசித்தேன். அப்படிச் செய்தால் ராவுத்தர் மனதில் இருக்கும் வெக்கை சற்றுத் தணியும் என்று எனக்குத் தோன்றிற்று. ஆனால் கோமதி வீட்டில் இல்லை. "ராவுத்தர் வரலேன்னு சொல்லிட்டாரு. இப்பத்தான் போகுது கோமதி கடைக்கு" என்றாள் அவள் தாயார்.

தோப்பைக் குறுக்காகத் தாண்டி, சந்து வழியாக நுழைந்து, ராவுத்தரின் வீட்டு முன்னால் போய் நின்றேன். ஓட்டு வீடு. தணிந்த கூரை. முன் முற்றத்தில் வலதுபக்கம் கிணறு. காரைப் பூச்சு இல்லாத கைப்பிடிச் சுவர் இடிந்து கிடந்தது. சுவரிலும் கிணற்றைச்சுற்றித் தளத்திலும் வெல்வெட் பாசி புசுபுசுவென்று. வீட்டின்முன் வெட்டுக் கல் படிகள். நிலையில் சாக்கு விரிப்புத் தொங்கிக் கொண்டிருந்தது.

"அம்பி வந்திருக்கேன்" என்றேன் நான் உரக்க.

ஒரு சிறுமி வெளிப்பட்டாள். இரட்டையில் மற்றொன்று என்று தோன்றிய இன்னொரு சிறுமியும் அவள் பின்னால் வந்தாள். உள்ளேயிருந்து "யாரம்மா?" என்று ராவுத்தரின் குரல் கேட்டது.

சுந்தர ராமசாமி 275

"நான்தான் அம்பி" என்றேன்.

"வா, வா" என்றார் ராவுத்தர். உற்சாகத்தில் கொப்பளிக்கும் குரல்.

நான் படுதாவைத் தள்ளிக்கொண்டே உள்ளே போனேன். சாணி மெழுகிய தரையில் வஸ்தாத் மாதிரி ராவுத்தர் சப்பணம் கூட்டி உட்கார்ந்து கொண்டிருந்தார். இரு கரங்களும் அந்தரத்தில் உயர்ந்திருந்தன. "வா, வா" என்று வாய் அரற்றிக்கொண்டே இருந்தது. நான் அவர் முன்னால் போய் முட்டுக்குத்தி நின்றேன். துழாவிய கரங்கள் என் மீதுபட்டன. கண்கள் மலங்க மலங்க விழித்தன. என்றோ இழந்துவிட்ட ஜீவ ஒளியை மீண்டும் வரவழைக்க அவை துடிப்பதுபோல் இருந்தன. என் தோள் பட்டையை அழுத்தி என்னைத் தன்பக்கத்தில் இழுத்து உட்கார வைத்துக்கொண்டார் அவர். உணர்ச்சி வசப்பட்டதில் அதிகம் நெகிழ்ந்துவிட்டது போல் இருந்தது.

"இன்னிக்கு என்ன, வேட்டி கட்டிக்கிட்டாப்ல!" என்றார்.

"தோணிச்சு" என்றேன்.

"என்ன கரை?"

"குண்டஞ்சி."

"ஐயர் மாதிரியே. பாக்கவும் ஐயர் மாதிரியே இருக்கேன்னு கடைப்பையன்க சொல்வானுக. எனக்குத்தான் கொடுத்து வைக்கல பாக்க." இப்படிச் சொல்லிவிட்டு என் கன்னம், கழுத்து, நாடி, வாய், மூக்கு, கண், நெற்றி, காது எல்லாம் தடவிப் பார்த்தார். "எல்லாம் கணக்கா வச்சிருக்கான்" என்று சொல்லிவிட்டுச் சிரித்தார்.

வந்த விஷயத்தைச் சொல்ல இதுதான் சந்தர்ப்பம் என்று தோன்றிற்று. ஆனால், கண்ணுக்குத் தெரியாத ஒரு கை மென்னியைப் பிடித்துக்கொண்டிருக்கிறது. நாக்கு புரள மறுக்கிறது.

"அம்மா . . ." என்று பேச்சைத் தொடங்கினேன்.

ராவுத்தர் குறுக்கிட்டு, "எப்படி இருக்கு அவங்களுக்கு உடம்பு?" என்றார்.

"அப்படியேதான்" என்றேன்.

"நம்மட்ட தூதுவளை கண்டங்கத்திரி லேகியம் இருக்கு. இழுப்புக்கு அதுக்கு மேலே மருந்து இல்லே. ஐயருக்கு புட்டி மேலே இங்கிலீஷ்ல எழுதியிருக்கணும். நம்மகிட்ட இங்கிலீஷ் இல்லே. மருந்துதான் இருக்கு" என்று சொல்லி விட்டுப் பெரிதாகச் சிரித்தார்.

விஷயத்தைச் சொல்ல இதுவும் நல்ல தருணம்.

"அம்மா உங்களைக் கடைக்குக் கூட்டிண்டு போகச் சொன்னா. அப்பா ஏதாவது முன்பின்னா பேசியிருந்தாலும் அதுக்காக அம்மா வருத்தப்படறதாகச் சொல்லச் சொன்னா. தப்பா எடுத்துக்கப்படாதாம். தட்டப்படாதுன்னும் சொன்னா" என்றேன்.

ராவுத்தரின் முகம் பரவசத்தில் மலர்ந்தது. இரு கரங்களையும் மேலே உயர்த்தி, "தாயே நீ பெரிய மனுஷி" என்று கூவினார். "எழுந்திரு, இப்பவே போறோம் கடைக்கு" என்றார்.

அந்த வருடம் ஓணம் விற்பனை நன்றாக இருந்தது. படு உற்சாகமாக இருந்தார் ராவுத்தர். தன்னைச் சுற்றி முண்டி மோதும் கடைப் பையன்களை எப்போதும்போல் அனாயாசமாகச் சமாளித்தார். அபிமன்யு தன்னந்தனியாகப் போரிட்டது போல் இருந்தது. துணியின் அளவும் விலையும் காதில் விழுந்த மறுகணம் விடை சொல்கிறது வாய். என்ன பொறி மூளைக்குள் இருந்ததோ, அந்த தெய்வத்துக்குத் தான் வெளிச்சம். விடை சொல்ல ஒரு கணம்கூடத் தேவையில்லாத அந்தப் பொறி என்ன பொறியோ? பதினாறு அயிட்டங்களுக்குப் பெருக்கி வரிசையாக விடை சொல்லி விட்டு, "அயிட்டம் பதினாறு, கூட்டுத்தொகை ரூபா 1414, பைசா 25" என்று கூறும் அந்தப் பொறியை மனித மூளை என்று எப்படிச் சொல்ல முடியும்? அவ்வளவும் கரும்பலகையில் எழுதிப்போட்டிருந்தால்கூடப் பார்த்துக்கூட்ட எனக்கு அரை மணி நேரம் பிடிக்கும். இங்கோ விடை மின்னல் அடிக்கிறது. ஒரு பிசகு விழுந்ததில்லை அன்று வரையிலும்.

அம்மா சொல்லியிருந்தாள். முன்னெல்லாம் அப்பா இரவில் கண் விழித்து ராவுத்தரின் விடைகளைச் சரி பார்ப்பாராம். "துள்ளல் கொஞ்சம் கூடிப்போச்சு அந்த மனுஷனுக்கு. ரெண்டு தப்பைக் கண்டுபிடிச்சு ஒரு தட்டுத் தட்டி வைக்கணும்" என்பாராம். ஆனால், இரவில் கண் விழித்ததுதான் மிச்சம். ஒரு தவறைக் கூட கண்டுபிடிக்க முடியவில்லை அப்பாவால்.

ஒருநாள் ஓர் ஒற்றைக்காளை வண்டி கடை முன்னால் வந்து நின்றது. முன்னும் பின்னும் வெள்ளைப் படுதா போட்டு மூடிக் கட்டிய வண்டி. வண்டிக்குள் இருந்து 'ஓ'வென்று பெண்களின் ஓலம். குஞ்சு குளுவான்களின் கத்தல்கள்.

“நம்ம வூட்டுப் பொட்டைப் பட்டாளம் இல்லா வந்திருக்கு” என்றார் ராவுத்தர்.

ராவுத்தரின் வீடு ஏலத்திற்கு வந்து விட்டதாம்! சாமான் களைத் தூக்கி வெளியே வீசுகிறானாம் அமீனா.

“எனக்கு என்ன செய்யணும்னு தெரியலியே, ஆண்டவா” என்று கதறினார் ராவுத்தர்.

குழந்தை மாதிரி அழத் தொடங்கி விட்டார். அப்படி அவர் அழுது கொண்டிருந்தபோது, கடைச் சிப்பந்தி கோலப்பன் பில்லுடன் வந்து, “13 ரூபா 45 பைசா; 45 மீட்டர் 70 சென்டி மீட்டர்” என்றான். அழுகையை ஒரு நிமிஷம் நிறுத்தி விட்டு “எழுதிக்கோ, 614 ரூபா 66 பைசா” என்றார் ராவுத்தர். இப்படிச் சொல்லிவிட்டு அப்பா இருந்த கல்லாப் பெட்டி பக்கம் திரும்பி, “ஐயா, வட்டியும் முதலுமா ஐயாயிரம் ரூபாய்க்கு மேல் கோர்ட்டிலே கட்டணுமே . . . நான் எங்கே போவேன் பணத் துக்கு” என்று கதறினார்.

ராவுத்தரும் அப்பாவும் குதிரைவண்டியில் வக்கீலைப் பார்க்கச் சென்றார்கள்.

அடுத்த நாள் ராவுத்தர் கடைக்கு வரவில்லை. செட்டியார் ஜவுளிக்கடையில் அவர் பில் சொல்லிக் கொண்டிருப்பதைத் தன் கண்ணால் கண்டதாகக் கோலப்பன் அப்பாவிடம் சொன்னான்.

“என்ன அநியாயம்! இப்பத்தானே அவருக்காக கோர்ட்ல பணத்தைக் கட்டிட்டு வரேன். காலை வாரிவிட்டுட்டாரே நன்றி கெட்ட மனுஷன்” என்று கத்தினார் அப்பா.

கடைக் கோலப்பனுக்கு மிதமிஞ்சிய கோபம் வந்து விட்டது. “கணக்குப் போடத் தெரியுமே தவிர, அறிவுகெட்ட ஜென்ம மில்லே அது” என்றான். “இதோ போய்த் தரதரன்னு இளுத்துக் கிட்டு வாறேன்” என்று சைக்கிளில் ஏறிச் சென்றான்.

அப்பா சோர்ந்து தரையில் உட்கார்ந்து விட்டார். அவர் வாய் புலம்பத் தொடங்கிவிட்டது. “ரொம்பப் பொல்லாதது இந்த லோகம்” என்றார். “பெத்த தாயை நம்ப முடியாது இந்தக் காலத்திலே” என்றார்.

சிறிது நேரத்தில் கோலப்பன் திரும்பிவந்தான். சைக்கிள் கேரியரில் உட்கார்ந்து கொண்டிருக்கிறார் ராவுத்தர்!

ராவுத்தரைக் கல்லா முன்னால் கொண்டுவந்து நிறுத்தினான் கோலப்பன்.

"புத்தி மோசம் போயிட்டேன் ஐயா" என்றார் ராவுத்தர் இரு கைகளையும் கூப்பியபடி.

"உம்ம கொட்டம் அடங்கற காலம் வரும்" என்று அப்பா கத்தினார்.

"அப்படிச் சொல்லாதீங்க ஐயா ... வேலைக்கு வா, நான் பணம் கட்டறேன்னு சொன்னார் செட்டியார். புத்தி மோசம் போயிட்டேன் ஐயா" என்றார் ராவுத்தர்.

"உம்ம கொட்டம் அடங்கற காலம் வரும்" என்று மீண்டும் சொன்னார் அப்பா.

ஆச்சரியம்தான். அப்பாவின் வாக்குப் பலித்ததுபோல் காரியம் நடந்தது. அந்தத் தடவை கொள்முதலுக்கு பம்பாய் போய்விட்டு வந்திருந்த அப்பா, ஒரு சிறு மிஷினை அம்மா விடம் காட்டினார். "இது கணக்குப் போடும்" என்றார்.

"மிஷினா?"

"போடும்" என்றார் அப்பா.

அம்மா ஒரு கணக்குச் சொன்னாள். அப்பா பித்தான் களை அழுத்தினார். மிஷின் விடை சொல்லிற்று.

நான் காகிதத்தை எடுத்துப் பெருக்கிப் பார்த்தேன். "விடை சரிதான் அம்மா" என்று கத்தினேன்.

"ராவுத்தர் மூளையை மிஷினா பண்ணிட்டானா?" என்று கேட்டாள் அம்மா.

நான் அன்று பூராவும் அதை வைத்து அளைந்து கொண்டே இருந்தேன். இரவு தூங்கும்போது கூட பக்கத்தில் வைத்துக் கொண்டு தூங்கினேன். ஆகக் கஷ்டமான கணக்குகளை எல்லாம் அதற்குப் போட்டேன். ஒவ்வொன்றுக்கும் விடை சரியாகச் சொல்லிற்று அது. கோமதி சொன்னது நினைவுக்கு வந்தது. 'தாத்தா எப்படி நிமிட்ல போடறீங்க கணக்கை?' என்று கேட்டதாம் கோமதி. 'மூளையில் மூணு நரம்பு அதிகப்படியாக இருக்கு' என்றாராம் ராவுத்தர். அந்த அதிகப்படியான நரம்புகள் எப்படி இந்த மிஷினுக்குள் வந்தன? ஆச்சரியத்தை என்னால் தாங்கிக்கொள்ள முடியவில்லை. கோமதியிடம்

கொண்டுபோய்க் காட்டினேன். கோமதியும் மாறிமாறிக் கணக்குப் போட்டுப் பார்த்தது. "எனக்கும் சரியா வருதே" என்றது. "தாத்தாவை விட இது பொல்லாதது" என்றது.

ஒருநாள் மாலை. ராவுத்தர் விடை சொல்லிக் கொண்டிருந்த நேரம். கோமதி பாவாடையின்மீது கால்குலேட்டரை வைத்து விடைகளைச் சரிபார்த்துக் கொண்டிருந்தது. தன்னையறியாமல் ஒரு தடவை "சரிதான் தாத்தா" என்றது. "நீயா சொல்றது சரின்னு?" என்று கேட்டார் ராவுத்தர். "கணக்குப் போட்டுத் தான் சொல்றேன் தாத்தா" என்றது கோமதி. "இப்போ போடறேன் சொல்லு" என்று ராவுத்தர் ஒரு கணக்குப் போட்டார். கோமதி விடை சொல்லிற்று. இன்னொரு கணக்கு. அதற்கும் விடை சொல்லிற்று.

வெளிறிப் போய்விட்டது ராவுத்தர் முகம்!

"ஆண்டவனே, இந்த மூட ஜென்மத்துக்கு ஒரு சூச்சுமமும் விளங்கலியே" என்று கதறினார் ராவுத்தர்.

"நான் போடலே தாத்தா. இந்த மிஷின் போடுது" என்றது கோமதி. கால்குலேட்டரைத் தாத்தாவின் கையில் திணித்தது.

கால்குலேட்டரை வாங்கிய தாத்தாவின் கை நடுங்கிற்று. விரல்கள் பதறின. அதை முன்னும் பின்னும் தடவிப் பார்த்தார். "இதா கணக்குப் போடுது?" என்று திரும்பத் திரும்பக் கேட்டார். "ஆமா" என்றது கோமதி. "நீயே வச்சுக்கோ" என்று அதைத் திருப்பிக் கொடுத்தார்.

அதன்பின் அன்று ராவுத்தரால் பேசமுடியவில்லை. அவருக்கு வாயைக் கெட்டிவிட்டது. உடலசைவுகூட இல்லை. ஸ்தம்பித்துப் போய் சுவரில் சாய்ந்துகொண்டிருந்தார். அன்று நானும் கோமதியும் தான் மாறிமாறி பில் போட்டோம். நீண்ட நேரம் கழித்து தாத்தாவின் தொடையை நோண்டி, "ஏன் தாத்தா பேசமாட்டேங்கறீங்க?" என்றது கோமதி. அதற்கும் அவர் பதில் சொல்லவில்லை.

நடைப்பிணம் போல் ஒவ்வொரு நாளும் ராவுத்தர் கடைக்கு வந்து போய்க்கொண்டிருந்தார். சிரிப்பு, சந்தோஷம், இடக்கு, கிண்டல், குத்தல் எல்லாம் அவரைவிட்டு உதிர்ந்து போய் விட்டிருந்தன. குரல் இறங்கிப் போய்விட்டது. உடம்புகூட சற்று இளைத்ததுபோல் இருந்தது.

அப்பா அவரை பில் போடச் சொல்லவே இல்லை.

ஒருநாள் பிற்பகல் நேரம். கடை கலகலப்பாக இருந்தது. முருகன் வெட்டியிருந்த துணிகளுக்கு நான் கணக்குப் போட்டுச் சொல்லிக்

கொண்டிருந்தேன். நடுவில் "இந்தாப்பா நில்லு" என்று குறுக்கிட்டார் ராவுத்தர்.

முருகன் சொல்வதை நிறுத்திவிட்டு ராவுத்தர் முகத்தைப் பார்த்தான்.

"பாப்ளின் என்ன விலை சொன்னே?"

"மீட்டர் 15 ரூபா 10 பைசா."

"தப்பு. பீஸை எடுத்துப்பாரு. 16 ரூபா 10 பைசா."

அப்பா எழுந்திருந்து ராவுத்தர் பக்கம் வந்தார்.

பீஸைப் பார்த்த முருகன் முகம் தொங்கிவிட்டது. "நீங்க சொன்னது தான் சரி" என்றான்.

"பத்து மீட்டர் கொடுத்திருக்கே. பத்து ரூபாய் போயிருக்குமே. ஐயர் முதல அள்ளித் தெருவுல கொட்டவா வந்திருக்கே?" என்று அதட்டினார் ராவுத்தர்.

"உங்களுக்கு விலை தெரியுமா?" என்று கேட்டார் அப்பா.

"ஒரு ஞாபகம்தான் ஐயா" என்றார்.

"எல்லாத்துக்கும்?" என்று கேட்டார் அப்பா.

"ஆண்டவன் சித்தம்" என்றார் ராவுத்தர்.

"ஆக சின்ன டவல் என்ன விலை?" என்று கேட்டார்.

"4 ரூபா 10 பைசா."

"ஆகப் பெரிசு?" என்று

"36 ரூபா 40 பைசா."

அப்பா கேட்டுக்கொண்டே போனார்.

பதில் வந்துகொண்டே இருந்தது.

ஆச்சரியத்தில் விரிந்து போயிற்று அப்பாவின் முகம். நம்ப முடியவில்லை அவரால். நீண்ட பெருமூச்சுவிட்டார். பெருமூச்சுக்களை அடக்க முடியவில்லை.

"அப்படீன்னா ஒண்ணு செய்யும். பில் சொல்லறச்சே விலை சரியாயிருக்கான்னு பாத்துக்கும்" என்றார் அப்பா.

"முடிஞ்ச வரையிலும் பார்ப்பேன் ஐயா" என்றார் ராவுத்தர். இப்படிச் சொல்லிவிட்டுத் தலையைத் தூக்கி "ஐயா, மின்சாரக் கட்டணம் கட்டிட்டேளா? இன்னிக்குத் தானே கடேசி நாள்" என்றார்.

“ஐயோ, கட்டலியே!” என்று சொன்ன அப்பா, “கோலப்பா” என்று கூப்பிட்டார்.

“இன்னிக்கு அவன் வரலியே ஐயா” என்றார் ராவுத்தர்.

“உமக்கு எப்படித் தெரியும்?” என்று கேட்டார் அப்பா.

“ஒவ்வொருத்தருக்கும் ஒரு குரல் இருக்கு. ஒரு மணம் இருக்கு. இன்னிக்கு அவன் குரலும் இல்லே, மணமும் இல்லே.” இப்படிச் சொல்லிவிட்டு, “முருகா” என்று கூப்பிட்டார் அவர்.

முருகன் வந்தான்.

“நேத்து இவன் ஒரு வாடிக்கைக்கு ரெட்டை வேட்டி இல்லைன்னு சொன்னான். கண்டியுங்க ஐயா” என்றார் ராவுத்தர்.

“என்ன சொல்றீர்னு புரியலையே” என்றார் அப்பா.

“ஐயா, பத்து வேட்டிக்கு விலை போட்டு வச்சீங்க. ஏளு வேட்டி தானே வித்திருக்கு. மீதி மூணு இருக்கணுமில்லே?” என்றார்.

அப்பா வேஷ்டியை எடுத்துக்கொண்டு வரச் சொன்னார்.

மூன்று சரியாக இருந்தது.

ராவுத்தர் தன் குரலைச் சற்றுக் கோணலாக மாற்றிக் கொண்டு, “முருகப் பெருமானே, இருக்கறத இல்லைன்னு சொல்லி ஆளை நைசா அனுப்பி வைக்கிறீரே . . . வியாபாரத் துக்கு உக்காந்து இருக்கோமா, இல்ல தர்மத்துக்கு உக்காந்து இருக்கோமா?” என்று கேட்டார்.

அன்று மாலை பில்போடும் பகுதியிலிருந்து அப்பாவின் பக்கம் போய் உட்கார்ந்துகொண்டார் ராவுத்தர்.

“உங்க பக்கத்துலே இருந்தா இன்னும் கொஞ்சம் உப யோகமா இருப்பேன் ஐயா” என்றார். அதன்பின், “உங்க மின்விசிறியே சித்த கூட்டி வைச்சா அடியேனுக்கும் கொஞ்சம் காத்து வரும்” என்றார்.

அப்பா மின்விசிறியைக் கூட்டிவைக்கச் சொன்னார்.

“வருமானவரி முன்பணம் கட்ட நாள் நெருங்குதே ஐயா. ஆடிட்டரெ பாக்க வேண்டாமா?” என்று கேட்டார் ராவுத்தர்.

"பாக்கணும்" என்றார் அப்பா.

கடை சாத்தும் நேரம்.

"ஐயா, அம்மாவுக்கு மருந்து வாங்கணும்னு சொன்னீங்களே... வாங்கிட்டீங்களா?" என்று கேட்டார்.

"வாங்கறேன்" என்றார்.

சாத்திய கடையின் பூட்டுக்களை இழுத்துப் பார்த்துக் கொண்டிருந்தார் அப்பா.

"ஐயா, தாயாருக்கு திதி வருதுன்னு சொல்லிட்டிருந்தீங்களே. முருகன் கிட்ட சொன்னா போற பாதையிலே புரோகிதர் கிட்ட ஒரு வார்த்தை சொல்லிடுவானில்லே" என்றார்.

"சொல்றேன்" என்றார் அப்பா.

கடைச் சிப்பந்திகள் ஒவ்வொருவராகக் கலைந்து போய்க் கொண்டிருந்தார்கள்.

கோமதி, தாத்தாவின் கையைத் தூக்கித் தோளில் வைத்துக் கொண்டு நகரத் தொடங்கிற்று. "தாத்தா, இனிமே கணக்குப் போட வரவே மாட்டீர்களா?" என்று கேட்டது அது.

"இப்போ இப்ராஹிம் ஹசன் ராவுத்தர் கணக்கு மிஷின் இல்லே. மானேஜர். ஆண்டவன் சித்தம்" என்றார் ராவுத்தர்.

இந்தியா டுடே, 1990

## காகங்கள்

"அப்படியென்றால் நொண்டிக் காகம் செத்துத் தொலைந்து போகவேண்டும் என்று நீங்கள் சொல்கிறீர்களா?" என்று நான் பெரிதாகக் கத்தினேன்.

மார்பு படபடக்க தலைச்சுற்றலில் உடல் தள்ளாடிற்று. ஆகஸ்ட் தியாகி கும்பலிங்கம் பிள்ளை என்னை அணைத்துக்கொண்டார். அன்றைய காலைக் கூட்டத்தில் என்னை கவனித்துக்கொள்ளும் பொறுப்பை அவரிடம் ஒப்படைத்திருந்தாள் என் மனைவி. எம். ஆர். உமையொரு பாகன் கலெக்டர் அருகே நகர்ந்து தன் தந்திர விழிகளால் சபையைச் சுழற்றிப் பார்த்தபடி அவர் காதில் ஏதோ முணுமுணுத்தார். அதைத் துல்லியமாக அனுமானித்தது என் மனம். சமீபமாக எனக்கு மனநிலை சரியில்லை என்றும், என் கத்தலைப் பொருட்படுத்த வேண்டாம் என்றும் அவர் சொல்லியிருக்கக்கூடும். என் உற்ற நண்பரான ஆகஸ்ட் தியாகியிடமிருந்து இந்தத் தகவலை அவருக்குத் தெரியாமலேயே இவர் கொத்தி எடுத்திருக்கக் கூடும்.

மனநோய் மருத்துவரின் முடிவில் நான் சங்கடப்பட்டு வந்த நாட்கள் அவை. ஒவ்வொரு காரியம் ஆற்றும் போதும் தெளிவான சிந்தனையின் பலத்தை நான் உணர்ந்து வந்ததில் மருத்துவரின் முடிவை என் மனம் மறுத்துக்கொண்டிருந்தது. மன ஆரோக்கியம் பற்றிய என் உள்ளுணர்வை நான் மருத்துவரிடம் சொல்லவில்லை. அதுவும் மனநோயின் ஒரு கூறு என்று அவர் சொல்லிவிடக்கூடும் என்றால் அதன்பின் எனக்கும் பூமிக்குமான கடைசி இழையும் அறுந்து போய்விடக்கூடும். படிமங்களை உடைத்து மனித நறுமணங்களைக் கண்டெடுக்க வேண்டும் என்பதில் நான் கொண்டிருந்த ஈவிரக்கமற்ற வெறி பிறர் பார்வையில் நோயாளியாக என்னைக் காட்சி கொள்ள வைக்கிறது என்று நம்பத் தொடங்கியிருந்தேன்.

வாசனை

அழகிய கருநிற இளைஞரான கலெக்டர் பேசத் தொடங்கினார். சபையின் உணர்ச்சி கொதி நிலையில் இருந்த நேரம் அது. 'ஒருவழிப் பாதையை முறியடிப்போம்' என்று வணிக சங்கத்தின் பெருந்தலைவர் குரலெடுத்துக் கத்தி ஒரு சில கணங்கள்தான் ஆகியிருந்தன. சாந்தமும் தந்திரமும் மென்மைத் தோற்றமும் கன்னக் கதுப்புகளும் கொண்டவர் அவர். ஊரின் ஆகப் பெரிய சரீரி என்பதால் குழந்தைகள் மத்தியில் விநோதப் புகழ் பெற்றிருந்தார். குழைவான தென்றல் வார்த்தைகளை தர்க்கத்தின் அறுபடா இழையில் கோத்துக் கொண்டு போனார் கலெக்டர். புள்ளி விபரங்கள் வரத் தொடங்கியிருந்தன. இனி விழுக்காடுகள் பின்தொடரும். ஒருபோதும் சோதனை செய்யப் படாத வலுவை ஆசீர்வாதமாகக் கொண்டவை அவை. வணிகர் களின் சிரமங்களை வணிகர்களை விடவும் திறம்பட வரிசைப் படுத்திக் கொண்டு போனார் கலெக்டர். எதிராளியின் அம்பறாத் தூணியைக் காலியாக்கும் உபாயம்தானே அது! அதன்பின் பொதுமக்களின் சிரமங்கள். அவர்கள்தானே வாக்காளப் பெருமக்கள். எனினும் என்ன செய்ய! காலம் மாறி வருகிறது. கொடிய முடிச்சுக்களை அவிழ்க்க சில சமயம் அறுவைச் சிகிச்சை தேவைப்பட்டு விடுகிறது. நவீனச் சிடுக்குகளில் ஆகப் பெரிய சிடுக்கு போக்குவரத்து. பாதைகளின் அகலங்கள் விரிவதில்லை. வாகனங்களின் எண்ணிக்கையோ கணம் தோறும் பெருகிக் கொண்டிருக்கிறது. உருளைச் சக்கரங்கள் மீது மத்திய தர வர்க்கத்தின் காமம் அளவிட முடியாதது. நேற்றோ பணம் வேண்டும் பொருள் வாங்க. கடன் பெறும் திட்டம் இருந்தால் போதும் இன்று. காலத்தின் கோலம் தன் கரங்களைக் கட்டுப் படுத்துவதாகச் சொன்னார் கலெக்டர். ஒரு மணிக்கட்டின்மீது மற்றொரு மணிக்கட்டைக் குறுக்காக வைத்துக் காட்டினார். கண்களுக்குப் புலப்படாத தேர்வடம் ஒரு கணம் அவர் கரங் களைச் சுற்றிவிட்டு மறைந்தது.

கூட்டம் சமனப்பட்டு நெகிழத் தொடங்கியிருந்தது. கலெக்டரின் திறமையை ரசிக்கும் முகபாவங்கள் மிளிரத் தொடங்கின. ஆகஸ்ட் தியாகி முற்றாகக் கரைந்திருந்தார். சில நிமிடங்களுக்கு முன் பெருந் தலைவருடன் சேர்ந்து கத்தியவர்தான் அவரும். என் வீட்டில் இருந்து என்னை கைத் தாங்கலாக அழைத்துக்கொண்டு வரும்போது, 'போற உசிருதாலா, மயிரு, இதில போட்டுமேங்கேன்' என்று சொன்னவர் அவர்.

எம்.ஆர். உமையொருபாகன் கலெக்டரின் சொல்ஜாலத்தை சபையின் முகங்களின் கண்டு புளகாங்கிதத்தில் வழிந்துகொண் டிருந்தார். அவர் ஒரு பிறவி ஜால்ரா.

தனிமைப்படுத்தப்பட்டுவிட்டோம் என்ற உள்ளுணர்வு தோன்றியதும் என் ரத்த அழுத்தம் ஏறிற்று.

"காகங்களைப் பற்றி என்ன சொல்கிறீர்கள்?" என்று நான் மிகப் பெரிதாகக் கத்தினேன்.

கலெக்டரின் வதனத்தில் ஒரு புன்முறுவல். புத்தனையும் வெட்கப் படச்செய்யும் சாந்தம். என் முகத்தைப் பார்த்தபடி அவர் சொன்னார் :

"உங்கள் உணர்ச்சிகளை நான் வெகுவாக மதிக்கிறேன். நீங்கள் எழுதிவரும் கவிதைகள் என் மனதைக் கவர்கின்றன. 'காகங்கள்' என்ற கவிதை வரிசையில் ஆறாவதை நேற்றுப் படித்தேன்."

கவிதையை அவர் சொல்லத் தொடங்கினார். என்ன நினைவாற்றல்! என்ன சொற்சுத்தம்! எவ்வளவு இசைவான ஏற்ற இறக்கங்கள்! ஆச்சரியம்தான். இடைவெளிகளின் மௌனங்களில் அர்த்தங்கள் பூத்துக் குலுங்குகின்றன. எனக்கே வியப்பாக இருந்தது. கூட்டம் மேலும் கரைந்தது.

"கவிதைகளால் காகங்கள் வாழ்வதில்லை" என்று நான் மேலும் உரக்கக் கத்தினேன்.

"அவர் சொல்வதைத்தான் கேட்டுத் தொலையுங்களேன் ஐயா" என்ற குரல் கேட்டது பின்னாலிருந்து. அந்தக் குரலின் முகம் எனக்குத் தெரியும். எங்கள் ஊரில் அரை நூற்றாண்டாக என்னை எதிர்த்து வரும் குரல் அது. நான் இரண்டும் இரண்டும் நாலு என்று சொன்ன நேரங்களில் எல்லாம் அது ஐந்து என்று சொல்லியிருக்கிறது. நான் ஐந்து என்று சொல்லும்போது மூன்று என்று சொல்லியிருக்கிறது. தர்க்கத்திற்கு அடங்காத ஜென்மப் பகை அது.

பின்னால் திரும்பி, "உங்கள் உபதேசம் எனக்குத் தேவையில்லை" என்று கத்தினேன்.

கலெக்டரைப் பார்த்து, "நீங்கள் தந்திரமாகப் பேசுகிறீர்கள். நான் கூட்டத்தைவிட்டு வெளியேறுகிறேன்" என்று சொல்லி விட்டுக் கைத்தடியை எடுத்துக்கொண்டேன். ஆகஸ்ட் தியாகி என் தோள்களைப் பற்றியவாறு பின்னால் வந்தார்.

"மனிதனுக்கு நாதியில்லை; நொண்டிக் காகமாம். புத்தி கெட்ட முண்டம்" – இது ஜென்ம விரோதியின் குரல்.

நான் பின்னால் திரும்பி என் அடிவயிற்றிலிருந்து என் உயிரை எடுத்து, "மனிதன் வேறு காகம் வேறு அல்ல" என்று

கத்தினேன். எனக்கு மூச்சு இரைத்தது. "நொண்டிக் காகங் களைப் பற்றிய உணர்வுகள் இல்லாததால்தான் நொண்டி நாகரிகத்தை உருவாக்கி வைத்துக் கொண்டிருக்கிறீர்கள்" என்று கத்தினேன்.

ஜென்ம விரோதி நாக்கின் அடியில் விரலைக் கொடுக்கா மலே சீழ்க்கை ஒன்று எழுப்பினார். கூட்டம் ஓவென்று சிரித்தது.

"அவர் கவிஞர்" என்றார் கலெக்டர்.

நான் கலெக்டரைப் பார்த்து, "நான் கவிஞன் அல்ல; வெறும் மனிதன்" என்றேன்.

அப்போது இளமை. ஓட முடிந்திருந்த காலம். அந்த நாட்களில் சவேரியார் கோவில் சந்திப்பிலிருந்து ஓடத் தொடங்கி பார்வதி புரம் அனந்தன் கால்வாயைப் போய் அடையும்போது அதிகாலை ஐந்து நாற்பதுதான் ஆகியிருக்கும். நாற்பது நிமிடங்களில் நான்கு மைல்களை சுலபமாகத் தாண்டிவிடுவேன். மனம் காலத்தைப் பற்றிச் சதா குழம்பி மறிவதும், அதே காலத்தை உடல் துல்லியமாக வரையறுத்துக் கொண்டிருப்பதும் நாள் தோறும் என்னை வியப்பில் ஆழ்த்தும். அந்த நாட்களில் அனந்தன் கால்வாய்க்கு அரைச்சுவர் இருந்தது. அன்றாடம் உட்கார்ந்து அதன் சொரசொரப்பை எண்ணற்ற நாட்கள் தடவியிருந்ததில் அதன்மீது மிகுந்த பிரியம் ஏற்பட்டிருந்தது. காலத்தின் களிம்பு ஏறியிருந்த சுவர். அதில் உட்கார்ந்து இளைப்பாறும்போது முன்பக்கம் தொடுவானம் வரையிலும் வயற்காடுகள் தெரியும். கவிந்து இறங்கும் வானத்தின் முழு வீச்சும் தெரியும். அன்றைய காற்றின் ஸ்பரிசம் வேறாக இருந்ததை இப்போதும்கூட என் மயிர்க் கால்கள் நினைவு வைத்துக் கொண்டிருக்கின்றன. வேர்வையில் உடலோடு ஒட்டிக் கிடக்கும் துணி மீது அது படும்போது ரத்த நாளங்களில் பனிக்கட்டிகள் கரையும். சவேரியார் கோவிலிலிருந்து ஓடத் தொடங்கும் போதே பாரமேற்றிய அரிசி மூட்டைகளைச் சுமந்துகொண்டு வரும் காளை வண்டிகளை எண்ணிக்கொண்டே வருவேன். அன்று மனதில் பதிந்த காளைகளின் முகங்கள் இப்போதும் நினைவில் இருக்கின்றன. வண்டிக்காரர்களின் முண்டாசுக் கட்டுகளும், இருளும், இருளில் கரையும் வண்டிக்காரர்களின் முகங்களும், காளைகளின் முகங்களும் அரூப ஓவியங்களாக இப்போதும் மனதில் நிழலாடுகின்றன. வண்டியோசைகளை வைத்து வண்டிக்காரர்களின் முகங்களை முன்கூட்டி அனுமா னித்து சரிபார்த்து மனதிற்குள் சபாஷ் போட்டுக்கொண்டு போவேன். அந்த நாட்களில் வண்டிக்காரர்கள் இருளைக்

கிழித்துக் கொண்டு பாடுவார்கள். அவர்களுடைய குரல்வளம் குடியிருப்புகளின் கூரைகளில் மோதிச் சிதறும்.

காலங்கள் மாறின. மாறிய காலத்தின் கோலங்கள் அந்த நீண்ட பாதையிலும் இறங்கின. வண்டிகள் மறைந்து லாரிகள் ஓடத் தொடங்கின. மஞ்சள் விளக்கின் கை அகலத்தில் தங்கள் பாதங்களை மட்டுமே பார்த்துக் கொண்டிருந்த கல்தூண் விளக்குகள் மறைந்து, நிலவை அள்ளித் தரையில் தெளிக்கும் மோஸ்தர் விளக்குகள் காலத்தின் நவீனத்தை நினைவுபடுத்தத் தொடங்கின. இந்த மாற்றங்களினால் காகங்களின் காலை உணவு சிறிதும் பாதிக்கப்படாதது எனக்கு ஆசுவாசமாக இருந்தது. வண்டிகளிலிருந்து சிந்தும் அரிசிகளின் அளவைவிட லாரிகளி லிருந்து சிந்தும் அரிசியின் அளவு குறைவாக இருந்தாலும்கூட வண்டிகளைவிட லாரிகள் எண்ணிக்கை பெருகியதில் சிந்தும் அரிசிகளின் அளவும் கூடிக்கொண்டே போயிற்று. கபடமின்றி விருத்தியாகிக் கொண்டிருந்த காகங்களின் கூட்டத்திற்கு இதனால் உணவுத் தட்டுப்பாடு என்பது இல்லாமல் இருந்தது. அதிலும் காலத்தால் உறுதியாகியிருந்த உணவு அது. கிராமங்களிலிருந்து நகரங்களுக்குப் பெயரும் குடியானவர்களைப் போலவே உண்டி யின் உறுதியை நம்பி எங்கெங்கோ இருந்து வந்து குவிந்திருந்தன காகங்கள். புன்னைக் காடுகளின் அடர்த்திக்குப் புகழ்பெற்ற பிராந்தியம் என்பதால் குடியிருப்புப் பிரச்சினை இல்லாது போயிற்று அவற்றுக்கு.

காலப்போக்கில் ஓட முடியாமல் ஆயிற்று எனக்கு. ஆனால் அப்போதும் முடிந்த மட்டும் விரைவாக நடந்து போவேன். புழுதிப் பாதை தார்ச் சாலையாகி அதன்பின் சிமிண்டால் இழைக்கப்படவே தூசியின்றி நடக்க இதமாக இருந்தது. இந்த நாட்களில்தான் புன்னைக் காடுகள் அழிபடத் தொடங்கின. கான்கிரீட் தூண்களின் உச்சியில் கம்பிகள் தெரியத் தொடங் கின. நவீன மருத்துவமனைகள் வரிசையாக முளைத்தன. அதி காலையில் நான் நடந்து போகும்போது விரைவு சிகிச்சைக் கூடங்களிலிருந்து தொலைபேசியின் மணியோசை கேட்ட வண்ணம் இருக்கும். அந்த நாட்களில், வண்டிகளை எண்ணிக் கொண்டிருந்தது போலவே லாரிகளையும் எண்ணிக்கொண் டிருந்தேன். வண்டிகளை நான் அதிகம் நேசித்தேன் என்றோ லாரிகளைக் குறைவாக நேசித்தேன் என்றோ சொல்ல முடி யாது. பொதுவாக லாரிகளின் பெயர்கள் எனக்குப் பிடித்திருந் தன. நவீன மோஸ்தர் சற்றுக் குறைவாக இருந்தாலும் மண்ணின் மணம் இருந்தது அவற்றுக்கு. அது மிகவும் மேட்டுப் பாங்கான பாதை. காலத்தின் நீட்சியில் அதன் மேட்டுத்தனத்தை லாரிகள் ஓடித் தகர்க்கின்றனவோ என்ற சந்தேகம் எனக்கு ஏற்பட்டுக்

கொண்டிருந்தது. காலம் போகப் போகக் கிழட்டு லாரிகளின் மூச்சுத் திணறல்கள்கூடக் குறைந்து கொண்டே வந்தன. அந்த நாட்களில் அரிசி லாரிகளை இளமையிலேயே தொற்றும் ஆஸ்துமாவை போகப் போக எனக்குப் பார்க்கவேக் கிடைக்க வில்லை. மேட்டில் நகரும் லாரியின் சுருதியை கவனித்து கியர் மாற்றும் நிமிஷத்தை அனுமானிப்பதில் துல்லியம் கூடிக் கொண்டே போயிற்று. ஓசையின் அதிகபட்ச உச்சியில் நான் என் மனதிற்குள் 'மாற்று' என்று சொல்லிக்கொள்ளும் நிமிஷத் தில் கியர்கள் மாறி விழும். அப்போது நான் எனக்குள் சபாஷ் போட்டுக் கொள்வேன்.

அனந்தன் கால்வாய் தாண்டி இப்போது மேம்பாலம் இருக்குமிடத்தில் அப்போது குளம். குளத்திற்கு எடுப்பான சுவர் இருந்ததால் முங்கி முங்கி எழும் பெண்களின் வெற்று முதுகுகளையோ நீரின் மீது பரந்து துழாவும் தலைமயிர்க் கற்றைகளையோ நான் பார்த்ததில்லை. அவர்களுடைய முக்குளி யிலிருந்து எழும் நீரோசைகளும் பெண்பாலைச் சேர்ந்தவை என்று எனக்குத் தோன்றும். அந்த ஓசைகளும் அரிசி மணிகளைப் பொறுக்க அதிகாலையில் கூட்டமாக வந்து இறங்கும் காகங் களின் அழகுகளும் ஒரே அழகின் காட்சிப் படிமமும் ஓசைப் படிமமுமாகப் பட்டுக் கொண்டிருந்தன.

பஸ்கள் ஓடத் தொடங்கியிருந்த காலத்தில் மருத்துவர்களின் உபயங்களாக அந்தப் பாதையில் பஸ் நிறுத்தச் சாவடிகள் தோன்றியிருந்தன. மருத்துவமனைகளின் புகழுக்குக் குறையாத கலைப்பாங்கான சாவடிகள். அவற்றின் நூதன பெஞ்சுகளில் உட்கார ஆசைப்பட்டு அனந்தன் கால்வாய் சுவரிலிருந்து சாவடிக்கு என் காலை இளைப்பாறலை மாற்றிக்கொண்டேன். அருளானந்தம் பிரான்சிஸின் எண்ணெய்க் கடையை ஒட்டி யிருந்த முதல் பஸ் நிறுத்தச் சாவடி என்னுடையது என்ற எண்ணம் எனக்கு ஏற்பட்டிருந்தது. ஒருநாள் தவறாமல் வெகு காலம் உட்கார்ந்திருந்த உரிமை அது. அதிகாலையில் அங்கு வந்து சேரும்போது இரண்டு சிகரெட்டுகளும், நெருப்புப் பெட்டி யும் என் ஜேபியில் இருப்பது எனக்கு சந்தோஷத்தைத் தரும். (இப்போது சிகரெட்டைத் தொடக்கூடாது என்றுவிட்டார் மருத்துவர்.) ஒன்றை ஆசையாகப் பற்ற வைத்துக் கொள்வேன். அந்த நிமிஷம் வரையிலும் எந்தக் காகமும் அந்த பிராந்தியத் தில் வெளிப்பட்டிருக்க முடியாது என்பது எனக்கு நிச்சயமாகத் தெரியும். நரைத்துவரும் இருளின் எந்தக் குறிப்பிட்ட கணத்தில் அவை வெளிப்படும் என்பதும் எனக்குத் தெரியும். அந்த நிமிடம் கூடும்போது ஆவலில் என் மார்பு விரியும். இருளின் முகமாற்றங் களை நான் உன்னிப்பாகக் கவனித்துக் கொண்டிருப்பது போலவே

ஆயிரக்கணக்கான காகங்களும் அவற்றின் கூடுகளிலிருந்து கவனித்துக் கொண்டிருக்கும் என்று நினைக்கும்போது சந்தோஷ மாக இருக்கும். கண்களுக்குள் மங்கிய முதல் ஒளி ஊடுருவும் கணத்தில் அவற்றின் சிறகுகள் விரியும். வெகுதூரத்தில் அவை இல்லையென்றாலும்கூட வெகு விரைவில் வந்து சேர வேண்டி யவை அவை. போதிய அளவு இருள் நரைக்கவில்லை என்றால் அரிசி மணிகளைப் பொறுக்குவது அவற்றிற்குக் கடினம். விடிவு தெளிந்து விட்டதென்றால் வாகனங்களின் நெரிசல் மணிகளைப் பொறுக்க முடியாமல் அடித்துவிடும். ஆக, கூடி வரும் முதல் கணத்திற்காக அவை துடித்துக்கொண்டிருப்பது இயற்கையானதுதான். கோட்டாறிலிருந்து பார்வதிபுரம் வரை ஆயிரக்கணக்கில் அவை வந்திறங்கும். அப்போது கத்தும் பிரக்ஞை கூட அவற்றுக்கு இருப்பதில்லை. குறிக்கோளின் கவனம் உடம்பில் ஊடுருவி அவற்றின் உடல்கள் கூட அப்போது ஒடுங்கித் தெரியும். முதலில் தெரியும் காகம் என் மனதில் மிகுந்த துள்ளலை ஏற்படுத்தும். விடிவின் குளிர் தென்றல், சிறிது சிகரெட் சுகம், காகங்களின் முதல் தோற்றம் இவை கூடும் லயத்தில் எனக்கு வாய்ப்பான கவிதை வரிகள் தோன்றி யிருக்கின்றன. என் கவிதைகளின் தரத்திற்கு நான் அந்த நிமிஷங்களுக்கு நன்றி சொல்ல வேண்டும்.

ஐம்பது வருடங்கள் என்பது சற்று நீண்ட காலப்பகுதி தான். ஆனால் இவ்வளவு நாட்கள் பரவசப் பரபரப்புடன் கவனித்த பின்பும் தாங்கள் வெளிப்படும் கோணம் சம்பந்த மாகவோ, திசை சம்பந்தமாகவோ காகங்கள் எனக்கு எந்த உறுதியையும் அளிக்கவில்லை என்பதையும் நான் சொல்ல வேண்டும். மாறி மாறி வெளிப்படும் சுதந்திரத்தை அவை தக்கவைத்துக் கொண்டதில் ஒவ்வொரு நாளும் அவற்றின் முதல் வெளிப்பாட்டைக் காண நான் பரவசப் பரபரப்புடன் தான் இருக்க வேண்டியிருந்தது. வானவெளியின் முழுப்பரப்பை யும் நான் விழிப்போடு பார்த்துக் கொண்டிருக்க வேண்டி யிருந்தது. காகங்களின் சுதந்திர வெளிப்பாட்டுக்கு உதவும் வகையில் வானமும் இந்தக் காலங்களில் தன் விஸ்தீரணத்தை விரிவுபடுத்திக் கொண்டே போவதுபோல் எனக்குத் தோன்றிற்று. ஒன்று தோன்றி, மறுகணம் பத்து நூறு எனப்பெருகி ஒரு சில கணங்களில் ஆயிரக்கணக்கான சிறகுகள் வெளியில் விரிந்து மௌனத்தில் துழாவி மெதுவாகவும் மென்மையாகவும் தரை வந்து இறங்கும். அவை இறங்கத் தொடங்கியதும் நான் என் சிகரெட்டை வீசியெறிந்து விட்டு நடக்கத் தொடங்குவேன்.

இரண்டு பக்கங்களிலும் சுறுசுறுப்பாகக் காலை உணவை முடித்துக் கொண்டிருக்கும் காகங்களைக் கவனித்தபடி நடப்பேன்.

ஒவ்வொன்றின் வேறுபாடுகளையும் கவனித்து அவற்றைத் தனித்தனியாக இனம் கண்டு நான் விரும்பும் பெயர்களை அவற்றுக்கு வைத்து உறவாட நான் எடுத்துக் கொண்ட பிரயாசை கொஞ்ச நஞ்சமல்ல. முப்பது முப்பத்தைந்து வருடங்கள் தொடர்ந்து முயன்ற பின்பும் காகங்கள் தங்கள் சாயல்களின் வேற்றுமைகளை மனிதனுக்கு ஒருபோதும் உணர்த்தாது என்ற முடிவுக்கு வந்தேன். அதன்பின் காகம் என்று சொல்வது தவறு என்றும், காகங்கள் என்று சொல்வதுதான் சரி என்றும் பட்டது. ஆனால் நுட்பமான அவதானிப்பில் அவற்றின் அங்கங்களின் அழகு ஏறிக்கொண்டே போயிற்று. அவற்றின் அசைவுகளிலும் அற்புதம் கூடிவந்தது. என் மூளையின் மரபில் அவை காலங்காலமாக தாழ்த்தப்பட்டிருந்தன. அந்த மரபு எனக்கு உதிர்ந்தது. உதிர்ந்த வடுவில் இருந்து எண்ணற்ற பூக்கள் பூத்தன. காகங்களை நேசிக்கத் தொடங்கும்போது நமக்கும் உலகத்துக்குமான உறவில் இங்கிதம் கூடும் என்று தோன்றிற்று. மனிதர்கள் தங்கள் மீது ஏற்றியிருந்த அழுக்கைப் பற்றி அறிந்திருந்தும் என்மீது அவை நம்பிக்கை கொண்டன. இது மிகப் பெரிய அங்கீகாரம் எனக்கு. அரிசிமணிகளை பரபரப்புடன் அவை கொத்தும்போது என் பாதங்களின் சலனங்களுக்காக அவை ஒருபோதும் பறந்து மாறியதில்லை. வெகு அழகாக அவை நகர்ந்து கொள்ளும்.

முதிய காகங்களுக்கு என்னை மிக நன்றாகத் தெரியும். அவை சொல்லி இளைய காகங்களும் என்னை அறிந்திருந்தன. உறவின் நீட்சியில் என்னை அவை மற்றொரு காகமாகக் கருதும் நாட்கள் தூரத்தில் இல்லை என்று எண்ணத் தொடங்கினேன். முதிய காகங்களிடம், 'நான் ஒரு கவிஞனும்கூட' என்று சொன்னபோதெல்லாம் சிறு புன்முறுவலுடன் அவை என் முகத்தைப் பார்த்தன. எங்களுக்கு அது அவ்வளவு முக்கியமல்ல என்று சொல்வதுபோல் தோன்றிற்று. அவர்கள் உலகத்தில் இருக்கும் கவிதையைப் பற்றி நான் அக்கறை கொள்ளாத வரையிலும் என் உலகத்துக் கவிதையைப் பற்றி அவை அக்கறை கொள்ளாமல் இருப்பது நியாயம்தான் என்று தோன்றிற்று. நீண்டகால முயற்சி இருந்தும்கூட ஒரு விஷயத்தில் நான் அடைந்த தோல்வி என் மனதை அரித்துக் கொண்டே இருந்தது. அங்கங்களை வைத்து அவற்றை அடையாளம் காண நான் முயன்றது அங்கஹீனர்களை அடையாளம் காணும் அவலத்தில் முடிந்திருந்தது. இது எனக்குப் பெரிய தோல்விதான். நான் முற்றாகக் காகமாக முடியாது என்பதற்கு அடையாளமாக இருந்தது இது.

சுந்தர ராமசாமி

பந்தடி மேடையை நான் தாண்டிச் செல்லும் போது காகங்கள் காலை உணவை முடித்திருக்கும். உயர்ந்து எழும் பந்தும், பந்து தரையில் மோதும் ஓசையும் மட்டுமே பொறி களுக்குப் புலனாகும். அங்கு சில கணங்கள் நின்று காட்சிக்கும் ஓசைக்கும் ஆன இடைவெளியைத் துல்லியப்படுத்த முனைவேன். அப்போது என்னைச் சுற்றிக் காகங்கள் இரா. அவை முற்றாகப் பறந்து மறைந்திருக்கும். அந்த நேரத்தில்கூட அபூர்வமாகக் காகங்களில் நோயாளிகளையும், அங்கஹீனர்களையும் பாதையில் பார்த்திருக்கிறேன். பாதையில் ஒரு மணி அரிசி கூடத் தெரியாது. அப்போதும் அவற்றிற்குக் கொத்த இருக்கும்.

காகங்களுக்கும் எனக்குமான உறவு ஐம்பது வருடங்களைத் தாண்டியிருந்த நேரத்தில் இந்தப் புதிய கலெக்டர் எங்கள் ஊருக்கு வந்து சேர்ந்தார். அவர் மூளைக்குள் என்ன திரும்பிற்று என்று எனக்குத் தெரியாது. உலகம் மேம்பட்ட மனிதர்களுக்கு மட்டுமே சொந்தம் என்ற எண்ணம் அவருக்கு இருந்திருக்கலாம். உலகத்தை மேம்படுத்த மனிதனால் மட்டுமே கூடும் என்ற கற்பனையும் அவருக்கு இருந்திருக்கலாம். அவர் ஓர் உத்தர வில் கையெழுத்திட்டார். மறுநாள் மிக மோசமான அதிர்ச்சி எனக்குக் காத்திருந்தது.

அன்று கனவு சார்ந்த கற்பனைகளில் ஒரு சில நிமிஷங்களை இழந்து விட்டிருந்த நான் பிரக்ஞை திரும்பியதும் தீவிரமான மனதுடன் வானவெளியைப் பார்த்தேன். வெகு தொலைவில் இருந்து காகங்கள் வந்துகொண்டிருந்தன. அவற்றின் முதல் வெளிப்பாட்டைச் சற்றே பிந்தி கவனிக்க நேர்ந்தது எனக்கு ஏமாற்றத்தைத் தந்தது. அதற்குள் நடுவானத்திற்கு வந்து விட் டிருந்தன அவை. வழக்கத்தை விடவும் கிழக்கில் ஒதுங்கி வந்தன. அவை பறந்து வரும்போது எச்சமிடக்கூடும் என்றால் என் பரிச்சயங்களை வைத்து அவை விழும் இடங்களை அனுமானித்து மனக்காட்சிகளாக அந்தப் பிராந்தியங்களைப் பார்த்துக்கொண்டிருந்தேன். அன்று என் மனம் குவிய மறுத்தது. காகங்கள் மீது சிறிது வருத்தத்துடன் நான் இருந்தேன் என்பது உண்மைதான். நெருக்கமானவர்கள் மீது உருவாகும் மிகைப்படும் பராதி ஒன்று என் மனதில் உருவாகிக் கொண்டிருந்தது.

காகங்கள் மீது நான் வைத்திருக்கும் அபிமானத்துக்கு அனுசரணையாக அவை என்னிடம் நடந்து கொள்ளவில் லையோ என்று தோன்ற ஆரம்பித்தது. என் கஷ்டங்கள் அவற் றுக்குப் பொருட்டு இல்லையா? வயோதிகமும் விசித்திர நோயும் என்மீது கவிந்து கொண்டிருக்கின்றன. என்மீது நம்பிக்கை

கொள்ள முடியாத நிலை என் மனைவிக்கே உருவாகியிருக்கிறது. இவை பற்றி ஏதும் விசாரம் இல்லாமல் ஏன் மூடங்களாக இருக்கின்றன இந்தக் காகங்கள்? அவற்றில் முதுமை எய்திய காகங்களேனும் என்னிடம் 'இப்படித்தான் வாழ்க்கை' என்று சொல்ல முன்வந்திருக்க வேண்டாமா? அவற்றிடமிருந்து ஆறுதல் எதிர்பார்க்க எனக்கு உரிமை இல்லையா? அவற்றின் மீது உள்ளூர நான் கொண்டிருந்த வருத்தத்தில் தான் அவற்றின் முதல் வெளிப்பாட்டை அன்று கவனிக்கத் தவறினேன் என்று தோன்றிற்று.

ஏதோ ஒரு வித்தியாசமான தன்மை மனதை அழுத்திற்று. இனம் தெரியாத ஒரு பதற்றம் என்னைச் சுற்றிப் புகைந்து கொண்டு வருவது போல் தோன்றிற்று. அன்று அதிகாலை சிறிது தூறல் இருந்ததால் குளித்த பின் துவட்டிக் கொள்ளாதது போல் இருந்தது பூமி. சோம்பல் சூரியனும் அன்று மேகங்களில் புரண்டு கொண்டிருந்தான். தொலை தூரங்களிலிருந்து காகங்களின் கூட்டக் கத்தல்கள் அப்போது கேட்கத் தொடங்கின. இந்தவிதமான கத்தலை நான் ஒருபோதும் கேட்டதில்லை. தொலைதூரத்தில் இருந்து எழுந்த கத்தலைக் கேட்ட காகங்கள் வரிசையாகக் கத்தத் தொடங்க, சூறை சுருட்டிக்கொண்டு வரும் புழுதிபோல் கத்தல்கள் என்னை நோக்கி வந்து தாக்கத் தொடங்கின. அவற்றின் கத்தல் என் உடம்பைக் குதறுவது போல் எனக்குத் தோன்றிற்று. அவற்றின் கத்தல்களில் காகங்களின் கத்தல்கள் மறைந்து விடியற்காலைகளில் பசியால் துடிக்கும் கைக்குழந்தைகளின் கத்தல்கள் உருவாகிவந்தன. அதன்பின் பசியின் கத்தல் ஏமாற்றத்தின் கத்தலாக மாறிற்று. தொடர்ந்து ஏமாற்றத்தின் கத்தல் கோபத்தின் கத்தலாக வெடித்துக்கொண்டு கிளம்பிற்று. முதிர்ந்த காகங்களின் கத்தல்களில் வெளிப்பட்ட கோபத்தைக் குஞ்சுகள் எதிரொலித்தன. என் மனதில் உள்ளூர ஒரு பயம் ஏற்பட்டது.

திடீரென்று மண்ணைக் கூர்ந்து கவனித்தேன். என்ன இது! ஒரு மணி அரிசிகூட இல்லை. மண்ணைக் கூர்ந்து கவனித்தபடியே வேகமாக நடக்க தொடங்கினேன். அலை பாயும் காகங்களைத் தாண்டிக்கொண்டே ஓடினேன். அவை முன்னும் பின்னும் பறந்து துள்ளுகின்றன. ஒரு நதியின் சுழற்சியில் மாட்டிக்கொண்டதுபோல் சுற்றிச் சுற்றி வருகின்றன. அன்று ஒன்றுகூட என் முகத்தை ஏறிட்டுப் பார்க்கவில்லை. ஒன்று எனக்கு நிச்சயமாகத் தெரிந்தது. அன்று அந்தப் பாதையில் லாரிகள் ஏறவில்லை.

நான் சவேரியார் கோவில் ஜங்ஷனுக்கு வரும்போது எனக்கு மூச்சுத் திணறிற்று. ஜேப்பில் இருந்து ஒரு மாத்திரை

எடுத்து நாக்கின் அடியில் வைத்துக் கொண்டேன். காகங்கள் முற்றாக மறைந்துவிட்டன. பசியுடன் வந்தவை அவை. பசியுடன் ஏமாற்றமும் கோபமும் துக்கமும் சேர அவை திரும்பிச் சென்றிருக்கின்றன. சுவர் ஓரங்களிலும் வீட்டுக் கூரையிலும் அப்போதும் நோயாளிகளும் அங்கஹீனர்களும் கத்திக்கொண்டிருந்தன. அவற்றின் கத்தல் மிகப் பரிதாபமாக இருந்தது.

ஜங்ஷனில் விசாரித்தபோதுதான் எனக்கு விஷயம் தெரிந்தது. இனி இந்தப் பாதைகளில் லாரிகள் ஏறாது. நள்ளிரவிலிருந்து ஒருவழிப் பாதை அமுலாகிவிட்டது.

ஆச்சரியம்தான். மறுநாள் காலை அந்த நீண்ட நெடும்பாதையில் ஒரு காகம் கூட இறங்கவில்லை. அவற்றில் ஒரு சிலவேனும் அன்று வரக்கூடும் என்றுதான் நான் எதிர்பார்த்திருந்தேன். காலங்காலமாக அனுசரித்து வந்த பழக்கத்தை ஒரே நாளில் அவற்றால் எப்படி அறுத்துக்கொண்டு விட முடியும்? என்னால் நம்பவே முடியவில்லை. இது மனிதனின்மீது அவற்றிற்கு நப்பாசை பாக்கி இல்லை என்பதையே காட்டிற்று. அப்படியென்றால் மனித இதயத்தின் இறுக்கங்கள், தன்னையே உலகமாகக் காணும் அவர்களின் பொய்மைகள் காகங்களைச் சென்று எட்டிவிட்டன என்றுதானே பொருள்? அவை எடுத்த முடிவு எனக்கிழைத்த அவமானம் போல் எனக்குத் தோன்றத் தொடங்கிற்று. மனிதப் பதர்களில் அற்பமான பதராக என்னைக் கருதி, கத்தி, முகம் திருப்பி, என்னை ஒதுக்கிவிட்டுப் பறந்தது போல் தோன்றிற்று. அப்போதும் காற்றின் வழியாக என் செய்திகளை அவற்றிற்கு நான் தொடர்ந்து அனுப்பிக் கொண்டிருந்தேன். நான் வெறும் மனிதன் மட்டுமல்ல; கவிஞனும் கூட என்ற செய்தியை மட்டுமாவது சென்றடையச் செய்ய முடிந்திருந்தால் எவ்வளவோ சந்தோஷப்பட்டிருப்பேன். ஆனால் என் மொழி என்னிடம் இருந்ததே தவிர அவற்றின் மொழி என்னிடம் இல்லை. அதுமட்டுமல்ல; வீசியடித்த காற்றில் அவை கத்தித் துப்பிய 'உங்கள் உறவு எங்களுக்குப் போதும்' என்ற செய்தி வந்து கொண்டேயிருந்தது. ஒரு காகத்தையேனும் பார்க்க நேர்ந்தால் மிகுந்த ஆசுவாசமடைவேன் என்று எனக்குத் தோன்றிற்று. செய்தி அறியாத ஒன்றேனும் இருக்கக்கூடும் அல்லவா? அந்த ஒன்றேனும் எதிர்பார்த்து வரக்கூடும். மனிதன் மீது இப்போதும் நம்பிக்கையைத் தக்கவைத்துக்கொண்டிருக்கும் ஒரு காகமேனும் இருக்கக்கூடும் அல்லவா? நான் மிக மெதுவாக நடந்து போய்க்கொண்டிருந்தேன்.

கல்வாரி கோவிலின் சுவரில் ஒரு காகம் உட்கார்ந்து கொண்டிருந்தது. அந்த காகத்தை எனக்கு நன்றாகத் தெரியும்.

ஊனமுற்ற காகம் அது. அதன் வலதுகால் பூமியில் பதியாமல் சற்று மேலே தூக்கிக் கொண்டிருக்கும். மிக எளிய இரணச் சிகிச்சையில் அதை சரி செய்துவிட முடியும். ஆனால் அதற்கான விவேகம் மனிதனுக்கு இன்னும் கூடவில்லை. தன்னைச் சிகிச்சை செய்து முடித்துக்கொண்ட காலத்தில்தான் அவனுக்கு இதெல் லாம் தட்டுப்படும். அந்தக் காகம் என் முகத்தைப் பார்க்க வில்லை. என் முகத்தை வலுக்கட்டாயமாகத் தவிர்க்கிறது அது. அதன் உடல் இளைத்துப் போனதுபோல் தோன்றிற்று. அதன் அலகு வெளிறி இருந்தது. உடம்புக்குள் தன் கழுத்தை இழுத்துக் கொண்டு தன்னையே குறுக்கிக் கொண்டுவிட்டது அது.

"அரிசி மணிகளை இந்தப் பாதையில் மீண்டும் சிந்த வைக்க என்னால் முடியும்" என்று நான் சொன்னேன். என் சொற்கள் தன் காதில் விழுந்த பாவனையே அதற்கு இல்லை. அலகை லேசாக மேலே தூக்கி, சூன்யத்தைப் பார்ப்பதுபோல் பார்த்துக் கொண்டிருந்தது அது.

"உங்களுக்காக நேற்றுப் பேசினேன்" என்றேன்.

'உங்களுக்காக' என்று அது திருப்பிச் சொன்னதுபோல் தோன்றிற்று.

"இல்லை, இல்லை" என்று கத்தத் தொடங்கினேன்.

அதன் சூன்ய வெறிப்பில் அப்போதும் எந்தச் சலனமும் இல்லை. மிகுந்த மனசோர்வுடன் நகரத் தொடங்கினேன்.

அன்றைய கூட்டத்தில் நான் கலந்து கொள்ளக் கூடாது என்று என் வைத்தியரும், மனநோய் மருத்துவரும் உறுதியாகச் சொல்லியிருந்தார்கள். "கலந்து கொள்ளப் போகிறேன்" என்று நான் சொன்னதும் என் மனைவி அழத் தொடங்கினாள். "அங்கு நான் என்ன சொல்லப் போகிறேன் என்பது எனக்குச் சுத்தமாய்த் தெரியவேண்டும்" என்றேன். நான் கத்துவதில் பிரயோசனமில்லை என்ற ஆகஸ்ட் தியாகியின் அபிப்பிராயத்தை என் மனைவி என்னிடம் சொன்னபோது பதிலாக என்னிடம் வெளிப்பட்ட வாக்கியம் அது. அதன் பின், "அவர் என்னை அழைத்துக் கொண்டு போகப் பயப்படுகிறார். நீ வா" என்று நான் என் மனைவியிடம் சொன்னேன்.

அன்று நான் என் வரிசைக்காகக் காத்துக் கொண்டிருக்க வில்லை. எடுத்த எடுப்பிலேயே கத்தத் தொடங்கினேன். என் முன் உருவாக்கப் பட்டிருந்த ஜோடனைகளின் பொய்மை இளிப்புகளைக் கிழித்தெறிய வேண்டும் என்று எனக்குத் தோன் றிற்று. அப்போதும் கலெக்டர் புன்னகை செய்து கொண்டிருந்

தார். மனிதனை ஒடுக்கும் சகல அதிகாரங்களையும் இழிவு களையும் சுட்டும் குறியீடுபோல் இருந்தது அது.

"நீ யாருடைய பிரதிநிதி?" என்று பின் பெஞ்சிலிருந்து என் ஜென்ம விரோதி கேட்டார்.

என்னை ஒருமையில் அழைக்கிறார் அவர்! நோயுற்றுச் சிதைந்து போன ஓர் அவலத்திற்கு என்ன பன்மை வேண்டிக் கிடக்கிறது!

"நான் காகங்களின் பிரதிநிதி" என்றேன். "உங்கள் ஜாலங் களைக் கிழித்து, உங்கள் சொரூபங்களை காகங்களுக்குக் காட்ட வந்திருக்கிறேன்" என்றேன்.

எல்லோரும் பெரிதாகச் சிரித்தார்கள்.

"நீங்கள் பேசுங்கள்" என்றார் கலெக்டர்.

"காகங்களின் இருப்பைக் கணக்கில் எடுத்துக் கொள்ளாமல் முடிவுகள் எடுக்க உங்களுக்கு அதிகாரம் தந்த சக்தி எது?" என்று நான் கலெக்டரைப் பார்த்து கேட்டேன்.

கலெக்டரின் முகத்தில் புன்னகை மறையத் தொடங்கிற்று.

பின் விளைவுகளை யோசிக்கத் தெரியாதவர்களுக்குக் கையெழுத்திட அதிகாரம் இல்லை. இப்போது வணிகர்கள் அல்ல; காகங்கள் தான் பாதிக்கப்பட்டிருக்கின்றன. கூடும் செலவுகளை வணிகர்கள் விலையில் ஏற்றிவிடுவார்கள். காகங் களுக்கோ உணவில்லை. மனித குலத்திற்கு அவை ஆற்றியுள்ள பங்கை நினைக்கும்போது மனம் விம்முகிறது. அவற்றின் உன்னதங்கள் காற்றில் கலந்து கிடக்கின்றன. உங்களுடைய செத்த வரலாறு, செத்த நாகரிகம் எல்லாம் உங்களைப் பற்றித் தான் பேசிக் கொண்டிருக்கின்றன. இருகால் பிராணிகள் மட்டுமே உருவாக்கிய எந்த உன்னதமும் இந்த உலகத்தில் இல்லை. இருகால் பிராணிகள் உருவாக்கித் தந்திருப்பவை திமிர், கடைந்தெடுத்த அதிகாரம், ஆக்கமும் அழிவும் தங்கள் கைகளில்தான் என்ற அஞ்ஞான அகங்காரம். இந்தத் திமிரிலிருந்து தான் சகல நோயுற்ற முடிவுகளும் உருவாகி வருகின்றன. புல்லும், பூண்டும், செடிகளும், கொடிகளும், புழுவும், பூச்சிகளும், காற்றும், ஒலியும், பறவைகளும், மிருகங்களும் இந்த நாகரிகத்தை உருவாக்க மனிதனுக்கு நிகரான பங்கை ஆற்றியுள்ளன. தனக்கான உலகத்தை உருவாக்கும் திமிரில் உலகத்தை உருவாக்கப் பங்காற்றி யுள்ள அனைத்துச் சக்திகளையும் ஈவிரக்கமின்றி மனிதன் அழித்துக்கொண்டுவருகிறான். இந்த நன்றி கெட்ட தனத்திற்குத் தண்டனை வழங்க இந்த உலகத்தில் நீதிமன்றம் எதுவும் இல்லை.

"காகங்கள் உங்களிடமிருந்து கற்றுக்கொள்ள எந்த நாகரிகமும் இல்லை. பறவைகளில் அவை அதிக சங்கடம் அடைந்தன எனில் பறவைகளில் அவைதாம் உங்களுடன் அதிகம் உறவாட விரும்பின. ஆயிரக்கணக்கான கைக்குழந்தைகள் ஒரு பாதையில் கிடந்து பசியால் துடித்துக் கதறினால் என்ன செய்வீர்கள்? அழுகையின் குரலைப் புரிந்துகொள்ள முடியாத அதிகாரம் ஒருபோதும் நன்மையை விளைவித்தது இல்லை. இன்று ஒரு நொண்டிக் காகம்கூட உங்களை நம்பத் தயாராக இல்லை. இதனால் நீங்கள் காகங்களை அழித்து விட முடியும் என்பதல்ல. ஒருக்காலும் உங்களால் அவற்றை அழிக்க முடியாது. தனக்காக மட்டுமே இந்த உலகம் படைக்கப்பட்டிருக்கிறது என்ற அஞ்ஞான அகந்தை அவற்றுக்கு இல்லை. மேலும் அவற்றின் அலகுகள் திட்பமானவை. சிறகுகள் வலிமையானவை. பார்வை கூர்மையானது. இவற்றின் வலுக்களால் அவை வாழ்ந்து கொண்டிருக்கும். மனிதனை நம்பும் மடமையை அவை துறக்க வேண்டும். அவை பெரும் சக்தியாகத் திரண்டு ஒன்றாகப் பறக்கத் தொடங்கும்போது வானம் உங்கள் கண்களுக்குத் தெரியாமல் போகக்கூடும். அவற்றின் ஆற்றலை அன்று உணர்ந்து கொள்வீர்கள். ஆனால் அன்று உங்களைத் திருத்திக்கொள்ள உங்களுக்கு அவகாசம் இருக்காது . . ."

எனக்குக் கண்கள் இருண்டு கொண்டு வந்தன.

"அவரைத் தாங்கிக் கொள்ளுங்கள்" என்று கலெக்டர் கத்துவது என் காதில் விழுந்தது.

வராந்தாவில் உட்கார்ந்துக்கொண்டிருந்த என் மனைவி ஓடோடி வந்து என்னைத் தாங்கிக்கொண்டாள்.

அப்போதும் உள் விழிப்பு எனக்கு நன்றாகவே இருந்தது. பொய் முகங்களைப் பார்க்கக் கூசி நான் கண்களை மூடிக் கொண்டேன்.

*காலச்சுவடு ஆண்டுமலர்,* 1991

# மேல்பார்வை

ஓர் உயர்நிலைப் பள்ளி என்று பார்க்கும்போது கம்பீரமான கட்டிடம் அது. மிகப் பெரிய நிலப்பரப்பில் மையம் விட்டுச் சற்று மேற்கோரம் நகர்த்தி எழுப்பப் பட்டிருக்கிறது. வெளியூரைச் சேர்ந்தவர்கள் பார்க்க நேர்ந் தால், 'பள்ளிக்கூடமா? நம்ப முடியவில்லையே' என்பார் கள். பள்ளியைச் சுற்றித் தட்டுத் தட்டாக இறங்கும் மைதானங்களில் விஸ்தீரணத்திற்கு ஏற்ப விளையாட்டு அரங்குகள் அமைக்கப்பட்டிருக்கின்றன. மைதானங்களைப் படிக்கட்டுகள் இணைக்கின்றன, சிறியவையும் பெரியவையு மாக. அலங்கார வளைவுகள் கொண்ட பள்ளியின் முகப்பு நெடுஞ்சாலையைப் பார்க்க இருக்கும். பள்ளியின் பின்பக்கம், தொலை தூரம் விரிந்து கிடக்கும் குடியிருப்புப் பகுதிகளுக்கு இட்டுச் செல்லும் மற்றொரு சாலை. இந்த இரு சாலைகளையும் இணைக்கும் அளவுக்கு விஸ்தீரணம் கொண்டது பள்ளியின் நிலப்பரப்பு. ஒரு சாலையிலிருந்து மற்றொரு சாலையை அடையக் குறுக்குப் பாதையாகப் பள்ளி வழியாகப் போவார்கள், பாதசாரிகள். பள்ளியின் முன்பக்க கேட் காலை ஐந்தரை மணிக்கெல்லாம் திறக்கப் படும். அப்போதே ஒரு சிறு கூட்டம் வெளியில் காத்துக் கொண்டிருக்கும். அதிகமும் வயோதிகர்கள். காலை நடை பயில தினமும் பள்ளிக்கூடம் வருகிறவர்கள் அவர்கள். "கேட்" திறந்ததும் பள்ளியைச் சுற்றி வரும் சீரான பாதை களில் முதுமையைச் சுழற்றி எறிந்தவாறே அவசரமாக நடக்கத் தொடங்குவார்கள். ஒவ்வொரு நிமிடமும் அவர் களுக்கு முக்கியம். தேர்வு செய்துகொள்ளும் பாதைகளும் அவர்களுக்கு முக்கியம். ஆறு மணிக்கெல்லாம் போலீஸ் வேன்கள் வரத் தொடங்கிவிடும். கால்பந்தாட்ட மைதான அணி வகுப்புகளில் வெளிப்படும் அதிகார கோஷங்கள் பள்ளிக் கற்சுவரில் மோதி எதிரொலிக்கும். தரை

வெளுக்கும்போது காவல் படைப் பெண்கள் பிரிவு பள்ளியின் பின்பக்கம் இயக்கம் கொள்ளத் தொடங்கும். என்.சி.சி. அணி வகுப்பு என்றாவது ஒரு நாள்தான். கிழக்குப் பக்கம் வரிசையாக இறங்கும் மைதானம் ஒன்றில் ஒதுங்கிக்கொள்வது அவர்கள் வழக்கம்.

பள்ளிக்கூடத்தின் முன் பக்கம் மேற்கோரம் கோட்டை போல் உயரமாகத் தொடங்கும் வெளிச்சுவர் கிழக்கோரம் முடிகிறபோது குள்ளமாகி விடுகிறது. சுவரின் வெளிப்பக்க உயரம் சீராக இருக்க உட்புற நிலப்பரப்பு மேற்கிலிருந்து கிழக்கே நகரும்போது கால் பனை உயரம் ஏறி விடுகிறது. பள்ளி முடியும் இந்தப் பகுதிதான் ஆக அழகானது. மேட்டிலிருந்து பள்ளத்தில் விழுந்து கிடக்கும் சிறிய மைதானம். கூடைப்பந்தாட்ட அரங்கு அது. அரங்கிற்குக் கிழக்கே நிறைய வேப்பமரங்கள். இடைகலந்து புன்னை மரங்கள். காலை வெயிலைத் தம் கிளைகளாலும் இலைகளாலும் அவை வாரி இறைத்துக் கொண்டிருக்கும்.

கூடைப்பந்தாட்ட மைதானத்திற்கு இட்டுச் செல்லும் படிக்கட்டு சாய்மானம் குறைந்தது. சுவரோடு சேர்த்து வைத்த ஏணி போல் இருக்கும். படிகளின் அகலம் அதிகம். செப்பனிடப் பட்ட ஒரு படியின் மீது சிமெண்ட் காய்வதற்கு முன் கெட்ட வார்த்தை ஒன்றை ஒரு கை எழுதி வைத்திருக்கிறது. அதன் இருப்பு கஷ்டம். அதைப் பார்ப்பதைத் தவிர்ப்பதில் அடையும் தோல்வி அதைவிடக் கஷ்டம். காலை வேளைகளில் மைதானம் காலியாக இருப்பதில்லை. மாணவர்கள் விளையாடிக் கொண்டிருப்பார்கள். குழுவாகப் பிரிந்து விளையாட எண்ணிக்கை பற்றாமல் போகும்போது பந்தை முன்னெடுத்துச் செல்லும் பயிற்சியை மேற்கொள்வார்கள். அல்லது வளையத்திற்குள் பந்தை விட்டெறியும் பயிற்சியில் ஈடுபட்டிருப்பார்கள். படிக் கட்டில் அமர்ந்து பார்க்கும்போது அந்த இடம் வேப்பமரங்களுக்கும் புன்னை மரங்களுக்கும் சொந்தமானது போலவும், ஆட்டக்காரர்கள் இரவல் வாங்கிக் கொண்டிருப்பது போலவும் படும். விளையாட்டு வீரர்கள் வெளிச்சுவர் முடியும் மூலையில் உள்ளே தாண்டிக் குதிப்பார்கள். திறந்து கிடக்கும் கேட் வழியாக வர அவர்கள் மரபு இடம் தருவதில்லை. பொற்கொடி எப்படி வருவாள்? வீரர்களுக்கு இணையாகத் தாண்டும் வீராங்கனை என்று அவளை உறுதியாகச் சொல்லலாம். இரு கைகளையும் கட்டியவாறே அவள் தாண்டிவிடக்கூடும் – அவளிடம் அதிகப்படியாக இருந்த உயரம் தாண்டும் திறனைத் தனக்கும் உலகத்திற்கும் நிரூபித்துக் கொள்ளும் வகையில்.

விளையாட்டு வீரர்கள் அரங்கிலும் மரத்தடியிலும் நின்று எளிய உடற்பயிற்சிகளில் ஈடுபட்டிருக்கின்றனர். என்ன சரீர

வாகுகள்! என்ன உயரங்கள்! துவளும் உடல் வளைவுகளில் ஆரோக்கியத்தின் அழகுகள் வழிகின்றன. அன்று மோத இருந்த கோஷ்டிகள் வெகுவாகப் புகழ் பெற்றவை. நீலச்சட்டைகளும் சிவப்புச்சட்டைகளும். இரு கோஷ்டியினருமே வெள்ளை அரை நிஜார் அணிந்திருந்தனர்.

வேப்பமரத்தடியில் கைக்கடிகாரத்தை அடிக்கடி பார்த்தபடி நிற்கும் பொற்கொடி மஞ்சள் மேல்சட்டை அணிந்திருக்கிறாள். இறுகி இறங்கும் அந்த ஆடை உடற் பயிற்சி கடைந்த உடம்பை வெளிப்படுத்துகிறது. விளையாட்டு வீரர்களோடு ஒப்பிடும்போது அவளுக்கு நாலைந்து வயது குறைவாகவே இருக்கும். உயரமும் மட்டு – அந்த வயதுப் பெண்களின் சராசரி உயரத்தை விடவும் கூட. வலது கை விரல்கள் சட்டையின் கீழ் விளிம்பிலிருந்த ஜேபியிலிருந்த விசிலை வெளியே எடுப்பதும் உள்ளே தள்ளுவது மாக தன்னுணர்வற்ற சேட்டையில் ஈடுபட்டிருக்கின்றன. முதல் விசிலுக்கான தருணத்தை எதிர்நோக்கிக் காலம் துடித்துக் கொண்டிருக்கிறது. அவளுடைய கறுப்பு நிற அரைப் பாவாடை கம்பளியின் தோற்றம் கொண்டது. அதன் சொரசொரப்புத்தான் அதன் அழகு. வெள்ளை நிறத்தில் தடித்த முரட்டுத்தனமான காலணி. மஞ்சள் காலுறைகள். தலை மயிரைக் குட்டையாக வெட்டிக் கொண்டிருப்பது ஆண்களின் கிராப் அளவுக்கு வந்து விட்டது. கிராப்பை வலது பக்கம் வகிடெடுத்து வாரி விட்டுக்கொண்டிருக்கிறாள்.

படிக்கட்டுகளிலும் சரிவுகளிலும் கூட்டம் சேர்ந்து கொண்டிருக்கிறது. மாணவிகள், இளைஞர்கள், மாணவர்கள். வேடிக்கை தான், உடற்பயிற்சிக்கு வரும் முதியவர்கள் முகங்கள்கூடத் தெரிகின்றன. காலை நடைச் சுற்றுக்களைக் குறைத்துக் கொண்டு விட்டார்களா என்ன! ஒரு சுற்றைக் குறைத்துக் கொண்டிருந்தால் கூட அவர்கள் மனதில் அன்றைய போட்டி பெற்றிருக்கும் முக்கியத்துவத்தை அது காட்டுகிறது. ஒருக்கால் அவர்கள் மனங்களிலும் பொற்கொடிதான் கவர்ச்சியின் மையமோ என்னவோ? இருக்கலாம். இளம் மனங்களில் மட்டுமே அவள் நட்சத்திர ஜொலிப்புக் கொள்ள வேண்டும் என்பது சட்டமா என்ன! சகல மனங்களையும் கவரும் தகுதிகள் கொண்டவள் தானே அவள். இல்லையென்றால் இந்தச் சிறு வயதில் ஏன் இவ்வளவு புகழ்? போட்டிகளைப் பாரபட்சமின்றி நடத்துபவள் என்ற புகழ். பயமற்றவள் என்ற புகழ். விளையாட்டுக்குரிய சட்ட திட்டங்களில் நிபுணி என்ற புகழ். நொடிகளில் முடி வெடுப்பவள் என்ற புகழ்.

பொற்கொடி அரங்கைப் பார்க்க நிதானமாக வந்து கொண்டிருக்கிறாள். அரங்கின் வெளி விளிம்பில் காலை வைத்தபோது

முதல் விசிலும் ஒலித்தது. ஆட்டக்காரர்கள் குழுக்களாகப் பிரிந்து தத்தம் பகுதிகளுக்கு நகர்ந்து உரிய ஸ்தானங்களில் தங்களை நிலைநாட்டிக் கொள்கின்றனர். பார்வையாளர் களிடையே சளசளப்பு அமுங்கி விட்டது. பந்து மையத்திற்கு வந்தாயிற்று. இயக்கம் துவங்கும் அந்த வினாடி மையத்திலிருந்து மின்னல்கள் மோதி வான வெளியில் தெறிப்பதுபோல் இருக்கும். போட்டியின் முதல் நிமிடங்கள் மிக முக்கியமானவை. நுட்ப மான பார்வையாளர்கள் ஆட்டக்காரர்களின் திறன்களை மதிப்பிடும் நேரம் அவை. ஒவ்வொரு அசைவும் அவர்களுக்கு எண்ணற்ற செய்திகளைச் சொல்லும். பின் நிகழ்வுகள் சார்ந்த முன் கணிப்புகள் அவர்களின் மனங்களில் உருவாகும்.

இரண்டாவது விசில். இயக்கம் பாய்ச்சல் கொண்டு விட்டது.

சந்தையிலிருந்து கறிகாய்களை வாங்கிக்கொண்டு விற்பனையை முன்னிட்டுக் குடியிருப்புப் பகுதிகளுக்குப் போகும் பெண்கள் பள்ளிக் கூடத்திற்குள் நுழைந்து கொண் டிருந்தனர். தரை வெளுப்பதிலிருந்து வெயில் சூடேறும் வரை யிலும் சாரிசாரியாக வந்து கொண்டிருப்பார்கள். சிறுமிகளி லிருந்து கிழவிகள் வரையிலும். சிறுமிகள்கூட தங்கள் வயதிற்கோ தோற்றத்திற்கோ ஒவ்வாத பெரிய கூடைகளில் அதிகச் சுமை யோடு வருவார்கள். ஏறும் கனம் தாளாது வட்டவடிவமான பனை ஓலைக் கூடைகள் அவர்கள் நாசி வரையிலும் தொய்ந்து விடுகின்றன. பாதங்களின் முன்பக்க வட்டம் பார்த்து நடந்து போவது அவர்களுக்குப் பழக்கத்தில் படிந்திருந்தது. கசங்கிய கோலங்கள். வெயிலும் வாழ்க்கையின் கடுமையிலும் கருகிப் போன உடல்கள். வேர்வை வழியும் நெற்றிகளும், கழுத்துக்களும். தூக்கிச் சொருகிக் கொண்டிருக்கும் வெளிறிய புடவைகள். அதிகம் தெரியும் கால்கள். எலும்பு துருத்தும் தட்டைப் பாதங் களும் கோணிப்போன விரல்களும்.

மாறிமாறி வளையத்தின் வலையில் பந்து விழுந்து சர் ரென்று இறங்குகிறது. நெட்டை ஆட்டக்காரர்கள் வெட்ட வெளிகளில் தங்கள் சாம்ராஜ்யங்களை உருவாக்கிக் கொண் டிருந்தனர். ஆர்ப்பரிப்பு அலைஅலையாக எழுந்த வண்ணம் இருக்கிறது. ஒவ்வொரு முறை ஆரவாரம் எழும் போதும் எண்ணற்ற பூச்செண்டுகள் வானத்தை நோக்கி வீசப்படுவதைப் போல் தோன்றி விடுகிறது. ஆட்டம் சூடு பிடித்துவிட்டது. அதோடு ஆரவாரம் செய்வதில் மாணவர்களுக்கும் மாணவி களுக்கும் உள்ளூர ஒரு போட்டி உருவாகி விநோதமான பதட்டத்தையும் உருவாக்கி வருகிறது. தொண்டை கிழியக் கத்தி மாணவர்களை முறியடிக்கத் தீர்மானித்துவிட்டார்கள் மாணவிகள். பள்ளியின் கம்பீரம் இந்த ஆர்ப்பரிப்புகளை

வாங்கிப் பன்மடங்காய்ப் பெருக்கி வேப்பமரங்களின் அடர்த்தியில் வீசுகிறது.

பொற்கொடியின் அசைவுகள் பார்வையாளர்களின் மனங்களை விவரிக்க இயலாத அனுபூதிக்குள் ஆழ்த்துகிறது. தன்னுடல் மற்றொரு உடலில் படாமலும் பந்தில் படாமலும் எப்படித்தான் இவ்வளவு லாவகமாகச் சுழல முடிகிறதோ? வலது கையை உயர்த்தி கைஜாடை காட்டுவதும், விரல்களின் அசைவுகளும், ஆங்கில உச்சரிப்பும் மாணவிகளைக் கிறங்க அடிக்கின்றன.

படிகளிலும் சரிவுகளிலும் கறிகாய்க் கூடைகள் அந்தரத்தில் அசைந்துகொண்டிருக்கின்றன. வெள்ளரியும், கத்திரியும், பூசணியும் அசைகின்றன. கோழிகள் அசைகின்றன.

கூடைகள் ஓரிடத்தில் நிற்க நிதானித்து மறுகணம் வாகான இடம் பிடித்துக்கொள்ள மற்றொரு இடம் நகர்கின்றன. பார்வையை மறைத்து முன்பக்கம் தொங்கும் கூடைகளை அவர்களுடைய வலது கை தூக்கிப் பிடித்துக் கொண்டிருக்கிறது. எல்லாக் கூடைக்காரிகளின் கண்களும் பொற்கொடி மீதுதான் படிந்திருக்கின்றன. ஆச்சரியம் கொள்ளும் கண்கள் விரிகின்றன. இனம் தெரியாத சந்தோஷத்தில் முகங்கள் பிரகாசம் கொள்கின்றன. எது மறந்தாலும் அவசரம் அவர்களுக்கு மறக்கக் கூடியதல்ல. இப்போது அதுவும் அவர்களுக்கு மறந்து போயிற்று. கூடை கனமும் தெரியவில்லை. சரிவுகளில் இனி ஊடுருவ இடம் இல்லை என்றானபோது கூடைகள் மைதானத்தைச் சுற்றி மறுபக்கம் நகரத் தொடங்கின.

படிக்கட்டின் மேற்பகுதியில் கூடைக்காரிகளின் கூட்டம் அடைசலாக அப்பிக்கொண்டிருக்கிறது. அவர்கள் பார்வையில் பொற்கொடி எனும் அதிசயம் விழுந்த நிமிஷத்தில் தன்னுணர்வு நின்று போனவர்கள் அவர்கள்.

“என்னா அளகு?” என்றாள் கூட்டத்தில் ஒரு பெண். அவளுக்கு சுமார் இருபது வயதிருக்கும். அவளுடைய கூடை நிறைய வாழைத் தார். விழிகள் பொற்கொடியின் அசைவுக்கு ஏற்பச் சலிக்கின்றன. வாய் திறந்திருக்கிறது. முகத்தில் குதூகலம். அவள் பக்கத்தில் அவள் உடலில் சாய்ந்தபடி நின்றிருந்த சற்று முதியபெண், “பந்தெ தட்டுதக் காங்கலெ?” என்றாள்.

அதே வட்ட முகம் அவளுக்கும். ஜாடையும் ஒரே மாதிரி. தாயும் மகளுமாக இருக்க வேண்டும். முகம் வயதிற்கு மீறிப் பழுத்துக் கிடந்தது.

“தட்டாது. அதுக்கு மேல்பார்வை” என்றாள் மகள்.

அவர்களுக்குப் பின்னால், பெண்கள் வரிசைக்குப் பின் பக்கம், தனியாக, உயரமாகத் தெரிந்த கிழவி, ‘மேல்பார்வையா?’ என்று கேட்டாள். முதுமை கூடிவிட்ட உடல். பொக்கை வாய், சுருக்குப் பையை இழுத்ததுபோல். நீலம் பாரித்த உதடுகள். பாம்படங்கள் தோளில் ஓய்வெடுத்துக் கொண்டிருந்தன. கிழவி சிரித்தவாறே, “ஒத்தைக்குத் தடியன்களெ மேய்க்காளே” என்றாள்.

சுற்றி வர நின்றுகொண்டிருந்த ஆண்களும் பெண்களும் சிரித்தார்கள். கிழவியும் பெரிதாகச் சிரித்தாள்.

சரிவுகளில் நின்றுகொண்டிருந்த பெண்கள் தலைக் கூடைகளைப் படிக்கட்டுகளில் இறக்கத் தொடங்கினர். இவர்கள் செயல்பாடு உட்கார்ந்திருந்த வயோதிகர்களுக்குப் பிடிக்கவில்லை. ஏதோ ஆகாத பொருள் தங்கள் உடலோடு பலாத்கார நெருக்கம் கொள்வதுபோல் எரிச்சல்பட்டார்கள். தூய வெள்ளை வேட்டியின் நுனிகளை மேலே இழுத்துத் தங்கள் கால் முட்டுக்களை ஒடுக்கிக்கொண்டார்கள். பல பெண்கள் சரிவுகளில் குத்திட்டு உட்கார்ந்துகொண்டனர். அவர்களின் உடல் அசைவுகளில் கட்டி தட்டிப்போன செம்மண் சரிவில் உருண்டு தூசியை எழுப்பிற்று.

முன்பக்கம் பெரிய மீசையுடன் நின்றுகொண்டிருந்த ஒருவர், “இவங்களுக்கு இங்க என்ன சோலி? வேலையப் பார்த்துக்கிட்டுப் போகாம” என்றார். தன் வெள்ளை வேட்டியில் படிந்த செம்மண் தூசியைத் தட்டிவிட்டுக்கொண்டார்.

“அவங்களுக்கும் பாத்து ரசிக்காண்டாமா? இது கொள்ளாமே” என்றார் மற்றொருவர். அவருடைய கிண்டல் குரலில் சிரிப்பு அமுத்தலாக வெளிப்பட்டது. இக்கட்டில் இருப்பவர்களின் இளிப்புப் போல். சரிவில், கால் மூட்டுக்களின் மீது கைகளை நீட்டித் தங்களை சௌகரியப்படுத்திக் கொண்டார்கள் பெண்கள். இரு பாதங்களின் இடையே வெற்றிலை துப்பவும் வசதியாக இருந்தது. உடல்களின் இடைவெளிகள் வழியாக அவர்கள் ஆட்டத்தைப் பார்த்துக் கொண்டிருந்தனர். யாராவது அசைந்தால் “ஒரே கணக்கா நில்லுங்களேன், சும்மா ஆடிக்கிட்டு” என்றார்கள்.

சிவப்புச்சட்டைகளும் நீலச்சட்டைகளும் இயக்கத்தில் கலப்பதும், பிரிவதும் கண்கொள்ளாக் காட்சியாக இருந்தது. சிவப்புச்சட்டையினரின் கை இப்போது நன்றாகவே ஓங்கி

விட்டது. திறமையான ஆட்டக்காரர்கள் என்பதற்கு மேலாக அன்று அவர்களின் மனங்களும் இசைவாகக் கலந்து கொண்டிருந்தன. பிசிறு இல்லாமல் ஆடிக் கொண்டிருந்தார்கள். கூட்டத்தின் ஆதரவு அவர்கள் பக்கம் குவிந்து கொண்டிருந்தது. இதை உணர்ந்த அவர்கள் மேலும் பலம் பெற்றுக்கொண்டிருந்தனர். தங்களை வெற்றிபெறச் செய்யக் கூட்டம் எடுத் திருக்கும் தீர்மானத்தை இப்போது அவர்கள் நிறைவேற்றிக் காட்ட வேண்டும்.

நீலச்சட்டையினர் சோர்வில் ஆழ்ந்து கொண்டிருந்தனர். அவர்கள் தங்கள் தத்தளிப்பை மறைக்க முயன்ற முயற்சிகளிலும் தத்தளிப்பு கசிந்து வெளிப்பட்டது. ஒடுங்கும் தங்கள் மனங்களை மீண்டும் நிமிர்க்கக் கடும் பிரயத்தனங்களை மேற்கொண்டனர். சிவப்புகள் வீசி எறியும் பந்து கணக்குத் தப்பாமல் வளையத்திற்குள் விழும் நேர்த்தியைப் பார்க்கும் போது கண்களுக்குப் புலனாகாத இயற்கை அந்தப் பொறுப்பை அவர்களுக்காக ஏற்றுக் கொண்டிருப்பது போல் இருக்கிறது. அவ்வப்போது நீலச்சட்டையினரும் பந்தை வளையத்திற்குள் தள்ளத்தான் தள்ளினார்கள். அப்போது எழும் கைத்தட்டுகள் ஏன் பிசுபிசுப்பில் தேய்ந்து போக வேண்டும்? ஆரவாரம் ஏன் புழுதியில் இழைய வேண்டும்? எதிர்நிலையில் விளையாடுபவர் மட்டுமல்ல, பார்வையாளர்களும் எதிரணியாக மாறுவதை அவர்கள் உணர்ந்தார்கள்.

கங்கு கரையற்றுப் பாயும் ஆர்ப்பரிப்பு இப்போது இளைஞர்களைத் தாண்டி, மாணவிகளைத் தாண்டி, கூடைக்காரிகளையும் தொற்றிக் கொண்டாயிற்று. சுற்றிச் சூழ இருந்த பொது மனத்தின் இசைவில் அவர்கள் அறியாமலே அவர்களும் கரைந்து கொண்டிருந்தனர். மாணவிகளின் குரல்களுக்குத் துணை நின்று அதை ஓங்கச் செய்வதில் தங்கள் பங்கை ஆற்றத் தொடங்கியிருந்தனர். பார்வையாளர்களின் மனங்களில் தோன்றும் ஊடுபாவுகளின் அர்த்தங்கள் இப்போது அவர்களுக்கும் புரிந்துகொண்டு வந்தன. ஆனால் கிழவிக்கு இன்னும் இசைவில் கலந்த திருப்தி ஏற்படவில்லை.

“எனக்கொண்ணும் விளங்கல” என்றாள் கிழவி.

“நீயும் போய் ஆடு. அப்பம் விளங்கும்” என்றாள் பேத்தி.

சிரிப்பு.

இரு உடம்புகளுக்கு இடையே இருந்த இடுக்கு வழியாக நுழைந்து தன் வரிசைக்கு முன்னால் வந்தாள் அந்தச் சிறுமி. பக்கத்திலிருந்த பெண்ணின் முழங்கையை நோண்டியவாறே, “அந்த அக்கா சொல்லுதத்தான் எல்லா அண்ணன்களும் கேக்கணுமா?” என்றாள்.

“ஆமா.”

“கேக்காட்டி?”

“கழுத்தப் பிடிச்சுத் தள்ளிப் போடுவா எல்லா தடியன் களையும்.”

“அவ்வளவு பவ்வரா அந்தக் குட்டிக்கு?” என்றாள் கிழவி.

இப்போது பெண்களோடு ஆண்களும் சேர்ந்து சிரித்தார் கள். கிழவிக்கு ரசிகர்கள் உருவாகி வருவது அவளுக்கு திருப்தி யைத் தந்தது. அப்போது பந்து வளையத்திற்குள் விழுந்தது. அதை கவனிக்கத் தவறியிருந்தாள் கிழவி. இருந்தாலும் தன் குரலை மாணவிகளின் குரலோடு இணைத்துக் கொண்டு முடிந்த மட்டும் அடிவயிற்றிலிருந்து கத்தினாள். அவளுடைய கத்தலில் புதிய யுக்தி முளைத்துக் கொண்டிருந்தது. வெறும் கத்தலாக இருந்தது இப்போது குரவைபோல் சாடை கொள்ளத் தொடங்கிற்று. இரு கைகளையும் வாயோரம் குவித்துக் கொண் டாள்.

ஆண்களில் பலர் கிண்டல் முகத்தில் வழியும் ஆச்சரியத் துடன் கிழவியைப் பார்க்கத் திரும்பினர். ஒருவர், “இதென்ன, சமைஞ்ச வீடா? எந்தப் புள்ளெ சமஞ்சு இப்பம்?” என்று கேட்டார்.

“இந்தப் புள்ள, இந்தப் புள்ள” என்று கிழவி தன் நெஞ்சில் பட்பட்டென்று அடித்துக்கொண்டாள்.

மீண்டும் சிரிப்பு.

சற்றும் எதிர்பாராமல் நீண்ட விசில்.

கூட்டத்தில் சளசளப்பு. பார்வையாளர்கள் விளையாட்டு அரங்கிற்குள் நுழைய ஆட்டக்காரர்கள் அரங்கிலிருந்து வெளி யேறி மரத்தடியை நோக்கி நகர்ந்து கொண்டிருந்தனர். “முடிஞ்சா?” என்று ஏமாற்றத்துடன் கேட்டாள் மேல்படியில் அமர்ந்திருந்த ஸ்தூலமான பெண். கோழிக்கூடைகளின் மத்தியில் உட்கார்ந்து கொண்டிருந்தாள் அவள். புற உலகம் அறியாத மக்குக் கோழிகள் வெட்டி வெட்டி அங்குமிங்கும் பார்த்துக் கொண்டிருந்தன. “தொடங்கதுக்குள்ள முடிஞ்சிற்றே” என்று சொல்லிக்கொண்டே சரிவிலிருந்து எழுந்தனர் சில பெண்கள். கரங்களை மேலே தூக்கி சமநிலை குலைந்துவிடாமல் உடலை ஒரு தினுசாக அசைத்தபடி எழுந்தார்கள்.

“முடியல. இன்டர்வெல். பாதியிருக்கு இன்னும்” என்றான் ஓர் இளைஞன்.

மரங்களின் நிழலில் சுற்றிவர நிற்கும் மாணவிகள் கூட்டத்தில் பொற்கொடியின் முகம் தனியாகத் தெரிந்தது. மரத்தடியில் சாய்த்து வைத்திருந்த மடக்கு நாற்காலிகளை ஐஸ் பெட்டியை ஒட்டிப் பிரித்துப் போட்டுக்கொண்டிருந்தார்கள் இரு மாணவிகள். ஒட்டகச் சிவிங்கி போல் உயரமாக இருந்த ஒரு பெண் பொற்கொடியின் பின் கழுத்தையும் கன்னங்களையும் இரு கைகளாலும் ஒரே நேரத்தில் துடைத்தவாறே அவள் பின்னால் நகர்ந்து கொண்டே சென்றாள். வலது கையை இடது பக்கத் தோளுக்குப் பின்னால் கொண்டு சென்று தன் முகத்தைத் திருப்பாமலே துண்டை வாங்கித் தன் கன்னங்களையும் நெற்றியையும் ஒற்றிக்கொண்டாள் பொற்கொடி. இரு சிறுமிகள் அவள் முன்னால் வந்து மறிப்பதுபோல் நின்றனர். ஒருத்தி கையில் குளிர்பானம். மற்றொரு பெண் கையில் இளநீர். பொற்கொடி இரு பெண்களின் முகங்களையும் மாறிமாறிப் பார்த்து மிகையான வியப்பை முகத்தில் வெளிப்படுத்தி நவீனச் சிரிப்புச் சிரித்தாள். மாணவ மாணவிகளும் அவளுடன் சேர்ந்து சிரித்தனர்.

சரிவில் நின்று கொண்டிருந்த சிறுமி தன்னுணர்வு இல்லாமல் இறங்கிச் சென்றுகொண்டிருந்தாள்.

“ஏட்டி எங்க போற?” என்று அதட்டினாள் அக்கா.

குரல் சிறுமியின் காதில் விழவில்லை. அவளுக்குப் பொற்கொடியை பக்கத்திலிருந்து பார்க்க வேண்டும்.

சிறுமியைப் பின்தொடர்ந்து வேறு பல பெண்களும் சரிவில் இறங்கினர்.

“கூடைகளை அங்கன அங்கனெ போட்டுட்டுப் போகுது எல்லா மூதிகளும்” என்றாள் கிழவி.

அவள் சுற்றும் முற்றும் பார்த்தாள். கூடைக்காரிகளில் பலரும் மரத்தடிக்கே சென்றுவிட்டிருந்தனர்.

கிழவிக்குத் தன் கண்களை நம்ப முடியவில்லை. அவள் பார்த்துக் கொண்டிருக்கும்போதே சிறுமி தன்னுணர்வு இல்லாமல் பொற்கொடியின் கையைத் தொட்டாள். பொற்கொடி திரும்பிப் பார்த்தாள். சிறுமியின் கையைத் தூக்கித் தன் இரு கைகளாலும் பிடித்துக்கொண்டாள் பொற்கொடி. கூடைக்காரிகள் ஒவ்வொருவராக அவளைத் தொடத் தொடங்கினார்கள். அவள் எல்லோருடைய கைகளையும் பிடித்துக் குலுக்கினாள்.

"எனக்கு மட்டும் பாக்காண்டாமா குட்டிய" என்று கத்திக் கொண்டே சரிவில் செம்மண் கட்டிகள் உருண்டோட ஓடினாள் கிழவி. ஆனால் கிழவி மரத்தடிக்குப் போய்ச் சேருவதற்குள் அங்கு சூழல் பெரிதும் மாறி விட்டிருந்தது.

சிவப்புச் சட்டையினர் குழுவின் தலைவன் பொற்கொடி யிடம் உஷ்ணமாக முறையிட்டுக் கொண்டிருந்தான். அவனுடன் அவன் கோஷ்டியைச் சேர்ந்த பலரும் சேர்ந்து ஏக காலத்தில் பேசினர். நீலச்சட்டைக்காரர்கள் முறைகேடாக நடந்து கொள் கிறார்களாம். அவர்கள் தங்களை மோதித் தள்ளுவதாகப் புகார் செய்தனர். மாணவிகள் அப்போது சிவப்புச்சட்டை களுக்கு ஆதரவாகப் பேசினர். நீலச்சட்டையினர் எந்த ஒழுங்கை யும் கடைபிடிக்கவில்லை என்றனர் அவர்கள்.

"அவர்களுடைய விஷமம் என்னிடம் பலிக்காது" என்றாள் பொற்கொடி. "உங்கள் நலன்களைப் பாதுகாப்பது என் பொறுப்பு" என்றாள்.

சுமுகமான சூழல் குலைந்து கொண்டிருந்தது.

சிவப்புச்சட்டையினர் முறையிடுவதை நீலச்சட்டையினர் வெறித்துப் பார்த்துக்கொண்டிருந்தனர். திடீரென்று கரங் களை நீட்டிக் கத்தத் தொடங்கினர். அவர்கள் கண்களில் கோபம் பொங்கிக் கொண்டிருந்தது. அவர்களைத் தாண்டிச் சிவப்புச்சட்டையினர் போனபோது இரு கோஷ்டியினரிடையே வாக்குவாதம் வெடித்தது. குரலிலும் கையசைவுகளிலும் உக்கிரம் வெளிப்பட்டது. சில நொடிகளில் கைகலப்புக்கூட உருவாகி யிருக்கலாம். நல்ல வேளை அப்போது நீண்ட விசில் சத்தம் எழுந்தது. இரு கோஷ்டியினரும் முணுமுணுத்துக் கொண்டே அரங்கிற்குத் திரும்பினர்.

இடைவேளைக்குப் பின்னும் சிவப்புச் சட்டையினருக்குச் சாதகமாகவே ஆட்டம் வளர்ந்து கொண்டிருந்தது. இப்போது தங்கள் முழுத் திறனையும் குவித்து பயங்கரமான வெறியுடன் விளையாடினர் நீலச்சட்டையினர். அவர்கள் தள்ளிய பந்து அவ்வப்போது கூடைக்குள் விழுந்து கொண்டுதான் இருந்தது. ஆனால் அப்போதெல்லாம் எழுந்த மந்தமான ஆர்ப்பரிப்பு அவர்கள் உற்சாகத்தைப் பொசுக்கிக் கொண்டிருந்தது. ஒரு தடவை அவர்கள் பந்தைக் கூடைக்குள் தள்ளியபோது கிழவி கூட, "தப்பித் தவறி விளுந்திற்று" என்றாள். அவளுக்கு ஆட்டம் புரியத் தொடங்கியிருந்தது. இதனால் அவள் அதிக உற்சாகம் அடைந்து தன் ரசிகர்களை அதிகச் சுதந்திரத்துடன் மகிழ்விக்கத்

தொடங்கினாள். விட்டுவிட்டு விமர்சனக் கீற்றுக்களை விட்டெறிந்து கொண்டிருந்தாள். "ஒழுங்கா ஆடுங்கடேய்" என்றாள் அவள். அதன்பின், "தப்பாட்டம் ஆடி ஜெயிச்சுக்கிட முடியாது" என்றாள். "குட்டிய எத்தலாம்னு பாக்கேளா, அது நடந்துக்கிடாது" என்றாள். "கடனேறிக் கிடக்கு நீலச்சட்டைக்கு. அதுதான் நிலகுலஞ்சு போறானுவ" என்றாள். அவளுடைய ஒவ்வொரு வாக்கியத்திற்கும் அவள் எதிர்பார்க்கும் ஆமோதிப்பு கிடைத்துக் கொண்டிருந்தது. முதலில் முறுக்காக இருந்த ஆண்களில் பலரும் இப்போது அவளுடைய ரசிகர்களாக மாறி விட்டிருந்தனர்.

அடுத்த இரண்டு மூன்று நிமிடங்களுக்குள் மூன்று முறை சிவப்புச் சட்டையினர் பந்தை கூடைக்குள் தள்ளினர். ஒவ்வொரு முறையும் தாங்கள் அதற்குமுன் எழுப்பியிருந்த ஆர்ப்பரிப்பின் உச்சத்தை தாங்களே முறியடிக்கும் விதமாகக் கத்தினர் பார்வையாளர்கள்.

சற்றும் எதிர்பாராத ஒரு நிமிடத்தில் சிவப்புச்சட்டை ஆட்டக்காரன் ஒருவன் பந்தை முன்னெடுத்துச் சென்று கொண்டிருந்தபோது கீழே விழுந்து மணலில் உருண்டான். பயங்கரமான வீழ்ச்சி அது. அவன் எழுந்து நின்று ஆவேசமாகக் கத்தத் தொடங்கினான். தன் கால் இடறி விடப்பட்டது என்றான். தன்னை இடறிவிட்ட நீலச் சட்டையைச் சுட்டிக் காட்டிக் கத்தினான்.

"ஏன் அவன் காலை இடறி விட்டீர்கள்?" என்று கேட்டாள் பொற்கொடி.

நீலச்சட்டைக் குழுவில் அவன்தான் ஆக நெட்டையன். அவன் குழுவில் பலரும் இப்போது அவனைச் சுற்றிச் சூழ்ந்து கொண்டார்கள். "நான் எந்தத் தவறும் செய்யவில்லை" என்றான் அவன்.

சிவப்புச்சட்டைக்காரர்களிடமிருந்து "பொய், பொய்" என்ற கத்தல் எழுந்தது.

"நீங்கள் இடறுவதை நான் பார்த்தேன்" என்றாள் பொற்கொடி.

"பொய், பொய்" என்ற கத்தல்.

திடீரென்று கிழவி அரங்கிற்குள் வந்தாள். பின்னால் பல பெண்கள் அவளோடு சேர்ந்து வந்தனர். அதிகமும் கூடைக்காரிகள். ஒரு சில மாணவிகள்.

"லே, நீ காலெ இடறி விடுத எங் கண்ணால கண்டேம்லே. பொய் சொன்ன நாக்கு அளுகிப் போகும்" என்று கிழவி கத்தினாள்.

"நாங்கப் பார்த்தோம், நாங்கப் பார்த்தோம்" என்று பல பெண்கள் சேர்ந்து கத்தத் தொடங்கினர்.

"லே, வெளயாடத் தெரியாட்டா அளிச்சான் குளிச்சான் ஆக்கிட்டுப் போகலாம்னு பாக்கேளா?" என்றாள் கிழவி.

நீலச்சட்டைக்காரர்கள் ஏதேதோ கத்தியபடி அரங்கை விட்டு வெளியேறிக் கொண்டிருந்தனர்.

"சிவப்புச்சட்டையினர் வென்றதாக அறிவிக்கிறேன்" என்றாள் பொற்கொடி ஆங்கிலத்தில்.

"மக்கா, என்ன சொன்னே?" என்று கேட்டாள் கிழவி.

"சிவப்புச்சட்டைக்கு ஜெயம்னு சொல்றாங்க" என்றாள் ஒரு மாணவி.

"அப்படிச் சொல்லு என் தங்கம், என் ராணி" என்று பொற்கொடியின் தாடையைத் தடவினாள் கிழவி. மாணவிகளும் மாணவர்களும் 'ஓ'வென்று கத்திக் கரகோஷம் செய்தனர்.

நீலச்சட்டையினர் பள்ளியை விட்டு வெளியேறத் தொடங்கினர். கூட்டமும் கலைந்து கொண்டிருந்தது.

இந்தியா டுடே இலக்கிய ஆண்டுமலர், 1994 - 95

# பட்டுவாடா

அவளுடைய பெயர் நிலைபெறாமல் இருந்தது. சிறு வயதில் கிராமத்தில் அவள் வேலை செய்துகொண்டிருந்த வீட்டு அம்மாள் நகரப்பெயர் வைத்து அவளை அழைத்தாள். வேலை முடிந்து குடிசை திரும்பியதும் பழைய பெயர் வந்துவிடும். அரசியல் இளைஞன் அவளைத் திருமணம் முடித்தபோது சீர்திருத்தப் பெயர் வைத்து அழைப்பிதழ் அடித்தான். துப்பாக்கிச் சூட்டில் அவன் இறந்தபோது அன்றைய விலைவாசியையொட்டி ஒரு தொகை அவளுக்குக் கிடைத்தது. அவளுடைய குடும்பம் குறுகிய காலத்தில் அதைச் சூறையாடித் தீர்த்தது. அரசாங்கத்திடமிருந்தும் நிறுவனங்களிடமிருந்தும் அவ்வப்போது சிறு சிறு தொகைகள் அவளுக்கு வந்து சேரும். மறுமணம், குழந்தைப் பேறு, கடுமையான நோய்கள், கைத்தொழில்கள், விபத்துகள் தரும் மரணம் அல்லது ஊனம் இவற்றில் எவற்றுக் கெல்லாம் உதவிப் படிவங்கள் தனித்தனியாக அச்சாகி இருந்தன என்பது அவளுக்கு ஏகதேசமாகத் தெரியும். சில படிவங்களின் எண்களும் அவள் நினைவில் இருந்தன. பூர்த்தி செய்யாத படிவங்களில் அவள் தொடர்ந்து கையெழுத்துப் போட்டுக்கொண்டிருந்தாள். பட்டுவாடா ஆகும்போது கால் பங்குக்குக் குறையாமல் அவளுக்குக் கிடைக்கும். அதற்கு மேலும் சில சமயங்களில் கிடைத்திருக்கிறது. பெண்களுக்கு கர்ப்பப் பையில் வரும் புற்றுநோய்க்கு ஜெர்மன் துரை ஒருவர்

பணம் ஒதுக்கியிருந்தார். நபருக்கு ஒரு லட்சம். நோய் மூன்றாவது நிலையை எட்டிவிட்டதாகச் சான்றிதழ் வேண்டும். தாய்மொழி தமிழாகவும் வயது எண்பதுக்குக் குறைவாகவும் இருக்க வேண்டும். அவளுக்கு இரண்டு தகுதிகள் இருந்தன. அவள் கணவனின் நண்பன் இதைச் சொல்லும்போது அவளுக்குக் கோபம் வரும். “கோபப்படாதே தாயி, ஒரு லட்சம் ரூபாய்” என்பான் அவன். குபேரா அடுக்குமாடிக் கட்டடங்களில் வேலைக்குப் போகத் தொடங்கிய பின் அவளுடைய அரசியல் தொடர்புகள் தேய்ந்து போய்விட்டன. வேலை தண்டவாளத்தில் விழுந்திருந்தது. சிறு சிறு எரிச்சல்கள் இருந்தாலும் கிரீச்சிடாத வாழ்க்கை. வீட்டுக் குழந்தைகள் மீது ஒட்டுதல் அடர்த்தி கண்டு தன் வீட்டுக்குக் கூட போக மனமில்லாமல் அவளை ஆக்கி விட்டிருந்தது.

ஒருநாள் அவளுடைய பெயருக்குப் பதிவுத் தபாலில் கடிதம் வந்தது. ராஜ வீதியில் 119ஆம் எண் கட்டடத்துக்கு வந்து ரூபாய் 500 வாங்கிக்கொண்டு போகும்படி கேட்டுக் கொள்ளப்பட்டிருந்தாள். எதற்கு என்பது அவளுக்குத் தெரிய வில்லை. எஜமானி அம்மாளுக்கு ஆங்கிலம், தமிழ் தெரியாது. 119ஆம் எண் கட்டடத்தைப் பற்றிக் கேள்விப்படாதவர்கள் அந்த நகரத்திலேயே இருப்பதாகத் தெரியவில்லை. கடிதத்தில் தட்டச்சுப்பொறியின் பதிவு மங்கலாக இருந்ததால் தொகை ஐயாயிரமோ என்ற சந்தேகம் எஜமானிக்கு வந்தது. ஒரு பூஜ்யத்திற்குரிய இடைவெளி இருந்தது என்பதில் சந்தேக மில்லை. யாருக்கும் தெரிவிக்காமல் முழுத்தொகையையும் தானே பெற்றுக் கொண்டுவிட வேண்டும் என்ற ஆசை அவளுக்கு ஏற்பட்டது.

119ஆம் எண் கட்டடத்திற்குப் போய்ச் சேருவது சுலப மாக இருக்கவில்லை. வெகுதூரம் நடக்க வேண்டியிருந்தது. இரண்டு விதமான வாகனங்களில் ஏறி இறங்க வேண்டியிருந் தது. மீண்டும் நடக்க வேண்டியிருந்தது. மாறி மாறி விசாரிக்க வேண்டியிருந்தது. உயரமும் பருமனுமாய் வானவெளியை மலை போல் அடைத்துக்கொண்டு கிடக்கும் கட்டடம். கத விலக்கம் ஒன்று என்றாலும் உட்பிரிவுகள் முடிவற்றவை. கடைகளும் அலுவலகங்களும் திரையரங்குகளும் இருந்தன. மிக உயரமான தளத்தை மேகங்கள் சூழ்ந்து கொண்டிருப்பது போல் தோன்றிற்று. அந்தத் தளத்திற்குள் எண்ணற்ற கூடங்கள் இருக்கின்றன என்றார்கள். கட்டடத்தின் மிக உயரமான முகப்பைப் பார்க்க முன் வாசலின் எதிர்த் திசையில் ஐந்தாறு நிமிஷங்களேனும் நடந்து போக வேண்டியிருக்கும்.

மேல் தளங்கள் புத்தம் புதிதாக இருக்க அடித்தளங்கள் பாசிபடிந்தும் பழுதுபட்டும் கிடந்தன. அன்றும் முன்வாசலில்

வெகுநேரம் அலுப்புடன் நின்றுவிட்டுத் திரும்பினாள் அவள். குழப்பம் மிகுந்து நெருக்கடியில் மனம் வெடித்துவிடும் என்று தோன்றும்போது அவள் திரும்பிவிடுவாள். மூன்றாவது தடவை யாகவா நான்காவது தடவையாகவா என்பது அவளுக்கு நினைவில்லை. வரும்போது மனம் தெளிவாகவே இருக்கும். உடல் இறுக்கமில்லாமல் தளர்ந்திருக்கும். ராஜவீதிக்குள் நுழைந்ததும் சிறுகச் சிறுகக் கலவர உணர்ச்சி தோன்றத் தொடங்கும். அதை அமுக்க முயலும்போது உணர்ச்சிகள் மேலும் கூர்மையாகிக் கூத்தாடத் தொடங்கிவிடும். அதன்பின் பீதி உருத்திரண்டு நடு நெஞ்சில் தூண்போல் விட்டம் வைத்து வீங்கும். 119இன் நெரிசலின் உள்ளிழுப்பில் செருகிக் கொள்ளவும், உருவி வெளியே வரவும் ஒரு வாசலே இருந்தது. நெரிசல், படம் முடிந்த நேரத்தைய திரையரங்கு வாசல்களை நினைவு படுத்தின. விஷமச் சிறுவர்கள் தெருவிலிருந்து நெரிசலை நோக்கிக் காகிதச் சுருள்களை விட்டெறிவார்கள். அவை உடல் களில் தங்கித் தளம் தளமாகப் போய்க் கொண்டிருக்கும் என்பது அவர்களுடைய நம்பிக்கை.

ரவிக்கைக்குள் மார்புக் குவட்டில் சிறிய பணப் பையில் கடிதத்தை மடித்து வைத்துக்கொண்டிருந்தாள் அவள். உடலால் அதன் இருப்பை உணர்ந்துகொண்டே நெரிசலுக்குள் தன்னைச் செருகிக் கொண்டாள். வெயில், உஷ்ணம், வேர்வை நாற்றம் சகிக்க முடியாமல் இருந்தன. முதல் தளத்தில் சுவர்கள்மீது தன் உடல்களை வரிசையாகப் பதித்துக் கொண்டிருந்த ஜீவன்கள் ஒற்றைக் கேள்வியைத்தான் திரும்பத் திரும்பக் கேட்டுக் கொண் டிருந்தன. "வாங்கியாச்சா, வாங்கவா?" மேலே போகிறவர்களின் நெரிசலும் கீழே வருகிறவர்களின் நெரிசலும் ஒன்றுடன் ஒன்று மோதி மனிதச் சுழிப்புகள் உருவாகிக்கொண்டிருந்தன. சுழற்சி யில் அகப்பட்டுத் தட்டாமாலை சுற்றும்போதும் குறிக்கோள் சார்ந்துதான் தடுமாறினார்கள். கூரைக் கீறல்கள் எந்த நிமிடத் திலும் பொத்துவிடும் என்ற அச்சத்தைத் தந்துகொண்டிருந்தன. வெடித்து விரிசல்விட்டு சாயப்பூச்சு முற்றாக அழிந்துபோயிருந்த மர ஏணிகள் வந்துகொண்டேயிருந்தன. சிறுநீர் நாற்றம் பரவிக் கொண்டிருந்தது. குழாய்கள் ஒழுகிக்கொண்டிருந்தன. கசிவு கள் பூவாளியில் நீர் வெளிப்படுவது போலவும் நீண்ட வெள்ளி ஊசிகள் போலவும் கோமாளித்தனமான உருவங்களில் வெளிப் பட்டுக்கொண்டிருந்தன. கழிப்பறைகளிலிருந்து விசித்திரமான முனகல்கள் கேட்டுக் கொண்டிருந்தன. வெட்கங்கெட்ட கதவுகள் காணாமல் போயிருந்தும் உள்ளே இருந்தவர்களின் லட்சியங் கள் சிதறாமலே இருந்தன. ஏகமாகக் கடைகள். மிகச் சிறியவை அதிகமும். அடைபட்டுக் கிடக்கும் நெரிசலைப் பார்க்கும்

போது, இலவசமாகப் பொருட்களைப் பெறுகிறார்கள் என்று தோன்றும். பாதங்களை அறுத்துப் பதம் பார்க்கும் அளவுக்குச் சிமிண்ட் தரை உடைந்து கிடந்தது. உடையாத இடங்களில் விழுதுகள் போல் கீறல்கள் சுவர்கள் வரையிலும் சென்றடைந் தன. ஆனால் தரை மிக வழவழப்பாக இருந்தது.

ஒருவன் மானசீக இணைப்பொன்றை வெட்டவெளியில் உருவாக்கி அவளைப் பின்தொடர்ந்து வரத் தொடங்கியிருந் தான். நெரிசலை முறித்து முன்னேறுவதில் தேர்ச்சி கொண்டவன் என்பது தெரிந்தது. தன் இரு கைகளாலும் துழாவி, தோணி போல் தன் உடலை நகர்த்திக்கொண்டு வருகிறான். அவன் அவளைத் தாண்டிப் போகும்போது பராக்குப் பார்த்தபடியே வாய் குழறலை உருவாக்கிக் கொண்டு, “கொஞ்சம் பார்த்துப் போடு” என்றான். நெரிசலுக்கு விட்டுக்கொடுத்து பின்னகர்ந்து மீண்டும் சிறிது முன்னேறுவதற்குள் அடுத்த தளம் வந்திருந்தது. அப்போது அவன், “இருக்கு கடல்போல, ஒண்டியா முடியுமா?” என்றான். இன்னொரு குறுகலான ஏணியில், “மனசு வை. என் தங்கச்சி மாதிரி” என்றான். அவன் தன்னைத் தொடர்வது அவளுக்கு இம்சையாக இருந்தது. ஆனால் அவனை வெட்டி விட முயன்றால் வாக்குவாதத்தில்தான் முடியும் என்று நினைத் தாள். அந்த வாக்குவாதத்தின் மூலம் 119ஆம் எண் கட்டடத்தை நோக்கித்தான் அவள் போய்க்கொண்டிருக்கிறாள் என்பது வெளிப்பட்டு மேலும் பலர் அவளை அரண்கொள்ள வாய்ப் புண்டு. “விளக்குமாறுக்குப் போறேன்” என்றாள். நினைத்த அளவுக்கு உறுதியாகச் சொல்ல வரவில்லை. அவன் கடை வாயில் வழியும் எச்சில் போல் சிரித்து எதிர்த் திசையைப் பார்த்தவாறு “நானூறு பேர் பெருக்கறாங்க. காணாதா?” என்றான். நானூறு பேர் ஏக காலத்தில் பெருக்குவதுபோலவும் விளக்குமாறுகள் தரையை உரசும் சப்தம் சீராகக் கேட்பது போலவும் அவளுக்குத் தோன்றிற்று. “ரெட்டைக் குழந்தையா? கூட தொண்ணூறு. நம்ம அண்ணன்தான்” என்றான்.

தாண்டிச் சென்றபோது அவன் உடம்பு தன் இடுப்பில் அர்த்தத்துடன் உராய்ந்தது போல் அவளுக்குத் தோன்றிற்று. அவன் கண்களைக் கவனித்தாள். மனப்பூர்வம் இல்லை. நெரிசல் தான். தன் உடல் ஞாபகம் அவன் மனதில் இல்லை என்று தோன்றியதும் ஒற்றைக் கயிறுதான் வீசியிருக்கிறான் என்ற ஆசுவாசம் ஏற்பட்டது. அதைத் துண்டித்துவிட்டால் தன் வழி போய்விடலாம். ஒரு நகைக் கடையில் நிற்பதுபோல் அவள் பாவனை காட்டத் தொடங்கியபோது பின் திரும்பிப் பார்க்காமல் அவனுடைய வேகம் மட்டுப்பட்டுவிட்டது

அவளுக்கு வியப்பைத் தந்தது. "பெரிசு 67ஆவது தளத்தில இருக்கம்மா" என்றான். அவனிடமிருந்து கணத்திற்குக் கணம் ஆச்சரியங்கள் வெளிப்படுவதுபோல் தோன்றின. அவனுக்குப் பின்பக்கமும் பார்வை இருப்பதுபோலவும் உரக்கப் பேசி னாலும் விரும்பும் நபருக்கு மட்டும் கேட்கும்படி அவனால் பேசமுடியும் என்றும் அவளுக்குத் தோன்றிற்று. உள்ளாடையை இழுத்துவிட்டுக் கொண்டேயிருந்தான். அவன் அறியாமல் அவனிடம் படிந்திருந்த பழக்கமாகத் தோன்றிற்றே தவிர உள்நோக்கம் கொண்டதாகப்படவில்லை. தோள்பட்டை கடுக்கத் தொடங்கிற்று. கடைகளுக்கு முன்னால் கிடந்த இருக்கைகளில் ஒன்றுகூடக் காலி இல்லை. இளம் வயதுப் பெண்கள் ஒரே இருக்கையில் இருவரும் மூவருமாக தங்களைத் திணித்துக் கொண்டிருந்தார்கள். ஒரு முக்காலியில் ஒண்ட அவளுக்கு இடம் கிடைத்தது. அவளைச் சுற்றிச் சூழ்ந்திருந்த வாளிப்பான உடல்களின் இடைவெளி வழியாகப் பார்த்தபோது அவன் பார்வையில் அகப்படவில்லை. இந்த இடைவெளியைப் பயன் படுத்திக்கொண்டு அவள் ஒன்றிரண்டு தளங்கள் கீழே இறங்கி விடலாம். அப்போது மானசீகக் கயிறு அறுந்துபோய்விடலாம். தன் எண்ணத்தை நிறைவேற்ற அதுதான் ஏற்ற தருணமா என்று அவள் யோசித்தாள். சில ஏணிப்படிகளில் ஒரு படி விட்டு மறு படிகளில் விநோதச் சிறுபொருட்கள் விற்பனைக் குப் பரப்பப்பட்டிருந்ததால் படிவிட்டுப் படிதாண்டிப் போய் கொண்டிருந்தது கூட்டம். சட்டை அணியாத சிறுவர்களும் சிறுமிகளும்தான் விற்பனையில் ஈடுபட்டிருந்தார்கள். சில ஏணிப்படிகள் முழுமையாகக் கடைகளாகவே மாறியிருந்தன. முகப்புப் பக்கத்தை ஒட்டியிருக்கும் ஏணிப்படிகள் வழியாக மேலே போய்க் கொண்டிருக்கிறோமா அல்லது நடுப்பகுதி அல்லது எதிர்ப்பகுதி ஏணிப்படிகள் வழியாக நகர்கிறோமா என்பதை அவளால் நிதானிக்க முடியவில்லை. நெரிசலில் இழுபட்டுப் போகும்போது ஜன்னல்களின் சிறு வெளிச்சங் களை நோக்கி நெருங்கவே முடியவில்லை. சுழிப்பில் சிக்கும் போது அருகில் தென்படும் ஏணிப்படிகளின் கைப்பிடிகளைத் தாவிப்பிடித்து உருவி வெளியே விழுந்து படியிறங்கிச் செல்ல வேண்டும்.

ஜன்னல்வழி பார்க்க முடிந்தால் மண்ணும் மரங்களும் தெரியும். அப்போது வானவெளியில் எழும்பியிருக்கும் உயரத்தை யும் நிதானித்துக்கொள்ள முடியும். முகப்புப் பகுதிகளை ஒட்டியிருப்பது உறுதிப்பட்டுவிட்டால் எதிர்த்திசையைப் பார்க்க ஒழுகும் நெரிசலில் தன்னைச் சிக்கவைத்துக் கொண்டுவிட் டால் பிறர் ஏந்தலில் தொடர்ந்து போய்க்கொண்டிருக்கலாம்.

மறுபக்கம் சென்று அடித் தளங்களுக்கு இறங்குவதுதான் புத்திசாலித்தனம். அப்போது எங்கிருந்தோ கூர்மையான ஊசி ஒன்றை அவள் காதை நோக்கி விட்டெறிந்ததுபோல் ஒரு குரல் வந்தது: “என்னை வெட்டிவிட்டா இன்னோர்த்தன் ஒட்டிப்பான்” என்றது அந்தக் குரல். தன் நினைப்பு ஒவ்வொன்றும் தனக்குத் தெரிவதற்குமுன் அவனுக்குப் போய்ச் சேருவதில் அவள் மனதில் கிலி படர்ந்தது. தட்ட வேண்டிய பொறிகளை அந்தந்த வினாடிகளில் அவன் தட்டிவிடுவது அவள் மனதை உலுக்கிற்று. எதிர் நின்று அவன் பேசுவதை அதிக அளவு கேட்க நேர்ந்தால் அப்போது அவன் தாடையும் உதடுகளும் பற்களும் கொள்ளும் அசைவுகள் மனதில் படியப்படிய பயம் குறைந்து சிறிது நிம்மதி ஏற்படலாம். ஆனால் சாரம் சார்ந்து ஒற்றைச்சொல் பூடகங்களையே அவன் தட்டிவிடுவது அவளை நிலைகுலையச் செய்துவிடுகிறது. பழைய அவமானங்கள் அவள் மனதில் தேங்கிக் கிடந்தன. தன் மனதின் பொருக்காடாத புண்களை மீண்டும் குத்த இடந்தரக் கூடாது என்று அவள் கறுவிக்கொண்டாள். பயங்கரமாகக் கத்தத் தொடங்கினால் சாதக பலன் கிடைக்குமா என்று யோசித்தாள். பின்தொடர்பவர்கள் இடையே இணைப்பில்லாத இணைப்பு வலுவாக இருப்பதுபோல் அவளுக்குப்பட்டது. மன விசையை அழுத்தி ஒரு புள்ளியில் அவர்கள் குவியச் சில கணங்களே ஆகும் என்று தோன்றிற்று.

திடீரென்று “என்னவிதம், என்னவிதம்” என்று அவன் கேட்டான். வேறொரு மூலையிலிருந்து அச்சொற்களுக்குரிய எதிரொலி குழறலாகக் கேட்பதுபோல் அவளுக்குப் பிரமை தட்டிற்று. அவன் முகத்தை அவள் கவனித்தபோது இந்த வினாடியில் தன்னைக் கவனிப்பாள் என்பதை முன்கூட்டி உணர்ந்து கூரையை ஆராய்ந்து கொண்டிருந்தான். அப்போது அவன் நுனிநாக்கு வெளியே எட்டிப்பார்த்துக் கொண்டிருந்தது. ஓசையோடு இணைந்து இந்த நடிப்பும் அவள் கலவரத்தைக் கூட்டவே என்றுபட்டது. அவளுடைய கணவனின் நண்பர்களும் தலாலிகளும் நடுவர்களும் தாகரிகளும் கைக்கொள்ளும் ஜாலங்களைப்பற்றி அவர்களுக்குள் பேசிச் சிரித்துக்கொள்வதை அவள் பலசமயம் கேட்டிருக்கிறாள். இக்கட்டான ஒரு சந்தர்ப்பத்தில் ஒரு தாகரி தன் ஆண்குறியின் நுனியைக் காட்டி ஒருவனை அச்சத்தில் கரைத்ததைப் பற்றி அவர்களுக்குள் சிரித்திருக்கிறார்கள். “எச்சிக்கலை நாய்களா, உங்க வண்டவாளம் தெரிஞ்சவள்டா நான்” என்று அவள் கத்தினாள். தன் எதிர்ப்பு கூர்மையாக வெளிப்படவில்லையென்றும் தன் குரலைப் பிசுபிசுக்கச் செய்துவிடும் நச்சு வெளிக்

காற்றில் கலக்கப்பட்டிருப்பது போலவும் பட்டது. அவன் திரும்பிப் பார்ப்பான் என்ற அவள் எதிர்பார்ப்பும் வீணாயிற்று. அவன் கைவிரல்களால் பிடரியில் தாளம் போட்டுக்கொண்டே முன்பக்கம் மிதந்து போய்க் கொண்டிருந்தான். இப்போது நெரிசலின் அடர்த்தி கூடிக்கொண்டே வருவதுபோல் தோன்றிற்று. அவள் வீட்டு எஜமானி பேசுகிற மொழியில் ஒருவன், "இங்கேயே இவ்வளவு நெரிசல் என்றால் போதைத் தளங்களில் மரணம்தான்" என்றான். அதே மொழிக்குரிய ஓசையில் மற்றொருவன், "மரணம் எவ்வளவோ தேவலாம்" என்றான்.

இப்போது அவன் ஒரு ஏணிப்படிக்குரிய குறுகிய சுழற்சியில் சிக்கிக் கொண்டுவிட்டது தெரிந்தது. இன்னும் சிறிது நேரத்திற்கு அவனால் கைகளை மட்டுமல்ல விரல்களைக் கூட அசைக்க முடியாது. அவள் பக்கத்திலிருந்த ஏணிப்படியின் கைப்பிடியைத் தாவிப் பற்றிக் கொண்டாள். இரு கைகளுக்கு மிடையே முகத்தைச் செருகிப் பல்லைக் கடித்து, துடைகளையும் இறுக்கிக் கொண்டு நின்றாள். வசைகளை இறைத்தபடி நெரிசல் தாண்டிப் போகிறது. அவள் முதுகில் அதன் அகலத்தைப் பாராட்டுவதுபோல் பலர் குத்திவிட்டுப் போகிறார்கள். அவளுடைய கைப்பிடி தளர்ந்தால் மரணத்தின் பள்ளத்தில் அவள் சரிந்துவிடுவாள். எலும்புகள்கூட கூழாகிவிடும். அப்போது அவளுடைய ஒரு கை இழுப்புக்கு ஈடுகொடுக்க முடியாமல் தளர்ந்து விடுபட அவள் விரல்கள் பதற்றத்துடன் நீண்டு கைப்பிடியை மீண்டும் பற்ற முயன்றன. வலிமையான இரு கரங்கள் அவளை இதமாக அணைத்துப் பின்னகர்த்திப் படிகளில் ஏறிப் போய்க்கொண்டிருக்கும் ஒழுக்கில் அவளை இணைத்தது. அவன்தானா? நொடியில் இங்கு எப்படி வரமுடியும்? மரணத்தின் வாயிலிருந்து தப்பித்துக் கொண்டிருந்தாலும் கூட அவளுக்கு அவமானமாகத்தான் இருந்தது. ஆனால் இப்போது திமிறுவது என்பது மரணத்தை அணைத்துக் கொள்வதுதான். அவனுடைய வலக்கை அவளுடைய இடக்கையை இறுகப் பற்றியிருந்தது. உதவி கருதியா உடல் கருதியா என்று அவள் மூளையின் சிறு நரம்புகளைக்கூட புடைக்கச் செய்து ஆராய்ந்து கொண்டிருந்தாள். அவன் கைவிரல்களின் நுனிகளில் விஷமம் துளிர்க்கிறதா என்பதைச் சூட்சுமமாக உணர முற்பட்டுக்கொண்டிருந்தாள். பிடிமானத்தைத் தக்க வைத்துக் கொள்ளவே அந்த விரல்கள் மேலும் இறுகுகின்றன. சிறிது இடைவெளிக்குப் பின்னால் அந்த முகத்தின் பக்கவாட்டுக் காட்சி அவளுக்குக் கிடைத்தது. அது அவன் அல்ல, வேறொருவன். அவள் நினைப்பு அவனுக்குத் தெரிந்து விட்டதுபோல், "எல்லாரும் ஒண்ணுதான் மகளே" என்றான். அவள் கையை

விடுவித்துக்கொண்டபோது தடையின்றி விட்டுக் கொடுத் தான். அதே அளவுக்கு நெரிசல் இருந்தும்கூட ஏனோ மூச்சுத் திணறல் குறைவாக இருந்தது. தளங்களின் வெளிப்பக்கம் நூதனமாகவும் நவீன முறையில் மறு ஆக்கம் செய்யப்பட்ட தன்மையிலும் இருந்ததால் மேல்தளத்தைப் பார்க்கப் போகிறோம் என்பது உறுதி ஆயிற்று. இன்னும் எத்தனை தளங்கள் தாண்டி னால் சிமிண்டும் காரையும் முற்றாக மறைந்து பளிங்கின் ஆட்சி அமுலாகும் என்பது தெரியவில்லை. காற்று மண்டலத்தை வரவேற்கும் பெரிய ஜன்னல்கள் தெரியத் தொடங்கிவிட்டன. நரையிருள் மறைந்து வெளிச்சமும் துளிர்க்கிறது. ஹூங்காரம் கூடிக்கொண்டே போகிறது. இதயத் துடிப்பின் வேகத்தை முடுக்கும் ஹூங்காரம் அது. தளம் தாண்டிப் போகப் போக ஹூங்காரமும் கூடிக்கொண்டேதான் போகும். அப்போது செவிகள் சுத்தமாக அடைத்துவிடும். அதற்கான ஆரம்பம் போல் சிறு வண்டுகள் காதுக்குள் சுழல்வதுபோன்ற கிறுகிறுப்புத் தொடங்கிவிட்டது. இதில் ஆபத்தில்லை. ஆனால் ஹூங்காரம் ஓங்க ஓங்க இதயத் துடிப்பு முடுக்கப்படுவதில் விபரீதங்கள் இருக்கின்றன. வாந்தி, மயக்கம், வயிற்றுப்போக்கு இவற்றால் தாக்கப்படாதவர்கள் மிகக் குறைவு. பளிங்குக் கழிவறைகளும் பளிங்குத் தொட்டிகளும் இருக்கின்றன என்றாலும் தண்ணீர் வசதி குறைவு என்பதால் மலம், வாந்தி ஆகியவற்றின் குவியல் கள் உயர்ந்துகொண்டே போவதைத் தடுக்க முடியாமல் போய்விடுகிறது. மேல் தளம் நெருங்கும்போது காற்றில் நறுமணம் கலக்கப்படுவது ஒரு ஆசுவாசம். துர்நாற்றமானியின் ஊசிகள் சிவப்புப் புள்ளிகளைத் தொடும்போது தானியங்கி நறுமண விசிறிகள் சுழலத் தொடங்கும். நுட்பமான ஏற்பாடுகள் பல இருந்தும்கூட ஒருவர்மீது மற்றொருவர் வாந்தி எடுப்பதையோ கட்டுப்படுத்த முடியாமல் மலங்கழிப்பதையோ தவிர்க்க முடிவதில்லை.

வாய்க்குள் துணியைத் திணித்துக்கொள்வது சிறிது ஆசுவாசத் தைத் தரும் என்று அவளுக்குத் தோன்றிற்று. கண்களை மூடிக் கொண்டாள். எதையும் பார்க்கத் தேவையில்லாமல் அவள் நெரிசலின் இழுப்பில் சீராகப் போய்க்கொண்டிருப்பதற்கு குந்தகம் எதுவும் இல்லை. தன் வைராக்கியத்தை மொத்தமாகத் திரட்டி உடம்பின் ஒவ்வொரு அணுவுக்கும் விநியோகம் செய்த படி போய்க்கொண்டிருந்தாள். தலைச்சுற்றலும் குமட்டலும் இருந்தன. நல்ல வேளை பெருங்குடல் சிறுகுடல் ஒத்துழைப்பு நிறைவாக இருந்தது. இரு கைகள் தன் தோள்களைப் பற்றி யிருப்பதை அவளால் உணர முடிந்தது. தன் உடலிலும் மனதிலும் நிகழும் மாற்றங்களை அந்த விரல்களின் நுனிகள் நுட்பமாக

உணர்வது அவளுக்குத் தெரிந்தது. மயக்கமுறும் நிலையில் கணக்கற்ற உடல்களைத் தாங்கிப் பழக்கங்கொண்ட கரங்கள் அவை. அவன்மீது சாய்ந்து கொள்ள வேண்டும் என்ற கட்டாயம் அவளுக்கு ஏற்பட்டுவிட்டது. இப்போது அவளால் இமை களைத் திறக்க முடியவில்லை. அவளைப் பற்றிய கரங்களுக் குரியவன் அவனா இன்னொருவனா மற்றொருவனா என்பது அவளுக்குத் தெரியவில்லை. ஆனால் மிகவும் வலுவான கரங்கள் அவை என்பது மட்டும் நிச்சயம். இதமாகப் பற்றிக் கொண்டிருப்பதன் மூலமே அவன் தன் வலுவை எப்படி உணர்த்திவிடுகிறான். "மயக்கம், மயக்கம்" என்று அவள் வாய் முணுமுணுத்தது. "நான் செத்தேன்" என்றாள். ஈனமான குரல் அவள் உதடுகளில் வழிந்தது. விரிந்த மார்பின் சதைப்பற்று அவள் முதுகை ஏந்திக்கொள்வதை அவளால் உணர முடிந்தது.

உண்மையில் அவன், அவனோ இன்னொருவனோ மற் றொருவனோ அல்ல. அவன் மேல் தளங்களுக்கு மட்டுமே உரிய இடையீட்டாளன். மயக்கமுற்றவர்களை ஏந்திச் செல்ல அவனிடம் அநேக இலகுப் பிரமாணங்கள் இருந்தன. ஒரு சிறு பொம்மையைக் கோட்டின் பெரிய ஜேபியில் வைத்து எடுத்துச் செல்வதுபோல் அவன் அவளுடன் அனாயாசமாக மேல்தளங்களுக்குச் சென்றுகொண்டிருந்தான். மூர்ச்சையுற்ற ஜென்மங்கள் கையாள எவ்வளவு சுலபம் கொண்டுவிடுகின்றன. இந்தச் சுலபம் கூடிவிட்டதென்றால் அதன்பின் இக்கட்டில்லை. இழப்பில்லை. ஆக வேண்டிய காரியங்களை ஒரு மனம் சார்ந்து துரிதம்கூட்டிச் செய்துகொண்டு போகலாம்.

அவன் ஒரு நொடியில் மேல் தளத்தின் நடுக்கூடத்திற்குப் போய்ச் சேர்ந்துவிட்டான். அதற்குள் பலரும் அவனைச் சூழ்ந்து நெருக்கினார் கள். ஒவ்வொருவருடைய கண்களிலும் துருத்தப்பட்டு மடிந்து கிடக்கும் நாக்குகளைப் பார்க்க முடிந்தது. ஹுங்காரத்திற்கு இசைவான ஒலிகளை அவர்கள் எழுப்பியவண்ணம் இருந்தார்கள். தங்கள் குரல்வளையிலிருந்து வெளிப்படும் ஓசைக்கு உடல் சார்ந்த புற அடையாளங்கள் எதுவுமின்றி ஹுங்காரத்தை மேல் ஸ்தாயிக்கு அவர்களால் எடுத்துச்செல்ல முடிந்திருந்தது. பெருங்கூடத்தின் நடுப்பகுதிக்கு மேல்நிலை இடையீட்டாளருக்கு மட்டுமே அனுமதி உண்டு என்பதால் இடையீட்டாளர்களும் தரகர்களும் தலாலிகளும் அடத்திதாரன்களும் நடுவன்களும் தாகரிகளும் பின்னகர்ந்து கொண்டுவிட்டார்கள். இதற்குள் அவள் உடலும் இடையீட் டாளர் கையிலிருந்து மேல்நிலை இடையீட்டாளர் கைக்கு மாறி இருந்தது.

முதல் வட்டக் குழு ஆர்ப்பரிக்கத் தொடங்கியிருந்தது. நீண்ட உணவுமேஜையில் கிடத்தியிருந்த அவளைப் பின்வட்டங்கள் கால் பெருவிரல் உன்னி தோள்கள் வழி எட்டிப் பார்த்துக்கொண்டிருந்தன. புணர்ச்சியில் வெளிப்படும் முனகல்களைப் பலர் இசையாக்கிப் பெண் குரலில் கத்திப் பாடிக் கொண்டிருந்தார்கள். பழக்கப்பட்ட கைகள் பாய்ந்து அவளுடைய ஆடைகளைச் சரசரவென்று அகற்றின. குவட்டிலிருந்து பணப்பையை எடுத்து ஒருவன் காகிதத்தை இழுக்க மற்றொருவன் அதைப் பிடுங்கித் தன் ஜேபியில் திணித்துக்கொண்டான். பல கைகள் முலைகளை நீவிவிட்டுக் கொண்டிருந்தன. ஒருவன் காம்பைச் சுண்டினான். புதுக் கரங்கள் அவளுடைய அடிவயிற்றைத் தடவத் தொடங்கியிருந்தன. 'ஆனந்த அல்குல்' என்ற ஆர்ப்பரிப்புடன் விரல்கள் துடித்துக் கீழிறங்கி வந்தன. "புரட்டிப் போடவா?" என்று ஒருவன் கேட்டான். புரட்டிப் போட்டுக் கொண்டிருந்தபோது விளக்கு அணைந்தது. ஹூங்காரம் உச்சம் கண்டது. இருள் ஒலிகள் குழம்பி மறிந்தன.

காலச்சுவடு, ஏப்ரல் - ஜூன் 1995

# நாடார் சார்

இப்போதெல்லாம் அடிக்கடி நாடார் சாரைப் பற்றிய ஞாபகம் வருகிறது. எனக்கும் முதுமை ஏறிக்கொண்டிருப்பதால் அவரை அள்ளிக்கொண்டு போன மரணம் போகிற போக்கில் என் மீதும் உரசிவிட்டு, மீண்டும் வரப் பதுங்கிக் கொண்டிருப்பதுபோல் ஒரு கற்பனை தோன்றிக்கொண்டிருக்கிறது. உறவிலும் நட்பிலும் நெருக்கமான எவ்வளவோ ஜீவன்களை இழந்துவிட்டேன். அரைமணி நேரப் பயணத்தில் சந்தித்துவிடும்படி இருந்தும் – அதிகம் பார்த்துக் கொள்ளவில்லை என்ற பச்சாதாபம் இப்போது மனதில் கவிழ்கிறது என்றாலும் – சார் கிராமத்தில் இருந்துகொண்டிருக்கிறார் என்ற எண்ணமே எனக்கு எவ்வளவோ ஆறுதலைத் தந்து கொண்டிருந்தது. இப்போது நானும் தனிமையும் கடந்த கால நினைவுகளும் மட்டும்தான்.

ஐம்பது வருடங்களுக்கு முன் நடந்த சம்பவங்கள். நான் சேது பார்வதி பாய் பள்ளியில் பத்தாம் வகுப்புப் படித்துக்கொண்டிருந்த காலம். இ.ஆர்.எஸ். தான் எங்களுக்கு கணக்கு வாத்தியார். (பட்டப் பெயர் காராப் பூந்தி.) அந்த மாதம் கணக்குப் பரிட்சையில் பதிமூன்று மாணவர்கள் – நான் உட்பட – பூஜ்யம் வாங்கி இருந்தோம். 'கேடு கெட்ட சனியன்களா! இந்த வாரத்தோட உங்களைக் கையைக் கழுவிடறேன். ஏகாம்பர நாடார் வர்றார். உங்களைக் கட்டிண்டு அவர் மாறடிக்கட்டும்' என்று கத்தினார் இ.ஆர்.எஸ்.

நாடார் சாரை பற்றிப் பல கற்பனைகள் எங்கள் மனங்களில் ஓடத் தொடங்கின. அவர் சைக்கிளில் வருவார் என்றான் ஒரு மாணவன். நம்பவே முடியவில்லை. எங்கள் ஆசிரியர்கள் பலரும் குடையைப் பிடித்தபடி நடந்து தான் வருவார்கள். குடையை விரித்தால்தான் அவர்களால் நடக்கவே முடியும். ஒரு சில சோனி ஆசிரியர்கள் குதிரை வண்டியில் வருவார்கள். போரில் காயமடைந்ததுபோல் காலில் பெரிய கட்டுப் போட்டுக் கொண்டிருக்கும் எஸ்.பி. சார் ஒற்றைக் காளை வண்டியில் வந்து வராண்டாவில் தவழ்ந்து நாற்காலியில் சிரமப்பட்டு ஏறுவார். தெருவில் சைக்கிளை மிதித்துக்கொண்டு போவது ஒரு ஆசிரியருடைய கௌரவத்திற்குக் குறைவல்லவா? ஏன் நாடார் சாருக்கு இதுகூடத் தெரிய வில்லை?

நாடார் சார் வகுப்புக்கு வந்தார். அவரைப் பார்ப்பதற்கே வேடிக்கையாக இருந்தது. எங்கள் மனங்களில் படிந்திருந்த ஆசிரியர்களின் தோற்றங்களே வேறு. குடுமி அல்லது கிராப். சந்தனப்பொட்டு அல்லது விபூதிப்பூச்சு. கோட்டும் பஞ்சகச்சமும் அல்லது இரட்டை வேட்டி. தலைப்பாகை. மணிக்கட்டின் அடிப்பக்கம் கைக்கடிகாரம் அல்லது சங்கிலியில் தொங்கும் பாக்கெட் கடிகாரம். முகத்தில் கடுகடுப்பு. குத்தல் பேச்சு. மதிப்பெண்கள் எவ்வளவு வாங்கினாலும் திருப்தியில்லாத விமர்சனங்கள். கட்டைவிரலின் கீழ் எங்கள் எல்லோரையும் அமுக்கி வைத்துக்கொண்டிருக்கும் சாமர்த்தியம்.

நாடார் சார் வகுப்புக்குள் நுழைந்ததுமே எல்லோரும் சிரித்தார்கள். மாணவிகள்கூட இடது கையால் வாயைப் பொத்தித் தலையைக் கவிழ்த்தபடி சிரித்தார்கள். தெருவழியாகப் போய்க்கொண்டிருந்த யாரோ ஒருவர் நுழைகிற இடத்தின் கௌரவம் தெரியாமல் வந்து நிற்பது மாதிரி இருந்தது. குச்சி குச்சியாக நிற்கும் தலைமயிர். வலதுகைக் கட்டைவிரலுக்கும் ஆட்காட்டி விரலுக்கும் இடையே நெற்றியைக் கொடுத்துக் கையை அழுத்திப் பின்னால் நகர்த்திக் கொண்டு போகும்போது நிமிர்ந்து விடுதலைபெறும் குச்சி மயிர்கள் முன்னால் ஓடி வருவதுபோல் தோன்றும். ஆனால், தான் வேடிக்கையாக இருப்பது சாருக்கு மட்டும் தெரியவில்லை. மேலே பார்க்கத் துடித்துக் கொண்டிருக்கும் முறுக்கிய மீசையின் ஊசி முனை களை மூக்கோரம் விழிகளை ஒதுக்கிப் பார்க்க முயல்வார். கதர் வேட்டி, கதர் ஜிப்பா, முரட்டு டயர் செருப்பு. கைக்கடிகாரம் இல்லாத மணிக்கட்டின் வெறுமையைத் தாங்கிக் கொள்ளவே முடியவில்லை. பேனாவுக்குப் பதில் இருபுறமும் சீவிய பென்சில். (மறுபக்கம் பென்சிலைச் சீவக்கூடாது என்று எத்தனை முறை எங்களை அடித்திருக்கிறார்கள் ஆசிரியர்கள்.)

சுந்தர ராமசாமி

“முன்னப்பின்னச் சொல்லாம கணக்குல தூக்கிப் போட்டுட்டாங்க. சுத்தமா மறந்து போய்க் கிடக்கு. இப்பம் நான் படிக்கணம் முதல்ல” என்று சொல்லிவிட்டுச் சிரித்தார் சார்.

நாங்களும் சிரித்தோம்.

“உன் கணக்கு நோட்டெ எடம்மா” என்று முன்னால் உட்கார்ந்திருந்த விலாசினியிடம் கையை நீட்டினார்.

மாணவியை அவர் ‘அம்மா’ போட்டு அழைத்தது எங்களுக்கு நூதனமாக இருந்தது. மீண்டும் சிரிப்பலைகள் எழுந்தன.

“என்னைக் கண்டாலே சிரிப்பாணி பொங்குதா உங்களுக்கு?” என்று கேட்டபடி அவரும் சிரித்தார்.

கணக்கு நோட்டை ஒவ்வொரு பக்கமாகத் திருப்பிக் கொண்டே வந்தார். “என்னடேய் இது? ஒவ்வொண்ணும் பயங்கரமாட்டு இருக்கு” என்றார்.

சிரிப்பலைகள் நாற்புறமும் சுவரில்போய் மோதின. சார் எங்களைப் பார்த்துத் திருதிருவென்று விழித்தபடி நின்று கொண்டிருந்தார்.

“அவ்வளவு கஷ்டம் இல்லே சார். ஈசியா போட்டுப் பளகிக்கிடலாம்” என்றான் நாகராஜன்.

சார் நாகராஜனின் முகத்தைக் கூர்ந்து கவனித்தார்.

“கணக்குல எவ்வளவு மார்க் எடுப்பே தம்பி?” என்று கேட்டார்.

“நூறு” என்றான் நாகராஜன்.

“எப்பமும்?”

“எப்பமும்.”

“நூறுக்குக் குறைவாட்டு அவன் எடுத்தது இல்லே சார்” என்று கத்தினான் திருமலை.

“அப்போ உனக்கு லகுவாட்டுத்தானேடேய் இருக்கும்” என்றார் சார்.

ஏதோ ஒரு அதிசயத் திரவத்தில் வகுப்பே கரைந்துகொண்டிருப்பது போல் எங்களுக்குத் தோன்றத் தொடங்கிற்று.

“நீங்க பத்தாம் வகுப்புல எவ்வளவு வாங்கினீங்க சார்?” என்று கேட்டான் சக்ரபாணி.

வகுப்பிலேயே பெரிய கோழை அவன். என்ன கேள்வி போடுகிறான்! நம்பவே முடியவில்லை. ஒரு நிமிடத்தில் ஒரு யுகம் தாண்டிவிட்டதா? ஆசிரியரிடம் அவர் வாங்கிய மதிப் பெண்ணைக் கேட்கிறான் மாணவன். அதுவும் சேது பார்வதி பாய் பள்ளியில். அதுவும் தலைமையாசிரியர் ராஜம் அய்யரின் தூள் பறக்கும் ஆட்சியில்!

“வெளில சொன்னா கொறச்சலு” என்றார் சார்.

மீண்டும் மாணவர்கள் சிரித்தார்கள்.

“இன்னிக்குக் கணக்குப் பாடம் எடுத்துக்கிடுவேன்னு தோணல. சில வெளயாட்டுக்களைப் பத்திச் சொல்லுதேன். கணக்கு நாளைக்கு” என்றார்.

“வகுப்புல வெளயாட்டைப் பத்திப் பேசலாமா சார்?” என்று கேட்டான் சேஷன்.

“அதுல ஒண்ணும் தப்பில்லேடேய். வெளயாட்டும் ஒரு படிப்புத் தானே!”

கால்பந்து விளையாட்டைப் பற்றிச் சொல்ல ஆரம்பித் தார். வெகு உற்சாகமாகச் சொல்லிக்கொண்டு போனார். சொல்லச் சொல்ல அவருக்கு வகுப்பு என்பதே மறந்து போய் விட்டது. இரு கைகளையும் வேகமாக ஆட்டத் தொடங்கினார். அந்தரத்தில் வந்த பந்தை தலையால் முட்டுக்கொடுத்துத் தள்ளினார். அது மாடியிலிருந்து தோட்டத்துக்குள் போய் விழுந்ததுபோல் வெட்டவெளியைப் பார்த்து முறைத்தார். காலை உதைத்து எதிர்க் கட்சிக்குத் தொடர்ந்து கோல் போட்ட போது அவர் கதர் வேட்டி கிழிந்துவிடுமோ என்று எங்களுக் குப் பயமாக இருந்தது.

பையன்களால் உற்சாகத்தைக் கட்டுப்படுத்த முடியவில்லை. ‘கோல்’, ‘கோல்’ என்று கத்தத் தொடங்கிவிட்டார்கள். சார் ஒரு சிறுவனைப்போல் வகுப்பின் வாசலை நோக்கிப் பதுங்கிப் பதுங்கிச் சென்று தலையை நீட்டி எட்டிப் பார்த்தார்.

மாடியில் முன் பக்கம் பெரும் தூண்கள் மீது நிற்கும் கற்களில் கம்பீரமான கட்டுமானம் அது. தன் உறுதியை வானத் துக்குப் பறைசாற்றுவதுபோல் நிற்கும் பெரிய அறை. மூன்று பக்கங்களிலும் திடமான உருட்டு கம்பிகளைக் காட்டிக் கொண் டிருக்கும் மிகப் பெரிய ஜன்னல்கள். அதில் கடும் பச்சை நிறப் படுதாக்கள். தலைமையாசிரியரின் அறையின் வாசல் முன்னும் அகன்ற உயரமான பச்சைத் தட்டி இருக்கும். ஒரு ஆள் நெளிந்து நுழையும்படி சுவரோடு ஒட்டிப் போடப்பட் டிருக்கும்.

சார் கூர்ந்து கவனித்து விட்டு எங்களைப் பார்த்து குறும் பாகச் சிரித்தார்.

"சத்தம் போடாதீங்கடேய். கண்ண நோண்டி எடுத்துடு வாரு" என்றார் தலைமையாசிரியரின் அறையைப் பார்த்து கையைக் காட்டியபடி.

"எங்களால கால்பந்துலே கார்மல் ஸ்கூலே தோக்கடிக்க முடியலையே சார்" என்றான் கோவிந்தன் குட்டி.

"ஏண்டேய்? அவுங்களுக்குக் கொம்பு இருக்கா?" என்று கேட்டார் சார். அப்படிக் கேட்டபோது இடது கை ஆட்காட்டி விரலையும் பாம்பு விரலையும் விரித்து நெற்றிக்கு மேல் வைத்துக்கொண்டார்.

"பயிற்சி வேணும்டேய். நெஞ்சுல வைராக்கியமும் வேணும்" என்றார்.

"கார்மல் ஸ்கூலே எங்களால தோக்கடிக்க முடியுமா சார்?" என்று மீண்டும் கேட்டான் கோவிந்தன் குட்டி.

"வெளயாட்டுக்கு மூளையும் ஒளுங்கும் வேணும்டேய். உங்ககிட்டே என்ன இருக்கு? மூளை இருக்கா? ஒடம்பு இருக்கா? ஒளுங்கு இருக்கா? வைராக்கியம் இருக்கா?" என்றார் சார்.

ஒவ்வொரு கேள்வியும் எங்கள் உச்சி மண்டையைத் தாக்கு வது போல் இருந்தது.

"நீங்க சொல்லித் தந்தா நாங்க அளகாட்டு வெளயாடு வோம் சார்" என்றான் வள்ளிநாயகம்.

"எல்லாரும் மேலிடத்திலே உத்தரவு வாங்குங்கடேய், மொதல்ல" என்று தலைமையாசிரியரின் அறையைப் பார்த்துக் கையைக் காட்டினார்.

"பயமாயிருக்கு சார்" என்று எல்லாப் பையன்களும் கத்தினார்கள்.

"அப்பம் பயந்தாங்கொள்ளிகளுக்கு ஒரு வெளயாட்டு கண்டுபிடிக்கட்டு. பெறகு பார்த்துக்கிடலாம்" என்றார் சார்.

சாருக்குக் கோபமும் வரும் என்பது அப்போது எங்களுக் குத் தெரிந்தது. மணியடித்தது. சார் கையை விசிறியபடியே வேகமாக விடைபெற்றுச் சென்றார்.

எங்கள் மனங்களை உசுப்பிவிட்டுப் போய்விட்டார் நாடார் சார். நாங்கள் எவ்வளவு அவமானங்கள் பட்டிருக் கிறோம். விளையாட்டு என்று சொன்னாலே கோபம் பொத்துக்

கொண்டு வரும் ஆசிரியர்கள் நிறைந்த பள்ளியில் நாங்கள் எப்படி அந்தக் கலையைக் கற்றுக்கொள்ள முடியும்? நாங்கள் ரோஷம்கூட இல்லாமல் ஆகிவிட்டோமே. அதுதான் எங் களுக்கு மிகப்பெரிய கஷ்டமாக இருந்தது.

ஒவ்வொரு வருடமும் கிறிஸ்துமஸ் விடுமுறை விடுவதற்கு முந்திய நாள் எங்களுக்கு அவமானம் காத்துக்கொண்டிருக்கும். கார்மல் பள்ளி எங்களை விளையாட்டுப் போட்டிக்கு அழைக் கிறது என்றால் அவர்களுக்கு அதற்குத் தகுதி இருக்கிறது. எங்கள் தலைமையாசிரியர் எதற்கு ஒப்புக்கொள்கிறார்? இந்தக் கேள்விக்கு எங்களுக்கு விடையே தெரியவில்லை. குமாரவேல் சாரிடம் போய்ச் சொன்னோம்.

“போட்டி வேண்டாம் சார். அவமானம் தாங்க முடியலே” என்றோம்.

“அது எப்டிடா முடியும்? திருவிதாங்கூர்லேயே நம்ம ஸ்கூல்தானே பெரிசு. ராணியம்மா ஆசைப்பட்டு வெள்ளிக் கோப்பையெ நமக்குத் தானே அனுப்பி வைக்கிறாங்க. ஜெயிக்கிற வங்களுக்கு அதைக் கொடுக்க வேணாமா?” என்று கேட்டார் குமாரவேல் சார்.

“கார்மலுக்குக் கோப்பையைத் தூக்கித் தாறதுக்காக நாங்க வருஷம் தோறும் தோத்துக்கிட்டே இருக்கணுமா சார்?” என்று நாங்கள் கேட்டோம்.

“அவுங்க அளகாட்டு வெளயாடுறாங்க. கோப்பையெத் தட்டிட்டுப் போறாங்க. சோனி உடம்பெ வச்சுக்கிட்டு வெள யாடக் களியுமாலே உங்களாலே” என்றார் குமாரவேல் சார்.

“இந்த வருஷம் நாங்க வெளயாட வரலே சார்” என்று நாங்கள் சொன்னோம்.

“உங்க பேரை எல்லாம் ஹெச்.எம். நோட்டீஸ் போர்டுல போட்டாச்சே. மறுத்துப்பேசதுக்கு ஒரு மீசை மொளச்ச பயல் இருக்கானா உங்க கூட்டத்திலே” என்று சத்தம் போட்டுக் கேட்டார் சார்.

“மறுத்துச் சொல்லுதுக்கும் பயமாட்டு இருக்கு சார். நீங்க சொல்லுங்க சார்” என்றோம் நாங்கள்.

“நான் போய் சொன்னா, ‘அப்போ வெள்ளிக் கோப்பையை நீங்க உங்க வீட்டுக்குத் தூக்கிட்டுப் போகப் போறீங்களா?’னு திருப்பிக் கேட்பாரே” என்றார் சார்.

போட்டி நடக்கும் தேதியும் முடிவாகிவிட்டது.

"என்ன சார் இது? என்ன சார் இது?" என்று நாங்கள் குமாரவேல் சாரிடம் முறையிட்டுக்கொண்டே இருந்தோம்.

"முழுசாட்டு மூணு நா கோச்சிங் தாரேன்டேய். போதுமா?" என்றார் குமாரவேல் சார்.

"பந்தில்லையே சார்" என்றோம்.

"பந்து ஒருபாடு இருக்குடேய். எளவு ரூம் சாவி தொலஞ்சி போச்சு. பூட்ட உடைக்கலாமான்னு கேட்டு ஹெச். எம். திருவனந்தபுரம் இன்ஸ்பெக்டர் ஆபீஸுக்கு எளுதியிருக்காரு. பாவிக பதில் தாராமில்லே. ஒரு பந்தெ இரவல் வாங்கிட்டு வாறதுக்கு உங்களுக்கு சாமர்த்தியமில்லே. வாய் கிளியுது" என்று இரைந்தார் குமாரவேல் சார்.

"அஞ்சு வருஷம் கோச்சிங் எடுத்துட்டு வாராங்க. மூணு நா கோச்சிங் தாரேனு சொல்றீங்களே சார். 'எண்ணிக்கோ', 'எண்ணிக்கோ'ன்னு சொல்லிக்கிட்டே வருஷம் தோறும் கோலைத் தட்டறாங்களே."

"டேய் ஒண்ணு சொல்லுதேன் கேட்டுக்கிடுங்க. படிப்பு வாரவங்களுக்கு வெளயாட்டு வராது. வெளயாட்டு வாரவங் களுக்குப் படிப்பு வராது. திருவிதாங்கூர்லேயே படிப்புல நம்ம ஸ்கூல்தானேடே முதல்ல நிக்கு" என்றார் குமாரவேல் சார்.

நாங்கள் பதில் சொல்லத் தெரியாமல் நின்று கொண்டிருந் தோம்.

குமாரவேல் சார் சொன்னார் : "நான் ஒரு ஐடியா சொல்லுதேன் கேளுங்க. பூப்போல கார்மல் ஸ்கூலுக்குப் போய் அங்கன கோச்சிங் தாராங்கள்ளா அந்த டெக்னிக்க படிச்சிக்கிட்டு வாங்கடேய். ஒரு மண்ணும் செய்யவும் களியாது. செயிக்கவும் வேணும். நல்ல கதெ" என்றார்.

மறுநாள் நாங்கள் மூன்று பேர் சென்றோம். நான், சுப்பிரமணிய சர்மா, இம்மானுவேல். கார்மல் பள்ளியில் நுழைந்ததுமே ஐந்தாறு பையன்கள் எதிரே வந்தார்கள். அவர் களைப் பார்ப்பதற்கே பயமாக இருந்தது. ஒவ்வொரு பையனும் எங்களைவிட ஒரு அடி அதிக உயரம். முகத்தைத் தூக்கிப் பார்க்க வேண்டியிருந்தது. நெஞ்சு விரிசல்களில் அவர்கள் அணிந்திருந்த பனியன்கள் கிழிந்து விடுமோ என்று தோன்றும். மொந்தன் வாழைத் தண்டு மாதிரி நல்ல சதை திரண்ட தொடைகள். இரும்பால் அடித்தது போல் முழங்கால்கள். பூட்ஸ் அணிந்திருந்தார்கள். அடிப்பக்கம் முள்ளாணிகள் இருக்கும் என்று கேள்விப்பட்டிருந்தோம்.

“கீரத்தண்டு ஸ்கூல் பிள்ளைகள்தானே?” என்று கேட்டான் அவர்களில் தலைவன் போலிருந்தவன்.

நாங்கள் மௌனமாக இருந்தோம்.

“கோச்சிங்கை கண்காணிக்க வந்தீங்களோ?” என்றான்.

கிண்டல், குரலிலும் முகத்திலும் வழிந்தது.

எங்கள் மனதிலிருந்ததை அந்தப் பாவியிடம் யார் போய்ச் சொல்லிவிட்டார்கள்.

தலைவன் தொண்டையைக் கனைத்துவிட்டுச் சொன்னான்: “கை கால் ஜாயிண்டை அக்கக்கா களட்டிருவேன். மரியாதையா ஓடிப்போயிடுங்க.”

நானும் சர்மாவும் இம்மானுவேலின் முகத்தைப் பார்த்தோம். இம்மானுவேலுக்குச் சிறிது குஸ்தி தெரியும். அவன் முகம் சிவந்திருந்தது.

“வசமாட்டு ஒரு நா என் கையில சிக்குவே. அண்ணைக்குக் காட்டித் தாறேன் நான் யாருன்னு” என்றான் இம்மானுவேல்.

“போலே நாய்க்குப் பொறந்த பயலே” என்றான் தலைவன்.

நான் இம்மானுவேலின் சட்டையை இலேசாக இழுத்தேன். மூன்று பேரும் நிதானமாக நடந்து வெளியே வந்தோம்.

“ஒரு துக்கடாக் காரியத்தைச் செய்யக் களியல மடசாம் பிராணிகளுக்கு. வெள்ளிக் கோப்பை மட்டும் வேணும்” என்று குமாரவேல் சார் எங்களைத் திட்டினார்.

எங்கள் பள்ளியில் ஆறேழு கால்பந்து விளையாட்டு மைதானங்கள் இருந்தன. திருவிதாங்கூரிலேயே சிறந்த மைதானங்கள் அவைதான். பந்துகளும் எங்களிடம் ஏராளமாக இருந்தன. அறைச் சாவி தொலைந்து போயிருந்ததால் எங்களால் அந்தப் பந்துகளை நெடுங்காலமாகவே பார்க்க முடியாமல் இருந்தது.

இரவல் பந்து வாங்கி நாங்கள் மூன்று நாட்கள் காலையிலும் மாலையிலும் விளையாடினோம். எங்கள் விளையாட்டைப் பார்க்க சமஸ்கிருத முன்ஷிகூட ஒரு நாள் வந்திருந்தார். நெய் ஜாடியின் மூடிபோன்ற தன் குடுமியைத் திருகி விட்டபடியே பார்த்துக் கொண்டிருந்தார். நாங்கள் வேகமாக ஓடும்போது “பாத்து, பாத்து. கீழே விழுந்து கையைக் காலை ஒடிச்சுக்கப்படாது” என்று கத்துவார். ஆசிரியர்களுக்குக்கூட கொஞ்சம் ரோஷம் வந்ததுபோல் இருந்தது. குமாரவேல் சார் மூன்று

நாளும் கூடவே இருந்தார். அவருக்கு அதிக ரத்த அழுத்த நோய் இருந்ததால் எங்களுடன் சேர்ந்து விளையாட முடிய வில்லை. ஆனால், "பந்தை வெட்டியெடு, தட்டு, மூதேவி அடிடேய் கோலுக்குள்ளே" என்றெல்லாம் கத்துவார். ஜோஸப் சாரும் வந்திருந்தார். அவர் சிறுவயதில் கார்மல் பள்ளியில் கால்பந்தில் பயிற்சி பெற்றிருந்தவர். அந்தக் காலத்தில் அவர் கொடுத்திருந்த கோல்களைப் பற்றி எப்போதும் பேசிக்கொண் டிருப்பார். ஆச்சரியம். தலைமையாசிரியர்கூட வந்து பார்த்தார். ஆனால் அவர் வராண்டாவில் நின்றபடி பார்த்துக்கொண் டிருந்தார். விளையாட்டு முடிந்ததும் நாங்கள் தலைமையாசிரியர் முன்னால் போய் நின்றோம்.

"எல்லோரும் நன்றாக விளையாடினீர்கள்" என்று ஆங்கிலத் தில் சொன்னார் தலைமையாசிரியர்.

சந்தர்ப்பத்தைப் பயன்படுத்திக்கொண்டு "எங்களுக்கு ஒரு பந்து வேணும் சார்" என்று நாங்கள் சொன்னோம்.

தலைமையாசிரியர் ஜோஸப் சாரைப் பார்த்தார். "நாளைக்கே ஸ்கூல் இன்ஸ்பெக்டருக்கு ஞாபகப்படுத்தி ஒரு அஞ்சல் எழுதணம். மறந்துடப்படாது" என்றார்.

போட்டி நடக்கிற அன்று எல்லோரும் மாலையில் நேந்திரம் பழம் சாப்பிட்டிட்டு வர வேண்டும் என்று குமாரவேல் சார் சொல்லியிருந்தார். அப்போதுதான் ஊக்கமாகப் பந்தை அடிக்க முடியுமாம். நாங்கள் எல்லோரும் ஒரு குலை நேந்திரம் பழம் வாங்கி ஆளுக்கு இரண்டு சாப்பிட்டுவிட்டு மைதானத் துக்கு வந்தோம். மைதானத்தை ஒட்டி விஸ்தாரமான, மேட்டுப் பாங்கான ஒரு திடல் இருந்தது. அதில் நாற்காலிகளை எடுத்துப் போட்டுக்கொண்டிருந்தார்கள் பியூன்கள் அருணாச்சலமும் சொக்கலிங்கமும். சமஸ்கிருத முன்ஷி, ஜோஸப் சார், குமாரவேல் சார், மலையாள முன்ஷி உன்னிக்கிருஷ்ணன் நாயர், இ.ஆர்.எஸ்., வீரபத்திரன் செட்டியார், சிவராமகிருஷ்ண அய்யர், ஆர்.எல். கேசவ அய்யர், அரபி முன்ஷி, சர்வோத்தம ராவ், சிவன் பிள்ளை, பன்னிருகைப் பெருமாள், அச்சம்மா தோமஸ், காந்திமதி டீச்சர் என்று நிறைய ஆசிரியர்கள் நின்று கொண் டிருந்தார்கள். பள்ளியின் முன்பக்கக் கேட்டுக்கு முன்னால் போட்டியில் கலந்துகொள்ளும் கார்மல் பள்ளி மாணவர்கள் ஒரு குழுவாக நின்று கொண்டிருந்தார்கள். சீருடை அணிந் திருந்தனர். நீலநிற அரை நிஜாரும் மஞ்சள் பனியனும். அவர்கள் நின்று கொண்டிருந்த இடத்திலிருந்து வெளிப்பட்ட கட்டுப் பலம் எங்கள் நெஞ்சைக் கரைத்துக் கொண்டிருந்தது.

“போட்டி தொடங்கப் பத்து நிமிஷம்தான் இருக்கு. ஏன் அங்கேயே நின்னுண்டிருக்கா?” என்று அதட்டலாகக் கேட்டார் தலைமையாசிரியர்.

“அவங்களுக்குப் பயிற்சி கொடுக்கும் ஃபாதர் சேவியர் வந்தம் பொறவுதான் அவங்க வருவாங்க” என்றார் குமாரவேல் சார்.

‘என்ன ஜபர்தஸ்து’ என்று முகத்தை வலித்தார் தலைமையாசிரியர். மோட்டார் சைக்கிள் சத்தம் கேட்டது. முன்வாசல் கேட்டில் நுழைந்து மேட்டில் ஏறி வேப்பமரத்தடியில் வந்து நின்றது அந்த மோட்டார் சைக்கிள். அதிலிருந்து இறங்கிய சேவியர் பாதிரியார் அவருடைய அங்கியின் அடி நுனி காற்றில் புஸ்ஸென்று அழகாகப் பறக்க, ஒல்லியாக விரைந்து வந்து எங்கள் தலைமையாசிரியர் வணங்குவதற்குக் கைகளைத் தூக்குவதற்குள் அவருடைய வலது கையைப் பிடித்துக் குலுக்கினார். இப்போது விளையாட்டில் கலந்து கொள்ளும் பையன்கள் அணிவகுத்து உள்ளே வந்தனர். அந்த அணிவகுப்பின் கச்சிதத் தன்மை எங்கள் மனச்சுவர்களை மேலும் இடித்தது.

“உட்காருங்கள் ஃபாதர்” என்றார் தலைமையாசிரியர்.

தலைமையாசிரியரும் ஃபாதரும் அடுத்தடுத்து உட்கார்ந்து கொண்டார்கள். நாங்கள் தலைமையாசிரியர் பக்கமும் கார்மல் பள்ளி வீரர்கள் ஃபாதர் பக்கமும் நின்று கொண்டிருந்தோம். அந்தப் பழைய தலைவன் எங்களைப் பார்த்து ஒரு தினுசாக முறைத்துக் கொண்டிருந்தான். எங்கள் ஆசிரியர்கள் முன்னால் எங்களைச் சுட்டு விரலால் சுண்டக்கூட அந்தப் பயலுக்கு தைரியம் இருக்காது.

“முதல் விசில் கொடுக்கலாமா?” என்று கேட்டார் குமாரவேல் சார்.

“கொடுக்கலாம்” என்றார் தலைமையாசிரியர்.

அப்போது தலைவன் பாதிரியாரைப் பார்த்து, “ஃபாதர், எவ்வளவு கோல் கொடுக்கணும்?” என்று கேட்டான்.

ஃபாதர் ஒயிலாகத் தலையைத் தூக்கி, “போன தடவை எவ்வளவு கொடுத்தோம்?” என்று கேட்டார்.

“ஒம்பது” என்றான் தலைவன்.

“அப்படீனு சொன்னா அதே கணக்குல போட்டு. கூடவும் வேண்டா கொறையவும் வேண்டா” என்றார் பாதிரியார்.

நாங்கள் தலைமையாசிரியரின் முகத்தையும் ஆசிரியர்களின் முகத்தையும் பார்த்தோம். தலைமையாசிரியர் அசட்டுச் சிரிப்புச் சிரித்துக்கொண்டிருந்தார். அவருடைய உதட்டில் ஒரு கொசு ஒட்டிக்கொண்டிருப்பதுபோல் ஏதோ சேஷ்டைகள் காட்டினார். எங்கள் பள்ளி ஆசிரியர்கள் தலைகளைக் கவிழ்த்தபடி ஒருவருக்கொருவர் ஏதோ முணுமுணுத்துக் கொண்டிருந்தார்கள்.

இடைவேளைக்கு முன்னால் எட்டு கோல்கள் எங்களுக்குக் கிடைத்தன. இடைவேளையின்போது ஒரு பெரிய தோல் பெட்டியைத் திறந்து சலவை செய்த தேங்காய்ப்பூத் துண்டுகளை ஆளுக்கொன்றாக எடுத்து தங்கள் முகங்களையும் கைகளையும் துடைத்துக் கொண்டார்கள் கார்மல் பள்ளி வீரர்கள். பாட்டில்களை டப் டப்பென்று உடைத்து கலர் குடித்தார்கள். எங்களுக்குத் தகர வாளியில் தண்ணீர் வைக்கப்பட்டிருந்தது. நாங்கள் தகரக் குவளையில் தண்ணீரை மொண்டு குடித்துக் கொண்டிருக்கும்போது கார்மல் தலைவன் எங்களிடம் வந்து, 'கடைசி கோலை வெளயாட்டு முடியதுக்கு மூணு நிமிஷம் முன்ன போடுவோம். கீரத்தண்டுகளா, ஓடியோடிச் செத்துப் போயிடாதீங்க' என்று சொல்லிவிட்டுப் போனான்.

அவனுடைய வாக்கு நாணயத்தை மெச்ச வேண்டும். போட்டி முடிந்து பார்த்தபோது தலைமையாசிரியரும் ஆசிரியர்களும் உட்கார்ந்திருந்த நாற்காலிகள் எல்லாம் காலியாக இருந்தன. குமாரவேல் சாரையும் காணவில்லை.

"நம்ம ஸ்கூலே இடிச்சித் தரைமட்டமாக்காட்டா என் நெஞ்சு வேகாது" என்று கத்தினான் இம்மானுவேல்.

அன்று வகுப்பில் சில புகைப்படங்களையும் நற்சான்றிதழ்களையும் எங்களிடம் காட்டினார் நாடார் சார். அவர் கல்லூரி நாட்களில் ஆடிய கால்பந்தாட்டக் குழுக்களின் படங்கள். ஒவ்வொன்றிலும் கோப்பையை கையில் வைத்துக் கொண்டிருக்கிறார் அவர். ராணியின் பக்கத்தில் பெரிய கோப்பையுடன் அவர் நிற்கும் படத்தைப் பார்த்த போது எங்கள் கண்களையே நம்ப முடியவில்லை. என்ன அழகான சிரிப்பு ராணியின் முகத்தில்.

சார் சொன்னார்: "இன்னிக்கு மதியத்துக்கு மேல் மூணு மணிக்கு ஹெச்.எம். என்னைப் பாக்குதாட்டுச் சொல்லியிருக்கிறாரு. கால் பந்தாட ஆசைப்படற பிள்ளைகளெல்லாம் பேரைத் தாங்கடேய்" என்றார்.

"என்ன தகுதி சார்?" என்று நாங்கள் கேட்டோம்.

சார் சொன்னார்: "இரண்டு காலும் முட்டுத் தட்டாம ஒளுங்கா இருக்கணும். கடுமையா ஒளைக்கணும். இந்த வருஷம்

தோத்துப் போனா உசிர் அந்த மைதானத்துலேயே பிரிஞ்சு போட்டு அப்பிடீங்கற வைராக்கியம் வேணும். அவுங்க எல்லாம் பேரைத் தரலாம்” என்றார்.

பிற்பகல் இரண்டே முக்காலுக்குப் பச்சைத் தட்டியின் முன்னால் வந்துவிட்டார் சார். நாங்களும் காத்துக்கொண் டிருந்தோம். தலைமையாசிரியர் அறையில் மின்விசிறியின் சிறகுகள் பயந்து பயந்து மெதுவாகச் சுற்றுவது போல் தோன்றிற்று. சுவரில் பெண்டுலம் இல்லாத பெரிய கடிகாரம். நீள விநாடி முள் துள்ளித் துள்ளிப் போகிறது. நாங்கள் யாருமே அன்று வரையிலும் தலைமையாசிரியரின் அறையைப் பார்த்ததில்லை. இன்னும் சில விநாடிகளில் அந்த அறையின் தரையில் எங்கள் பாதங்கள் பதிந்து முன்னேறும் என்பதையும் அங்கு கையைக் கட்டியபடி நாங்கள் நின்று கொண்டிருக்கும்போது முழு அறை யும் எங்கள் கண்களில் வழியும் என்பதையும் நினைத்தபோது பீறிட்ட உணர்ச்சியை எங்களால் கட்டுப்படுத்திக் கொள்ள முடியவில்லை.

சரியாக மூன்று மணிக்கு ‘ஏகாம்பரம், ஏகாம்பரம்’ என்ற குரல் கேட்டது.

“சார், சார்” என்று சொல்லிக்கொண்டே சார் தட்டியின் இடைவெளியில் உடம்பை நுழைக்கத் தொடங்கினார். சட் டென்று பின் திரும்பி “யாரும் ஒரு வார்த்தை பேசப்படாது” என்றார்.

தலைமையாசிரியர் சொன்னார்: “ஏகாம்பரம், இந்த வருஷம் சில்வர் கப்பை நாம தட்டி எடுத்துடணும். என்ன செய்வீளோ, ஏது செய்வீளோ எனக்குத் தெரியாது. செலவப் பத்தித் துளி விசாரம் வேண்டாம். உங்க பின்னால நான் நிக்கறேன்; நின் னுண்டே இருக்கேன்” என்றார்.

“சார், போட்டோவும் சர்ட்டிபிக்கட்டும் கொண்டு வந் திருக்கேன்” என்றார் சார்.

“எனக்கு ஒண்ணும் பாக்க வேண்டாம். புட்பால்னு சொன்னா ஏகாம்பர நாடார். ஏகாம்பர நாடார்னு சொன்னா புட்பால். இது திருவிதாங்கூர் முழுக்கத் தெரியும்” என்றார். எங்களைப் பார்த்து, “சார் சொல்றதெக் கேட்டு ஒழுங்கா வெளயாடலைன்னா காலை ஒடிச்சுடுவேன்” என்றார்.

“வெளயாட்டுல ரொம்ப ஆசையுள்ள பையன்ங்க” என்றார் சார் எங்களைப் பார்த்து. அதன்பின் தலைமையாசிரியரைப் பார்த்து, “ஒரு விண்ணப்பம் சார்” என்றார்.

"என்ன?" என்று கேட்டார் தலைமையாசிரியர்.

"ஒரு நல்ல நா பார்த்துச் சொன்னீங்கன்னா அண்ணைக்கே கோச்சிங்கை ஆரம்பிச்சிருவேன்."

"நல்ல நாளாவது கெட்ட நாளாவது. இன்னிக்கே இந்த நிமிஷமே கோச்சிங்கை ஆரம்பிக்கிறேள். கடைசி வகுப்பு என்னடா?" எங்களைப் பார்த்தார் தலைமையாசிரியர்.

"சரித்திரம்."

"யாரு? சர்வோத்தம ராவ் தானே?"

"ஆமா."

"அவனைப் பாத்து நான் சொல்லிக்கறேன். ஓடுங்கோ மைதானத்துக்கு. இந்த வருஷம் மட்டும் விளையாட்டுல தோத்துட்டு வந்தேள்னா ஒரு கழுதையைக்கூட பரிட்சையில் ஒக்கார விடமாட்டேன்" என்றார்.

ஏகாம்பர சார் வராண்டா வழியாக நிதானமாக நடந்து சென்றார். நாங்களும் பின்னால் சென்றோம். பெரிய படிக்கட்டு களில் இறங்கி ஏணிப்படியின் அடியில் இருந்த குட்டி அறை முன்னால் வந்து நின்றார். பூட்டை இழுத்துப் பார்த்தார். இரண்டு எட்டுப் பின்னால் சென்று ஓடிவந்து வலது காலால் கதவை எட்டி மிதித்தார். பூட்டுத் தெறித்தது. "பந்தெயெல்லாம் அள்ளி வெளில போடுங்கடேய்" என்றார். ஒவ்வொன்றாக வெளியே எடுத்துப் போட்டோம். சிறிதும் பெரிதுமாகப் பதினேழு பந்துகள் இருந்தன.

என் வீட்டிலிருந்து பள்ளிக்கு வரும் வழியில்தான் நாடார் சார் வீடு இருந்தது. இம்மானுவேல் சாந்தான்செட்டிவிளையி லிருந்து காலையில் சூரியோதயத்திற்கு முன்னால் எங்கள் வீட்டுக்கு முன் வந்து வாயில் விரலைக் கொடுத்து ஒரு விசில் அடிப்பான். காத்துக் கொண்டிருக்கும் நான் பாய்ந்து வெளியே குதிப்பேன். சார் அரை காக்கி நிஜாரும் வெள்ளைப் பனியனும் அணிந்து அவர் வீட்டு வாசலில் நின்று கொண்டிருப்பார். தொலைவில் எங்களைப் பார்த்ததுமே படியிறங்கி நிதானமாக ஓடத் தொடங்குவார். உடற்பயிற்சி ஓட்டம். அவர் கற்றுத் தந்த விதமாகத்தான் நாங்கள் ஓடுகிறோமா என்பதை அறிய அடிக்கடி பின்னால் திரும்பிப் பார்ப்பார். 'தலையைத் தூக்கி' என்று கத்துவார். பள்ளி மைதானத்துக்குப் போய்ச் சேரும் போது ஏழெட்டு சைக்கிள்கள் வேப்பமரத்தடிகளில் நின்று கொண்டிருக்கும். இருபது பையன்களுக்குக் குறையாமல் வந்திருப் பார்கள். சாரும் கூடவே விளையாடுவார். சிலசமயம் நாங்கள் விளையாடுவது அவருக்கு முழுமையாகத் தெரிய கோலில் போய் நின்று கொள்வார்.

332 வாசனை

விளையாட ஆரம்பித்ததிலிருந்து கடைசி நிமிஷம் வரை எங்களுடைய ஒவ்வொரு அசைவும் எப்படித்தான் அவருடைய மூளையில் பதியுமோ அந்த ஆண்டவனுக்குத்தான் வெளிச்சம். விளையாட்டு முடிந்ததும் ஒரு மைதானத்திலிருந்து மற்றொரு மைதானத்துக்கு இறங்கும் பெரிய படிக்கட்டுகளில் வரிசையாக உட்கார்ந்துகொள்வோம். பந்தை மாறி மாறி இரு கைகளுக்கும் நகர்த்தியபடியே படிக்கட்டின் முன்னால் நின்று அரை மணி நேரம் பேசுவார் சார். சுய ஞாபகமே இருக்காது. நாங்கள் ஒவ்வொருவரும் விளையாடும்போதும் என்ன என்ன தவறுகள் செய்தோம் என்பதையும் அவற்றைச் சரி செய்து கொள்வது எப்படி என்பதைப் பற்றியும் சொல்வார். ஒரு வசை, ஒரு திட்டு இருக்காது.

"வெளயாடுது கால்க மட்டுமில்லேடேய். ஒடம்பு முளுக்க வெளயாடுது. கண் வெளயாடுது. மூளெ வெளயாடுது. காது வெளயாடுது. இன்னொன்ணு. வாற இருப்பதெ முன்னால காணணும். நொடியில வியூகம் வகுக்கணம் மனசு. நாம சொல்லுத கேக்கக் காத்துக்கிட்டு இருக்குடேய் பந்து. காட்டாத ஒரு பலம் கையிருப்பிலே இருந்துகிட்டே இருக்கணும். எதிரியை இவ்வளவுதான்னு அளக்க விட்டிரப்படாது."

குண்டு குண்டாகச் சொற்கள் வந்து கொண்டே இருக்கும்.

கிறிஸ்துமஸிலிருந்து பொங்கல் விடுமுறை வரையிலும் ஒரு நாள் தவறாமல் விளையாடினோம். காலையிலும் மாலையிலும். இதற்கு மேல் வாரத்தில் மூன்று நாட்கள் உடற்பயிற்சி. ஓட்டப் பயிற்சி. எங்களாலேயே எங்களுடைய விளையாட்டை நம்ப முடியவில்லை. உடலுக்கும் எங்களுக்குமான இணக்கமும், எங்களுக்கும் பந்துக்குமான இணக்கமும் வெகு இங்கிதமாகக் கூடிக்கொண்டிருந்தது. பந்து மாதிரி ஒரு அனுசரணை உள்ள பொருளைக் கடவுள் படைத்ததேயில்லை என்று சார் சொல்வது எவ்வளவு உண்மை. நாங்கள் ரொம்பவும் தாண்டிச் சென்றுவிட்டோம் என்று நினைக்கும்போதெல்லாம் சார் சொன்னார்: "இப்பதான்டேய் மொத படியிலே காலை வச்சிருக்கோம். நினைப்பு வந்துரப்படாது. இன்னும் கடக்க ஒருபாடு தூரம் இருக்குடேய்." விளையாடும்போது எங்களுக்குள் உருவான மனமொழி வெட்டவெளியில் நாள்தோறும் கனம் பெற்று வந்தது. எதிரே வருபவனிடம் மோதி பந்தை எடுத்து பக்கத்தில் தட்டினால் அந்த இடத்தில் பந்தை அணைக்க நாங்கள் விரும்பும் கால்கள் கட்டாயம் இருக்கும். அங்கிருந்து அந்த பந்து நேராக கோலைப் பார்த்துப் பறக்கும். அங்கு எங்கள் தலைகளில் ஒன்று அதை முட்டி கோலுக்குள் கணக்காகத் தள்ளும்.

ஒருநாள் சேஷன் சாரிடம் சொன்னான்: "சார் வெளயாட்டுங்கறது வெளயாட்டில்லை சார். அது வேறென்னமோ ஒண்ணா இருக்கு." அவனுக்கு அதற்கு மேல் சொல்ல வரவில்லை.

சார் சொன்னார்: "வெளயாட்டுங்குது ஒரு தங்கச் சுரங்கம் டேய். பாளம் பாளமாக வெட்டி எடுத்துக்கிட்டே இருக்கலாம்."

அவர் அப்படிச் சொன்னது எங்கள் மனதிலும் இருந்ததைக் கண்டு சொன்னது போல் இருந்தது.

மாலைப் பயிற்சியைப் பார்க்க சக ஆசிரியர்களை சார் ஒவ்வொரு நாளும் அழைப்பார். ஆசிரியர்களுக்கு ஏற்பட்ட வியப்புக்கு அளவேயில்லை. எல்லோரும் எங்களை உற்சாகப் படுத்தினார்கள். "ஈர்க்குச்சிகளெயெல்லாம் ராமபாணங்களாக மாத்திட்டேளே ஏகாம்பரம். செப்பிடுவித்தையான்னா இருக்கு" என்று சமஸ்கிருத முன்ஷி சாரைப் புகழ்ந்தார்.

பள்ளிக்கு அது இருபத்தி ஐந்தாவது வருடம் என்பதால் வெள்ளி விழா கொண்டாடுவதற்கான ஏற்பாடுகளைச் செய்து கொண்டிருந்தார் தலைமையாசிரியர். ராணியை எப்படியும் வரவழைத்துவிட வேண்டும் என்பது அவருடைய திட்டம். அதற்கான முயற்சிகளை ரகசியமாகச் செய்து கொண்டிருந் தார். ராணி கையிலிருந்தே கோப்பையை வாங்கிவிடவேண்டும். அதைவிடப் பெருமை தரும் விஷயம் வேறு என்ன இருக்க முடியும்?

போட்டி நாள் அன்று பிற்பகல் ஒரு காலி வகுப்புக்கு வரச்சொல்லி எங்களிடம் பேசினார் சார். இன்னும் சிறிது நேரத்தில் சாமி வந்து தீ மிதிக்கத் தொடங்கிவிடுவோம் என்று எல்லோருக்குமே தோன்றத் தொடங்கியிருந்தது. எங்களுக்கு ஊக்கம் அளித்துப் பேசிக்கொண்டே வந்தார்: "இண்ணைக்கி கண்டிப்பா ஜெயிக்கப் போறேங்கடேய். எள்ளுப்போல சந்தேகம் இல்லே எனக்கு" என்றார். "திரும்பவும் சொல்லுதேன். மன தைரியம்தான் முக்கியம்டேய். அசரவே அசரப்படாது. வெள யாட்டுத் தொடங்கி அஞ்சு நிமிஷத்துக்குள்ளே ஒரு கோலைத் தட்டிப்போடணும். உசிரு போனாலும் சரி அதை அடைக்க விடப்படாது" என்றார்.

மைதானத்தில் இறங்கும்போது எங்களுக்கு உடல் பற்றிப் பிரக்ஞை இருக்கவில்லை. காற்றில் மிதப்பதுபோல் இருந்தது. கிளர்ச்சியூட்டும் மின்சாரம் உள்ளங்காலில் இருந்து உச்சந் தலை வரை வியாபிப்பது போலிருந்தது. தோற்றால் உயிர் பிரியட்டும் என்று மனம் புலம்பிக் கொண்டே இருந்தது.

போட்டி ஆரம்பித்து மூன்று நிமிஷத்திற்குள் முதல் கோல் கொடுத்தோம். அந்தச் சூழலே – மரங்கள், கட்டிடங்கள், ஆட்கள், ஆகாயம் எல்லாம் – எகிறிக் குதிப்பது போல் இருந்தது. நாற்காலியில் உட்கார்ந்து கொண்டிருந்த ஃபாதர் ஆங்கிலத்தில் ஏதோ கத்தியபடி மைதானத்தைச் சுற்றி ஓடினார். பெரிய விஷயம் நடந்த மாதிரியே எங்களுக்குத் தோன்றவில்லை. எதிராளிகள் அறுந்து தொங்கும் சிலந்தி வலைபோல் எங்கள் கால்களுக்குத் தெரிந்தார்கள். உடனடியாக ஒரு கோலைத் தந்து தீர்க்க ஆவேசம் கொண்டு ஆடினார்கள். பந்தை எங்கள் பகுதிக்கே கொண்டு வர முடியவில்லை அவர்களால். அவர்களுடைய ஆவேசத்திற்குள்ளேயே ஆட்டம் கண்டுவிட்ட நிலையை எங்களால் உணர முடிந்தது. எங்கள் மனங்கள் எஃகு குண்டுகள் போல் இருப்பதையும் அந்த குண்டுகளிலிருந்து வெளிவரும் ஆவியைத் தாங்க முடியாமல் எதிராளிகள் வாடுவதையும் எங்களால் நன்றாக உணர முடிந்தது. பந்தை எடுக்க அவர்கள் உடலோடு உரசிய போதெல்லாம் அந்த உடல்களிலிருந்து பலவீனத்தின் செய்திகள்தான் எங்கள் உடல்களுக்குள் ஊடுருவின.

இடைவேளையின்போது சாரால் பேசவே முடியவில்லை. அவர் கண்கள் நிறைந்திருந்தன. தட்டுத்தடுமாறி “அளகாட்டு ஆடினீங்கடேய்” என்றார். “கூட ஒண்ணு கொடுத்துரணம். வசக்கேடா ஒண்ணு வாங்கிட்டாலும் நெளிச்சிக்கிட்டு போக விட்டிடப்படாது” என்றார்.

“இன்னொண்ணு கொடுக்லாம்னு நிச்சயமா நம்பிக்கை இருக்கு சார்” என்றான் இம்மானுவேல்.

சார் எங்கள் முகங்களையெல்லாம் பார்த்தார். எங்கள் கண்களிலிருந்த நம்பிக்கையின் ஒளி அவரைத் தாக்குவது போல் தோன்றிற்று.

இடைவேளை முடிந்து போட்டி தொடங்கி ஐந்தாவது நிமிஷத்தில் மீண்டும் ஒரு கோல் கொடுத்தோம்.

கூட்டம் பயங்கரமாக ஆர்ப்பரித்தது. எங்கள் ஆசிரியர்கள் தங்கள் கௌரவங்களை மறந்து துள்ளிக்கொண்டிருந்தார்கள். சின்னக் குழந்தைகள் மாதிரி நாற்காலிகள் மேல் ஏறி நின்று கத்தத் தொடங்கி விட்டார்கள். தலைமையாசிரியர் இரண்டு கைகளையும் தூக்கி வீசிக்கொண்டிருந்தார். போட்டி முடிந்ததும் தலைமையாசிரியரும் ஆசிரியர்களும் மைதானத்துக்குள் ஓடி வந்தார்கள். கூச்சமில்லாமல் எங்களை மாறி மாறித் தழுவிக் கொண்டார்கள்.

"ஏகாம்பரம், முழு கௌரவமும் உங்களைச் சார்ந்தது" என்று தலைமையாசிரியர் ஆங்கிலத்தில் கத்தினார்.

"பையன்ங்க நல்ல வெளயாடினாங்க" என்றார் சார்.

எங்கள் பள்ளி மாணவர்கள் நின்றுகொண்டிருந்த மூலையிலிருந்து "ஏகாம்பர சாருக்கு ஜே" என்று சத்தம் கேட்டது. அப்படி கத்திய பகுதியில் மாணவர்கள் மேலும் திரண்டு அந்தக் கூட்டம் ஓர் ஊர்வலமாக மாறி மைதானத்தைப் பார்க்க வந்துகொண்டிந்தது. ஏகாம்பர சார் தலைமையாசிரியரின் முகத்தைப் பார்த்தார். ஆசிரியர்களின் முகங்களையும் பார்த்தார். அவர் உரத்த குரலில் "சேது பார்வதி பாய் ஸ்கூலுக்கு ஜே" என்று கத்தினார். ஆனால் அவருடைய கத்தல் பையன்களுடைய காதில் விழவில்லை. அவர்கள் தங்கள் கோஷத்தை மாற்றவுமில்லை.

அந்த வாரம் திருவனந்தபுரத்திலிருந்து பள்ளி இன்ஸ்பெக்டர்கள் வந்தார்கள். அவர்களுடைய வருகையை எதிர்கொள்ள எங்களை இரண்டு மூன்று நாட்கள் தயார் படுத்தினார்கள் ஆசிரியர்கள். சுத்தமாகத்தான் இருந்தது பள்ளி. அதை மேலும் எப்படி சுத்தப்படுத்த முடியும்? ஜன்னல் ஓரங்களிலும் அறைகளின் மூலைகளிலும் இருந்த சிறு சிறு அழுக்குகளை ஆசிரியர்கள் கண்டுபிடித்து எங்களை சுத்தம் செய்யச் சொன்னார்கள். மாலை நேரங்களில் நாங்கள் தோட்டங்களில் பாத்தி பிடித்துவிட்டோம். ஒரு களை இல்லாமல் பிடுங்கினோம். தோட்டத்து மர வேலியில் கறுப்புச் சாயம் புதுசாகத்தான் இருந்தது. அமங்கல நிறம் என்று சொல்லிப் பச்சை வர்ணம் பூசச் சொன்னார் தலைமையாசிரியர்.

எங்கள் வகுப்பாசிரியர் இ.ஆர்.எஸ். அன்று பதற்றமாக இருந்தார். முதல் வகுப்பில் ஆங்கிலம் எடுத்துக் கொண்டிருந்த போது எங்கள் அறைக்கு இன்ஸ்பெக்டர்கள் வரவிருக்கிறார்கள் என்று அவர் சொன்னார். ஆனால் அவர்கள் வருவதற்கு முன் முதல் மணி அடித்துவிட்டது. பன்னிருகைப் பெருமாளின் தமிழ் வகுப்பின்போது இன்ஸ்பெக்டர்கள் வந்தார்கள். அவர்கள் மூவருக்குமே தமிழ் தெரியாது. அவர்களில் ஒருவர் "திருவள்ளுவர் எழுதியுள்ள திருக்குறளை நன்றாகப் படிக்கிறீர்களா?" என்று ஆங்கிலத்தில் கேட்டார். நாங்கள் "ஆமாம்" என்று சொன்னோம். எங்களுக்கு பாடத்தில் மூன்று குறள்கள் இருந்தன. "சரி" என்று சொல்லிவிட்டு மூன்று இன்ஸ்பெக்டர்களும் போய்விட்டார்கள்.

பிற்பகல் ஏகாம்பர சார் கணக்கு எடுத்துக்கொண்டிருக்கும் போது மூன்று இன்ஸ்பெக்டர்களும் மீண்டும் வந்தார்கள். இதை சாரோ நாங்களோ எதிர்பார்க்கவே இல்லை. இன்ஸ்பெக்டர்களுடன் தலைமையாசிரியரும் வந்தார்.

"உங்களிடம் சில விஷயங்களைச் சொல்வதற்காக வந்தோம்" என்றார் ஒரு இன்ஸ்பெக்டர் சாரைப் பார்த்து. அவர் அதைச் சொன்ன முறையில் கண்டிப்புத் தொனித்தது.

"ஏன் கணக்கில் எல்லாப் பிள்ளைகளும் குறைவான மார்க் வாங்குகிறார்கள்?" என்று இன்ஸ்பெக்டர் கேட்டார்.

"அப்படியில்லையே சார்" என்றார் ஏகாம்பர சார்.

மூன்றாவது இன்ஸ்பெக்டர் கையில் ஒரு பெரிய வெள்ளைத் தாளை வைத்துக் கொண்டிருந்தார். அவர் அதை மேஜைமீது விரித்தார். அதைப் பார்த்தபடியே அவர் சொல்லிக்கொண்டே போனார்: "இதற்கு முன் இந்த வகுப்பில் நூற்றுக்கு நூறு வாங்குபவர்கள் ஏழு. இப்போது ஆறு."

மூன்று இன்ஸ்பெக்டர்களும் சாரின் முகத்தைப் பார்த்தார்கள். மிகுந்த ஆச்சரியத்துடன் தலைமையாசிரியரும் சாரின் முகத்தைப் பார்த்தார்.

"இதற்கு முன் சராசரி மார்க் 54. இப்போது 51."

சார் தலைமையாசிரியர் முகத்தைப் பார்த்தார்.

"எப்போதும் 90க்கு மேலே வாங்கக்கூடிய பல பிள்ளைகள் இப்போது 85க்கு மேல் தாண்டவே இல்லை."

சார் தலையைக் கவிழ்த்தபடி நின்றார்.

முதல் இன்ஸ்பெக்டர் சாரைப் பார்த்து "இன்னும் நீங்கள் பொறுப்புடன் சொல்லிக் கொடுக்க வேண்டும்" என்றார்.

சார் மிகுந்த அவமானத்துடன் தலையைத் தூக்கிப் பார்த் தார்.

ஏன் தலைமையாசிரியர் ஒன்றுமே சொல்லவில்லை? அவருக்குச் சொல்ல ஒன்றுமே இல்லையா?

"இன்னும் இரண்டு மாதம் அவகாசம் தருகிறோம். பழைய இடத்துக்கு மாணவர்களைக் கொண்டு வந்துவிட வேண்டும்" என்று முதல் இன்ஸ்பெக்டர் எச்சரிக்கை செய்தார்.

சார் தலையை அசைத்தார்.

சுந்தர ராமசாமி

இன்ஸ்பெக்டர்கள் போனபின்பு சாரால் அன்று சரியாகப் பாடம் எடுக்கவே முடியவில்லை.

“நான் நல்லா பாடம் எடுக்காதது போல உங்களுக்குத் தோணுதா டேய்?” என்று எங்களைப் பார்த்துக் கேட்டார் அவர். குரல் பரிதாபமாக இருந்தது.

“இல்லே சார். நல்லாதானே எடுக்குறீங்க” என்றோம்.

நாங்கள் ஆமோதித்தபோது சாருக்கு மேலும் வருத்தம் வந்தது. அவர் ஜன்னல் வழியாக வெட்ட வெளியை வெறித்துப் பார்த்தார்.

அன்று பள்ளி முழுக்க ஏகாம்பர சாரைப் பற்றித்தான் எல்லா ஆசிரியர்களும் பேசிக் கொண்டிருந்தார்கள்.

அன்று மாலை சாரைத் தலைமையாசிரியர் கூப்பிட்டு விட்டாராம்.

“எல்லாரைப் பற்றியும் நல்ல குறிப்பு எழுதியிருக்கிற இன்ஸ்பெக்டர்கள் உங்களைப் பற்றி மட்டும் சரியா குறிப்பு எழுதலை” என்றிருக்கிறார் தலைமையாசிரியர்.

“நீங்க என்னைப் பற்றி என்ன நினைக்கிறீங்க சார்?” என்று கேட்டாராம் ஏகாம்பர சார்.

“அவர்கள் புள்ளி விபரம் தரும்போது நாம் அதை ஏற்றுக் கொள்ளதானே வேண்டியிருக்கிறது, ஏகாம்பரம்” என்றாராம் தலைமையாசிரியர்.

பள்ளிக்கூடமே பார்ப்பதற்கு ஜெகஜ்ஜோதியாக இருந்தது. மாலை மாலையாகத் தொங்கும் வண்ண விளக்குகள். எங்கு பார்த்தாலும் தோரணங்கள். இருபுறமும் வாழைக்குலைகள் கட்டிய பல வளைவுகள். ஒரு தூசி துரும்பு பார்க்கக் கிடைக்க வில்லை. கால்பந்தாட்ட மைதானத்தில் மிகப் பெரிய பந்தல். மிகப் பெரிய மேடை. ராணி மேடையில் உட்கார்ந்துகொண் டிருக்கிறார் சிரித்தபடி. தலைமையாசிரியர் அவருடைய நாற் காலியை ஒட்டி நின்று கொண்டிருக்கிறார். ஒன்றுக்கு இரண்டு தடவை தலைமையாசிரியரை உட்காரச் சொல்லியாயிற்று அவர். சொன்னது தன் காதில் விழாததுபோல் பாவித்தபடி நின்று கொண்டிருக்கிறார் அவர்.

நிகழ்ச்சி நிரல்படி காரியங்கள் வரிசையாக நடந்து கொண் டிருக்கின்றன. இசைப் போட்டிகள். நடனங்கள். மாறுவேடப் போட்டிகள். பேச்சுப் போட்டிகள். குழந்தைகளுக்குப் பரிசுகள்.

ராணி திடீரென்று தலைமையாசிரியரைப் பார்த்து "ஶ்ரீமான் ஏகாம்பர நாடார் எங்கே?" என்று மலையாளத்தில் கேட்டார்.

தலைமையாசிரியர் சுற்றும் முற்றும் பார்த்தார். "மிஸ்டர் ஏகாம்பரம், மிஸ்டர் ஏகாம்பரம்" என்று கத்தினார் அவர். முன் வரிசையில் உட்கார்ந்திருந்த ஆசிரியர்களைப் பார்த்து "ஏகாம்பரம் எங்கே?" என்று அதட்டினார். ஆசிரியர்கள் சுற்றும் முற்றும் பார்த்தார்கள். ஏகாம்பர சாரை காணவில்லை. தலைமையாசிரியர் இ.ஆர்.எஸ். ஐ பார்த்து "இன்னும் ஒரு நிமிஷத்துல அவர் இங்கே வரணம்" என்றார். இ.ஆர்.எஸ். நாங்கள் இருக்கும் பக்கம் ஓடி வந்து இம்மானுவேலிடம், "நீ சைக்கிளில் போய் சாரைக் கூட்டிண்டு வா" என்றார். இம்மானுவேல் சைக்கிளில் ஏறியபோது நானும் பின்னால் ஏறிக்கொண்டேன். "சைக்கிளை சாருட்ட கொடுத்து அவரை வரச்சொல்லு முதல்ல" என்று கத்தினார் இ.ஆர்.எஸ்.

சாரின் வீட்டுக்குள் நுழைந்தோம். நார்க்கட்டிலில் சட்டையணியாமல் படுத்துக்கொண்டிருந்தார் சார்.

"என்ன சார் இது?" என்றான் இம்மானுவேல்.

"தலை நோவு. அதான் வரலே" என்றார் சார்.

"கோப்பையை யார் சார் வாங்குது?" என்றான் இம்மானுவேல்.

"ஹெச்.எம். வாங்கலாம். தப்பில்லே" என்றார் சார்.

"சார், ராணி உங்களைக் கேட்டாங்க சார்" என்றேன் நான்.

"ஞாபகம் வச்சிக்கிட்டிருக்காங்க போல" என்றார் சார்.

"நீங்க வராம எப்படி சார்?" என்றான் இம்மானுவேல். அவனுக்குத் தொண்டை அடைத்தது.

"நல்லா படிங்கடேய். அதான் முக்கியம்" என்றார் சார்.

நாங்கள் இருவரும் சாரின் முகத்தைப் பார்த்தோம். அது அவருடைய முகமாகவே இருக்கவில்லை. இருள் அப்பிக் கிடந்தது.

"சார், வேறு யாருக்காக இல்லையின்னாலும் எங்களுக்காக வாங்க சார்" என்றான் இம்மானுவேல்.

படிக்கட்டில் நிழல்கள் ஆடின. திரும்பிப் பார்த்தோம்.

சேஷன், வள்ளிநாயகம், கோவிந்தன்குட்டி, மணிகண்டன் எல்லோருடைய முகங்களும் தெரிந்தன. ஜன்னல் வழியாக இன்னும் சில முகங்கள் தெரிந்தன. ஒவ்வொரு முகத்திலும் ஏமாற்றம் வழிந்தது.

சாரின் மனைவி அடுக்களை நிலைப்படியில் சாய்ந்தபடி நின்றுகொண்டிருந்தாள்.

"இந்தப் பிள்ளைங்களுக்காகத்தானே ராப்பகல் உசிரே விட்டீங்க. கூப்பிடறாங்க இல்லே' என்றாள்.

சார் அமைதியாகப் படுத்தபடி இருந்தார்.

"அப்டீனு சொன்னா நாங்களும் போகல சார்" என்றான் இம்மானுவேல்.

சார் எங்கள் முகங்களை ஒவ்வொன்றாகப் பார்த்தார்.

சாரின் மனைவி சுவரில் ஆணியில் தொங்கிக்கொண்டிருந்த ஜிப்பாவை எடுத்து சார் கையில் தந்தாள்.

சார் எழுந்திருந்தார்.

*தினமணி பொங்கல் மலர்*, 1996

# களிப்பு

குளிர் சிறிது அடங்குவது போல் இரண்டு நாட்களாகவே தோன்றத் தொடங்கியிருந்தது. அடர்த்தி இழந்த பனிமூட்டத்தின் வழியாக முதல் முறையாக ரெட்வுட் மரக்கிளைகள் தெரிந்தன. கண்விழித்த காலை நேரம். மெத்தைகளின் மீது கம்பளிப் போர்வைகளின் அடியில் குளிரில் புதைந்து கிடந்தேன். நேற்று யதேச்சையாகப் பார்க்கக் கிடைத்த காட்சி ஒருகணம் மின்னல் போல் மனதில் தெறித்ததும் உதறியெழுந்து ஒற்றை ஐஸ் கட்டியாக உறைந்திருந்த நீச்சல்குளத்தை ஜன்னல் வழியாகப் பார்க்கப் போனேன். இளம் வெயிலில் கசகசத்திருந்த ஐஸ்கட்டியின் மேற்பரப்பில் ஒருகரையிலிருந்து மறுகரைவரை வைரக்கற்களின் ஒளிச் சிதறல் குறுக்காக ஓடிக்கொண்டிருந்தது. இப்போது குளத்தின் மேற்பரப்பில் நடந்தால் பூட்ஸ் காலின் அழகான தடங்கள் விளிம்பு கட்டிப் பதியும்.

தொலைபேசி மணி அடித்தது. தைலாதான். அலுவலகத்திற்குப் போகும் வழியில் கேட்க நேர்ந்த ரேடியோச் செய்தியைச் சொல்லத்தான் அழைத்திருக்கிறாள். அப்பா, சனியும் ஞாயிறும் குளிர் மிக மட்டாகி விடுமாம். தோல் கோட்டோ, கம்பளிக் குல்லாவோ, கையுறையோ கூட வேண்டியதில்லை. சாதா ஸ்வெட்டரே போதும். இந்த வானிலை அறிக்கையைச் சொன்ன தைலாவின் குரலில் துள்ளல் தெரிந்தது. செய்தி தெரிந்த நேரத்தில் தனுவும் நிஷாவும் காரில் இருந்தார்களா என்று கேட்டேன். இல்லை, அவர்களைப் பள்ளியில் ஏற்கனவே விட்டிருந்தேன் என்றாள். வாரக்கடைசியில் குழந்தைகளை வெளியே அழைத்துச் சென்று பல ஆண்டுகள் கடந்து விட்டதுபோல் தோன்றிக்கொண்டிருந்தது. பாவம் குழந்தைகள். அவர்கள் சிறிய மூச்சுத் திணறலுடன் வீட்டிற்குள் நடமாடிக் கொண்டிருந்தார்கள்.

சுந்தர ராமசாமி

அன்றிரவு உணவு முடிந்ததுமே மறுநாள் போகவேண்டிய இடம் பற்றிய அலசல் ஆரம்பமாயிற்று. தனுவும் நிஷாவும் தங்களுக்குள் ஏற்கனவே பேசி ஒரு முடிவுக்கு வந்திருந்தார்கள். அவர்களுக்கு வெந்நீர் நீச்சல் குளத்தில் ஆசை தீர கரணம் அடித்துக் குளிக்க வேண்டும். தனு சொல்லத் தொடங்கியதுமே வழக்கம்போல் ஜால்ரா போட ஆரம்பித்துவிட்டாள் நிஷ்.

தைலா கலிஃபோர்னியாவின் வரலாற்றில் உணர்வுபூர்வ மான இடத்தைப் பிடித்துக்கொண்டிருந்த ஒரு புராதனக் கிணற்றைப் பார்க்கப் போகலாம் என்று சொன்னாள். அது எங்களை – முக்கியமாக அவளுடைய அம்மாவை – மனதில் வைத்துச் சொன்னது. அடர்த்தியான வீடுகள் கொண்ட ஒரு பெரிய கிராமமாக அந்த ஊர் இருந்தபோது மொத்த ஜனங் களுக்குமே நீர் வார்த்த வற்றாத கிணறாம் அது. என் மனதில் இந்தியக் கிணறொன்றில் முக்காடு அணிந்த ஒல்லிப்பெண்கள் நீர் மொள்ளும் காட்சியைச் சித்தரிக்கும் புகழ்பெற்ற அந்த ஓவியம் நினைவுக்கு வந்தது.

கிணறு என்றதும் கமலா கண்களில் சிறிது பிரகாசம் தெரிந்தது. ராம் யாருடைய முகத்தையும் கவனிக்காமல் தரையில் அமர்ந்து சஞ்சிகையைப் புரட்டிக்கொண்டிருந்தார். அவர் தனக்கென்று அபிப்பிராயம் எதுவும் வைத்துக்கொள்பவர் அல்ல. கடைசியில் தைலாவின் முடிவுதான் உறுதிப்பட்டது. தனு அவசரமாகப் பயண நூல்களையும் வரைபடங்களையும் புரட்டி, போக வேண்டிய பாதைகளின் எண்களையும் இதர விவரங்களையும் டயரியில் குறித்துக் கொள்ளத் தொடங்கினாள். எந்திரம் போல் அவள் சொல்வதற்கேற்ப காரை இடமோ வலமோ சர்ரென்று வெட்டித் திருப்பி ஓட்டிக் கொண்டு போவது மட்டும்தான் அவள் அப்பாவின் வேலை. ஓய்வெடுத் துக் கொள்ளும் இடத்திற்கோ அல்லது எக்ஸ்ப்ரஸோ காப்பி கிடைக்கும் இடத்திற்கோ விலகிச்செல்ல வேண்டிய பக்க வாட்டுப் பாதையின் எண்ணைச் சொல்வதும் அவளுடைய பொறுப்புத்தான்.

நான் வர வேண்டுமா என்று தயக்கத்துடன் தைலாவிடம் கேட்டேன். அவள் கோபப்படுவாள் என்பது தெரியும். தைலா முகம் சிவந்தது. கடுகடுப்புடன் உதடுகளை இறுக்கிக்கொண் டாள். அதுதான் அவளுடைய அதிகபட்சக் கோபம். கமலா என் முகத்தைப் பார்த்தாள்.

அதிகாலையில் காப்பி மட்டும் குடித்துவிட்டுப் புறப்பட் டோம். போகும் வழியில் காலை உணவை முடித்துக்கொண்ட தும் தனு தேர்ந்தெடுத்திருந்த ரெஸ்ட்ராண்டுக்காக எல்லோருமே அவளைப் பாராட்டினார்கள். முட்டை சேர்க்காத சைவ

உணவுகள் அங்கு கிடைத்தன. பாலையும் அவர்கள் அசைவத்தில் சேர்த்துவைத்திருந்தது வெறும் விஷமம் என்றாள் கமலா.

அப்போது கமலா என் பக்கம் நகர்ந்து, மாத்திரைகளைப் போட்டுக் கொண்டுவிட்டீர்களா என்று காதோரம் கேட்டாள். வழக்கம்போல் நான் போட்டுக்கொள்ள மறந்துபோயிருந்தேன். என்னுடைய மறதியும் அவளுடைய நினைவும் ஒவ்வொரு நாளும் என்னைத் துன்புறுத்திக் கொண்டிருந்தன. விரைவில் அவளுக்குத் தெரியாமல் விழுங்கிவிடலாம் என்ற தீர்மானத்தில் போட்டுக்கொண்டுவிட்டதாகச் சொன்னேன். என்னுடைய நோயின் பெயரை என்னிடம் சொல்லக்கூட அவளுக்குக் கஷ்டமாக இருந்தது. பிறரிடம் நான் அதைச் சொல்லும் போது அவள் வேதனைப்படுவதையும் உணர முடிந்தது. மனச்சோர்வு என்று சொன்னால் போதுமே என்று பலதடவை சொல்லி யிருக்கிறாள்.

கிணறு வரையிலும் காரில் போக முடியாது. இரண்டு மைல்கள் நடக்க வேண்டியிருக்கும். காரை நிறுத்த வேண்டிய வளைவின் பின்னணி ஒரே மரச்சோலையாக இருந்தது. மரங்களுக்குப் பின் பக்கம் ஒரு குன்று. அந்தக் குன்றின் மீது சாய்ந்துகொண்டிருந்தன வேறு சில சிறிய குன்றுகள். குன்று களின் மீதும் ஆங்காங்கு அடர்த்தியான கிளைவீச்சுக் கொண்ட குட்டை மரங்கள் தெரிந்தன. அடிமரங்கள் முண்டோ முடிச்சோ சொரசொரப்போ இல்லாமல் ரோமம் மழித்த தொடைகளில் எண்ணெய் பூசிவிட்ட பளபளப்புடன் இருந்தது எனக்கு அருவருப்புணர்ச்சியை ஏற்படுத்தியது.

வகைவகையான இனிப்புகளும் சிற்றுண்டிகளும் கிடைக்கும் நவீனத் தோற்றம் கொண்ட ஒரு பெட்டிக்கடை முன்னால் ஐந்தாறு நாற்காலிகள் போடப்பட்டிருந்தன. அதில் உட்கார்ந்து கொள்ள என் மனம் என்னை வற்புறுத்தத் தொடங்கியது. தாவரங்களின் மணமும் ஈரம் உலராத வைக்கோலின் மணமும் காற்றில் கலந்து வந்தன. குழந்தைகளும் பெரியவர்களும் ரெஸ்ட் ரூம் போய்விட்டு வந்தார்கள்.

கிணற்றுக்கு இட்டுச்செல்லும் மண்பாதையின் முன் பக்கம் ஒரு பெரிய போர்டு தெரிந்தது. அதில் கிணற்றின் கடந்தகால வாழ்க்கையும், அதன் நெருக்கடிகளும், இன்றைய துர்ப்பாக்கிய நிலையும் சிக்கனமான சொற்களில் விவரிக்கப்பட்டிருந்தன. அத்துடன் கிணற்றின் இப்போதைய நீரின் பரப்பளவு, ஆழம், படிகளின் எண்ணிக்கை, அவற்றின் அகலம், கைப்பிடிச் சுவரின் உயரம், தவிர்க்க வேண்டிய ஆபத்தான மூன்று இடங்கள் பற்றியெல்லாம் எழுதப்பட்டிருந்தன.

எனக்குத் திடீரென்று கட்டுப்படுத்த முடியாத சோம்பல் பாலில் ஆடைபோல் மனதில் படர்ந்தது. மேகங்கள் கருமை கொள்ள மனதில் பீதி பதியத் தொடங்கிற்று. இனி அதை அகற்றி நிறுத்த முடியாது. ஆட்பட மட்டுமே முடியும். கால்கள் கணந்தோறும் இறுகுவதுபோலத் தோன்றியது. கண்ணாடியின் முன் என்றால் இப்போது என் முகம் நீலம்பாரிக்கத் தொடங்கி யிருக்கும். ஒருசில விநாடிகளில் முழு உடம்பும் முகபாவமும் மாறி இறுக்கம் கொண்டுவிடுகிறது என்று திரும்பத் திரும்பச் சொல்லியிருக்கிறாள் கமலா.

காலை நீட்டி கண்ணடைத்துக் கிடக்க அங்கு வசதியாக ஒரு இடமில்லை. மட்டான குளிரில் மென்மையான காற்றை அனுபவித்தபடி, முடிந்தளவு தலையைப் பின்பக்கம் சாய்த்து, அரைத் தூக்கத்தில் மயங்க வேண்டும் போலிருந்தது.

கிணற்றைப் பார்ப்பதற்கான ஆர்வம் சூடான மணலில் சிந்திய தண்ணீர்போல் எப்படியோ ஒரு நொடியில் வற்றிப் போய்விட்டது. தொலைவில் நின்ற கமலா என் நிலையை உணரத் தொடங்கிவிட்டாள். எனக்காக எல்லோரும் காத்துக் கொண்டு நிற்பது சங்கடமாக இருந்தது. என்னைப் பார்க்க ஒன்றிரண்டு அடிகள் அவள் கால்கள் எடுத்து வைத்தன. நான் அவளைப் பார்த்துச் சிரிக்க முயன்றேன். ஆனால் சகஜமாக ஒரு தடவை சிரித்துக்காட்ட என்னால் அப்போது முடியாமல் போயிற்று.

உண்மையில் அதிகம் கவலைப்பட ஒன்றும் இல்லை. நான் முற்றிலும் குணமாகிவிடுவேன் என்றுதான் டாக்டர் சொல்லிக் கொண்டிருந்தார். கஷ்டங்கள் இருக்கத்தான் இருக்கும். தாங்க முடியாத தத்தளிப்பும் இருக்கும். விசித்திர பீதியைக் கிளறக் கூடியவை அவை. கமலாவைப் பார்த்து, நீங்கள் போகலாம், பின்னால் நான் வருகிறேன் என்று சமிக்ஞை காட்டினேன். கமலா தைலாவிடம் ஏதோ பேசுவதை கவனித்தேன். தைலா தேர்ச்சி பெற்றிருந்த மருத்துவத்துறை வேறு என்றாலும் என் னுடைய சிக்கல்களின் அடிப்படை அவளுக்குத் தெரியும். என்னை இரண்டு மூன்று முறை திரும்பிப் பார்த்துவிட்டு மரக்கிளைகளின் அடர்த்தியில் எல்லோரும் மறைந்தார்கள்.

தொடர்ந்து பல வாகனங்கள் வந்த வண்ணம் இருந்தன. கருக்கிருட்டில் கூண்டுக்குத் திரும்பும் தேனீக்கள் போல் சிறு இடைவெளிகளில், அனுமானிக்க முடியாத திசையிலிருந்து ஒரு வாகனம் சர்ரென்று திரும்பி நிற்க, பலரும் அதிலிருந்து புசுபுசுவென்று இறங்கினார்கள். அவர்கள் எல்லோருமே உற்சாக மாக இருப்பதுபோலவும் அந்த உற்சாகத்தைக் கிளறும் வகையில்

காற்றும் வெளியும் இயற்கையும் இயங்குவதுபோலவும் எனக்குத் தோன்றிற்று.

ஒரு நீண்ட பஸ் மிக மென்மையாக வந்து ஓதுங்க மிச்ச மிருந்த கடைசித் தடத்திற்குள் நுழைந்தது. அதன் கண்ணாடி ஜன்னல் வழியாகத் தெரிந்த முகங்கள் ஆர்வத்தைத் தூண்டின. வரிசையாகப் பழுத்து வெதும்பிப்போன முதுமையின் முகங்கள். பெரிய பெரிய மாம்பழங்களில் தோல் சுருங்கிச் சிறுத்துப்போன வற்றை மட்டும் பொறுக்கிச் சேர்த்துக்கொண்டு வந்திருப்பது போல்பட்டது. பிஞ்சாகவோ காய்ப் பருவத்திலோ ஒரு முகம்கூடத் தெரியவில்லை.

பஸ் நின்றதும் பின்வாசலைத் திறந்தபடி நேர்த்தியான கருப்புக் கோட்டும், பூட்ஸ்களின் மீது நுனி மடிந்து கிடக்கும் பான்டும், பிரம்புக் கீற்றினால் பின்னப்பட்ட தொப்பியும் அணிந்திருந்த அமெரிக்க வெள்ளையினப் பெண் கீழே குதித் தாள். பான்ட் பையிலிருந்து ஒரு சாவியை எடுத்து இறங்கி வந்து கதவைப் பூட்டினாள். அதை இழுத்துப் பார்த்தாள். பஸ் அடையாளப்படுத்தி இருந்த தடத்திற்குள் கனகச்சிதமாக பஸ்ஸை ஓரம் கட்டியிருந்தது அவளுக்கு மகிழ்ச்சியைத் தந்தது. பஸ்ஸைச் சுற்றி வந்தபோது ஒவ்வொரு டயர் மீதும் கால் பூட்ஸால் ஒரு குத்து விட்டாள். டிரைவர் இருக்கையின் பக்கம் வந்து தலையைத் தூக்கி, மேரி, பஸ்ஸை நீ நன்றாக ஓட்டுவதை விடவும் நன்றாக நிறுத்துகிறாய் என்றாள். அந்த ஆப்பிரிக்க – அமெரிக்கப் பெண் குன்றுகளில் தன் குரல் எதிரொலிக்கும்படி அட்டகாசமாகச் சிரித்தாள். நான் எவ்வளவு கெட்டிக்காரி என்பது உனக்குத் தெரியாது ஜானி என்றாள். நீ பல விஷயங் களிலும் கெட்டிக்காரி என்பது எனக்குத் தெரியும் மேரி என்று சொல்லிவிட்டு ஜானி சிரித்தாள்.

ஜானி தன் கைக்கடிகாரத்தைப் பார்த்தாள். மேரி மணி என்ன என்று கேட்க அவள் பத்தாக ஐந்து நிமிஷங்கள் இருக் கின்றன என்று சொன்னதும், பாவம் அவர்களைத் திறந்து வெளியில் விடு, காற்றாட உட்கார்ந்துகொண்டிருக்கட்டும் என்றாள். நாற்காலிகளை நான் ஒரு நொடியில் எடுத்து வெளியே போட்டுவிடுவேன் என்று சொல்லியபடி ஜானியின் தோள் பட்டையில் ஒரு குத்து விட்டாள் மேரி. ஐயோ என்னைக் கொல்கிறாள் என்று கத்தினாள் ஜானி. ஜன்னல் வழியாகப் பார்த்துக்கொண்டிருந்த ஒரு வயோதிகர் இன்னும் ஒரு குத்து விடு, அவள் பிழைத்துப் போகட்டும் என்றார். பக்கத்தில் இருந்தவர்கள் பெரிதாகச் சிரிப்பது கேட்டது.

மடக்கு நாற்காலிகளை வெளியே எடுத்து விரித்துப் போட்டு முடிந்ததும் முதியவர்கள் இருக்கைகளில் எழுந்து தள்ளாடிய

படியே இறங்கத் தொடங்கினார்கள். உதவி தேவைப்படுகிற வர்கள் தயவு செய்து இருக்கையிலேயே இருங்கள் என்றாள் ஜானி. பஸ்ஸின் வாசல் முன் தரையில் நின்றபடி ஒரு காலைத் தூக்கிப் படியில் வைத்துக்கொண்டிருந்த ஜானி ஒவ்வொருவரை யும் இடது தோளில் கைகொடுத்து இறக்கிவிட்டாள். என்னைச் சுற்றிப் போடப்பட்ட நாற்காலிகளில் ஒவ்வொருவராக வந்து உட்கார்ந்துகொண்டதில் நான் நடுவில் அகப்பட்டுக் கொண்டது போல் கூச்சமடைந்தேன்.

முதியோர்கள் பஸ்ஸின் வாசலில் இருந்து விலகி வந்ததும் சுற்றும் முற்றும் பார்த்தார்கள். அந்தக் குன்றுக்குப் படிக்கட்டு கள் இருக்கும் என்று நம்புகிறேன் என்றார் ஒரு வயோதிகர். அவர் பரக்கப் பரக்கப் பார்த்தார். தங்கள் சட்டைகளைப் பலரும் பான்டுக்குள் தள்ளிச் சரி செய்துகொண்டார்கள். கோட் அணிந்தவர்கள் சட்டையின் விளிம்புகளை மணிக்கட்டில் இழுத்து விட்டுக்கொண்டார்கள். மணியைப் பார்த்தார்கள். கோட் பாக்கெட்டிலிருந்தோ அல்லது பான்ட் பாக்கெட்டி லிருந்தோ சிறு சீப்பை எடுத்து வெள்ளை முடியை ஒதுக்கி விட்டுக்கொண்டார்கள். வழுக்கைத் தலையர்கள் தொப்பியை அகற்றிக் கைக்குட்டையால் தங்கள் தலைகளுக்குப் பளபளப்பு ஏற்றுவதுபோல் துடைத்துக்கொண்டார்கள். ஒருவர் பின் ஒருவராக ரெஸ்ட் ரூமைப் பார்க்கப் போகத் தொடங்கினார் கள். ரெஸ்ட் ரூமின் வாசலில் நொடிகளில் வரிசை உருவாகி விட்டது.

பஸ்ஸிலிருந்து இறங்கியவர்களில் ஐந்து பேர் பெண்கள். அதில் ஒருத்தி தவிர பிறர் தங்கள் இருக்கைகளில் எப்படி அமர்ந்து வந்தார்கள் என்று அதிசயிக்கும்படி ஸ்தூல உடல் கொண்டவர்களாக இருந்தார்கள்.

மேரியும் ஜானியும் பஸ்ஸிற்குள் நுழைந்தார்கள். அவர்கள் இருவரும் தோள் தாங்கலாகக் கடைசிப் பெண்ணை அழைத்துக் கொண்டு வந்தார்கள். அவள்தான் வயதில் குறைந்தவள். மத்திய வயதுகூட அவளுக்குத் தாண்டியிருக்கும் என்று தோன்றவில்லை. அவள் பஸ்ஸிலிருந்து இறங்கியதும் சக்கர வண்டி மீது அவள் பின்னால் வந்துகொண்டிருந்த பிராணவாயுக் கூண்டை எடுத்துப் பதமாகத் தரையில் வைத்தாள் மேரி. கூண்டிலிருந்து வெளியே கொண்டுவரப்பட்டிருந்த இரண்டு ரப்பர் குழாய்களும் அந்தப் பெண்மணியின் நாசித் துவாரங்களில் பொருத்தப்பட்டிருந்தன. குழாய்கள் கன்னங்களில் பிளாஸ்திரி போட்டு ஒட்டப்பட் டிருந்தன. சக்கரங்களின் மீது பொருத்தப்பட்டிருந்த கூண்டு அகலமான ஒரு நாடாவால் அந்தப் பெண்ணின் இடுப்போடு பிணைக்கப்பட்டிருந்தது. ஜானி அந்தப் பெண்ணின் முகத்தெதிரே

வந்து, கிறிஸ்டி எப்படி இருக்கிறீர்கள் என்று கேட்டாள். நன்றா கவே இருக்கிறேன் என்றவள் சுற்று முற்றும் பார்த்தவாறே அழகான இடம் என்றாள். குன்றை வலது கை நீட்டிச் சுட்டிய வாறு அதுதானே நம் பரீட்சை ஹால் என்றாள். அதேதான் என்றாள் ஜானி. ரெஸ்ட் ரூம் போய்விட்டு வந்துவிடுவோமே என்றாள் மேரி. உன் யோசனைக்கு நன்றி என்றாள் அந்தப் பெண்மணி. வலது கையால் கிறிஸ்டியை மேரி அணைத்துக் கொண்டாள். அவர்கள் இருவரும் மெதுவாக நடந்து சென்றார்கள்.

நாற்காலிகளில் உட்கார்ந்து கொண்டிருந்தவர்களில் சிலர் சிகரெட் பிடித்துக்கொண்டிருந்தார்கள். ஒருவர் தடித்த சுருட்டுக் குடித்துக் கொண்டிருந்தார். ஜானி அவர்கள் முன்னால் வந்து என் அருமை மாணவர்களே நீங்கள் எல்லோரும் நன்றாக இருக்கிறீர்களா என்று கேட்டாள். நாங்கள் எல்லோரும் நன்றாக இருக்கிறோம் யங் மேடம் என்று வயோதிகர்கள் கத்திச் சொன்னார்கள். உங்களுக்கு ஏதும் தேவையிருந்தால் சொல்லுங்கள் என்றாள் ஜானி. எங்களுக்குத் தேவையானது எல்லாம் எங்கள் கைகளிலேயே இருக்கின்றன என்றார்கள் அவர்கள். இங்கு ஒரு கால் மணி நேரம் ஓய்வெடுத்துக் கொள்ள விரும்புகிறீர் களா என்று கேட்டாள் அவள். மிகவும் நன்றி என்று பல குரல்களும் ஒலித்தன.

வயோதிகர்கள் ஒவ்வொருவராகத் தங்கள் முதுகுப் பையை கீழே இறக்கி அதிலிருந்து அப்போது அவர்களுக்குத் தேவை யான உணவுகளை எடுத்துக்கொண்டார்கள்.

நண்பர்களே, படம் வரைய போர்டுகள் இருக்கிறதா என்பதைச் சரிபார்த்துக்கொள்ளுங்கள். கொண்டுவராதவர்கள் கவலைப்பட வேண்டாம். நாங்கள் அதிகப்படியாகக் கொண்டு வந்திருக்கிறோம். அத்துடன் சாயங்கள், தாள்கள் எல்லாம் கொண்டுவந்திருக்கிறோம் என்றாள் ஜானி. சாக்லேட் கொண்டு வந்திருக்கிறீர்களா என்று முதியவர் ஒருவர் கேட்டார். எல் லோரும் சிரித்தார்கள். குழந்தைகளை அழைத்து வரும்போது சாக்லேட் எடுத்துக்கொள்ள வேண்டாமா என்றார் அவர். மீண்டும் எல்லோரும் சிரித்தார்கள். நண்பர்களே, ஓய்வெடுத்து முடிந்ததும் சொல்லுங்கள், அவசரமில்லை என்றாள் ஜானி. எனக்கு இதயம் படபடக்கிறது. பரீட்சை கடுமையாக இருக்குமா என்று கேட்டார் ஒரு மூதாட்டி. உங்கள் திறமைகளுடன் ஒப்பிடும்போது பரீட்சை கடுமையானதே அல்ல. விளையாட்டுப் போக்கில் நீங்கள் செய்து முடித்துவிடக்கூடியதுதான். எப்போது குன்று ஏறலாம் என்று தோன்றுகிறதோ அப்போது சொல்லுங ்கள் என்று சொல்லிவிட்டு ஜானி மரத்தடியை நோக்கி நகர்ந்தாள்.

சுந்தர ராமசாமி

மரத்தடியில் மேரி சிகரெட் பிடித்துக்கொண்டிருந்தாள். அரை மணி நேரத்தில் ஏறி முடித்துவிடலாம் என்று கருது கிறாயா என்று கேட்டாள் மேரி. அதுவே அதிகம். மொத்தம் முப்பத்தாறு படிகள் தான். நேற்று நம் பள்ளியிலிருந்து ஆசிரியர் களும் உதவியாளர்களும் வந்து படிகளையும் குன்றின் மேல் பகுதியையும் சுத்தம் செய்துவிட்டுப் போயிருக்கிறார்கள். கிறிஸ்ட்டியானாவின் கூண்டை மட்டும் நீ அவர் பின்னால் தூக்கியபடி வர வேண்டியிருக்கும். அவரிடம் போதுமான அளவு பிராண வாயு இருக்குமா என்றாள் மேரி. நான்கு மணி நேரத்திற்குப் போதுமான பிராண வாயு வைத்துக் கொள்ளும்படி பள்ளி முதல்வர் அவரிடம் முன்பே சொல்லி விட்டார் என்றாள் ஜானி.

ஜானி, அவர்கள் முன்னால் வந்து நின்றாள். மாணவர்களே, இன்னும் இருபது நிமிடங்கள் ஓய்வெடுத்துக்கொள்வது உங் களுக்குப் போதுமானதாக இருக்குமா என்று கேட்டாள். காலத்தை வீணாக்குவது எனக்குப் பிடிக்காது. பத்தொன்பது நிமிடங்களே போதும் என்றார் ஒரு வயோதிகர். எல்லோரும் அதிகமாகவே சிரித்தார்கள். ஒருவர் ஜாண்சனின் நகைச்சுவை உணர்வு அலாதியானதுதான் என்றார். இளமை ததும்பும் அவரது முகமே அதைச் சொல்கிறதே என்றார் மற்றொரு முதியவர். தினமும் என் தோழி என்னிடம் சொல்வதை நீங்கள் திரும்பிச் சொல்வது அலுப்பாக இருக்கிறது என்று பொய்க் கோபத்துடன் சொன்னார் ஜாண்சன்.

எல்லோரும் கிளம்ப ஆயத்தமாகிவிட்டார்கள். வந்த வேலை யில் முனைய வேண்டும் என்ற எண்ணம் அவர்களுக்கு ஏற்பட்டு விட்டது. அவசரமில்லை, படிகளில் நிதானமாக ஏறுங்கள். அவசியமென்றால் நீங்கள் ஓய்வெடுத்துக்கொள்ள விரும்பும் படியிலேயே உட்கார்ந்து கொள்ளுங்கள். பரீட்சைக்கு நேரம் குறித்துத் தரவில்லை. எல்லோரும் மேலே வந்து சுதாரித்துக் கொண்ட பின் உங்கள் வசதியைக் கேட்டுத்தான் பரீட்சையைத் தொடங்க வேண்டுமென்று முதல்வர் சொல்லியிருக்கிறார் என்றாள் ஜானி. உங்கள் முதல்வரிடம் எங்கள் எல்லோருடைய சார்பிலும் நன்றி சொல்லுங்கள். நாங்கள் அவருக்கு என்றென் றும் கடமைப்பட்டிருக்கிறோம் என்றார் பின் வரிசையில் அமர்ந்திருந்த ஒரு பெண்மணி. நான் என்னை அறியாமலேயே நாற்காலியிலிருந்து எழுந்து நின்றேன். அந்த முதியோர்களுடன் நானும் குன்றுக்குப் போகலாமே என்று தோன்றிற்று. அவர்கள் மட்டுமே போகும்போது நான் அவர்களுடன் சேர்ந்து போனால் உறுத்தலாக இருக்குமோ என்று நினைத்தேன். குன்றுகளைப் பார்த்தபோது பல சுற்றுலாப் பயணிகள் குன்றின் மீது இருந்த தைக் கவனித்தேன். ஆண்கள், பெண்கள், குழந்தைகள் என்று

பலர் இருந்தார்கள். அவர்களுடன் கலந்துகொள்ளலாம் என்ற சுதந்திரம் மனதுக்கு வரவே நானும் படியேறத் தொடங்கினேன்.

வயசாளிகளின் சம்பாஷணைகள் காதில் விழுந்தவண்ணம் இருந்தன. திடீரென்று ஒரு மூதாட்டி, எனக்கொரு கேள்வி. நாம் எல்லோரும் உத்தியோகங்களில் இருந்த காலத்தில் நம் முன் வந்தவர்களிடம் கனிவாக நடந்துகொண்டோமா? கடவுளுக்கு நம் காரியங்கள் பற்றித் திருப்தி இருக்குமென்று நினைக்கிறீர்களா என்று கேட்டார். தயவு செய்து பழைய விஷயங்களை நினைவுபடுத்தாதீர்கள். எல்லாவற்றையும் மறந்து விட்டுச் சற்று நிம்மதியாக இருக்கிறோம். நமக்கு நினைவு இருக்கிறதோ இல்லையோ கடவுளுக்கு எல்லாம் நினைவிருக்கும் என்றார் ஒரு முதியவர்.

பலரும் பின்னால் மரச்சோலையைத் தாண்டி வந்துகொண் டிருந்தார்கள். மூட்டு வலி கொண்டவர்கள், நடையில் தள்ளாட் டம் கண்டுவிட்டவர்கள், பார்வை மங்கிப் போனவர்கள் எல்லோரும் சாவகாசமாகப் பேசிக்கொண்டு வந்தார்கள். குன்றின் உயரத்தில் எல்லோருக்கும் முன்னால் ஜானி பள்ளி யின் பெயர் பொறித்திருந்த கொடியுடன் நடந்து போய்க் கொண்டிருந்தாள். கொடி காற்றில் சடசடத்தது. முதுமை ஏறிப் போயிருந்தாலும் நல்ல ஆரோக்கியத்துடன் இருந்தவர்கள் என்னைத் தாண்டி முன்னே படிகளில் ஏறிப் போய்க் கொண் டிருந்தார்கள். அருமையான காற்று என்றார் அதில் ஒரு முதியவர். கூட வந்துகொண்டிருந்த முதியவருக்கு இவருடைய பேச்சு காதில் விழவில்லையா அல்லது மனம் அலைபாய்ந்து கொண்டிருந்ததா என்பது தெரியவில்லை. உங்களுக்குக் கை நடுக்கம் இருக்கிறதா என்று கேட்டார். வலது கையில் நடுக்கம் தான். இடது கையால் படம் போட்டுப் பழகிவிட்டேன். வெற்று இடங்களை வண்ணங்களால் நிரப்ப வேண்டுமென்றால் வலது கையிடம் பிரஷ்ஷைக் கொடுத்துவிடுவேன். நான் எதுவும் செய்யாமலே வெற்றிடங்களில் வண்ணம் நிரம்பி வேலை முடிந்துவிடும். எனக்கு அதிக மதிப்பெண் கிடைப்பது அதில் தான். கேட்டுக்கொண்டிருந்த கிழவர் பெரிதாகச் சிரித்தார். உங்கள் மீது எனக்குப் பொறாமையாக இருக்கிறது என்றார்.

என்னால் எவ்வளவு படிகள் வேண்டுமென்றாலும் ஏற முடியும், ஆனால் மூட்டுவலிக்கு ஏறத் தெரியவில்லை. அதை விட்டுவிட்டுப் போகவும் முடியாது என்று சொல்லிவிட்டுச் சிரித்தார் ஒரு கிழவர்.

குன்றின் மீது எல்லோரும் வெவ்வேறு திசைகளைப் பார்த்து உட்கார்ந்துகொண்டார்கள். பலருக்கு முழங்காலை மடித்து உட்காரவே சிரமமாக இருந்தது. தங்கள் அசௌரியத்தைத்

சுந்தர ராமசாமி

தெரிவிக்கும் வண்ணம் பல விசித்திர சத்தங்களை எழுப்பினார்கள். ஒருவர் தன் முழங்கால் மீது பலமான ஒரு குத்து விட்டார். சொன்னதைக் கேளு என்றார். ஒவ்வொருவருமே அவர்களுக்கு எதிரே தெரியும் காட்சியை வரைய வேண்டும். தொலைவில் ஆகாயம் தெரிந்தது. மேகங்கள். அதற்குக் கீழே அடர்த்தியான முரட்டுத்தனமான மரங்கள். அதன் முன் பெரும் புதர் போல் மண்டிக் கிடந்த செடிகள். குன்று களையும் ஆகாயத்தையும் பிரிக்கும் அற்புதமான பச்சைப் புல்வெளி. எல்லோரும் அவரவர் பார்வைக்குப் பட்டதை வரையத் தொடங்கினார்கள். ஒருவர் வரைந்துகொண்டிருக்கும் படத்தைப் பிறர் உற்றுப் பார்ப்பதை விரும்பமாட்டார்கள் என்று தோன்றியதால் நான் பக்கத்திலிருந்த மற்றொரு குன்றில் உட்கார்ந்துகொண்டேன். வர்ணப் பெட்டிகளைக் குலுக்கும் சத்தம் கேட்டுக்கொண்டிருந்தது. ஒவ்வொரு வரும் அவர்களுக்குத் தேவையான வண்ணங்களைப் பொறுக்கிக் கொண்டிருக்கிறார்கள். அனைவருக்கும் அவரவர் பணியில் கவனம் குவியத் தொடங்கிவிட்டது. அவர்கள் கொள்ளும் தீவிரம் முகத்தில் பரவி உடல் முழுக்கக் கவிவதுபோல் இருந்தது. சுமார் அரை மணி நேரம் ஒருவருமே பேசவில்லை. சிறு சத்தம்கூட இல்லை. அதன் பின் உடல் தந்த அசௌகரியங்களால் பலருடைய கவனமும் சிதறுவதை உணர்ந்தேன். பலர் கால்களை நீட்டிக்கொண்டார்கள். கைகளால் சிறு உடற்பயிற்சி செய்தார்கள். பொதுவாக எல்லோருக்கும் இருந்த பிரச்சினை உடல்வலி என்று தோன்றிற்று.

ஜானியும் இதைக் கவனித்திருக்க வேண்டும். அவசியமென்றால் எல்லோரும் சிறிது ஓய்வு எடுத்துக்கொள்ளலாம்; ஒரே மூச்சில் வரைய வேண்டும் என்பதில்லை என்றாள்.

ஜானி, எனக்குச் சூரியனை நன்றாகத் வரையத் தெரியும். ஆனால் இன்று சூரியனைக் காணோமே என்றார் ஒரு கிழவர். அந்தக் கேள்வியை ஜானி காரியார்த்தமாக எடுத்துக்கொண்டு, இருப்பதை அப்படியேதான் வரைய வேண்டும் என்ற கட்டாயமில்லை. உங்கள் கற்பனைக்கேற்றபடி வரையலாம் என்றாள்.

மற்றொரு பெண்மணி எனக்குச் சூரியனையும் சந்திரனையும் நன்றாக வரைய வரும் என்றாள். உங்கள் விருப்பம் என்றாள் ஜானி.

மீண்டும் எல்லோரும் வரைவதில் முனைந்தார்கள். ஃப்ளாஸ்க்கில் தேநீர் கொண்டுவந்திருந்த ஒரு சிலர் அதை விட்டு விட்டு உறிஞ்சிக் கொண்டே படம் வரைந்துகொண்டிருந்தார்கள். பலருக்கும் சிகரெட் ஆறுதலைத் தந்துகொண்டிருந்தது. ஆசையுடன் இழுத்துப் புகையைச் சிறுகச் சிறுக வெளியே விட்டுக்கொண்டிருந்தார்கள்.

என் வேலை முடிந்துவிட்டது என்று சொல்லியவாறே ஒரு கிழவர் பாறையின் மீது படுத்துக்கொண்டார். தன் கால்களை முழுமையாக நிமிர்த்திப் பாதங்களைச் சற்று அகல வைத்துக் கொண்டார். அவருடைய கால் பூட்ஸ்கள் சுழன்றன. உடல் வலியை வெளியே தள்ள அவர் கண்டுபிடித்திருந்த பிரத்தியேக வழிபோல் தோன்றியது.

வேலை முடிந்ததை உணர்த்த ஏற்ற சமிக்ஞையாக பலரும் அதை ஏற்றுக்கொண்டார்கள். ஒவ்வொருவராக முதுகைப் பாறை மீது பதித்தும் ஒருக்களித்தும் படுத்துக்கொண்டார்கள். பலரும் ஆண்டவரின் பெயரை உரக்கச் சொன்னார்கள். கொட்டாவி விட்டார்கள்.

மேரி படங்களைச் சேகரிக்கத் தொடங்கினாள். பிளாஸ்டிக் வாளியில் அவள் கனத்த ரூல் தடிகள் போலிருந்த அட்டைக் குழாய்களைத் தூக்கிக்கொண்டு வந்தாள். படங்களை வெகு லாவகமாகச் சுருட்டிக் குழாய்க்குள் போட்டாள். எல்லா ஓவியங்களும் ஒரு நிமிடத்தில் வசதியாகப் பத்திரப்படுத்தப் பட்டது எனக்கு சந்தோஷத்தைத் தந்தது. ஜானி மற்றொரு பிளாஸ்டிக் கூடையுடன் வந்தாள். அதில் காற்றுப் படாத ஐஸ் கிரீம்கள் இருந்தன. ஒவ்வொருவருக்காக அதை விநியோ கித்துக்கொண்டே போனாள். இந்த நிமிஷத்தைத்தான் நான் ஆரம்பத்திலிருந்து எதிர்பார்த்துக்கொண்டிருக்கிறேன் என்று கனத்த சரீரம் கொண்ட ஒரு பெண் சொல்லவும் எல்லோரும் அளவுக்கதிகமாகச் சிரித்தார்கள். புறப்படுவோமா, எப்படி உணருகிறீர்கள் என்று கேட்டாள் ஜானி. எங்கள் மாணவர் களை நான்தான் தலைமை தாங்கி அழைத்துச் செல்வேன் என்றார் ஒருவர். அவரிடம் நடக்க எந்திரம் போன்ற ஒரு ஊன்றுதடி இருந்தது. அது அவர் கையிலிருக்கும் வரையும் யாராலும் பிடித்துத் தள்ளி அவரைக் கீழே விழச் செய்ய முடியாது என்ற பெருமிதத்துடன் அவர் எழுந்து நின்றார். நீங்களே தலைமை வகித்துப் போங்கள் என்றாள் ஜானி.

எல்லோரும் இறங்கத் தொடங்கினார்கள். ஒருவர் பின் ஒருவராக எழுந்து ஒரு வரிசையைத் தமக்குள் உருவாக்கிக் கொண்டார்கள். கடைசி நபராக நான் இறங்கி வந்தேன்.

என் பழைய நாற்காலியில் வந்து அமர்ந்துகொண்டேன். கீழே வந்தவர்கள் பலரும் ரெஸ்ட் ரூமுக்குச் சென்றுவிட்டு பஸ்ஸில் ஏறத் தொடங்கினார்கள். பிராணவாயுக் கூண்டுடன் வந்திருந்த பெண்மணி கடைசியாக ஏறினார். கூண்டில் மேல் பகுதியில் கைக்கடிகாரம் போலிருந்த பொறியில் ஊசி நிற்கும் எண்ணைப் பார்த்துச் சொல்ல மேரியிடம் கேட்டுக்கொண் டார் அவர். அவள் அந்த எண்ணைச் சொன்னதும் எனக்கு

இரண்டு மணி நேரத்திற்குக் கவலை இல்லை என்றார். கவன மாகவே வந்திருக்கிறீர்கள் என்றாள் மேரி.

பஸ் பின்பக்கம் நகர்ந்து அவர்கள் ஏற வசதியாக நின்று கொண்டது. நான் பஸ் முன்னோக்கி நகர்வதைப் பார்த்துக் கொண்டிருந்தேன். பலருக்கும் என் முகம் பரிச்சயமாகிவிட் டிருந்ததால் கையசைத்து விடைபெற்றுச் சென்றார்கள். பலர் மீண்டும் சந்திப்போம் என்றார்கள்.

எவ்வளவு நேரம் நான் அந்த நாற்காலியில் கண்களை அடைத்து தியானம் செய்வதுபோல் அமர்ந்து இருந்தேன் என்பது எனக்கே தெரியவில்லை. திடீரென்று நிஷியின் குரல் கேட்கவே திடுக்கிட்டு விழித்தேன். குழந்தை என்னைப் பார்க்கத் தொலைவில் ஓடிவந்து கொண்டிருந்தது. உடன் வந்த எல்லோரை யும் வெகு பின்னால் தள்ளிவிட்டு என்னை வந்தடைய அவள் மூச்சிரைக்க வந்திருக்கிறாள். பின்னால் வந்துகொண்டிருப்ப வர்களுடன் சேர்ந்துகொள்ள அவள் என்னை இழுத்துக்கொண்டு போனாள். இரண்டொரு நிமிடங்கள் நடந்ததும் தொலைவில் எல்லோரும் வந்துகொண்டிருப்பது தெரிந்தது.

என் முகத்தைக் கவனித்ததுமே கமலா சற்று ஆறுதலடைந் தது போலிருந்தது. என்ன செய்துகொண்டிருந்தீர்கள் என்றாள் தைலா. நான் நடந்த விஷயங்களைச் சொன்னேன். கிரான்பா, நீங்களும் பரீட்சை எழுதினீர்களா என்று கேட்டாள் நிஷ். நான் அவளை என் உடலுடன் அணைத்துக்கொண்டேன்.

மார்ச் 2004, நாகர்கோவில்

# கதவுகளும் ஜன்னல்களும்

வெளியே போவதற்காக உடுத்திக்கொண்டு படபடவென்று அய்யாக்குடம் வாசலுக்கு வந்தார். திண்ணையில் அலி உட்கார்ந்து கொண்டிருந்தான். வாசல் படிகளை ஒட்டி ஒரு சைக்கிள் நிறுத்தப்பட்டிருந்தது.

"தம்பி, உன் சைக்கிளா?"

அலி குல்லாத் தலையை அசைத்தான்.

"அடப்பாவி! சைக்கிள் படிச்சிட்டியா? பாத்து ஓட்டு வாயாடேய்? வாகனங்களிலே விளுந்து சாகுதுக் குன்னே ஒரு கூட்டம் கிளம்பி வந்துகிட்டிருக்கு தெரியுமா?"

அலி தன் பலாச்சுளைப் பற்களைக் காட்டிச் சிரித் தான். அய்யாக்குடம் மாமா சைக்கிள் ஓட்டத் தெரியுமா என்று கேட்டது தன் தன்மானத்தைக் கிள்ளிவிட்டது போல் அலிக்குத் தோன்றிற்று.

"சைக்கிள்ளே பால் அடிச்சிக்கிட்டிருக்கேன் மாமா, நாகர்கோவில் கிராமத்துக்கு" என்றான்.

"நீயா?" என்று கேட்டபடி அவன் முகத்தைச் செல்ல மாக முறைத்துப் பார்த்தார் அய்யாக்குடம். சைக்கிள் காரியரில் கட்டியிருக்கும் அலுமினியக் கான்களும், ஏறும் போது சமன் குலைந்து வெட்டும் ஹாண்டில்பாரும், சைக்கிளோட்டி அதைப் பலாத்காரமாக வழிக்குக் கொண்டுவருவதும் அய்யாக்குடத்தின் நினைவில் சித்திரங்களாக வந்தன. கல்லூரியில் இந்த வருடம் சேர்ந் திருக்க வேண்டிய பையன். பால் அடித்துக் காசு பார்க்க வேண்டும் என்று ஆகிவிட்டது. கான் அண்ணனின் குடும்பம்தான் எப்படி மடமடவென்று சரிந்து போய் விட்டது! வந்திருக்கும் பையனை விசாரிக்கவே அவருக்குச் சில கணங்கள் மறந்துபோய்விட்டது.

"மாமா, உம்மா உங்களை வீட்டுக்கு வர முடியுமான்னு கேக்கச் சொன்னாங்க" என்றான் அலி.

"என்ன விஷயம்?"

"ரயிலு வள்ளியூர் வந்திடிச்சுனு வாப்பா அழுதுகிட்டே இருக்காரு."

"அட மனுஷா!" என்றார் அய்யாக்குடம்.

கோர்ட்டில் தனக்கு ஒரு அவசர வேலை இருப்பதாகவும் அதை முடித்துக்கொண்டு வருவதாகவும் அவர் சொன்னதும் அலி சைக்கிளில் ஏறி சீட்டில் புட்டியைப் பதிக்காமல் நின்றபடி வெகு வேகமாக மிதிக்கத் தொடங்கினான். அய்யாக்குடம் தனது காரில் வெளியே புறப்பட்டுச் சென்றார்.

அய்யாக்குடத்திற்கும் முகம்மது கானுக்கும் நாற்பது வருட சிநேகிதம். அப்போது கானுக்கு இருபத்தைந்து வயதிற்குள்தான் இருக்கும். அய்யாக்குடம் அவரைவிட ஐந்தாறு வயது சிறியவர். அவர் தென்னிந்தியப் பள்ளியில் அப்போது பத்தாம் வகுப்புப் படித்துக்கொண்டிருந்தார். அது பெரிய பள்ளி. அவ்வளவு பெரிய பள்ளி தென்னிந்தியா விலேயே கிடையாது என்று ஆசிரியர்கள் வகுப்புகளில் பெருமை அடித்துக்கொள்வார்கள்.

ஒருநாள் காலை அய்யாக்குடம் பள்ளிக்கூடத்திற்குள் நுழைந்தபோது மாடிப்படியோரம் மாணவர்களும் மாணவி களும் கூட்டமாகக் கூடியிருப்பதைப் பார்த்தார். அவர் பின் வரிசையில் நின்று உன்னிப் பார்த்தபோது ஒரு இளைஞர் முக்காலியில் அமர்ந்து சரசரவென்று மாணவ மாணவிகளுக் குப் பென்சில் சீவித் தந்துகொண்டிருந்தார். பென்சிலைத் தரும் ஒவ்வொரு கைக்கும் ஒரு புன்னகை கிடைத்துக் கொண் டிருந்தது. அவருக்கு வியப்பாக இருந்தது. நேற்றுவரை இல்லாதவர் எப்படி இன்று வந்து முளைத்தார்? விடை அன்றைய வகுப்பி லேயே கிடைத்தது. இந்தியாவிலேயே முதல் தடவையாக நம் பள்ளியில்தான் பென்சில் சீவித்தரத் தனியாக ஒருவரைத் தலைமை ஆசிரியர் ஏற்பாடு செய்திருக்கிறார் என்றார் ஆசிரியர். அவர் முகத்தில் பெருமை வழிந்தது.

அய்யாக்குடத்திற்கு ஆசை பொங்கிற்று. என்ன அருமை யான வேலை! கூர்மையான கத்தியால் பென்சில்களை க்றிச் க்றிச் சென்று சீவித் தருவது. வெட்டப்படும் சீவலில் சாயம் பூசிய நகங்கள்போல், ஓரங்களில் மட்டும் வண்ணங்கள் தெரியும்

சீவல்கள் நாலா பக்கமும் தெறித்தபடி இருக்கும். பையன் களைக் கண்டதும் அரண்டதுபோல் ஒதுங்கும் பெண்கள்கூடப் பவுடர் மணம் போதை தரும்படி பக்கத்தில் வந்து நின்று பென்சில்களைச் சீவி வாங்க முண்டியடிக்கும். வகுப்பு நடக்கும் போது ராஜாதான்; ஒரு வேலை கிடையாது. ஒரு வருடம் தலைமையாசிரியர் பொறுத்திருந்தால் நானே இந்த வேலைக்குச் சேர்ந்திருக்கலாமே. அவசரப்பட்டு வழுக்கை மண்டை கெடுத்து விட்டது.

மறுநாள் அய்யாக்குடம் மணியடித்த பின் பள்ளிக்குள் நுழைந்ததால் முக்காலியில் தனியாக அகமது கான் கம்பீர மாக உட்கார்ந்திருப்பதைப் பார்க்க முடிந்தது. அணிலின் வால் நுனிபோல் புஸ்ஸென்று புருவங்கள். பிசிறில்லாத சவரத் தைக் கவனப்படுத்தும் செழுமையான கன்னங்கள். எடுப்பான நாசி. ஆச்சரியமாக இருந்தது, மஞ்சள் முழுக்கைச் சட்டை போட்டுக்கொண்டிருந்ததுதான். ஆசிரியர்களின், பார்த்துப் புளித்துப்போன வெள்ளைச் சீருடை ஜிப்பாக்கள் கேவலப் பட்டு, ஓரங்களில் வியர்வை அழுக்கு மேலும் அப்பலாக அய்யாக்குடத்தின் மனக்கண்ணுக்குத் தெரிந்தது.

அன்றுதான் அய்யாக்குடத்திற்கும் அகமது கானுக்கும் பரிச்சயம் ஏற்பட்டது. ஒன்றாகக் கூடிக் கலந்துவிடும்படி இருவர் உடல்களிலும் என்ன ரசாயனம் பொதுவாக ஓடிக்கொண் டிருந்ததோ, ஒரு சில நாட்களிலேயே அவர்கள் பரம சிநேகிதர் களாகிவிட்டார்கள். இருவரும் சேர்ந்து ஊர் சுற்றுவது, சினிமா பார்ப்பது, நகரப் பூங்காவின் வாகான மூலைகளில் செடிகள் மறைய உட்கார்ந்து தம் அடிப்பது, வாரக்கடைசி என்றால் ஒருவர் வீட்டிற்கு மற்றொருவர் போவது என்று குலவல் கும்மாளம்போடத் தொடங்கிவிட்டது. தன் வீட்டில் ஏதாவது பணியாரம் செய்தால் அதைப் பொட்டலம் போட்டுக் கொண்டு வந்து கானின் முக்காலியின் அடியில் வைத்துவிட்டுப் படியேறித் தன் வகுப்புக்குப் போவார் அய்யாக்குடம்.

நாட்கள் தென்றலாகப் போய்க்கொண்டிருந்தன. அந்த வருடத்தோடு தான் படிப்பை நிறுத்துவதாகவும் மறுவருடம் இருவரும் சேர்ந்து ஒரு பழக்கடை வைக்கலாம் என்றும் அய்யாக்குடம் கானிடம் சொல்லிக்கொண்டே இருந்தார். அய்யாக்குடத்தின் மூத்த பெரியப்பா தான் வடசேரி கனக மூலம் சந்தையை மொத்தமாகக் குத்தகைக்குப் பிடித்திருந்தவர். அதனால் பழங்களை சல்லிசாகக் கொள்முதல் செய்து சல்லி சாக விற்று நாகர்கோவிலில் ஒரு பழப் புரட்சியை உருவாக்க லாம் என்று அய்யாக்குடம் கானிடம் சொல்வார். தன் மன திற்குள் கான் என்ன நினைத்தார் என்பது தெரியாது. ஆனால்

தவறாமல் ஒரு புன்னகையை அய்யாக்குடத்திற்குத் தந்து கொண்டிருந்தார்.

பத்துப் பன்னிரண்டு வருடங்களுக்கு மேல் ஓடிவிட்டன. இருவருக்கும் திருமணங்கள் எப்போதோ முடிந்துவிட்டிருந்தன. ஏகதேசமாக, ஒரு வருடம் விட்டு மறு வருடம் இருவருக்கும் குழந்தைகள் பிறந்து கொண்டிருந்தன. ஒரு வருடம் கானுக்கு இரட்டைக்குழந்தைகள் பிறந்தன. 'அண்ணேய். அவமானப் படுத்திட்டீங்களே' என்று கத்தினார் அய்யாக்குடம்.

அய்யாக்குடம் சந்தையில் தேங்காய் வியாபாரம் செய்து கொண்டிருந்தார். அவர் மகன் ராஜபாண்டி அந்த வருடமும் வகுப்பில் குட்டி போட்டதால் அவன் காதை முறுக்கித் தன்னுடைய தேங்காய்க் கடைக்கு இழுத்துக்கொண்டு போனார் அய்யாக்குடம். அந்த வருடம் தான் கானின் மூத்த பெண் பாத்திமா பெரிய பெண் ஆனாள்.

ஒருநாள் கான் சற்றும் எதிர்பார்த்திராத நேரத்தில் அய்யாக்குடம் தனது ஜாவாவின் காரியரில் பாண்டியை வைத்துக் கொண்டு மாலையில் பள்ளி விடும் நேரத்தில் அவரைப் பார்க்க வந்தார். ஜாவாவின் சீட்டில் அமர்ந்தவாறே, "அண்ணேய் ஒரு யோசனை. இது வரையிலும் ஒரு லச்சம் பென்சில் சீவி யிருப்பீங்களா? ஒரு விழா வச்சிரலாம். என் கிளாஸ் மேட் தாணுமாலையன் பய மந்திரி ஆயுட்டான்" என்றார். "பென்சில் சீவற வேலைக்கே ஆபத்து வந்துக் கிட்டிருக்கே" என்றார் கான். "என்னண்ணேய்?" என்று கேட்டார் அய்யாக்குடம்.

ஆபத்து வந்து கொண்டுதான் இருந்தது. மாற்றலாகி வந்திருந்த புதிய தலைமையாசிரியர் இம்மானுவேலுக்கு ஒரு ஆள் முக்காலியில் அமர்ந்து பென்சில் சீவித் தருவது, மற்ற நேரங்களில் அரசாங்கச் சம்பளத்தில் அரைத்தூக்கம் போட்டுக் கொண்டிருப்பது போன்ற அக்கிரமங்களைப் பொறுக்க முடிய வில்லை. புதிய தலைமையாசிரியர் பழைய தலைமையாசிரிய ருக்கு வலது கை, இடது கையாக இருந்த ஆசிரியர்களை எல்லாம் கூப்பிட்டு விட்டு, "மாணவ மாணவிகளுக்குப் பல் தேய்த்துவிட ஒரு ஆளைப் போடலாம் என்று நினைக்கிறேன். உங்கள் அபிப்பிராயங்கள் எப்படி?" என்று கேட்டார்.

மாடசாமி வாத்தியார், "சார், கானுக்கு நம்ம 'மனமகிழ் மன்ற'த்திலிருந்துதான் சம்பளம் போய்க்கொண்டிருக்கிறது. பழைய தலைமையாசிரியர் சொக்கலிங்கம் சார் அப்பம் எழுதிக் கேட்டதற்கு பென்சில் சீவ ஆள் போட அனுமதி தரவில்லை அரசாங்கம்" என்றார்.

தன்னுடைய இன்றைய முடிவைப் பல வருடங்களுக்கு முன்பே அரசாங்கம் ஆமோதித்திருப்பது தெரிந்ததும் இம்மானுவேல் சாருக்கு உடனடியாகக் காரியத்தில் இறங்கலாம் என்ற ஊக்கம் கிடைத்தது. அன்றே ஏணிப்படியோரம் போடப்பட்டிருந்த முக்காலி, தலைமையாசிரியர் அறைக்கு வந்ததோடு, கானுக்கு விளையாட்டு ஆசிரியரின் எடுபிடியாகவும் 'பதவி உயர்வு' தரப்பட்டது.

அன்று மாலை அய்யாக்குடம் பள்ளிக்கு வந்தபோது ஏணிப்படியின் அடியைத் தோண்டியெடுத்து உருவாக்கப்பட்டிருந்த இருட்டறையில் தலையிடிக்காத பக்கத்தில் தரையில் அமர்ந்து கால் பந்து பிளாடர்களைச் சாக்குப்பொடியால் கான் குளிப்பாட்டிக்கொண்டிருப்பதை பார்த்தார். “அடப்பாவி, பிடுங்கிட்டியா? குங்குமப் பொட்டு மாதிரி ஒரு சின்னச் செலவிலே பள்ளிக்கூடத்திற்கே பெருமை தந்துக்கிட்டிருந்த வேலையைக் கெடுத்திட்டியே” என்றார்.

அய்யாக்குடம் சொன்னது சரிதான். சிறிய செலவுதான். எல்லோருடைய வாயிலும் அடிபடக் காரணமாக இருந்த ஒரு தனி அந்தஸ்து அது. புதிதாகப் பொறுப்பை எடுத்துக்கொள்ளும் தலைமையாசியர் தன் அதிகாரத்தைக் காட்டித்தானே ஆசிரியர்களைப் பயமுறுத்தி வைத்துக்கொள்ள வேண்டும் என்பது எப்படி ஒரு தேங்காய் வியாபாரியின் மூளைக்குப் புரியும்?

கான் தன்னுடைய பணிகளைச் சரிவரப் பார்த்துக்கொண்டிருந்தார். போகப் போகப் பள்ளியில் பிறரைப் போல் அவரும் ஒரு ப்யூண் என்றாகிவிட்டிருந்தது. புதிய மாணவர்களுக்கு, கான் ஒரு காலத்தில் பென்சில் சீவித் தந்துகொண்டிருந்த செய்தியே தெரியாது.

விளையாட்டு ஆசிரியருக்கு உதவியாக முன்பிருந்த ப்யூண் அருணாசலம் இப்போது இம்மானுவேல் சாரின் வீட்டிற்குப் போய்க் கொண்டிருந்தான். காலையில் அவன் பள்ளிக்கு வந்து எல்லா வகுப்புகளையும் திறந்து வைப்பான். மாலையில் வந்து சாத்துவான். மிச்ச நேரம் எல்லாம் அவனுக்கு சாரின் வீட்டில்தான் வேலை. குழந்தைகளைக் குளுப்பாட்டுவதிலிருந்து சந்தைக்குப் போவது வரையிலும் எல்லாம் அவன்தான். அதனால் அவனுக்கு இம்மானுவேல் சாரிடமும், அதைவிட அதிகமாகத் திருமதி இம்மானுவேலிடமும் நெருக்கம் உருவாயிற்று.

பள்ளிக்கூட இன்ஸ்பெக்டர் அலுவலகத்திலிருந்து இம்மானுவேல் சாருக்கு ஒரு 'கொரி' வந்தது. அருணாசலத்திற்குப் பள்ளிக்கூடத்தில் முழு நேர வேலையிருக்கிறதா,

இல்லையா என்று அதில் கேட்டிருந்தார்கள். ஒரு மொட்டைக் கடுதாசியின் விளைவுதான் 'கொரி' என்பது இம்மானுவேல் சாருக்குத் தீர்மானமாகப்பட்டது. அவருக்கு உடனடியாக நினைவுக்கு வந்தது கானுடைய முகம்தான். அவனுடைய விஷமமாகத்தான் இருக்க வேண்டும். ராஸ்கல்!

ஒரு நாள் இம்மானுவல் சாரிடம் சுருதிசேர்ந்து பேசிக் கொண்டிருந்தபோது அருணாசலம், பள்ளிக்கூட வேலையையும் வீட்டு வேலையையும் பார்ப்பது தனக்குச் சிரமமாக இருக்கிறது என்றான். 'மனுஷனெ வேலெ வாங்கியே கொன்னுடாதீங்க' என்றாள் சாரின் மனைவி.

மறுநாள் இம்மானுவேல் சார் கானைக் கூப்பிட்டுவிட்டார். மிகுந்த அன்புடன், "விளையாட்டு ஆசிரியருக்கு உதவி

வாசனை

யாக இருப்பது சிரமமாட்டு இருக்குதோ?" என்று கேட்டார். "இல்லே சார், இல்லே" என்று பதற்றத்துடன் பதில் சொன்னார் கான். 'பள்ளிக்கூடத்தைத் திறந்து மூடற வேலையை எந்தப் பயலும் பொறுப்பாட்டுப் பாக்க மாட்டேங்கான். பெரிய தலை வலியாட்டு இருக்குது' என்றார் இம்மானுவேல். கான் அதற்கு மௌனமாக இருந்தார். இம்மானுவேல் சார் சட்டென்று தன் குரலை இலேசாக உயர்த்தி, "உங்களுக்கு மற்ற ப்யூண் களுக்குத் தாற சம்பளம் தந்துக்கிட்டிருக்கோம், தெரியுமா?" என்றார். எதற்கு இதைச் சொல்கிறார் தலைமையாசிரியர் என்பதே கானுக்கு விளங்கவில்லை. "நாளையிலேருந்து நீங்க அந்த வேலையெப் பாருங்க" என்றார். "குளந்தை குட்டிக்காரன், வீட்டு விஷயங்களெப் பாக்க முடியாம முடக்கிப் போட்டுடும்" என்றார் கான். "புதிசாட்டு ஒரு ப்யூண் வராமலா இருப்பான்? வந்தாம்னா அவன் தலையிலே வச்சுக் கட்டிப்போடலாம்" என்றார் இம்மானுவல் சார். சிறிது இடைவெளிக்குப் பின் உத்தரவு தரும் குரலில், "நாளையிலேருந்து அந்த வேலையைப் பாருங்க" என்றார்.

இந்த விஷயத்தைக் கான் அய்யாக்குடத்திடம் சொன்ன போது, "என்னண்ணேய் இது. ஏற்கனவே வாதக்கூறு, பக்கவாதத் திலே கொண்டுபோய் விட்டுப்போடும்னு சொல்லி ஒரே அடியாட்டு நிமுந்திட வேண்டியதுதானே" என்றார். கான் அதற்குப் பதில் சொல்லவில்லை.

வகுப்பறைகள் எழுபதுக்கு மேல் இருந்தன. தொலைவில் இருந்தது ட்ரில் புரை. மற்றொரு கோடியிலிருந்தது சாப்பாட் டுப் புரை. பாதுகாப்பை உத்தேசித்துப் பையன்களின் சாப்பாட்டுப் புரைக்குச் சம்பந்தமில்லாமல் விலகி இருந்தது பெண்களின் சாப்பாட்டுப் புரை. கக்கூசுகள் எண்ணிக்கையில் குறைவுதான். பத்துக்குள்தான் இருக்கும். அவற்றின் பூட்டுக்கள் துருப்பிடித்துப் போய்விட்டதால் அவற்றைத் திறந்து சாத்த வேண்டியதில்லை. அதே மாதிரி நூல் நிலையம். அதற்குள் என்ன இருக்கிறது என்று இதுவரையிலும் யாரும் பார்த்ததேயில்லை. ஒரு கிணறுக்கு வலை போட்டுப் பூட்டியிருந்தது. இவை தவிர முன் கேட், பின் கேட். ரைட்டர் அறையிலுள்ளவர்கள் வேலை முடிந்து முன் பின்னாகத்தான் போவார்கள். அதற்குப் பின்தான் அந்த அறையைப் பூட்ட வேண்டும்.

ஒரு நாள் அய்யாக்குடம் தனது காரில், பாண்டி காரை ஓட்டி வர, மாலை பள்ளிக்கூடம் விட்டதும் வந்து சேர்ந்தார். "தினமும் எழவெடுத்த வேலை என்ன செய்யறீங்கனு தெரிஞ்சுக் கிடலாமில்லா? அதுக்குத்தான்" என்று போர்ட்டிக்கோவிலிருந்து வராண்டாவில் ஏறி வந்தார்.

அவருக்கு முன்னால் தனது வேலையைச் செய்யவே கானுக்குக் கஷ்டமாக இருந்தது. ஒரு சாக்குப் பை நிறைய சாவிக் கொத்துகள், குத்தூசிகள், பிற ஆயுதங்கள். முதல் பாரம் சி டிவிஷன் முன் கதவோடு சேர்த்து வைக்கப்பட்டிருந்தது. அதைத் தூக்கிப் பார்த்தான் ராஜபாண்டி. “அம்மாடி! தூக்கக் களியலயே” என்றான். “சீவனத்த பய” என்று சொல்லிக்கொண்டே அய்யாக்குடம் வந்து தூக்கிப்பார்த்தார். அவராலும் தூக்க முடியவில்லை. “குறுக்கிலெ பிடிச்சுக்கிட்டா சந்தைக்குப் போகக் களியாது” என்று சொல்லியபடியே விலகிக் கொண்டார்.

கான் மௌனமாகத் தன் வேலையைத் தொடங்கினார். ஜன்னல்கள் மிக உயரமானவை. டெஸ்கின் மேல் ஏறி நீண்ட நுனி வளைத்த கம்பியால் கொண்டிகளைத் தட்டிக் கழற்றி விட்டார். கண்ணாடி ஜன்னல் கதவுகளை இழுத்துச் சாத்திய போது கிண்ணங்களை வாரியிறைத்தது போல் சத்தம் கேட்டது. இரண்டு ஜன்னல்ளையும் சாத்திய பின், கதவுகளைச் சாத்தத் தொடங்கினார். கதவுகளின் கீழ்க் கொண்டிகளைத் தரையி லிருந்த தொளைகளில் தள்ள முடியாதபடி பொடி மண் அடைத்துக்கொண்டிருந்தது. அன்றாடம் சேரும் மாணவர் களின் காலடி மண். அதற்குத் தனி ஆயுதம் இருந்தது. சாக்குப் பையிலிருந்து அதை எடுத்தார். ராட்சசச் செவித் தோண்டி போலிருந்தது அது. “தொரட்டு வேலை கண்ட மேனிக்கு இருக்கும் போலிருக்கே” என்றார் அய்யாக்குடம். “ம்” என்றார் கான். திடீரென்று கோபம் வந்தவர்போல், பாண்டியைப் பாத்து, “பாத்துக்கிட்டு நிக்கயா, முட்டாப் பயலே, மாமாவுக்கு தொளைகளைத் தோண்டிக் கொடு” என்றார் அய்யாக்குடம். பாண்டி படபடவென்று வேட்டியை மடித்துக் கட்டிக்கொண் டான். “சீ சீ அவன் பாட்டுக்கு ஒரு ஓரத்திலே இருக்கட்டும்” என்று ஆவேசத்துடன் வந்த பாண்டியைத் தடுத்து வராண்டா வில் உட்கார வைத்தார் கான்.

“அண்ணேய், சோலியெத் துவக்கதுக்கு முன்னாலே வயத் துக்கு ஏதாவது போட்டீங்களா?” என்று கேட்டார் அய்யாக் குடம். “இப்பம் சோலி முடிஞ்சிரும். கடைசிப் பையன் போனதுமே சாத்தத் தொணங்கிடணம்னு ஹெட்மாஸ்டர் உத்தரவு” என்றார். “அண்ணேய், ஒரு நாளைக்கு அவரெச் சாத்தச் சொல்லுங்க” என்றார் அய்யாக்குடம். ராஜபாண்டி சிரித்தான்.

வகுப்பறைகள் எல்லாவற்றையும் சாத்தி முடித்ததும் டார்ச் விளக்கை எடுத்துக்கொண்டு கான் பையன்களின் சாப்பாட்டுப் புரை, பெண்களின் சாப்பாட்டுப் புரை, கிணற்றின் கம்பி வலைக் கதவு, மெயின் கேட்டுகள் இரண்டு எல்லாவற்றையும் பூட்டிவிட்டு வரும்போது மணி ஏழு. “காலையிலே எப்பம்

சோலியெத் தோக்கணம்?" என்று கேட்டார் அய்யாக்குடம். "காலையிலே ஆறு மணிக்கு" என்றார் கான். "இண்ணையப் பாடு முடிஞ்சிட்டில்லா. வாங்க, போவோம். போயி வயத்துக் குள்ளதெப் பாப்போம்" என்றார் அய்யாக்குடம்.

ஒட்டலிலிருந்து வெளியே வந்ததும், "காரிலே ஏறுங்க, வீட்டிலே எறக்கிவிடுதேன்" என்றார் அய்யாக்குடம். "காலைத் தூக்கி வச்சா நாலு எட்டு. நான் போறேன்" என்றார் கான். டிரைவர் சீட்டில் ஏறிய பாண்டி காரை ஸ்டார்ட் செய்தான். "தம்பி, ஒரு விஷயம். சொல்ல நினைச்சுத் தள்ளிப் போட்டுக் கிட்டே இருக்கேன். என்னைத் தேடிக் காரிலே ஸ்கூலுக்கு வராதிங்க" என்றார் கான். அய்யாக்குடத்திற்குப் புரிந்தது. என்றாலும், "ஏன்" என்று கேட்டார். கான் மௌனமாக இருந்தார். அய்யாக்குடத்திற்குச் சங்கடமாக இருந்தது. "சரி யண்ணேய், வீட்டுக்குப் போங்க, நாளப் பாக்கலாம்" என்று சொல்லிவிட்டு கார் முன் சீட்டில் ஏறினார் அவர்.

அந்த வருடம் அய்யாக்குடத்தின் மகள் வசந்திபார்வதிக்கு அமோகமாக திருமணம் நடந்தது. பையன் எம். பி. பி. எஸ். முடித்து, தோல் மருத்துவத்தில் எம். டி.யும் வாங்கியிருந்தான். ஒரு வாரம் லீவு போட்டுவிட்டு, கான் அய்யாக்குடம் வீட்டோடு இருந்து உழைத்தார். கல்யாணத்தன்று அவர்தான் ஸ்டோருக்குக் காவலாக நின்றார். தேங்காய் வியாபாரிகள், தென்னந்தோப்புக் காரர்கள், அரசியல்வாதிகள், முனிசிபாலிட்டி ஊழியர்கள் என்று கண்டமேனிக்குக் கூட்டம்.

பாத்திமாவுக்கு 27 வயது தாண்டிவிட்டிருந்தது. கானின் மனைவிக்கு எலும்புருக்கி நோய் வந்ததுபோல் உடல் வற்றிக் கொண்டிருந்தது. அய்யாக்குடம் ஒரு நாள் கானின் வீட்டிற்கு வந்தபோது அடுக்களை வாசலில் நின்ற அவரது மனைவியின் காதுபட, "அண்ணேய் தரம் கிரம் பாத்துக்கிட்டு இருக்கியளா. நாள் ஓடிட்டே இருக்கு" என்றார். "பாத்துக்கிட்டுத்தான் இருக்கேன். லாறியில போற தண்ணி போடற பய ஐம்பது பவுன் நகையைக் கொண்டா எங்கான்" என்றார். கானின் மனைவியின் கண்கள் நிறைவதை அய்யாக்குடம் பார்த்தார். "மரியாதைக்காரனா ஒரு பையனெப் பாருங்க. தொழில்லே நேக் இருந்தா போதும். மொதல் போட்டுக் கொடுத்து சந்தை யிலே இருத்தியிரலாம்" என்றார் அய்யாக்குடம். அதற்குக் கான் ஒன்றும் பதில் சொல்லவில்லை.

ஒருநாள் ப்யூண் அருணாசலம் கான் வகுப்பறைகளைச் சாத்திக் கொண்டிருக்கும்போது அங்கு வந்தார். கானுக்கு ஏந்தல்போல் அவரும் இரண்டொரு ஜன்னல்களைச் சாத்தி னார். தொளையில் மண்ணெடுத்துக் கொண்டிருந்த கானைப்

பார்த்து "அண்ணேய், ஸ்கூல் உங்களுக்குச் சொந்தமில்லே, மேலாகப் பறண்டிட்டு கொண்டியை உள்ளே அமுக்குங்க" என்றார். அதற்கு முந்திய நாள்தான் சம்பளத் தேதி. "அண்ணேய், நேத்து என்ன வாங்கினீங்க?" என்று கேட்டார் அருணாசலம். கான் தலையைத் தூக்கிப் பார்க்காமல் கிடைத்த பணத்தைச் சொன்னார். "புதிய ஹெட்மாஸ்டர் தங்கமான மனுஷன். எனக்குத் தாறதெ உங்களுக்கும் தாறாரு பாத்தீங்களா?" என்றார். அருணாசலம் என்ன சொல்லுகிறான் என்பதே கானுக்குப் புரியவில்லை. தலையைத் தூக்கி அருணாசலத்தைப் பார்த்தவாறே, "என்னண்ணேய்? என்ன சொல்றீங்கன்னே விளங்கலயே" என்றார். "அப்பம் அண்ணனுக்கு இண்ணைக்கு வரைக்கும் விசயம் தெரியாதா? மறச்சில்லா வச்சுக்கிட்டிருக்கானுக. அடப் பாவிகளா! கடைத்தேறுவீங்களா?" என்று கத்தினார் அருணாசலம்.

அருணாசலத்திடமிருந்து தெரிந்து கொண்ட விஷயங்கள் கானைக் கதிகலங்க வைத்தன. அவர் அரசாங்க ஊழியரே இல்லை. ஒரு மாதம்கூட அரசாங்கச் சம்பளம் அவருக்கு வந்ததும் இல்லை. கான் சுருண்டுபோய்விட்டார். இரு கேட்டுகளையும் பூட்டிவிட்டுப் போர்டிக்கோ படிக்கட்டில் இருளில் அமர்ந்து மனப்பாரம் தீர அழுதார். அய்யாக்குடத்திடம் சொல்வது பற்றி இரண்டு மனசாக இருந்தது. உடன்பிறந்த ஜீவனுக்கு மேலானவன். அவனிடம் மறைக்கலாமா? அவனை ஏமாற்றியது போல் ஆகிவிடுமே.

தன் வீட்டுக்கு அய்யாக்குடம் வந்தபோது கான் விஷயத்தை அவரிடம் சொன்னார். "அப்படியா?" என்றார் அய்யாக்குடம். அதற்கு மேல் அவர் பரபரப்புக் காட்டாதது கானுக்குப் புதிராக இருந்தது. அவர் விடைபெற்றுக்கொண்டு போனார்.

மறுநாள் தலைமையாசிரியர் அறையில் பெரிய கலாட்டா போல் சத்தம் கேட்டது. அங்குக் கோப்புகளைச் சுத்தம் செய்து கொண்டிருந்த அருணாசலம் வெளியில் வந்து கானிடம், "அண்ணேய், கெடுத்துப்புட்டீங்களே. அந்த தேங்கா வியாபாரி கிட்டே நான் சொன்னதெ ஏன் அவுத்து விட்டீங்க? அவன் சட்டம்பியில்லா? சாருகிட்டே திண்டுக்கும் முண்டுக்கும் பேசிக்கிட்டு இருக்கானே" என்றார்.

அன்று காலை பள்ளிக்கூடத்தில் முதல் மணி அடிப்பதற்கு முன்னாலேயே புன்னைமரத்தடி நிழலில் நின்று தம்மடித்துக் கொண்டிருந்த அய்யாக்குடம் தலைமையாசிரியர் வருகிறாரா என்று கவனித்துக்கொண்டிருந்தார். முதல் மணி அடித்துச் சில நிமிடங்களில் தலைமையாசிரியர் பள்ளி முன்

வாசல் கேட் வழியாக நுழைவது தெரிந்தது. மாஜிஸ்ட்ரேட்டாக வேலை பார்த்து வந்த அவரது மனைவி காரைப் பள்ளி முன் நிறுத்தி அவரை இறக்கிவிட்டு விட்டுப் போனார். காலையில், 'நீராடும் கடலுடுத்த', மாணவர்களுக்கு அசெம்பளியில் உபதேசங்கள், ஆசிரியர்கள் சிலரிடம் செல்லக்கோபம், சிலரிடம் ஆங்காரக் கோபம், ரைட்டர் அறைக்குச் சென்று எல்லோரையும் ஒரு விரட்டல் ஆகியவை முடித்துவிட்டு அவர் தன் அறைக்குள் நுழைய பத்தரைக்கு மேல் ஆகலாம் என்று கணக்குப் பண்ணினார் அய்யாகுடம்.

தலைமையாசிரியர் தன் அறையில் ஆசிரியர்களின் வருகை நோட்டைப் பார்த்துக்கொண்டிருந்த போது மடாரென்று உள்ளே நுழைந்தார் அய்யாக்குடம். தலைமையாசிரியருக்கு அய்யாக்குடத்தின் முகத்தைப் பார்த்ததுமே ஏதோ விபரீதம் என்று தெரிந்துவிட்டது. தென்னிந்தியப் பள்ளித் தலைமையாசிரியர் அறைக்கு அனுமதியின்றி நுழைய ஒருவருக்கு என்ன தைரியம்! வந்தவருக்கு அரசியல் பின்னணி இருக்கலாம் என்று தோன்றவே, "உக்காருங்க, ஐயா" என்றார் தலைமையாசிரியர்.

"உக்காந்து பேசுதுக்கு நான் வரலே. கான் அண்ணனுக்கு வயத்தில அடிச்சுப்போட்டீளே, அதுக்கு நியாயம் கேக்க வந்திருக்கேன்" என்றார் அய்யாக்குடம்.

"உக்காருங்க, சொல்லிப் புரிய வைக்கறேன். கவர்மெண்டு பள்ளிக்கூடம். ரிக்கார்டு இருக்கு. சட்டங்கள் இருக்கு. என் இஷ்டத்துக்கு ஆட முடியுமா? முதல்லே நீங்க கானுக்கு எப்படி?"

"அவரு எனக்கு அண்ணன்."

"உடன்பிறப்பா?"

"ஆமா."

"உங்க பெயரெப்படியோ?"

"பால்குடம் நாடார்."

"பால்குடம் நாடாரா?"

"ஆமா."

"அப்படீனு சொன்னா . . ."

"அந்தக் கதெ எல்லாம் உங்களுக்கொண்ணும் தெரிய வேண்டாம். கேட்டதுக்குப் பதில் சொல்லுங்க."

“தம்பீ, கானுக்கு, ‘மனமகிழ் மன்றத்தி’லேருந்து சம்பளம். துவக்கத்திலிருந்தே. ஆனா கவர்மெண்டு ப்யூண் வாங்கற சம்பளம் தான் அவருக்கும். அந்தப் பாயிண்டையும் நீங்க கவனிக்கணும்.”

“அது, சம்பளம் யார் தாறதுனு அவருக்குத் தெரியாம இருக்குதுக்காக. ஏமாத்து.”

“எதுக்கு அவர ஏமாத்தணும்? பாபத்தை வாங்கிக் கட்டிக்கவா?”

“அவர்கிட்டே வாங்கிக்கிட்டிருக்க வேலயெ நீங்க கவர்மென்ட் ப்யூண்கிட்டே வாங்கிக்கிட முடியாது. அண்ணனெ ஏமாத்தி அவரெ ஒட்டப் பிளிஞ்சுக்கிட்டு இருக்கீங்க.”

‘தம்பீ . . .’

‘நீங்க என்னெ மொற வச்சு ஒண்ணும் கூப்பிட வேண்டாம். அவரை அரசாங்கப் ப்யூண் ஆக்க ஆக்‌ஷன் எடுங்க. செய்து முடிக்கலே, தாணுமாலையன்கிட்டெச் சொல்லி இருபத்தி நான்கு மணிக்கூறுக்குள்ளே உங்களைத் தண்ணியில்லாக் காட்டுக்கு மாத்திப்போடுவேன், ஜாக்கிரதை’ என்று சொல்லி விட்டு வெளியேறினார்.

மூன்று நாட்களுக்குப் பின் கானின் வீட்டிற்குச் சென்ற போதுதான் அவர் வேலைக்கே செல்லவில்லை என்பது அய்யாக் குடத்திற்குத் தெரிந்தது. வீட்டிற்கு மூத்த குழந்தை இறந்து போன மாதிரி வெளி விழுந்து கிடந்தது வீடு.

“கவலைப்படாதேங்க அண்ணேய், அவன் ஆர்டர் வாங்கித் தரலைன்னா அவன் சங்கைக் கலக்கிப்போடுவேன்” என்றார் அய்யாக்குடம்.

“அய்யாக்குடம் நீ இல்லே, குடியரசுத் தலைவர் நெனச்சாலும் இனிமே எனக்கப் பேப்பரை சரி செய்ய முடியாது. என் தலையெழுத்து அவ்வளவுதான்” என்றார் கான்.

நாலு நாட்கள் அலைந்து திரிந்து பல வக்கீல்களையும் அரசியல்வாதிகளையும் சந்தித்துப் பேசிய பின், கான் சொன்னது தான் சரியென்ற முடிவுக்கு அய்யாக்குடம் வந்தார்.

சுமார் ஒரு வாரத்திற்குப் பின் தலைமையாசிரியரின் வலது கையும், மாநில ஆசிரியர் சங்கத்தின் துணைத் தலைவருமான சண்முகவடிவேலு சார் கானைப் பார்க்க அவர் வீட்டிற்கு வந்தார். அவர் கையில் ஒரு ஹார்லிக்ஸ் பாட்டிலும் இருந்தது.

"உடம்பு சரியில்லை பாத்துட்டு வான்னு ஸார்தான் அனுப்பி வச்சாரு. மாநில அளவிலே உங்களுக்கு ஒரு நிதி திரட்டித் தரணும்னு ஸார் சொல்லிக்கிட்டிருக்காரு. ஆசிரியர் சங்கம் பலரையும் தூக்கி விட்டிருப்பது வரலாறு" என்றார் வடிவேலு.

"நான் இனி வேலைக்கு வரலே" என்றார் கான்.

மிக மெதுவாகத்தான் அவர் சொன்னார் என்றாலும் இனி எந்த சக்தியாலும் அவரது முடிவை அசைக்க முடியாது என்பது வடிவேலு சாருக்குத் தெரிந்துவிட்டது.

அய்யாக்குடம் காரை ஓட்டியபடி கானின் வீட்டைப் பார்த்துப் போகும் போது, என்ன பாடு பட்டாலும் சரி, எவ்வளவு லஞ்சம் கொடுத்தாலும் சரி, அலிக்கு ஒரு அரசாங்க வேலையெடுத்துத் தர வேண்டும் என்று தீர்மானத்துடன் போனார்.

கான் ஒரு படுக்கையில் படுத்திருந்தார். கட்டில் பக்க மிருந்த முக்காலியில் அய்யாக்குடம் உட்கார்ந்ததும் கான் பெரிதாக அழ ஆரம்பித்தார்.

"மனசத் தளர விடாதீங்க, அண்ணே. ஒரு வளி பொறக்கா மலா போகும்" என்றார் அய்யாக்குடம்.

"ரயிலு வள்ளியூரு வந்திடிச்சு தம்பீ. இனி அவ்வளவு தான்" என்றார் கான்.

"இப்படியேதான் நாலு நாளாப் பொலம்பிக்கிட்டு இருக் காரு, மாமா" என்றான் அலி.

அய்யாக்குடத்திற்கு வாய் கட்டிவிட்டது.

ஒரு நாள் விட்டு மறுநாள் அய்யாக்குடம் போனபோது, "தம்பீ, ரயிலு நாகர்கோவில் வந்தாச்சு, அவுட்டரிலே கெடக்கு" என்றார் கான். அவர் கன்னங்களில் கண்ணீர் வழிந்தபடி இருந்தது.

"மாமா, வாப்பா கிட்டெ உள்ளங்கையைக் காட்டச் சொல்லுங்க" என்றான் அலி.

அப்போதுதான் கையை கான் மறைத்து வைத்துக்கொண் டிருப்பது தெரிந்தது.

"கையெக் காட்டுங்கண்ணே" என்றார் அய்யாக்குடம்.

கான் உள்ளங்கையை விரித்துக் கட்டினார். இரு உள்ளங் கைகளிலும் குத்தப்பட்ட குண்டூசிகள் எழும்பி நின்றுகொண்டிருந்தன. வலது கையின் இடதோரத்திலும் இடது கையின் வலதோரத்திலும் ஊக்குகள் தொங்கிக்கொண்டிருந்தன. கான் கைகளை இலேசாக அசைத்துக் காட்டினார். ஊக்குகள் பெண்கள் காதின் தொங்கட்டான் போல் அசைந்தன.

"அண்ணே, உங்களுக்கே இது நல்லா இருக்கா?" என்றார் அய்யாக்குடம். அவர் குரல் தேய்ந்துவிட்டிருந்தது.

"உம்மாதான் இப்பொ சோறு ஊட்டி விடறாங்க, மாமா" என்றான் அலி.

"நீ செய்து காட்டு பாப்போம். ஒரு வலியில்லே. ஒரு சொட்டு ரத்தமில்லே. கையிலே தளும்பேறணும்னா அதுக்குண்டான வேலையைச் செய்யணும். தேங்காயெ எண்ணிப் போட்டுக் கிட்டிருந்தாப் போதாது" என்றார் கான்.

பூரிப்பதுபோல் அவர் சிரித்ததை அய்யாக்குடத்தால் சகிக்க முடியவில்லை.

"அண்ணனுக்கு என் மேலே எள்ளுப் போல அன்பு இருந்தா, இந்தக் கண்றாவியெப் பிடுங்கி விடுங்க" என்றார் அய்யாக்குடம்.

"என் உசிரே நீதானே தம்பீ. பிடுங்கிடுதேன். ஒரு உபகாரம் மட்டும் செய், காரிலே போய் கைகாட்டி அவுட்டரிலே விளுந்துட்டான்னு மட்டும் பாத்திட்டு வந்திரு. அது போதும்" என்றார் கான்.

புதியபார்வை, நவம்பர் 1, 2004
கலிஃபோர்னியா ஜூன் 2004